ಒಂದು ತುಂಡು ಗೋಡೆ

(ಕತೆಗಳು)

ಬೊಳುವಾರು ಮಹಮದ್ ಕುಂಞಿ

ಪುಸ್ತಕ

ವಿಜಯನಗರ, ಬೆಂಗಳೂರು 560 040

ಒಂದು ತುಂಡು ಗೋಡೆ ಕತೆಗಳು

ONDU TUNDU GODE Collection of Stories

By : Bolwar Mahamad Kunhi

'MONU' B-4-016 Kavery Block,
National Games Village,
Koramangala, Bengaluru- 560 047
Mob +91 87628 00786
E-mail : bolwar.mk@gmail.com

Published by :
Asha Nagesh
DESI PUSTAKA
121, 13th Main Road, M.C. Layout,
Vijayanagara, Bengaluru - 40.
Ph : 080 - 23153558, Mob : 94484 39998
E-mail:desipustaka@gmail.com

Third Impression : 2021
Second Impression : 2010
First Impression 2000
(Kamadhenu Pustaka Bavana)
Pages: 144+4=148
Book Size : 1/8 Demmy

Rs. : 150/-
Paper used: 70 Gsm Maplitho light weight
© : **Jubeda**
ISBN : 978-93-81577-99-8
DTP : **Nirmala**
Cover Page : **Ramesh DK**

ಅರ್ಪಣೆ :- ಅಡ್ಡ ಗೋಡೆ
ಒಡೆಯ ಬಯಸುವವರಿಗೆ

ಎರಡು ದಶಕದ ಕತೆ

'ಹೊಸ ಧರ್ಮವೊಂದನ್ನು ಕಟ್ಟಬೇಕಾಗಿತ್ತು;
ಯಾಕೆಂದರೆ, ಧರ್ಮಗ್ರಂಥಗಳು ಅನೇಕವಿದ್ದವು.'

ನಲವತ್ತೈದು ವರ್ಷಗಳೇ ಕಳೆದು ಹೋದವು, 'ಬದ್ಧತೆಯೆಂಬುದು ಸೃಜನಶೀಲತೆಗೆ ಮೊದಲ ಶತ್ರು' ಎಂಬ ಫಲಕ ತೂಗುತ್ತಿತ್ತು. ಪಕ್ಕದಲ್ಲಿ, 'ಬರಹದಿಂದ ಬದುಕು ಬದಲು ಮಾಡಲಾಗದು' ಎಂಬ ವಾದವನ್ನು ಸುಳ್ಳು ಮಾಡುತ್ತಿದ್ದ. ಹಲವು ನಿಲುವುಗಳಿಗೆ ಬದ್ಧವಾದ, ಧರ್ಮಗ್ರಂಥಗಳೂ ಕಣ್ಣೆದುರಿಗಿದ್ದವು. ಆದ್ದರಿಂದ, ಕೆಲವು ಸೂತ್ರಗಳಿಗೆ ಬದ್ಧನಾಗಿಯೇ ನಾನು ಬರವಣಿಗೆ ಅರಂಭಿಸಿದ್ದೆ. ಯಾಕೆಂದರೆ ನನ್ನೆದುರು ಎರಡು ಗುರಿಗಳಿದ್ದವು.

ಕನ್ನಡದ ಓದುಗರಿಗೆ ಅಷ್ಟೇನೂ ಪರಿಚಿತವಲ್ಲದ ಜನಸಮೂಹವೊಂದನ್ನು (ಅವರನ್ನು ದ್ವೀಪವೆಂದೂ ಕರೆಯಲಾಗುತ್ತಿತ್ತು) 'ಹೌದಾ, ಅವರು ಹಾಗಿಲ್ಲವಾ?' ಎಂಬಂತೆ ಉಳಿದವರಿಗೆ ಪರಿಚಯಿಸುವುದು ಮೊದಲ ಗುರಿ. ಅಂತೆಯೇ ಕನ್ನಡದ ಓದಿಗೆ ಬಹುಪಾಲು ಕುರುಡಾಗಿದ್ದ ಅದೇ ಜನಸಮೂಹವನ್ನು ಓದುವಂತೆ ಪ್ರೇರೇಪಿಸಿ 'ಹೌದಾ? ನಾವು ಹೀಗಿದ್ದೇವಾ?' ಎಂದು ಪ್ರಶ್ನಿಸಿಕೊಳ್ಳುವಂತೆ ಒತ್ತಾಯಿಸುವುದು ಎರಡನೆಯ ಗುರಿ. ಒಟ್ಟಿನಲ್ಲಿ ಎರಡು ದೋಣಿಗಳಲ್ಲಿ ಕಾಲಿರಿಸಿ ಹುಟ್ಟು ಹಾಕುವ ಹುಚ್ಚು ಹಂಬಲ. ಅರ್ಧ ಶತಮಾನದ ಸುದೀರ್ಘ ಯೋಜನೆ ಅದು. ಅದಕ್ಕಾಗಿ ಅಷ್ಟು ಕಾಲ ನಾನು ಬದುಕುಳಿಯಲೇ ಬೇಕಾಗಿತ್ತು; ಬೇರೆಯವರ ಉಸಾಬರಿ ಬೇಡವೆಂದು ನನ್ನದೇ ಆದ 'ಮುತ್ತುಪ್ಪಾಡಿ' ಎಂಬ ಗ್ರಾಮವನ್ನು ಕಲ್ಪಿಸಿದೆ.

'ಮುತ್ತುಪ್ಪಾಡಿ' ಊರ ತುಂಬ ಮನುಷ್ಯರನ್ನು ಹುಟ್ಟಿಸಿದೆ; ಅವರಿಗೆ ನಂಬಲೆಂದು ದೇವರುಗಳನ್ನು ಸೃಷ್ಟಿಸಿದೆ. ಪೂಜಿಸಲು ಮಂದಿರ, ಪ್ರಾರ್ಥಿಸಲು ಮಸೀದಿ,

ಓದಲು ಶಾಲೆ, ಕವಾಯತಿಗೆ ಮೈದಾನ, ಈಜಲು ಹೊಳೆ, ಹಾರಲು ಕೆರೆ, ಮಲಗಲು ಆಸ್ಪತ್ರೆ, ಅಳಲು ಸ್ಮಶಾನ, ಹೂಳಲು ಕಬರ್‌ಸ್ಥಾನ, ಆಳಲು ಪೊಲೀಸ್ – ಏನೇನು ಬೇಕೋ ಅದೆಲ್ಲವನ್ನೂ ಒದಿಸಿದೆ. ನಂತರ ಮುತ್ತುಪ್ಪಾಡಿಯ ಮನುಷ್ಯರಿಗೆ ಸ್ವಾತಂತ್ರ್ಯ ಕೊಟ್ಟೆ. ಅವರನ್ನೆಲ್ಲ ಅವರಿಷ್ಟದಂತೆ ಬದುಕಲು ಬಿಟ್ಟು, ಅವರದೇ ಕತೆ ಬರೆದು ಪತ್ರಿಕೆಗಳಿಗೆ ಕಳುಹಿಸಲಾರಂಭಿಸಿದೆ. ನವಭಾರತದ ಮಲ್ಯರು, ಉದಯವಾಣಿಯ ಬನ್ನಂಜೆಯವರು, ಪ್ರಜಾವಾಣಿಯ ರಂಗನಾಥರಾಯರು, ಸುಧಾದ ಎಂ.ಬಿ. ಸಿಂಗ್, ತುಷಾರದ ಈಶ್ವರಯ್ಯ, ಕಸ್ತೂರಿಯ ಪಾ.ವೆಂ., ಮಯೂರದ ದಿವಾಕರ, ಮೊದಲಾದ ಸಂಪಾದಕರನೇಕರು ನನ್ನನ್ನು ಬೆಂಬಲಿಸಿ, ಮುತ್ತುಪ್ಪಾಡಿಯ ಬದುಕಿಗೆ ಸಾಕ್ಷಿ ಹೇಳಿದರು. ಸುಮಾರು 20 ವರ್ಷಗಳ ಕಾಲ ಮುತ್ತುಪ್ಪಾಡಿಯ ಕತೆಗಳು ಯಾವುದಾದರೊಂದು ಪತ್ರಿಕೆಯಲ್ಲಿ ಕನಿಷ್ಠ ತಿಂಗಳಿಗೊಂದಾದರೂ ಪ್ರಕಟವಾಗುವಂತೆ ನೋಡಿಕೊಂಡರು.

ಅಗತ್ಯ ಅನ್ನಿಸಿದಾಗಲೆಲ್ಲ ಆರೋಗ್ಯಕರವಾದ ಸಂವಾದ–ಚರ್ಚೆಗೆ ವೇದಿಕೆ ಒದಗಿಸಿ ತಿಂಗಳುಗಟ್ಟಲೆ ಓದುಗರನ್ನು ಹುರಿದುಂಬಿಸಿದರು. ನನ್ನ ಕತೆಗಳು ಒಮ್ಮೆ ಒಬ್ಬರಿಗೆ ಪಥ್ಯವಾದರೆ ಇನ್ನೊಬ್ಬರಿಗೆ ಅಪಥ್ಯವಾಗುತ್ತಿದ್ದವು. ಒಬ್ಬರಿಗೆ ನೋವಾಗಿದೆಯೆಂಬ ಕಾರಣಕ್ಕೆ ಇನ್ನೊಬ್ಬರಿಗೆ ಸಂತೋಷವಾದದ್ದೂ ಉಂಟು. ಮುಸ್ಲಿಮನೊಬ್ಬ 'ರಾಶನಲ್' ಆಗುವುದೆಂದರೆ 'ಹಿಂದೂ' ಆಗುವುದು ಎಂದು ಪ್ರಾಮಾಣಿಕವಾಗಿ ನಂಬಿದ ಓದುಗರೂ ಉತ್ಸಾಹದಿಂದ ಚರ್ಚೆಯಲ್ಲಿ ಪಾಲುಗೊಂಡರು. ಇವೆಲ್ಲವನ್ನೂ ಅರಿತೂ ಅರಿಯದವನಂತೆ ಸಂಕಟ ಅನುಭವಿಸುವುದಷ್ಟೇ ನನ್ನ ಪಾಲಿನ ಕೆಲಸವಾಗಿತ್ತು. ಯಾಕೆಂದರೆ ನನ್ನ ಉದ್ದೇಶ ಕೇವಲ ಕತೆ ಬರೆಯುವುದ್ದಾಗಿದ್ದಿರಲಿಲ್ಲ; ಕಲೆಗಾರಿಕೆ, ತಂತ್ರ–ವಿನ್ಯಾಸಗಳು ನನಗೆ ಮುಖ್ಯವಾಗಿದ್ದಿರಲಿಲ್ಲ. ನನಗೆ ಹೊಸ ಧರ್ಮವೊಂದನ್ನು ಕಟ್ಟಬೇಕಾಗಿತ್ತು; ಯಾಕೆಂದರೆ ಧರ್ಮಗ್ರಂಥಗಳು ಅನೇಕವಿದ್ದವು.

'ಒಂದು ತುಂಡು ಗೋಡೆ' ನನ್ನ ಐದನೇ ಕಥಾಸಂಕಲನ. ಇದು ಪ್ರಕಟವಾಗಿ ಇಪ್ಪತ್ತು ವರ್ಷಗಳೇ ಕಳೆದಿವೆ. ಈಗ ಪ್ರತಿಗಳು ಸಿಗುತ್ತಿಲ್ಲ ಎಂಬ ನೆವ ಹೇಳಿ, ಗೆಳೆಯ ಸೃಷ್ಟಿ ನಾಗೇಶ್ ಮತ್ತೊಮ್ಮೆ ಮುದ್ರಿಸಿ ಪ್ರಕಟಿಸುತ್ತಿದ್ದಾರೆ. ಕಲಾವಿದ ಗೆಳೆಯ ರಮೇಶ್ ಡಿ.ಕೆ. ಚಂದದ ಮುಖಚಿತ್ರ ಬರೆದಿದ್ದಾರೆ. ಎಲ್ಲರಿಗೂ ನಾನು ಕೃತಜ್ಞ.

15.08.2021 **ಬೊಳುವಾರು ಮಹಮದ್ ಕುಂಞಿ**

ಪ್ರಕಾಶಕರ ಮಾತು

'ಕೇಂದ್ರ ಸಾಹಿತ್ಯ ಅಕಾಡೆಮಿ'ಯ ಇತಿಹಾಸದಲ್ಲಿ, ಯಾವುದೇ ಭಾಷೆಯ ಸೃಜನಶೀಲ ಗದ್ಯ ಕೃತಿಗಳಿಗಾಗಿ ಎರಡು ಬಾರಿ ಪ್ರಶಸ್ತಿ ಪಡೆದ ದೇಶದ ಏಕೈಕ ಸಾಹಿತಿಯೆಂಬ ದಾಖಲೆ ಬರೆದ ಬೊಳುವಾರು ಮಹಮದ್ ಕುಂಞಿ, ಕನ್ನಡ ಗದ್ಯ ಸಾಹಿತ್ಯಕ್ಕೆ ಮುಸ್ಲಿಮ್ ಬದುಕನ್ನು ಪರಿಚಯಿಸಿದವರಲ್ಲಿ ಮೊತ್ತಮೊದಲಿಗರು. ಕನ್ನಡದ ಮಕ್ಕಳ ಸಾಹಿತ್ಯಕ್ಕೆ 'ಕೇಂದ್ರ ಸಾಹಿತ್ಯಅಕಾಡೆಮಿ'ಯಿಂದ ಮೊತ್ತ ಮೊದಲ ಪ್ರಶಸ್ತಿಯನ್ನು ತಂದುಕೊಟ್ಟವರೂ ಇವರೇ. ಕರ್ನಾಟಕಸಾಹಿತ್ಯ ಅಕಾಡೆಮಿಯಿಂದ ಗೌರವ ಪ್ರಶಸ್ತಿ ಸಹಿತ ಮೂರು ಪ್ರಶಸ್ತಿಗಳನ್ನು ಗಳಿಸಿದ್ದ ಇವರು. ಮುಖ್ಯವಾಗಿ ಆರು ಕಥಾ ಸಂಕಲನಗಳು, ಐದು ಕಾದಂಬರಿಗಳು, ಎರಡು ನಾಟಕಗಳು, ಎರಡು ಅನುವಾದಿತ ಕೃತಿಗಳು, ಒಂದು ಚಾರಿತ್ರಿಕ ದಾಖಲೆಯ ಕೃತಿ, ಎಂಟು

ಸಂಪಾದಿತ ಕೃತಿಗಳನ್ನು ರಚಿಸಿದ್ದು, ತಮ್ಮ ಸಾಹಿತ್ಯ ಸಾಧನೆಗಳಿಗಾಗಿ ಕರ್ನಾಟಕ ರಾಜ್ಯೋತ್ಸವಪ್ರಶಸ್ತಿಯಿಂದಲೂ ಸನ್ಮಾನಿತರಾದವರು.

ಕಲ್ಕತ್ತಾದ ಭಾರತೀಯ ಭಾಷಾ ಸಂಸ್ಥಾನ ಪ್ರಶಸ್ತಿ, ದೆಹಲಿಯ ಕಥಾ ಪ್ರಶಸ್ತಿ, ಮಾಸ್ತಿ ಪ್ರಶಸ್ತಿ, ಶಿವರಾಮ ಕಾರಂತ ಬಾಲವನ ಪ್ರಶಸ್ತಿ, ಬಸವ ರಾಜ ಕಟ್ಟೀಮನಿ ಪ್ರಶಸ್ತಿ, ತೌಳವ ಪ್ರಶಸ್ತಿ, ವಿಶು ಕುಮಾರ್ ಪ್ರಶಸ್ತಿ, ಸೂರ್ಯನಾರಾಯಣ ಚಡಗ ಪ್ರಶಸ್ತಿ, ಪರಶುರಾಮ ಪ್ರಶಸ್ತಿ. ಕರಾವಳಿ ಕಲಶ, ಬೆಂಗಳೂರು ಲಿಟರರಿ ಅವಾರ್ಡ್, ಅಬುದಾಬಿಯ ಃಫಾಈ ಪ್ರಶಸ್ತಿ,ಸಿಂಡಿಕೇಟ್ ಬ್ಯಾಂಕಿನ 'ಸಿಂದ್ ರತ್ನ' ಅವಾರ್ಡ್ – ಹೀಗೆ ಹತ್ತು ಹಲವು ಪ್ರಶಸ್ತಿಗಳಿಂದ ಬೊಳುವಾರು ಸನ್ಮಾನಿತರಾಗಿದ್ದಾರೆ. ಇವರ ಸಾಹಿತ್ಯ ಕೃತಿಗಳನ್ನಾಧರಿಸಿ ನಿರ್ಮಾಣಗೊಂಡ ಮುನ್ನುಡಿ, ಅತಿಥಿ, ಒಂದು ತುಂಡು ಗೋಡೆ ಹಾಗೂ ಬೇಟಿ ಚಲನಚಿತ್ರಗಳು ಜನ ಮೆಚ್ಚುಗೆ ಗಳಿಸಿದ್ದಲ್ಲದೆ, ಇವರ ಕತೆ, ಚಿತ್ರಕತೆಗಳಿಗೆ ರಾಷ್ಟ್ರ ಮತ್ತು ರಾಜ್ಯ ಪ್ರಶಸ್ತಿಗಳೂ ಸಂದಿವೆ.

ಸುಮಾರು 250ಕ್ಕೂ ಮಿಕ್ಕಿ ಸಣ್ಣ ಕತೆಗಳನ್ನು ಬರೆದು ಕನ್ನಡದ ಪ್ರಮುಖ ಕತೆಗಾರರೆಂದು ಗುರುತಿಸಲ್ಪಟ್ಟಿದ್ದು ಮಾತ್ರವಲ್ಲದೆ, ಕೇಂದ್ರ ಸಾಹಿತ್ಯ ಅಕಾಡೆಮಿ

ಪ್ರಶಸ್ತಿ ಪಡೆದ 1111 ಪುಟಗಳ ಮಹಾ ಕಾದಂಬರಿ 'ಸ್ವಾತಂತ್ರ್ಯದ ಓಟ', ಪ್ರವಾದಿ ಮುಹಮ್ಮದರ ಜೀವನಾಧಾರಿತ ಮೊತ್ತ ಮೊದಲ ಐತಿಹಾಸಿಕ ಕಾದಂಬರಿ 'ಓದಿರಿ' ಹಾಗೂ ಪ್ರವಾದಿ ಪತ್ನಿಯರ ಸ್ವಗತಗಳನ್ನೊಳಗೊಂಡ 'ಉಮ್ಮಾ' ಕಾದಂಬರಿಗಳು ಇವರಿಗೆ ಕನ್ನಡ ಕಾದಂಬರಿ ಲೋಕದಲ್ಲೂ ಮಹತ್ವದ ಸ್ಥಾನ ನೀಡಿವೆ. ಕನ್ನಡ ಭಾಷೆಯಲ್ಲಿ ಪ್ರಕಟವಾಗಿದ್ದ ಮೊತ್ತ ಮೊದಲ ಮಕ್ಕಳ ಪದ್ಯದಿಂದಾರಂಭಿಸಿ 1975ರ ವರೆಗೆ ಪ್ರಕಟವಾಗಿರುವ ಮಕ್ಕಳ ಪದ್ಯಗಳಿಂದ ಆರಿಸಿ ಸಂಪಾದಿಸಿದ್ದ 'ತಟ್ಟು ಚಪ್ಪಾಳೆ ಪುಟ್ಟ ಮಗು' ಎಂಬ ಕೃತಿಯು ಇವರಿಗೆ ಮಕ್ಕಳ ಸಾಹಿತ್ಯದಲ್ಲೂ ದೊಡ್ಡ ಸ್ಥಾನ ನೀಡಿದೆ. ಕೇಂದ್ರ ಸಾಹಿತ್ಯ ಅಕಾಡೆಮಿಯಿಂದ 'ಬಾಲ ಸಾಹಿತ್ಯ

ಪುರಸ್ಕಾರ' ಪಡೆದ 'ಪಾಪು ಗಾಂಧಿ, ಗಾಂಧಿ ಬಾಪು ಆದ ಕತೆ' ಕಾದಂಬರಿಯು ಹಲವು ಭಾಷೆಗಳಿಗೆ ಅನುವಾದಗೊಂಡಿದೆ. ಈ ಕೃತಿಯ ಸಂಕ್ಷಿಪ್ತ ರೂಪವನ್ನು ಪ್ರಕಟಿಸಿದ್ದ ಕನ್ನಡ ಸಂಸ್ಕೃತಿ ಇಲಾಖೆಯು, ಒಂದು ಲಕ್ಷಕ್ಕೂ ಹೆಚ್ಚು ಪ್ರತಿಗಳನ್ನು ಉಚಿತವಾಗಿ ಹಂಚಿದೆ. ಮಾತ್ರವಲ್ಲ, ಇಲಾಖೆಯೇ ಸಿದ್ಧಪಡಿಸಿದ್ದ 'ಪಾಪು ಬಾಪು' ನಾಟಕವು, ನಾಡಿನಾದ್ಯಂತ 1300ಕ್ಕೂ ಹೆಚ್ಚು ಪ್ರದರ್ಶನಗಳನ್ನು ಕಂಡು ಇತಿಹಾಸ ನಿರ್ಮಿಸಿದೆ.

ಕರಾವಳಿ ಕರ್ನಾಟಕದ ಪುತ್ತೂರು ಪಟ್ಟಣದ ಭಾಗವೇ ಆಗಿರುವ ಬೊಳುವಾರು ಎಂಬಲ್ಲಿ 1951 ರಂದು ಜನಿಸಿದ ಇವರು, ಮೈಸೂರು ವಿಶ್ವವಿದ್ಯಾಲಯದಿಂದ ಕುವೆಂಪು ಬಂಗಾರದ ಪದಕ ಸಹಿತ ಕನ್ನಡ ಸ್ನಾತಕೋತ್ತರ ಪದವೀಧರರು. ಕರ್ನಾಟಕ ಸಮುದಾಯ ಸಮನ್ವಯ ಸಮಿತಿಯ ರಾಜ್ಯಾಧ್ಯಕ್ಷರಾಗಿ, ಬಂಡಾಯ ಸಾಹಿತ್ಯ ಸಂಘಟನೆಯ ರಾಜ್ಯ ಸಂಚಾಲಕರಾಗಿ, ಹಂಪಿ ವಿಶ್ವವಿದ್ಯಾಲಯದ ಸೆನೆಟ್ ಸದಸ್ಯರಾಗಿ, ಕರ್ನಾಟಕ ಸಾಹಿತ್ಯ ಅಕಾಡೆಮಿ, ಕನ್ನಡ ಅಭಿವೃದ್ಧಿ ಪ್ರಾಧಿಕಾರ, ರಾಜ್ಯ ಕರಿ ಹಲಗೆ ಯೋಜನೆ, ಸಿಂಡಿಕೇಟ್ ಕೃಷಿ ಪ್ರತಿಷ್ಠಾನ, ಭಾರತೀಯ ವಿಕಾಸ್ ಟ್ರಸ್ಟ್, ರಾಜ್ಯ ಗಜೆಟಿಯರ್ ಮೊದಲಾದ ಹಲವು ಸಾಮಾಜಿಕ, ಸಾಂಸ್ಕೃತಿಕ ಮತ್ತು ಶೈಕ್ಷಣಿಕ ಸಂಸ್ಥೆಗಳಲ್ಲಿ ಸದಸ್ಯರಾಗಿ ದುಡಿದವರು. ಸಿಂಡಿಕೇಟ್ ಬ್ಯಾಂಕಿನ ಪ್ರಚಾರ ವಿಭಾಗದಲ್ಲಿ 40 ವರ್ಷಗಳ ಕಾಲ ದುಡಿದು, ಮುಖ್ಯ ಪ್ರಬಂಧಕರಾಗಿ ನಿವೃತ್ತಿಗೊಂಡು ಈಗ ಬೆಂಗಳೂರಲ್ಲಿ ವಿಶ್ರಾಂತ ಜೀವನ ನಡೆಸುತ್ತಿದ್ದಾರೆ.

'ಹರಿ ಜನರಂತೆಯೇ ಮುಸ್ಲಿಮರು ಕೂಡಾ ನಮ್ಮ ದೇಶದ ಎರಡನೆಯ ದರ್ಜೆಯ ಪ್ರಜೆಗಳು' ಎನ್ನುತ್ತಾ ಇವರದೇ "ದೇವರುಗಳ ರಾಜ್ಯದಲ್ಲಿ" ಕೃತಿಗೆ ಮುನ್ನುಡಿ ಬರೆದ ನಾಡಿನ ಹಿರಿಯ ಚಿಂತಕ ಜಿ. ರಾಜಶೇಖರ್, 'ಎಂದೋ, ಯಾರೋ ಎಲ್ಲೋ ನಡೆಸಿದ್ದ ಅಪರಾಧಗಳಿಗೆ ಇಂದಿನ ಮುಸ್ಲಿಮರನ್ನು

ಹೊಣೆ ಸಂಕೇತಗಳನ್ನಾಗಿಸುವ ಬರ್ಬರ ಪ್ರವೃತ್ತಿಗೆ, ಕುರುಡು ಜನಾಂಗ ದ್ವೇಷವೊಂದೇ ಕಾರಣ' ಎಂದಿರುವ ಮಾತು ಇಂದಿಗೂ ಪ್ರಸ್ತುತ. ಮುಂದುವರಿದು, ಅವರೇ ದಾಖಲಿಸಿರುವಂತೆ, 'ಬೊಳುವಾರರ ಕಥೆಗಳಲ್ಲಿ ವ್ಯವಸ್ಥೆಯಿಂದ ಅಂಗೀಕೃತವಾದ ಈ ಬಗೆಯ ನಿಲುವುಗಳನ್ನೂ, ಸಾಮಾನ್ಯ ಜನತೆ ಯೋಚಿಸದೆ ಒಪ್ಪಿಕೊಂಡ ಧೋರಣೆಗಳನ್ನೂ ಪ್ರಶ್ನಿಸುವ ಬಂಡಾಯದ ಎದೆಗಾರಿಕೆ ಇದೆ' ಎಂಬ ಮಾತೂ ಗಮನಾರ್ಹ. ಮನುಷ್ಯ ನಿರ್ಮಿತ ಎಲ್ಲ ಧರ್ಮಗಳ ಎಲ್ಲೆ ಮೀರಿದ ಚಿಂತನೆಗಳಿರುವ ಬೊಳುವಾರರ ಪ್ರತಿಯೊಂದು ಕತೆಯಲ್ಲೂ ಹೊಸತನವಿದೆ. ಉತ್ತರಿಸಲು ಕಷ್ಟ ಸಾಧ್ಯವಾಗುವ ನೂರಾರು ಪ್ರಶ್ನೆಗಳಿವೆ. ಇವರ ನೇರ ನುಡಿಗಳು ಕೆಲವರಿಗೆ ಅಪಥ್ಯವಾದರೆ, ಹಲವರಿಗೆ ಬಲುಪ್ರಿಯ. ಪುಸ್ತಕೋದ್ಯಮಕ್ಕೆ ಗ್ರಹಣ ಬಡಿದಿರುವ ಈ ಕೊರೋನೋತ್ತರ ಕಾಲಘಟ್ಟದಲ್ಲೂ, ಬೊಳುವಾರರ ಕತೆಗಳನ್ನು ಕೊಂಡು, ಕೊಂಡಾಡುವ ಕನ್ನಡಿಗರಿದ್ದಾರೆ ಎಂಬುದಕ್ಕೆ ಬಲುದೊಡ್ಡ ದಾಖಲೆಯೆಂಬಂತೆ, ನಾಲ್ಕು ದಶಕಗಳ ಹಿಂದೆ ಪ್ರಕಟವಾಗಿದ್ದ ಈ 'ಒಂದು ತುಂಡು ಗೋಡೆ' ಕೃತಿಯ ಮೂರನೇಯ ಮುದ್ರಣವನ್ನು ಓದುಗರ ಮುಂದಿಡಲು ನಮಗೆ ಸಂತೋಷವಾಗುತ್ತದೆ.

ಆಶಾ ನಾಗೇಶ್

ದಿನಾಂಕ 15.08.2021

ಅನುಕ್ರಮಣಿಕೆ

ಒಂದು ತುಂಡು ಗೋಡೆ

'ನನ್ನ ಕೈಯಾರೆ ಮನೆ ಸುಟ್ಟು
ಬೂದಿ ಹೊತ್ತು ಹೊರಟಿರುವೆ,
ಸುಡಬಯಸುವಿರಾದರೆ ನಿಮ್ಮ ಮನೆ
ನನ್ನ ಜತೆಯಲ್ಲಿ ಬರಬಹುದು'
–ಸಂತ ಕಬೀರ

ಬಸ್‌ಸ್ಟಾಂಡ್ ಬಳಿಯಲ್ಲಿ ಮೂರು, ಮಸೀದಿ ಗುಡ್ಡೆಯಲ್ಲಿ ಎರಡು ಹೀಗೆ ಐದು ಮಿಲಿಟರಿ ಹೋಟೆಲುಗಳಿಗೆ ಅಕ್ಕಿ ರೊಟ್ಟಿ ತಟ್ಟಿ ಕೊಟ್ಟು ಜೀವನ ಸಾಗಿಸುವ 'ರೊಟ್ಟಿ ಪಾತುಮ್ಮ'ಳ ಕನಸಿನಲ್ಲಿ ಕಾಣಿಸಿಕೊಂಡ ಶ್ರೀ ದೇವರಾಜ ಅರಸು ಅವರು, 'ಏನು ಪಾತುಮ್ಮ ನಿನ್ನ ವಿಚಾರ? ನಿನಗೆ ದರ್ಕಾಸ್ತು ಜಾಗ ಕೊಟ್ಟು ವರ್ಷ ಎಂಟು ದಾಟಿದರೂ ನೀನು ಮನೆ ಕಟ್ಟಿಸಿಕೊಳ್ಳುವ ಯೋಚನೆಯಲ್ಲಿಯೇ ಇದ್ದ ಹಾಗಿಲ್ಲವಲ್ಲಾ? ನಿನ್ನ ಜತೆಯಲ್ಲೇ ಹಕ್ಕು ಪತ್ರ ಪಡೆದುಕೊಂಡಿದ್ದ ಕಮಲಕ್ಕ, ಹಾಲು ಮಾರುವ ಕರ್ಮಿನ ಬಾಯಿ, ಮೀನಿನಂಗಡಿಯ ಪೊಡಿಯಬ್ಬ – ಎಲ್ಲರೂ ಮನೆ ಕಟ್ಟಿಸಿಕೊಂಡು ವರ್ಷವೆಷ್ಟಾಯಿತು ಹೇಳು? ನೀನು ಇನ್ನು ಕೂಡಾ ಇದೇ ರೀತಿ ಉದಾಸೀನ ಮಾಡಿದರೆ, ಆ ಜಾಗವನ್ನು ಬೇರೆಯವರ ಹೆಸರಿನಲ್ಲಿ ಬರೆದುಬಿಟ್ಟೇನು ಹಾಂ!' ಎಂದು ವಾರ್ನಿಂಗ್ ಕೊಟ್ಟುಬಿಟ್ಟಾಗ ಅವಳಿಗೆ ಎಚ್ಚರವಾಗಿ ದಿಗ್ಗನೆ ಎದ್ದು ಕುಳಿತಳು.

ಮುತ್ತುಪ್ಪಾಡಿ ಮಸೀದಿಗುಡ್ಡೆಯ ಬಲಭಾಗದ ಇಳಿಜಾರಿನಲ್ಲಿ ಐದು ಸೆಂಟ್ಸ್ ಮನೆ ನಿವೇಶನದ ಹಕ್ಕು ಪತ್ರವನ್ನು, ಎಂಟು ವರ್ಷಗಳಷ್ಟು ಹಿಂದೆ ಮಂಗಳೂರಿನ ನೆಹರೂ ಮೈದಾನದಲ್ಲಿ ನಡೆದಿದ್ದ ಭವ್ಯ ಸಮಾರಂಭವೊಂದರಲ್ಲಿ ಆಗಿನ ಮುಖ್ಯಮಂತ್ರಿ ಶ್ರೀ ದೇವರಾಜ ಅರಸು ಅವರ ಅಮೃತ ಹಸ್ತದಿಂದಲೇ ಸ್ವೀಕರಿಸಿದ್ದ ರೊಟ್ಟಿಪಾತುಮ್ಮಳನ್ನು ಮನೆ ಕಟ್ಟಿಸಿಕೊಳ್ಳುವಂತೆ ಒತ್ತಾಯಿಸುತ್ತಿರುವವರು ಹಲವಾರು ಮಂದಿ. ವಿಲೇಜ್

ಅಕೌಂಟೆಂಟ್ ಸೀತಾರಾಮ ಬೈಪಡಿತ್ತಾಯರಂತೂ ಒಮ್ಮೆ ಖಡಕ್ ಆಗಿಯೇ ಹೇಳಿಬಿಟ್ಟಿದ್ದರು, 'ನೀನು ಡೀನೋಟೀಸು ಕೈಲ್ಲಿ ಉಂಟು ಅಂತ ಸುಮ್ಮನೆ ಕೂತುಬಿಟ್ರೆ, ನಾಳೆಯ ದಿನ ಮಾಂಕುವೋ, ಮಮ್ಮುಟ್ಟಿಯೋ ರಾತ್ರೋ ರಾತ್ರಿ ನಿನ್ನ ಜಾಗದಲ್ಲಿ ನಾಲ್ಕು ಕೋಲು ಊರಿ, ಆರು ಸೋಗೆ ಏರಿಸಿ, ಮೂರು ಕಲ್ಲು ಜೋಡಿಸಿ, ಒಂದು ಎಲೆ ಉರಿಸಿಬಿಟ್ರೆ, ನಿನ್ನ ಡೀನೋಟೀಸನ್ನು ಅದೇ ಬೆಂಕಿಗೆ ಬಿಸಾಡಬೇಕಾಗಿ ಬರಬಹುದು. ಇನ್ನಾದ್ರೂ ನೀನು ಮನೆ ಕಟ್ಟಿಸುವ ಕೆಲಸ ಸುರು ಮಾಡದಿದ್ದರೆ ನಾನು ಡೀಸೀಗೆ ರಿಪೋರ್ಟು ಬರೆದು ಬಿಡುತ್ತೇನೆ. ಆ ಬಳಿಕ ನಿನ್ನ ಜಾಗ ಹೋಯಿತು ಅಂತ ಈ ಸೀತಾರಾಮನನ್ನು ದೂರುವುದು ಬೇಡ, ಗೊತ್ತಾಯ್ತಲ್ಲಾ?'

ಹಿಂದಾಗಲೀ ಮುಂದಾಗಲೀ ಯಾರದೇ ಬಲವಿಲ್ಲದ ನಲುವತ್ತರ ಆಸುಪಾಸಿನ ವಿಧವೆ ಪಾತುಮ್ಮ, ತನ್ನ ಬಲುದೂರದ ಸಂಬಂಧಿ ಕಾಸಿಂ ಬ್ಯಾರಿಯ ಮನೆ ಹಿಂಭಾಗದ ಅರೆವಾಸಿ ಮಾಡನ್ನು ಇಳಿಸಿ ನಿರ್ಮಿಸಲಾದ ಅಕ್ಕಿರೊಟ್ಟಿ ಸುಡುವ ಫ್ಯಾಕ್ಟರಿಗೆ ತಿಂಗಳೊಂದರ ಹದಿನೈದು ರೂಪಾಯಿ ಬಾಡಿಗೆ ನೀಡುತ್ತಿದ್ದಳು. ಕಳೆದ ಆರು ತಿಂಗಳಿನಿಂದ ಬಾಲ ಕಾರ್ಮಿಕನಾಗಿ ಸೇರಿಕೊಂಡ ಕಾಸಿಂ ಬ್ಯಾರಿಯ ತಂಗಿ ಸಾರಮ್ಮಳ ಮಗ ಸಮದ್‌ನಿಗೆ ವಾರವೊಂದಕ್ಕೆ ಏಳು ರೂಪಾಯಿ ಸಂಬಳ ಕೊಡುತ್ತಿದ್ದಳು. ದಿನವೊಂದರ ಐದು ಅಥವಾ ಆರು ಸೇರು ಅಕ್ಕಿಯನ್ನು ರುಬ್ಬಿ, ಮರದ ಮಣೆಯ ಮೇಲೆ ಹಾಸಿದ ತೆಳುಬಟ್ಟೆಯ ಮೇಲಿಟ್ಟು ತಟ್ಟಿ, ನಿಗಿನಿಗಿ ಸುಡುವ ಕೆಂಡದ ನಡುವಿರಿಸಿ ಸುಟ್ಟು ಹೋಟೆಲುಗಳಿಗೆ ಸಂಜೆಯ ಹೊತ್ತಲ್ಲಿ ತಲುಪಿಸಿಬಿಟ್ಟರೆ ಸಿಗುವ ಸಂಪಾದನೆಯಲ್ಲಿ ಹೊಟ್ಟೆ ಬಟ್ಟೆಗೇನೂ ತೊಂದರೆಯಿಲ್ಲ. ಊರೊಳಗೆ ಮದುವೆ, ಮುಂಜಿ, ಬೀಗರ ಔತಣ ಹೀಗೆ ಏನಾದರೊಂದು ನಡೆಯುವುದಿದ್ದರೆ ಇವಳಿಗೆ ಕರೆ ಬರುತ್ತದೆ. ಈಕೆಯ ಕೈಯಲ್ಲಿ ತಟ್ಟಿಸಿಕೊಂಡು ಕೆಂಡದ ನಡುವೆ ಬೆಂದು ಉಬ್ಬುವ ರೊಟ್ಟಿಗಳು ಹೂವಿನ ಎಸಳಿನಂತೆ ಮೃದು ಮತ್ತು ಬೆಲ್ಲದ ತುಂಡಿನಂತೆ ರುಚಿ. ಆದ್ದರಿಂದಲೇ ಜನರು ಅವಳನ್ನು ಗುರುತಿಸುವುದು 'ರೊಟ್ಟಿಪಾತುಮ್ಮ' ಎಂದು; ಪದ್ಮಶ್ರೀ ಪಾತುಮ್ಮ ತರಹ.

ಹೀಗೆ ಹಲವರು ಅನುಕಂಪದಿಂದ ಕೆಲವರು ಅಸೂಯೆಯಿಂದ ಆಗಿಂದಾಗ್ಗೆ ಎಚ್ಚರಿಸುತ್ತಾ ಬರುತ್ತಿದ್ದರೂ ತಲೆ ಕೆಡಿಸಿಕೊಳ್ಳದಿದ್ದ ರೊಟ್ಟಿ ಪಾತುಮ್ಮ, ಸ್ವತಃ ಶ್ರೀ ದೇವರಾಜ ಅರಸು ಅವರೇ ಕನಸಿನಲ್ಲಿ ಕಾಣಿಸಿಕೊಂಡು ವಾರ್ನಿಂಗ್ ಕೊಟ್ಟ ಬಳಿಕ ಮೈಕೊಡವಿಕೊಂಡು ಎದ್ದಳು.

ಎದ್ದವಳೇ 'ವಲು' ಮಾಡಿಕೊಂಡು ಬಂದು ಮುಂಜಾನೆಯ ನಮಾಜು ಮಾಡಿದಳು. ಬಳಿಕ ಗೋಡೆಯಲ್ಲಿ ಕೊರೆದು ನಿರ್ಮಿಸಲಾಗಿದ್ದ 'ಪೊಟರೆ ಕಪಾಟಿ'ನಿಂದ ಕುರಾನು ಗ್ರಂಥವನ್ನು ಹೊರತೆಗೆದು, ತಲೆದಿಂಬಿನ ಒಳಗೆ ಅಡಗಿಸಿಟ್ಟಿದ್ದ ಹತ್ತು ರೂಪಾಯಿಗಳ ಎರಡು ನೋಟುಗಳನ್ನು ಹೊರಗೆಳೆದು, ಕುರಾನು ಗ್ರಂಥದ 'ಯಾಸೀನ್'

ಸೂರಾ ಆರಂಭವಾಗುವ ಪುಟಗಳ ನಡುವೆ ನೋಟುಗಳನ್ನಿರಿಸಿ, ಗ್ರಂಥವನ್ನು ಮಡಚಿ ತೊಡೆಯ ಮೇಲಿರಿಸಿಕೊಂಡು ಇಡಿಯ 'ಯಾಸೀನ್' ಸೂರಾವನ್ನು ಕಂಠಪಾಠ ಪಠಿಸಿದಳು. ಆ ಬಳಿಕ 'ದುವಾ' ಮಾಡಿ ಗ್ರಂಥವನ್ನು ಬಿಡಿಸದೆಯೇ ಹಾಗೇ ಎತ್ತಿಕೊಂಡು 'ಪೊಟರೆ ಕಪಾಟಿ'ನೊಳಗಿಟ್ಟು ತನ್ನ ಕೆಲಸ ಆರಂಭಿಸಿದಳು.

ಸಂಜೆ ಹೋಟೆಲುಗಳಿಗೆ ರೊಟ್ಟಿಗಳನ್ನು ವಿತರಿಸಿ ಮರಳುವ ದಾರಿಯಲ್ಲಿ ಏಳು ರೂಪಾಯಿ ತೆತ್ತು ಉಪ್ಪಿನಕಾಯಿ ಹಾಕಲು ಬಳಸುವಂತಹ ಪಿಂಗಾಣಿಯ ಭರಣಿಯೊಂದನ್ನು ಖರೀದಿಸಿ ತಂದಳು.

ರಾತ್ರಿಯ ಹೊತ್ತು ಪಕ್ಕದ ಮನೆಯವರೆಲ್ಲರೂ ನಿದ್ರೆ ಹೋಗಿದ್ದಾರೆಂಬುದನ್ನು ಖಾತರಿಸಿಕೊಂಡ ಬಳಿಕ, ತನ್ನ ಚಾಪೆಯ ಅಡಿಯಲ್ಲಿ ಬರುವಂತೆ ನೆಲದೊಳಗೆ ಎರಡು ಗೇಣು ಆಳ ಹಾಗೂ ಒಂದೂವರೆ ಗೇಣಿನಷ್ಟು ಅಗಲದ ಒಂದು ಗುಣಿ ತೋಡಿದಳು. ಉಪ್ಪಿನಕಾಯಿ ಭರಣಿಯನ್ನು ಗುಣಿಯೊಳಗಿರಿಸಿ ಮಟ್ಟ ನೋಡಿ ಸಮಾಧಾನಪಟ್ಟುಕೊಂಡ ಬಳಿಕ ಕೈ ತೊಳೆದುಕೊಂಡು, ಕುರಾನು ಗ್ರಂಥಗೊಳಗಿರಿಸಿದ್ದ ಎರಡೂ ನೋಟುಗಳನ್ನು ಹೊರತೆಗೆದಳು.

ಎರಡೂ ನೋಟುಗಳನ್ನು ಕಣ್ಣಿಗೊತ್ತಿಕೊಂಡು 'ದಯಾಮಯನಾದ ಅಲ್ಲಾಹುವೇ, ಈ ಇಪ್ಪತ್ತು ರೂಪಾಯಿಗಳು ಎರಡು ಸಾವಿರವಾಗುವಂತೆ ನನಗೆ ಪ್ರತಿವಾರವೂ ದುಡ್ಡು ಉಳಿಸಲು ಸಾಧ್ಯವಾಗುವಂತೆ ಮಾಡು' ಎಂದು ಪ್ರಾರ್ಥಿಸಿ, ನೋಟುಗಳನ್ನು ಭರಣಿಯೊಳಕ್ಕೆ ಇಳಿಬಿಟ್ಟಳು. ಭರಣಿಯ ಮುಚ್ಚಳವನ್ನು ಮುಚ್ಚಿ, ಮುಂಜಾನೆಯೇ ಹುಡುಕಾಡಿ ತೆಗೆದು ಇರಿಸಿಕೊಂಡಿದ್ದ ತಗಡಿನ ಚೌಕವೊಂದನ್ನು ಕುಣಿಗೆ ಅಡ್ಡವಾಗಿಟ್ಟು ಚಾಪೆ ಬಿಡಿಸಿದಳು. ಆ ರಾತ್ರಿಯ ಕನಸಿನಲ್ಲಿ ಜೀನಸು ಅಂಗಡಿಯ ಅಣ್ಣುಗೌಡ ಕಟ್ಟಿಸಿದಂತಹದೇ ಆದ ಚಂದದ ಒಂದು ಮನೆ ಅವಳ ನಿವೇಶನದಲ್ಲಿ ಕಾಣಿಸಿಕೊಂಡಿತು.

ಆ ಬಳಿಕದ ಪ್ರತಿಯೊಂದು ಸೋಮವಾರವೂ ತನ್ನ ವಾರದ ಸಂಪಾದನೆಯಲ್ಲಿ ಹತ್ತೋ, ಹನ್ನೆರಡೋ ಉಳಿಸುತ್ತಾ ಉಪ್ಪಿನಕಾಯಿ ಭರಣಿ ತುಂಬತೊಡಗಿದ ರೊಟ್ಟಿಪಾತುಮ್ಮ, 'ನೂರು ಸಾವಿರ ವರ್ಷವಾದರೂ ಸರಿಯೇ, ಅಲ್ಲಾಹುವಿನ ದಯೆಯಿಂದ ಸ್ವಂತಕ್ಕೊಂದು ಮನೆ ಕಟ್ಟಿಸಿಕೊಂಡೇ ಬಿಡುವುದು' ಎಂದು ಪ್ರಮಾಣ ಮಾಡಿದ ಬಳಿಕ, ಅಕ್ಕಿ ರೊಟ್ಟಿಯ ವ್ಯಾಸವನ್ನು ಒಂದು ಬೆರಳಿನಷ್ಟೂ, ದಪ್ಪವನ್ನು ಒಂದು ಉಗುರಿನಷ್ಟೂ ಕಿರಿದುಕೊಳಿಸಿದ್ದಲ್ಲದೆ, ದಿನಕ್ಕೆ ಎರಡು ತಾಸು ಹೆಚ್ಚು ದುಡಿಯುತ್ತಾ, ಒಂದು ಮುಷ್ಟಿಯಷ್ಟು ಅನ್ನ ಕಡಿಮೆ ಉಣತೊಡಗಿದಳು.

ಈ ಎಲ್ಲ ಬದಲಾವಣೆಗಳ ಪರಿಣಾಮವಾಗಿ ಮುಂದಿನ ರಂಜಾನ್ ಹಬ್ಬದ ವೇಳೆಗೆ ಉಪ್ಪಿನಕಾಯಿ ಭರಣಿಯೊಳಗೆ ಅವಿತು ಕೂತ ನೋಟುಗಳ ಮೊತ್ತವು

ಮುನ್ನೂರ ಐವತ್ತು ರೂಪಾಯಿಗಳ ಗಡಿ ದಾಟಿ ರೊಟ್ಟಿ ಪಾತುಮ್ಮಳ ಎದೆ ನಡುಗಿಸಿಬಿಟ್ಟವು.

ಒಂದು ಮತ್ತು ಎರಡು ರೂಪಾಯಿಗಳ ಸಂಖ್ಯೆಯೇ ಐದು ಅಥವಾ ಹತ್ತು ರೂಪಾಯಿ ನೋಟುಗಳ ಸಂಖ್ಯೆಗಿಂತ ಹತ್ತಾರುಪಟ್ಟು ಹೆಚ್ಚು ಇದ್ದುದರಿಂದಾಗಿ ಭರಣಿಯ ಅರೆವಾಸಿಗಿಂತಲೂ ಹೆಚ್ಚು ಭಾಗ ಸಂಪದ್ಭರಿತವಾಗಿಬಿಟ್ಟಿತ್ತು. ಸಕಾಲಿಕವಾಗಿ ಹೊಳೆದ ಪ್ರಥಮ ಚಿಕಿತ್ಸೆ ಎಂಬಂತೆ, ಮೂರು ಬೇರೆ ಬೇರೆ ಅಂಗಡಿಗಳಲ್ಲಿ ಹಂಚಿ ಬದಲಾಯಿಸಿಕೊಂಡು ಪಡೆದ ನೂರು ರೂಪಾಯಿಯ ಮೂರು, ಐವತ್ತು ರೂಪಾಯಿಯ ಒಂದು ನೋಟನ್ನು ಇತರ ಚಿಲ್ಲರೆ ನೋಟುಗಳ ಜತೆಯಲ್ಲಿಟ್ಟು ಉರುಟಾಗಿ ಮಡಚಿ ನೂಲಿನಿಂದ ಗಂಟು ಹಾಕಿ ಭರಣಿಯೊಳಗೆ ಹಾಕಿದಾಗ, ವರುಷವೊಂದರ ಸಮಗ್ರ ಸಂಪಾದನೆಯಲ್ಲವೂ ಭರಣಿಯ ತಳಕ್ಕೆ ಅಂಟಿಕೊಂಡು ಸುಲಭಗೋಚರವಾಗದೆ ಹೋದಾಗ, ಬರಬಾರದಾಗಿದ್ದ ಭಯಾನಕ ಯೋಚನೆಗಳೆಲ್ಲವೂ ಸಾಲುಗಟ್ಟಿ ಬಂದು ಬಿಟ್ಟವು.

ಯಾರಾದರೊಬ್ಬರು ತಾನಿಲ್ಲದಾಗ ಮನೆ ನುಗ್ಗಿ ಭರಣಿಯನ್ನು ಕದ್ದೊಯ್ಯುವುದರಲ್ಲಿ ಯಾವುದೇ ಅನುಮಾನ ಉಳಿಯದಾದಾಗ, ಹೊಸ್ತಿಲು ದಾಟುವಾಗಲೆಲ್ಲ ಕಾಲುಗಳು ನಡುಗಲಾರಂಭಿಸಿದ್ದುವು. ಈ ಎಲ್ಲಕ್ಕಿಂತಲೂ ಮುಖ್ಯವಾಗಿ, ಹಗಲು ಹೊತ್ತಿನಲ್ಲಿ ಸಹಾಯಕ್ಕೆಂದು ಬರುತ್ತಿರುವ ಹುಡುಗ ಸಮದ್‌ನ ವರ್ತನೆಗಳಲ್ಲಿ ಅನುಮಾನಕ್ಕೆ ಕಾರಣವಾಗುವ ಎಲ್ಲ ಅಂಶಗಳೂ ಒಂದೊಂದಾಗಿಯೇ ಪ್ರಕಟವಾಗತೊಡಗಿದವು.

ಇಂತಹಾ ಬಿಕ್ಕಟ್ಟಿನ ಸಮಯದಲ್ಲಿ ರೊಟ್ಟಿ ಪಾತುಮ್ಮಳಿಗೆ ಹೊಳೆದ ಅದ್ಭುತ ಉಪಾಯವೇನೆಂದರೆ–ಈಗಾಗಲೇ ಉಳಿಸಲಾಗಿರುವ ಒಟ್ಟು ಸಂಪತ್ತನ್ನು ಬಂಗಾರದ ಆಭರಣವನ್ನಾಗಿ ರೂಪಾಂತರಿಸಿ ತನ್ನ ದೇಹಕ್ಕೇ ಅಂಟಿಸಿಕೊಂಡುಬಿಡುವುದು.

೨

ಥೇಟ್ ಬಿ. ಸರೋಜಾದೇವಿಯ ತರಹವೇ ನಗುಚೆಲ್ಲುತ್ತಿರುವ 'ಪರಿಮಳ ಅಗರಬತ್ತಿ'ಯವರ 'ಧನಲಕ್ಷ್ಮಿ'ಗೆ ಊದುಕಡ್ಡಿ ಹಚ್ಚಿ ಕೈಮುಗಿದು. ಎರಡೂ ಕೈಗಳಿಂದ ತಿಜೋರಿಯ ತಲೆ ಸವರಿ ಕಣ್ಣಿಗೊತ್ತಿಕೊಂಡು ಕಣ್ಣು ತೆರೆದ ಶ್ರೀನಿವಾಸ ಆಚಾರ್ಯರ ಕಣ್ಣಿಗೆ ಮೊದಲು ಬಿದ್ದವಳು ರೊಟ್ಟಿಪಾತುಮ್ಮ.

ಆಚಾರ್ಯರಿಗೆ ರೊಟ್ಟಿಪಾತುಮ್ಮ ತೀರಾ ಅಪರಿಚಿತಳೇನೂ ಅಲ್ಲ. ಅವಳ ಎರಡೂ ಕಿವಿಗಳನ್ನು ಅಲಂಕರಿಸಿರುವ ಐದೂ ಅಲಿಖತ್‌ಗಳನ್ನು ಸುಮಾರು ಇಪ್ಪತ್ತು

ವರ್ಷಗಳಷ್ಟು ಹಿಂದೆ ತಯಾರಿಸಿಕೊಟ್ಟಿದ್ದು ತಾನೆಂಬುದು ಅವರಿಗಿನ್ನೂ ನೆನಪಿದೆ. ಮರದ ಮಿಲ್ಲಿನಲ್ಲಿ ಕೂಲಿ ಕೆಲಸ ಮಾಡುತ್ತಿದ್ದ ಅವಳ ಗಂಡ, ಮರದ ದಿಮ್ಮಿಗಳ ನಡುವೆಯೇ ಸಿಕ್ಕಿಹಾಕಿಕೊಂಡು ಸತ್ತು ಹೋದ ಸಂದರ್ಭದಲ್ಲಿ, ಇದೇ ಅಲಿಖಿತ್‌ಗಳನ್ನು ಗಿರವಿ ಇಟ್ಟು ಐವತ್ತು ರೂಪಾಯಿ ಸಾಲ ಪಡೆದುಕೊಂಡು, ವಾಯಿದೆಗೆ ಮುನ್ನವೇ ಸಾಲ ತೀರಿಸಿ ಅಡವು ಬಿಡಿಸಕೊಂಡ ಆಕೆಯನ್ನು ಸುಲಭವಾಗಿ ಮರೆಯುವುದಾದರೂ ಹೇಗೆ?

ಮಹಾರಾಜರಾಗಿದ್ದಿರಲಿ ಅಥವಾ ಬಿಕಾರಿಯೇ ಆಗಿದ್ದಿರಲಿ 'ಮುತ್ತುಪ್ಪಾಡಿ ಆಚಾರ್‍ರ ಕಟ್ಟೆ'ಯಲ್ಲಿ ಎಲ್ಲರಿಗೂ ಒಂದೇ ಮಣೆ. ಅಂಗಡಿಗೆ ಯಾರೇ ಬರಲಿ, ಯಾವ ಕೆಲಸವೇ ಇರಲಿ, ಜಗಲಿಯ ಬದಿಯಲ್ಲಿ ಗೋಡೆಗೊರಗಿಸಿ ಇಟ್ಟಿರುವ ಮರದ ಬೆಂಚಿನ ಮೇಲೆ ಕುಳಿತ ಬಳಿಕವೇ ಮಾತು. ಮುಸ್ಸಂಜೆಯ ಹೊತ್ತಲ್ಲಿ ದೀಪ ಉರಿಸಿದ ಬಳಿಕ ಅಂಗಡಿಗೆ ಬಂದ ಮೊದಲ ಗಿರಾಕಿ ರೊಟ್ಟಿಪಾತುಮ್ಮಳಿಗೆ 'ಕುಳಿತುಕೋ' ಎಂದು ಬೆಂಚಿನತ್ತ ಬೆರಳು ತೋರಿಸಿದ ಆಚಾರ್‍ರು ಮಂಡದ ಮೇಲೆ ಆಸೀನರಾದರು. ಅವಳು ನಿಂತೇ ಇದ್ದಳು. ಆಚಾರ್‍ರು ತನ್ನ ಕೆಲಸದಲ್ಲಿ ಮುಳುಗಿಬಿಟ್ಟರು.

'ಆಚಾರ್‍ರ ಕಟ್ಟೆ' ಬರಿಯ ಮುತ್ತುಪ್ಪಾಡಿಯಲ್ಲಿ ಮಾತ್ರವಲ್ಲ; ಆಸುಪಾಸಿನ ಐವತ್ತು, ಅರುವತ್ತು ಮೈಲು ಪಾಸಲೆಯಲ್ಲೂ ಫೇಮಸ್ಸು. ಬಂಗಾರದ ವ್ಯವಹಾರದಲ್ಲಿ ನೀಯತ್ತು ಅಂತ ಏನಾದರೂ ಉಂಟು ಅಂಥಾದರೆ ಅದಿರುವುದು 'ಆಚಾರ್‍ರ ಕಟ್ಟೆ'ಯಲ್ಲಿ. ಲಾಭವಿಲ್ಲದೆ ಆಚಾರ್‍ರು ವ್ಯಾಪಾರ ಮಾಡುವುದಿಲ್ಲ ನಿಜ; ಮಜೂರಿ ಒಂದು ಎಂಟಾಣೆ ಜಾಸ್ತಿಯೇ ಹೇಳಿಯಾರು; ಆದರೆ ತೂಕದಲ್ಲಿ ಗುಲಗಂಜಿಯಷ್ಟೂ ಮೋಸವಿಲ್ಲ. ಚರ್ಚೆ, ಕಿರಿ ಕಿರಿ ಅವರಿಗಾಗುವುದಿಲ್ಲ. ಗಿರಾಕಿಗಳು ಅನಗತ್ಯ ಮಾತು ಆಡಿದರೆ ಸಾಕು, 'ನಿಮಗೆ ನಮ್ಮ ಕಟ್ಟೆಯ ಮಾಲು ಆಗಲಿಕ್ಕಿಲ್ಲ. ಬೇರೆ ಕಟ್ಟೆ ನೋಡಿ' ಎಂದು ಖಡಕ್ ಆಗಿಯೇ ಹೇಳಿಯಾರು. ಊರೊಳಗೆ ಮದುವೆ ಮಾತುಕತೆ ನಡುವೆ 'ಆಚಾರ್‍ರ ಕಟ್ಟೆ'ಯ ಪ್ರಸ್ತಾಪ ನುಸುಳಿ ಬರಲೇಬೇಕು. ಅಲ್ಲಿ ಒಡವೆ ಮಾಡಿಸುವ ಮಾತು ವಧುವಿನ ಅಪ್ಪನ ಬಾಯಿಯಿಂದ ಹೊರಬಿದ್ದರೆ ಸಾಕು; ಹುಡುಗಿಯ ಜಾತಕ ಕೂಡಿ ಬರುತ್ತದೆ.

ರೊಟ್ಟಿ ಪಾತುಮ್ಮ ಮೆತ್ತಗೆ ಕೆಮ್ಮಿದಳು. ಆಚಾರ್‍ರು ತಲೆಯೆತ್ತದೇ ಹೇಳಿದರು, 'ಕುಳಿತುಕೋ.'

ಬೆಂಚಿನ ಅಂಚಿನಲ್ಲಿ ಅಳುಕುತ್ತಲೇ ಕುಂಡಿಯೂರಿದ ಅವಳು ತನ್ನ ಸೊಂಟದ ಚೀಲದಿಂದ ಹೊರ ತೆಗೆದ ನೋಟುಗಳ ಮಡಿಕೆಯನ್ನು, ಆಚಾರ್‍ರ ಎದುರಿದ್ದ ಗಾಜಿನ ಕಪಾಟಿನ ಮೇಲಿರಿಸಿ, 'ಈ ದುಡ್ಡಿಗೆ ಏನಾದ್ರೂ ಒಂದು ಸಾಮಾನು ಕೊಡಿ' ಎಂದಳು.

'ಸಾಮಾನು! ಆಚಾರ್‍ರ ಹುಬ್ಬು ಮೇಲೇರಿತು. ಅವರ ನಲವತ್ತು ವರ್ಷಗಳ ಸರ್ವಿಸ್‌ನಲ್ಲಿ, ಕಟ್ಟೆಗೆ ಬಂದ ಯಾವಾತನೂ ಇಷ್ಟೊಂದು ಸದರವಾಗಿ ಮಾತನಾಡಿ ದೊಡ್ಡಸ್ತಿಕೆ ಪ್ರದರ್ಶಿಸಿದ್ದಿಲ್ಲ. ಆದರೆ, ಈ ರೊಟ್ಟಿ ಮಾರುವ ಹೆಂಗಸು!

ಆಚಾರ್‍ರು ರೊಟ್ಟಿ ಪಾತುಮ್ಮಳನ್ನು ಅಳೆಯುವಂತೆ ದಿಟ್ಟಿಸಿದರು. ಕಪ್ಪು ಬುರ್ಕಾದೊಳಗಿನಿಂದ ಕಾಣಿಸುತ್ತಿದ್ದದ್ದು, ಕೆಂಡದ ನಡುವೆ ಸುಟ್ಟು ಕರಕಲಾಗಿದ್ದ ಕಪ್ಪು ಬೆರಳುಗಳು ಮತ್ತು ಅಷ್ಟೇ ಕಪ್ಪಾಗಿ ಕಾಣುವ ಕೋಲು ಮುಖ, ಎಲೆ-ಅಡಿಕೆ ಜಗಿದು ಕೆಂಪಾದ ಹಲ್ಲುಗಳು, ಯಾವುದೇ ಬಗೆಯ ಕಪಟ ಕಾಣದ ಕಣ್ಣುಗಳು. ಅಯ್ಯೋ ಪಾಪವೇ ಅನ್ನಿಸಿತು.

ಅವಳು ಎದುರು ಇರಿಸಿದ್ದ ನೋಟುಗಳನ್ನು ಎತ್ತಿಕೊಂಡು ಎಣಿಸಿದರು. ನಾಲ್ಕುನೂರ ಹತ್ತು ರೂಪಾಯಿಗಳಿದ್ದವು. ಎಡ ಭಾಗದ ಕಪಾಟಿನಿಂದ ಕಾಲಿಗೆ ತೊಡಬಹುದಾದ ಬೆಳ್ಳಿಯ 'ಪೈಜಣಿಗೆ'ಯೊಂದನ್ನು ಹೊರತೆಗೆದು, ಅತ್ತಿತ್ತ ತಿರುಗಿಸಿ ಪರೀಕ್ಷಿಸಿದ ಬಳಿಕ ಅಸಮಾಧಾನಗೊಂಡವರಂತೆ ಮುಖ ಮುದುಡಿಸಿ, ಅದನ್ನು ಹಾಗೆಯೇ ಸ್ವಸ್ಥಾನ ಸೇರಿಸಿ, 'ಮಕ್ಕಳಿಗೆ ಆಗುವ ಉಂಗುರವಾದರೆ ಬಂಗಾರದ್ದೇ ಸಿಕ್ಕೀತು' ಎಂದವರೇ ಎಚ್ಚೆತ್ತುಕೊಂಡವರಂತೆ, ರೊಟ್ಟಿ ಪಾತುಮಳತ್ತ ತಿರುಗಿ, 'ಇದು ಯಾರಿಗೆ?' ಎಂದು ಪ್ರಶ್ನಿಸಿದರು.

'ನನಗೇ' ಉತ್ತರ ಸಿದ್ಧವಿತ್ತು; 'ನನಗೆ ಉಂಗುರ ಬೇಡ, ನನ್ನ ಕೈಯಲ್ಲಿ ಅದು ಕಪ್ಪಾಗುತ್ತದೆ. ಬೇರೆ ಏನಾದರೂ ಕೊಡಿ' ಎಂದಳು.

'ಒಂದು ಹತ್ತಿಪ್ಪತ್ತು ರೂಪಾಯಿ ಹೆಚ್ಚಾದರೂ ಆಗಬಹುದಲ್ಲವೇ' ಎಂದು ತನಗೆ ತಾನೇ ಪ್ರಶ್ನಿಸಿಕೊಂಡು ಅವಳ ಉತ್ತರಕ್ಕೆ ಕಾಯದೆ, ತನ್ನ ಬಲಭಾಗದಲ್ಲಿದ್ದ ತಿಜೋರಿಯ ಬಾಗಿಲು ತೆರೆದ ಆಚಾರ್‍ರು, ಎರಡೆಳೆಯ ಬೆಳ್ಳಿಯ ಸೊಂಟಪಟ್ಟಿಯೊಂದನ್ನು ಹೊರತೆಗೆದು ತೋರಿಸುತ್ತಾ. 'ಇದು ಆಗಬಹುದಾ?' ಎಂದು ಪ್ರಶ್ನಿಸಿದರು.

ರೊಟ್ಟಿ ಪಾತುಮ್ಮಳ ಕಣ್ಣುಗಳು ಅರಳಿದವು. ಸೊಂಟ ಪಟ್ಟಿಯಾದರೆ ಅನುಕೂಲವೇ. ಸೊಂಟಕ್ಕೆ ಬಿಗಿದುಕೊಂಡು ಮೇಲ್ಗಡೆ ಸೀರೆಯಿಂದ ಕವರ್ ಮಾಡಿಕೊಂಡರೆ ಯಾರಿಗೂ ಗೊತ್ತಾಗುವುದಿಲ್ಲ. ಅಥವಾ ಕಂಡೀತು ಅಂತಲೇ ಇಟ್ಟುಕೊಳ್ಳುವ, ಕದ್ದದ್ದು ಅಲ್ವಲ್ವಾ? ಈ ವರ್ಷ ಇದನ್ನೇ ಕೊಂಡು ಇಟ್ಟುಕೊಳ್ಳುವುದು; ಮುಂದಿನ ವರ್ಷ ಇನ್ನೇನಾದರೂ ಅಥವಾ ಆಗ ಇದನ್ನು ಇಲ್ಲಿಯೇ ವಾಪಾಸು ಕೊಟ್ಟು, ಒಟ್ಟೂ ಹಣದಿಂದ ಬಂಗಾರದ ಸರವನ್ನೇ ಕೊಂಡರಾಯಿತು, ಎಂದು ಲೆಕ್ಕಾಚಾರ ಮಾಡಿದ ಬಳಿಕ ಅನುಮಾನದಿಂದಲೇ ಪ್ರಶ್ನಿಸಿದಳು.

'ಒಂದು ವರ್ಷದ ನಂತರ ಇದನ್ನು ನಿಮಗೇ ಕೊಟ್ಟರೆ ನಾನು ಈಗ ಕೊಟ್ಟ ಹಣ ಎಲ್ಲ ವಾಪಾಸು ಸಿಗ್ತದಾ?'

'ಅದು ಹೇಗೆ ಸಿಗುವುದು? ಇದು ಬೆಳ್ಳಿಯದ್ದಾಗಿರುವುದರಿಂದ ಪುನಃ ಮಾರಿದರೆ ಅರ್ಧಕರ್ಧ ಕಡಿಮೆ ಸಿಗುತ್ತದೆ.' ಆಚಾರ್ರು ಸಹಜ ಸ್ವರದಲ್ಲೇ ಉತ್ತರಿಸಿದ್ದರು.

ಇದ್ದಕ್ಕಿದ್ದಂತೆ ತನ್ನ ರೂಪ ಬದಲಾಯಿಸಿಕೊಂಡ ಬೆಳ್ಳಿಯ ಸೊಂಟಪಟ್ಟಿ, ರೊಟ್ಟಿ ಪಾತುಮ್ಮಳನ್ನು ನುಂಗಲು ಸಿದ್ಧವಾಗಿ ನಿಂತ ಹೆಬ್ಬಾವಿನಂತೆ ಕಾಣಿಸಿತು.

'ಹಾಗಾದರೆ ಇದು ಬೇಡ. ವಾಪಾಸು ಮಾಡುವಾಗ ಹೆಚ್ಚು ನಷ್ಟವಾಗದಂತಹ ಬೇರೇನಾದರೂ ಸಾಮಾನು ಕೊಡಿ' ಎಂದಳು.

'ಯಾಕೆ? ಮುಂದಿನ ವರ್ಷ ಮಾರಲಿಕ್ಕಾ?' ಆಚಾರ್ರ ಪ್ರಶ್ನೆಯಲ್ಲಿ ತೆಳ್ಳನೆಯ ವ್ಯಂಗ್ಯ ಬೆರೆತಿತ್ತು. ರೊಟ್ಟಿ ಪಾತುಮ್ಮಳ ಮುಖ ಬಾಡಿಹೋಯಿತು. ಆಚಾರ್ರಿಗೆ ನುಂಗಲೂ ಆಗದ ಉಗುಳಲೂ ಆಗದ ಸಂಕಟ. ದೀಪ ಉರಿಸಿದ ಬಳಿಕ ಬಂದಿರುವ ಮೊದಲ ಗಿರಾಕಿ. ರೂಪಾಯಿ ನೋಟುಗಳನ್ನು ಎಣಿಸಿ ಆಗಿವೆ; ಲಕ್ಷ್ಮಿಯನ್ನು ಮರಳಿಸಬಾರದು.

'ನೋಡು ಇವಳೇ. ಯಾವುದನ್ನು ನೀನು ಖರೀದಿಸಿದರೂ, ಅದನ್ನು ನಾಳೆಯ ದಿನವೇ ಮಾರುವುದಾದರೂ ನೀನು ಖರೀದಿಸಿದ ರೇಟು ಸಿಗುವುದಿಲ್ಲ. ಮಜೂರಿ, ತ್ಯಾಮಾನ ಅಂತ ನಷ್ಟ ಆಗಿಯೇ ತೀರುತ್ತದೆ. ಕೊಟ್ಟಿರುವ ದುಡ್ಡೆಲ್ಲ ವಾಪಾಸು ಬೇಕೂಂತ ಇದ್ರೆ, ಈ ಹಣವನ್ನು ಒಂದು ಕರಡಿಗೆಯೊಳಗೆ ಹಾಕಿಟ್ಟು ಇಂತಹ ತಿಜೋರಿಯಲ್ಲಿಡಬೇಕಾದೀತು ಅಷ್ಟೆ..' ಎನ್ನುತ್ತಾ ತನ್ನ ಬಲಗಡೆಯಲ್ಲಿದ್ದ ತಿಜೋರಿಯತ್ತ ಬೊಟ್ಟು ಮಾಡಿ ನಕ್ಕರು ಆಚಾರ್ರು.

ರೊಟ್ಟಿ ಪಾತುಮ್ಮಳ ಕಣ್ಣುಗಳು ಒಮ್ಮೆಲೆ ಅರಳಿದವು. ತನ್ನ ಸಮಸ್ಯೆಗಳನ್ನೆಲ್ಲಾ ಪರಿಹರಿಸಬಲ್ಲ ತಿಜೋರಿಯತ್ತ ಆಸೆಯ ನೋಟ ಹರಿಸುತ್ತಾ ಹೇಳಿದಳು. 'ನೀವು ಹಾಗೆಯೇ ಮಾಡಿರಿ. ಆ ಹಣವನ್ನು ಅದರೊಳಗೆ ಇಟ್ಟುಕೊಳ್ಳಿರಿ. ನನಗೇನೂ ಸಾಮಾನು ಈಗ ಬೇಡ. ಬೇಕಾದಾಗ ಬಂದು ಕೇಳುತ್ತೇನೆ. ಆಗ ಹಣವನ್ನೇ ವಾಪಾಸು ಕೊಟ್ಟರೆ ಸಾಕು' ಎಂದುಬಿಟ್ಟಳು.

'ಓಹೋ ಇದಾ ಸಂಗತಿ?!' ಆಚಾರ್ರು ನಿಟ್ಟುಸಿರುಬಿಟ್ಟರು. ಎಲ್ಲವನ್ನೂ ಗ್ರಹಿಸಿಕೊಂಡವರಂತೆ ತಲೆಯಾಡಿಸಿದರು. ಊರೊಳಗಿನ ಯಾರಾದರೊಬ್ಬರು ಕೆಲವೊಮ್ಮೆ ಹೀಗೆ ದುಡ್ಡು ತಂದುಕೊಟ್ಟು ತಿಜೋರಿಯಲ್ಲಿ ಭದ್ರವಾಗಿಡಲು ಹೇಳುತ್ತಿರುವುದು ಹೊಸತೇನೂ ಅಲ್ಲ.

ಆದರೆ, ಶ್ರೀ ದೇವರಾಜ ಅರಸರು ಹಕ್ಕುಪತ್ರ ನೀಡಲಾಗಾಯ್ತು ಸಮದ್‌ನ ಅನುಮಾನಾಸ್ಪದ ನಡವಳಿಕೆಯವರೆಗಿನ ಎಲ್ಲ ಕತೆಯನ್ನು ರೊಟ್ಟಿಪಾತುಮ್ಮ ವಿವರಿಸಿದ ಬಳಿಕ ಆಚಾರ್ರು ಕೈಯಾಡಿಸಿಬಿಟ್ಟರು.

'ಅದೆಲ್ಲ ಆಗಲಿಕ್ಕಿಲ್ಲ ಇವಳೇ. ಹಾಗೆಲ್ಲ ಬೇರೆಯವರ ಹಣವನ್ನು ವರ್ಷಗಟ್ಟಲೆ ಇಟ್ಟುಕೊಳ್ಳುವುದಕ್ಕೆ ಈಗೆಲ್ಲ ಅವಕಾಶವಿಲ್ಲ. ಅದಕ್ಕೆಲ್ಲ ಬೇರೆಯೇ ಲೈಸನ್ಸ್ ಬೇಕು ಅಂತ ಕಾನೂನು ಬಂದಿದೆ. ಈಗ ಇಂಥದಕ್ಕೆಲ್ಲ ಬ್ಯಾಂಕು ಉಂಟಲ್ಲ ಅಲ್ಲಿ ಹೋಗಿ ನಿನ್ನ ಹೆಸರಿನಲ್ಲಿ ಪಾಸುಪುಸ್ತಕ ತೆಗೆದುಕೊಳ್ಳು. ನಿನ್ನ ಹಣಕ್ಕವರು ಬಡ್ಡಿ ಕೂಡಾ ಕೊಡುತ್ತಾರೆ' ಎಂದರು.

ರೊಟ್ಟಿ ಪಾತುಮ್ಮ ಅದಷ್ಟರಲ್ಲೇ ತೀರ್ಮಾನ ತೆಗೆದುಕೊಂಡು ಆಗಿತ್ತು. ತನ್ನ ನಿರ್ಧಾರವನ್ನು ಆಚಾರ್ರಿಗೆ ಖಡಕ್ ಆಗಿಯೇ ಹೇಳಿಬಿಟ್ಟಳು. ತನಗೆ ತನ್ನ ಜಾತಿ ಬಾಂಧವರಿಗಿಂತಲೂ ಆಚಾರ್ರ ಕಟ್ಟೆಯ ತಿಜೋರಿಯ ಬಗ್ಗೆಯೇ ಹೆಚ್ಚು ವಿಶ್ವಾಸ ಎಂಬುದನ್ನು ಮತ್ತೆ ಮತ್ತೆ ಹೇಳುತ್ತಾ, ವಿಧವೆಯೂ ಆಗಿರುವ ತನಗೆ ತಂದೆಯ ಸ್ಥಾನದಲ್ಲಿ ನಿಂತು ಸಹಾಯ ಮಾಡಬೇಕಾಗಿರುವುದು ಆಚಾರ್ರ ಕರ್ತವ್ಯ ಎಂಬಿತ್ಯಾದಿ ಅರ್ಥಬರುವ ಎಲ್ಲ ಮಾತುಗಳನ್ನೂ ಚಟಪಟನೆ ಉದುರಿಸಿ, ಆಚಾರ್ರ ಬಾಯಿ ಕಟ್ಟಿಬಿಟ್ಟಳು.

'ಆಯಿತು ಇವಳೇ. ನನ್ನಿಂದಾಗಿ ನಿನಗೆ ಸಹಾಯವಾಗುವುದು ಅಂತ ಆದ್ರೆ ಈ ಹಣವನ್ನು ಇಟ್ಟುಕೊಳ್ಳುವುದಕ್ಕೆ ನನ್ನ ಅಡ್ಡಿ ಇಲ್ಲ' ಎಂದು ನೋಟುಗಳನ್ನು ಮತ್ತೊಮ್ಮೆ ಎಣಿಸಿ ತಿಜೋರಿಯ ಒಳಗಿಟ್ಟು ತನ್ನ ಸ್ವಂತ ಖಾತೆ ಪುಸ್ತಕದಲ್ಲಿ ಬರೆದುಕೊಂಡರು.

ಹೀಗೆ ತನ್ನ ಚಿಂತೆಗಳ ಕಂತೆಯನ್ನು 'ಆಚಾರ್ರ ಕಟ್ಟೆ'ಯ ತಿಜೋರಿಯೊಳಗೆ ಹುದುಗಿಸಿಟ್ಟು ಸಮಾಧಾನದಿಂದ ಮರಳಿದ ರೊಟ್ಟಿಪಾತುಮ್ಮ, ಮುಂದಿನ ಸೋಮವಾರ ಸಂಜೆ ಹೊತ್ತಲ್ಲಿ ಪುನಃ ಹತ್ತು ರೂಪಾಯಿಯ ನೋಟೊಂದನ್ನು ತಂದು 'ಇದನ್ನೂ ಅದರ ಜತೆಗಿಡಿ' ಎಂದಾಗ ಆಚಾರ್ರ ಹುಬ್ಬು ಮೇಲೆ ಹೋದರೂ, 'ಇದು ಒಳ್ಳೆಯ ಪಿಕಲಾಟ'ವೆಂಬುದನ್ನು ತನಗೆ ತಾನೇ ಹೇಳಿಕೊಂಡು ಸುಮ್ಮನಾದರು.

ಅನಂತರದ್ದು ಎಲ್ಲ ಮಾಮೂಲು. ಪ್ರತಿ ಸೋಮವಾರ ಸಂಜೆಯೂ ರೊಟ್ಟಿಪಾತುಮ್ಮ ಆಚಾರ್ರಕಟ್ಟೆಯ ಜಗಲಿಯೇರಿ ಬಂದು ಮೃದುವಾಗಿ ಕೆಮ್ಮುತ್ತಾಳೆ. ಆಚಾರ್ರು ಇದ್ದರೆ ಆಚಾರ್ರು, ಇಲ್ಲದೇ ಹೋದರೆ ಹಿರಿಮಗ ಕೇಶವ, ಅವನೂ ಬಿಜಿಯಾಗಿದ್ದರೆ ಕಿರಿಮಗ ಚಂದ್ರಣ್ಣ, ಎದ್ದು ಬಂದು ಅವಳು ನೀಡುವ ಹತ್ತೋ, ಹದಿನೈದೋ ರೂಪಾಯಿಗಳನ್ನು ತೆಗೆದುಕೊಂಡು, ಖಾಸಗಿ ಖಾತೆಪುಸ್ತಕದಲ್ಲಿ ದಾಖಲಿಸಿಡುವುದು ಸಾಮಾನ್ಯ ಸಂಗತಿಯಾಗಿಬಿಟ್ಟಿತು.

ಕೆಲವೊಂದು ಸಾರಿ, ಅಂಗಡಿಯಲ್ಲಿ ಬೇರೆ ಯಾರೂ ಗಿರಾಕಿಗಳಿಲ್ಲದಿದ್ದರೆ ಆಚಾರ್ರು ಪ್ರಶ್ನಿಸುವುದುಂಟು, 'ಹೌದಾ ಹೆಂಗಸೇ. ಕಳೆದ ಎರಡು ಎರಡೂವರೆ ವರ್ಷದ ಲಾಗಾಯ್ತು ಹಣ ತಂದು ಕೊಡ್ತಾ ಇದ್ದೀಯಲ್ಲಾ? ಒಮ್ಮೆಯಾದರೂ ಒಟ್ಟು

ಹಣ ಎಷ್ಟಾಗಿದೆ ಅಂತ ಕೇಳಲೇ ಇಲ್ವಲ್ಲಾ? ಈವತ್ತು ಮಾತ್ರ ನಾನು ನಿನಗೆ ಪೂರ್ತಿ ಲೆಖ್ಖ ಒಪ್ಪಿಸುವವನೇ. ನಾಳೆ ಈ ಮುದುಕ ಗೋವಿಂದ ಆಗಿಬಿಟ್ರೆ ನಿನ್ನ ದಡ್ಡು ಕೂಡಾ ಗೋವಿಂದಾ ಆಗಬಾರದಲ್ವಾ?'

ರೊಟ್ಟಿಪಾತುಮ್ಮಳ ನಾಲಗೆಯ ತುದಿಯಿಂದಲೇ ಉತ್ತರ ಜಿಗಿದು ಬಿಡುತ್ತಿತ್ತು, 'ನಾನು, ನನ್ನದು ಅಂತ ಒಂದು ಮನೆ ಕಟ್ಟಿಸಿಕೊಳ್ಳುವ ತನಕ ನಿಮ್ಮ ಆಯುಷ್ಯದ ಸುದ್ದಿಗೆ ಯಾವ ದೇವರೂ ಬರುವುದಿಲ್ಲ. ಅದಕ್ಕೇ ಅಲ್ವಾ? ನಾನು ದುಡ್ಡನ್ನು ಇಲ್ಲಿಗೆ ತರುವ ಮೊದಲು ಕುರಾನು ಪುಸ್ತಕದ ಒಳಗೆ ಇರಿಸಿ 'ದುವಾ' ಮಾಡಿಯೇ ತರುವುದು?'

ಮುಂದೆ 'ಆಚಾರ್‍ರ ಕಟ್ಟೆ' ತನ್ನ ರೂಪವನ್ನು ಬದಲಾಯಿಸಿಕೊಂಡು 'ಶ್ರೀನಿವಾಸ ಅಂಡ್ ಸನ್ಸ್' ಆದ ಬಳಿಕವೂ ರೊಟ್ಟಿಪಾತಮ್ಮಳನ ಸೋಮವಾರದ ದಿನಚರಿ ಬದಲಾಗಲಿಲ್ಲ.

ಹಿರಿಮಗ ಕೇಶವಾಚಾರ್ಯ ತಂದೆಯಂತೆಯೇ ಕುಶಲ ಕೆಲಸಗಾರ. ಕರಿಮಣಿ ಬಳೆ ಡಿಸೈನ್‌ನಲ್ಲಿ ಈಗಾಗಲೇ ಹೆಸರು ಮಾಡಿದವನು. ಆದರೆ ಕಿರಿಯಾತ ಚಂದ್ರಣ್ಣನ ಬೆರಳುಗಳಿಗಿಂತಲೂ ನಾಲಿಗೆಯೇ ಹೆಚ್ಚು ಚುರುಕು. ಆದ್ದರಿಂದಲೇ ಪಿ.ಯು.ಸಿ. ಪರೀಕ್ಷೆ ಬರೆದು ಬಂದ ಸಂಜೆಯೇ ಅಂಗಡಿಯಲ್ಲಿ ಕುಳಿತುಕೊಳ್ಳಲಾರಂಭಿಸಿದವನು, ತನ್ನ ನಾಲಗೆ ಮತ್ತು ನಗುವಿನಿಂದಾಗಿ ವರ್ಷದೊಳಗೆ ಊರವರಿಗೆಲ್ಲ ಚಂದ್ರಣ್ಣ ಆಗಿಬಿಟ್ಟಿದ್ದ.

ಮುಂದಿನ ಅಂಗಡಿ ಪೂಜೆಯ ಹೊತ್ತಿಗೆ ಅಂಗಡಿಯ ಶೇಪು ಬದಲಾಯಿಸಿದ ಚಂದ್ರಣ್ಣ, ಅಂಗಡಿಯ ನೆತ್ತಿಗೆ 'ಶ್ರೀನಿವಾಸ ಅಂಡ್ ಸನ್ಸ್. ಜ್ಯುವೆಲ್ಲರ್ಸ್' ಎಂಬ ಬೋರ್ಡು ತೂಗಹಾಕಿದ್ದ. ಅಪ್ಪನ ಕಾಲದಲ್ಲಿ ಐವತ್ತು ಮೈಲು ಹೆಸರು ಮಾಡಿದ್ದ 'ಆಚಾರ್‍ರಕಟ್ಟೆ' ಇದೀಗ ಕೊಯಂಬತ್ತೂರು ತನಕ ಸುದ್ದಿ ಮಾಡತೊಡಗಿತ್ತು. ಪರಿಣಾಮವೆಂಬಂತೆ ಅಣ್ಣ ಕೇಶವನಿಗೆ ಕೊಯಂಬತ್ತೂರಿನ ಪ್ರಸಿದ್ಧ ಗೋಲ್ಡ್‌ಸ್ಮಿತ್ ಫ್ಯಾಮಿಲಿಯಿಂದಲೇ ಹೆಣ್ಣು ಬಂತು.

ಒಟ್ಟಿನಲ್ಲಿ ಆಚಾರ್‍ರ ಕಟ್ಟೆಯಲ್ಲೀಗ ಶ್ರೀನಿವಾಸ ಆಚಾರ್‍ರಿಗೆ ಕೆಲಸವಿಲ್ಲ. ದಿನಕ್ಕೊಂದೆರಡು ತಾಸು ಶುಭ್ರ ಭಟ್ಟೆ ಧರಿಸಿ ಅಂಗಡಿಯ ಮಂಡದ ಮೇಲೆ ಕುಳಿತು 'ಜ್ಯುವೆಲ್ಲರ್ ಷಾಪ್'ಗೆ ಶೋಭೆ ತಂದರೆ ಸಾಕು.

ಶ್ರೀನಿವಾಸಚಾರ್ರು ವಿಧವೆಯೊಬ್ಬಳಿಗೆ ಸಹಾಯ ಮಾಡುವ ದೃಷ್ಟಿಯಿಂದ ರೊಟ್ಟಿ ಪಾತುಮ್ಮಳ ಅನಧಿಕೃತ ಬ್ಯಾಂಕ್ ಆಗಲು ಸಮ್ಮತಿಸಿದ್ದರೆ, ನೂರಕ್ಕೆ ನೂರರಷ್ಟು ವ್ಯಾಪಾರಿ ಚಂದ್ರಣ್ಣ 'ಬಡ್ಡಿಯಿಲ್ಲದೆ ಬರುವ ಪ್ರತಿಯೊಂದು ರೂಪಾಯಿಯೂ ಅತ್ಯಂತ ಬೆಲೆಯುಳ್ಳದ್ದು' ಎಂಬ ವ್ಯವಹಾರೀ ಸೂತ್ರಕ್ಕೆ ಅಂಟಿಕೊಂಡು, ಅವಳನ್ನು ಓರ್ವ

ಗೌರವಾನ್ವಿತ ಗಿರಾಕಿಯಂತೆಯೇ ಸ್ವಾಗತಿಸುತ್ತಿದ್ದ. ಅವಳು ಹಣ ನೀಡಲು ಬಂದಾಗಲೆಲ್ಲ, 'ಏನು ಈವತ್ತು ತಡವಾಯಿತಲ್ಲ' ಎಂದೋ ಅಥವಾ 'ನಿಮಗೆ ದುಡ್ಡು ಯಾವಾಗ ಬೇಕಾದರೂ ಹೇಳಿ ಬಿಡಿ. ಲೆಕ್ಕ ಮಾಡಿಕೊಟ್ಟುಬಿಡ್ತೇನೆ. ಯಾವುದೇ ಚಿಂತೆ ಬೇಡ. ಒಂದು ದಿನ ಮೊದಲೇ ತಿಳಿಸಿದರೆ ಹೆಚ್ಚು ಅನುಕೂಲ' ಎಂದೇನಾದರೂ ಮಾತು ಆಡಿಯೇ ಬೀಳ್ಕೊಡುತ್ತಿದ್ದ. ಅಂತೆಯೇ ಆಕೆ ನೀಡುತ್ತಿರುವ ರೂಪಾಯಿಗಳನ್ನು ಲೆಖ್ಖ ಮಾಡಿ ಅವಳ ಹೆಸರಿನ ಮುಂದೆ ಖಾತೆ ಬರೆಯುತ್ತಿದ್ದ.

ರೊಟ್ಟಿ ಪಾತುಮ್ಮಳೂ ಅಷ್ಟೆ; ಪ್ರತಿ ಸೋಮವಾರ ಸಂಜೆ, ಹಿಂದಿನ ವಾರದ ಗಳಿಕೆಯಲ್ಲಿ ಉಳಿಸಲು ಸಾಧ್ಯವಾದ ರೂಪಾಯಿಗಳನ್ನು ತಂದು ಆಚಾರ್ರ ಕಟ್ಟೆಯಲ್ಲಿ ಕೊಟ್ಟು ನಿಶ್ಚಿಂತೆಯಿಂದ ಮರಳುತ್ತಿದ್ದಳಲ್ಲದೆ ಒಂದು ಸಲವಾದರೂ, ತನ್ನ ಉಳಿತಾಯದ ಮೊತ್ತ ಎಷ್ಟಾಗಿರಬಹುದೆಂಬ ಕುತೂಹಲ ಕೂಡಾ ವ್ಯಕ್ತಪಡಿಸಿದವಳಲ್ಲ.

೩ ಶ್ರೀರಾಮಚಂದ್ರನ ಮೇಲೆ ಆಣೆ ಹಾಕಿ ಹೇಳಬಹುದು; ಚಂದ್ರಣ್ಣ ಹಟ ಹಿಡಿದು ಕರಸೇವೆಗೆಂದು ಆಯೋಧ್ಯೆಗೆ ಹೋದವನಲ್ಲ. ರಾಮದಾಸ ಕಿಣಿಯವರು ಪ್ರಸ್ತಾಪಿಸಿದಾಗ, "ನನಗೆ ಅಂಥದಕ್ಕೆಲ್ಲ ಪುರುಸೊತ್ತು ಇಲ್ಲ ಮಾರಾಯ್ರೇ" ಎಂದು ನಯವಾಗಿಯೇ ನಿರಾಕರಿಸಿದ್ದನು. ಅಪ್ಪ ಶ್ರೀನಿವಾಸ ಆಚಾರ್ರಂತೂ ಖಂಡ ತುಂಡವಾಗಿಯೇ ಹೇಳಿಬಿಟ್ಟಿದ್ದರು.

"ನೋಡು ಚಂದ್ರು. ಇದೆಲ್ಲ ನಮ್ಮಂಥ ವ್ಯಾಪಾರಸ್ತರಿಗೆ ಹೇಳಿಸಿದ್ದಲ್ಲ. ನಮಗೆ ನಮ್ಮ ವ್ಯಾಪಾರದಲ್ಲಿ ಅವರು, ಇವರು ಅಂತ ವ್ಯತ್ಯಾಸ ಇರುವುದಿಲ್ಲ. ಇರಬಾರದು. ನಿಜ ಹೇಳಬೇಕೂಂತ ಆದ್ರೆ ನಮ್ಮ ಅಂಗಡಿಗೆ ನಾಲ್ಕು ಆಣೆ ಹೆಚ್ಚು ಫಾಯಿದೆ ಆಗುವುದು ಅವರ ಮನೆಯ ಹೆಂಗಸರಿಂದಲೇ. ನೀನು ಕೂಡಾ ಇಂಥದ್ದರಲ್ಲಿ ಇದ್ದಿ ಅಂತ ಅವರಿಗೆ ಗೊತ್ತಾಗಿಬಿಟ್ರೆ ನಷ್ಟ ಯಾರಿಗೆ ಹೇಳು?"

ಆದರೆ ದೈವೇಚ್ಛೆ ಬೇರೆಯೇ ಇತ್ತು. ಮುತ್ತುಪ್ಪಾಡಿಯಿಂದ ಆಯ್ಕೆಯಾಗಿದ್ದ ಮೂರು ಮಂದಿಯ ತಂಡ ಹೊರಡಲು ಇನ್ನೇನು ನಾಲ್ಕು ದಿನ ಇದೆ ಎಂದಾದಾಗ, ತಂಡದ ಸದಸ್ಯರಲ್ಲೊಬ್ಬ ಕೈಕೊಟ್ಟುಬಿಟ್ಟ. ಬಿ.ಕಾಂ. ಸೆಕೆಂಡ್ ಕ್ಲಾಸ್ ಪಾಸಾಗಿಯೂ ಎರಡು–ಎರಡೂವರೆ ವರ್ಷದಿಂದ, ಭಗವತೀ ಕಲ್ಯಾಣ ಮಂಟಪದ ಮೆನೇಜರ್ ಅಂತ ಮುನ್ನೂರ ಐವತ್ತು ರೂಪಾಯಿಗಳಲ್ಲಿ ಮೆನೇಜ್ ಮಾಡಿಕೊಳ್ಳುತ್ತಿದ್ದ ಆನ್ ಆಂಪ್ಲಾಯಿಡ್ ಗ್ರಾಜುವೇಟ್ ಆರ್. ಸದಾಶಿವನಿಗೆ ಸಾಕ್ಷಾತ್ ಭಗವತಿಯೇ ಅನುಗ್ರಹಿಸಿದಂತೆ ಮಸ್ಕತ್‌ನಿಂದ ಹದಿನೆಂಟು ಸಾವಿರ ಸಂಬಳದ ಕರೆ ಬಂದಾಗ ನಿರಾಕರಿಸುವುದಾದರೂ ಹೇಗೆ? ಮಸ್ಕತ್‌ನ 'ಆಲ್ ಮುಸ್ತಫಾ ಹೈಟೆಕ್ ನರ್ಸಿಂಗ್

ಹೋಂ'ನ ಜ್ಯೂನಿಯರ್ ಅಕೌಂಟೆಂಟ್ ಆಗಿ ನೇಮಕಗೊಂಡ ಬಗೆಗಿನ ಆಫೀಶಿಯಲ್ ಡಾಕ್ಯುಮೆಂಟಿನ ನೆರಳಚ್ಚು ಪ್ರತಿ ಹಾಗೂ ಒರಿಜಿನಲ್ ವೀಸಾ ಸಹಿತ, ಕಾಸರಗೋಡಿನಿಂದ ಮುತ್ತುಪ್ಪಾಡಿವರೆಗೆ ಡ್ಯಾಕ್ಸಿ ಮಾಡಿಕೊಂಡೇ ಬಂದಿದ್ದ 'ಮುಬಾರಕ್ ಟೂರ್ಸ್ ಅಂಡ್ ಟ್ರಾವೆಲ್ಸ್'ನ ಕಾಸಿಂ ಬಾವಾ, ತಾನು ಸದಾಶಿವನಿಂದ ಪಡೆದಿದ್ದ ಮುಂಗಡ ನಲುವತ್ತೆರಡು ಸಾವಿರ ರೂಪಾಯಿಗಳಿಗೆ ನ್ಯಾಯವೊದಗಿಸಿದ್ದಲ್ಲದೆ, ಇನ್ನೂ ಆರು ದಿನಗಳ ಒಳಗೆ ಆರು ಸಾವಿರ ರೂಪಾಯಿಗಳ ಕಮೀಷನ್ ಹಣ ತೆತ್ತು, ಬೊಂಬಾಯಿ ತಲುಪಿ 'ಮೆಡಿಕಲ್' ಮುಗಿಸಿಕೊಂಡು ಮತ್ತೆರಡು ದಿನಗಳೊಳಗೇ ವಿಮಾನ ಏರಬೇಕು; ತಪ್ಪಿದ್ದಲ್ಲಿ ಕೊಟ್ಟಿರುವ ಮುಂಗಡಕ್ಕೆ ಕಾಸಿಂ ಜವಾಬ್ದಾರನಲ್ಲ ಎಂದು ಎಚ್ಚರಿಕೆ ನೀಡಿಯೇ ಹೋಗಿದ್ದ.

ರಾಮದಾಸ ಕಿಣಿಯವರ ತಲೆ ಹನ್ನೆರಡಾಣೆಯಾಗಿತ್ತು. ನುಂಗಲೂ ಅಲ್ಲ, ಉಗುಳಲೂ ಅಲ್ಲ. ಮೂರು ಮಂದಿಯ ಲಿಸ್ಟ್ ಕಳಿಸಿ ಆಗಿದೆ. ಯಾರ್‍ಯಾರು ಹೇಗ್ಹೇಗೆ ಅಂತ ಡಿಟ್ಟೇಲ್ಡ್ ರಿಪೋರ್ಟ್ ರವಾನಿಸಿ ಆಗಿದೆ. ಈಗ ಲಾಸ್ಟ್ ಮಿನಿಟ್‌ನಲ್ಲಿ ಮುತ್ತುಪ್ಪಾಡಿಯಿಂದ ಮೂರಿಲ್ಲ, ಬರೀ ಎರಡು ಅಂತ ಯಾವ ಮುಖದಲ್ಲಿ ಹೇಳುವುದು? ತನ್ನ ಆರ್ಗನೈಸಿಂಗ್ ಕೆಪೇಸಿಟಿಗೇ ಇದೊಂದು ಬ್ಲಾಕ್‌ಸ್ಪಾಟು. ಏನು ಮಾಡುವುದು?

ಚಂದ್ರಣ್ಣನಿಗೆ ಮತ್ತೊಮ್ಮೆ ಬುಲಾವು ಬಂತು. ಭಗವತೀ ಕಲ್ಯಾಣ ಮಂಟಪದ ಆಫೀಸು ಕೋಣೆಯಲ್ಲಿ – ಮೆನೇಜರನ ಅನುಪಸ್ಥಿತಿಯಲ್ಲಿ – ರಾತ್ರಿ ಒಂದೂವರೆ ತನಕವೂ ಚಂದ್ರಣ್ಣನಿಗೆ ತಿಳಿಯ ಹೇಳಲಾಯಿತು. ಇಂತಹ ಗಂಡಾಂತರದ ಸಂದರ್ಭಗಳಲ್ಲಿ ಊರಿನ ಘನತೆ – ಗೌರವಗಳನ್ನು ಕಾಪಾಡುವುದು ಚಂದ್ರಣ್ಣನಂತಹ ಬಿಸಿರಕ್ತದ ಹುಡುಗರ ಪರಮ ಕರ್ತವ್ಯ ಎಂಬುದನ್ನು ಮನದಟ್ಟು ಮಾಡಲಾಯಿತು. ಸ್ವತಃ ತನ್ನ ಆರನೇ ಮಗ ಪಿ.ಯು.ಸಿ. ಸೆಕೆಂಡ್ ಇಯರ್‌ನ ಕ್ರೂಶಿಯಲ್ ಸ್ಟೇಜ್‌ನಲ್ಲಿ ಇದ್ದಿಲ್ಲವಾಗಿರುತ್ತಿದ್ದಲ್ಲಿ ತಾನು ಯಾರಿಗೂ ದಮ್ಮಯ್ಯ ಹಾಕುತ್ತಿರಲಿಲ್ಲ ಎಂಬುದನ್ನು ಪದೇ ಪದೇ ಒತ್ತಿ ಹೇಳಿದ ರಾಮದಾಸ ಕಿಣಿಯವರು, ಶ್ರೀನಿವಾಸ ಆಚಾರ್ರಲ್ಲಿ ಮಾತನಾಡಿ ಒಪ್ಪಿಗೆ ಪಡೆಯುವ ಹೊಣೆಯನ್ನು ದೇವಸ್ಥಾನದ ಅರ್ಚಕ ಸುಬ್ರಾಯ ತಂತ್ರಿಯವರಿಗೆ ಒಪ್ಪಿಸಿದ ಬಳಿದ ಚಂದ್ರಣ್ಣನಿಗೆ ಹೇಳುವುದೇನೂ ಉಳಿದಿರಲಿಲ್ಲ.

ಚಂದ್ರಣ್ಣ ಹೊರಡುವ ದಿನ ಅಪ್ಪ ಏನನ್ನೂ ಹೇಳಲಿಲ್ಲ. ಸಂಜೆ ಹೊರಡುವ ಮುನ್ನ ಚಂದ್ರಣ್ಣನನ್ನು ಗುಟ್ಟಾಗಿ ಕರೆದು ಮಾತನಾಡಿಸಿದ್ದ ಅತ್ತಿಗೆ, ಒಂದು ಸಾವಿರ ರೂಪಾಯಿ ಎಣಿಸಿ ಕೊಟ್ಟು, 'ಹೇಗೂ ನೀವೆಲ್ಲ ಮೊದಲು ಕಾಶಿಗೆ ಹೋಗುತ್ತೀರಂತೆ. ಅಲ್ಲಿ ಬೆನಾರಸ್ ಸಾರಿಗಳು ತುಂಬಾ ಚೀಪಲ್ಲಿ ಸಿಗುತ್ತದೆ, ಎರಡು ಅಥವಾ ಮೂರು ಸೀರೆ ತಂದು ಬಿಡು ಆಯ್ತಾ?' ಎಂದು ಬೀಳ್ಕೊಟ್ಟಿದ್ದರು.

ಮುತ್ತುಪ್ಪಾಡಿಯ ತಂಡ ಮಂಗಳೂರು ರೈಲು ನಿಲ್ದಾಣ ತಲುಪಿದಾಗ ಅಲ್ಲಿ ಶಿವಮೊಗ್ಗದಿಂದ ಬಂದಿದ್ದ ಏಳು ಜನರ ತಂಡ ಜತೆಯಾಯಿತು. ಇವೆರಲ್ಲರನ್ನೂ ರೈಲು ಹತ್ತಿಸಿದ ರಾಮದಾಸ ಕಿಣಿಯವರು ಧನ್ಯಭಾವದಿಂದ ಊರಿಗೆ ಮರಳಿ ತನ್ನ ಅಂಗಡಿಯೆದುರು 'ಕ್ರಿಸ್‌ಮಸ್ ಇಳಿತದ ಮಾರಾಟ' ಎಂಬ ಬೋರ್ಡ್ ಪ್ರದರ್ಶಿಸಿ, ಜವುಳಿ ವ್ಯಾಪಾರದಲ್ಲಿ ಮುಳುಗಿಬಿಟ್ಟರು.

ಬಳಸು ದಾರಿಯಿಂದ ರೈಲು ಬದಲಿಸುತ್ತಾ ಕಾಶಿ ತಲುಪುವಾಗ ಆರು ದಿನಗಳು ಸತ್ತವು. ಮುಂದಿನ ಆರು ದಿನ ಹೆಡ್‌ಕ್ವಾರ್ಟರ್‌ನ ಆದೇಶ ನಿರೀಕ್ಷಣೆಯಲ್ಲೇ ಕಳೆದು ಹೋಯಿತು. ಬಿರ್ಲಾ ಮಂದಿರದ ರಸ್ತೆಯಲ್ಲೇ ಇದ್ದ ಶಂಭುನಾಥ ಪಂಡಾರವರ ಎರಡಂತಸ್ತಿನ ಭವ್ಯ 'ಕೋಠಿ'ಯಲ್ಲಿ, ಇವರಿಗಿಂತಲೂ ಮೊದಲು ಬಂದು ಸೇರಿದ್ದ ಪೂನಾ ತಂಡ ಸದಸ್ಯರ ಜತೆ ಅರ್ಧ ಹಿಂದಿ, ಅರ್ಧ ಕನ್ನಡದಲ್ಲಿ ಪೌರುಷದ ಮಾತು ಬದಲಿಸಿಕೊಳ್ಳುತ್ತಾ ಮೇಲಿನ ಆದೇಶಕ್ಕಾಗಿ ಕಾಯುವುದೇ ಕೆಲಸವಾಯಿತು.

ಅಲ್ಲಿಂದ ಫೈಜಾಬಾದಿಗೆ ಬಹಳ ದೂರವೇನೂ ಇಲ್ಲ. ಇವರ ಸಾಗಾಟಕ್ಕೆಂದು 'ಕೋಠಿ'ಯ ಹಿಂದುಗಡೆ ಚಳಿಗೆ ಮುದುಡಿ ನಿಂತಿದ್ದ ಎರಡು ಮೆಟಡಾರ್ ವಾಹನಗಳಿಗೆ ಕೇವಲ ಮೂರು ತಾಸಿನ ಹಾದಿ. ಆದರೆ ಇವರಿಗೆ ಹೊಸ್ತಿಲು ದಾಟಿ ಅಂಗಳಕ್ಕಿಳಿಯಲೂ ಅನುಮತಿಯಿರಲಿಲ್ಲ. ಟೀವಿ ನೋಡುತ್ತಾ ಪುಳಕಗೊಳ್ಳುವುದಷ್ಟೇ ಇವರ ದಿನಚರಿ. ಡಿಸೆಂಬರ್ ತಿಂಗಳ ಚಳಿ ಬೇರೆ.

ಕೊನೆಗೊಮ್ಮೆ ಆದೇಶ ಬಂತು. 'ಎಲ್ಲರಿಗೂ ಅಭಿನಂದನೆಗಳು. ನಿಮ್ಮ ಕೆಲಸ ಪೂರೈಸಿದೆ. ನೀವು ನಾಳೆಯೇ ದೆಹಲಿಗೆ ಹೊರಡುವುದು.'

ಚಂದ್ರಣ್ಣನಿಗೆ ಕೋಪದಿಂದ ಅಳುವೇ ಬಂದುಬಿಟ್ಟಿತ್ತು. ರಾಮದಾಸ ಕಿಣಿಯವರು ಎದುರಿಗೇನಾದರೂ ಇದ್ದಿದ್ದರೆ ದೊಡ್ಡ ರಾದ್ಧಾಂತವೇ ಆಗಿಬಿಡುತ್ತಿತ್ತು. ವೆಂಕು ಪಣಂಬೂರಿಗೆ ಹೋಗಿ ಬಂದ ಕತೆಯಂತಾಯಿತಲ್ಲಾ ಎಂದು ಪರಿತಪಿಸಿದ ಚಂದ್ರಣ್ಣನಿಗೆ, ಅತ್ತಿಗೆಗಾಗಿ ಒಂದು ಸೀರೆ ಕೊಳ್ಳಲೂ ಅವಕಾಶವಾಗಿರಲಿಲ್ಲ.

ದೆಹಲಿಗೆ ತಲುಪಿದ ಬಳಿಕ ತಿಲಕ್‌ನಗರದಲ್ಲಿ ಶ್ರೀ ರಾಜಿಂದರ್‌ಸಿಂಗ್ ಹೆಸರಲ್ಲಿದ್ದ ಡಿ.ಡಿ.ಎ. ಫ್ಲಾಟ್‌ನಲ್ಲಿ ಎರಡು ದಿನ ರಾತ್ರಿ ಚಳಿಗೆ ನಡುಗುವ ಶಿಕ್ಷೆ. ನಾಳೆ ಬೆಳಿಗ್ಗೆ ಮಂಗಳೂರಿಗೆ ಹೊರಡುವುದು ಎಂದು ನಿಶ್ಚಯವಾದಾಗ ರಾತ್ರಿಯ ಹೊತ್ತಲ್ಲಿ ಒಂದು ಸಂಗತಿ ನಡೆಯಿತು.

ಚಂದ್ರಣ್ಣನ ಅಸಹನೆಯನ್ನು ಕಳೆದ ಎರಡೂ ದಿನಗಳಿಂದ ಗಮನಿಸುತ್ತಿದ್ದ, ಪೂನಾದ ತುಂಡದ ಸದಸ್ಯರಲ್ಲೊಬ್ಬ, ರಾತ್ರಿಯ ಊಟದ ಬಳಿಕ ಚಂದ್ರಣ್ಣನನ್ನು ಮನೆಯ ಟೇರೇಸಿಗೆ ಕರೆದುಕೊಂಡು ಹೋದ. ದೇಹವೆಲ್ಲ ಮರಗಟ್ಟುವಂತಹ

ಚಳಿಯಲ್ಲಿ ಹೊಸಬನ ಬೆನ್ನು ಹಿಡಿದು ಮೇಲೇರಿದ ಚಂದ್ರಣ್ಣನಿಗೆ ನೂರೆಂಟು ಪ್ರಶ್ನೆಗಳು.

ಟೇರೇಸಿನಲ್ಲಿ ನಸುಗತ್ತಲು. ತನ್ನ ಬಗಲಚೀಲದಿಂದ ಸುಮಾರು ಅರ್ಧ ಕಿಲೋದಷ್ಟು ತೂಗಬಲ್ಲ ಮಣ್ಣಿನ ಹೆಂಟೆಯೊಂದನ್ನು ಹೊರತೆಗೆದು ಚಂದ್ರಣ್ಣನ ಕೈಗಿತ್ತು, 'ನೀವು ಬೇಸರಪಡಬಾರದು. ಯಾರ್‍ಯಾರಿಂದ ಯಾವ್ಯಾವ ಕೆಲಸಗಳನ್ನು ನಿರೀಕ್ಷಿಸಲಾಗಿತ್ತೋ ಅವರೆಲ್ಲರೂ ಅವರವರ ಕೆಲಸಗಳನ್ನು ಸಂಪೂರ್ಣವಾಗಿ ನೆರವೇರಿಸಿದ್ದಾರೆ. ನಿಮ್ಮಿಂದ ನಿರೀಕ್ಷಿಸಲಾಗಿದ್ದ ಕೆಲಸವನ್ನು ನೀವು ಕೂಡಾ ಯಶಸ್ವಿಯಾಗಿ ಪೂರೈಸಿದ್ದೀರಿ. ಈ ಕಲ್ಲಿನ ತುಂಡು ನಿಮಗೆ. ಇದು ನಮ್ಮ ವಿಜಯದ ಸಂಕೇತವೆಂದು ತಿಳಿಯಿರಿ' ಎಂದು ಹೇಳಿ ಭುಜತಟ್ಟಿದ; ಚಂದ್ರಣ್ಣನಿಗೆ ರೋಮಾಂಚನವಾಯಿತು. ಮೆಟ್ಟಿಲಿಳಿಯುವಾಗ ಪೂನಾದ ಗೆಳೆಯ ಪಿಸುದನಿಯಲ್ಲಿ ಎಚ್ಚರಿಸಿದ್ದ. 'ಕೆಲವು ದಿವಸಗಳ ಕಾಲ ಇದು ಗುಟ್ಟಾಗಿರಲಿ; ಯಾರಿಗೂ ಹೇಳುವುದು ಬೇಡ.'

ರೈಲಿನ ಎರಡನೇ ದಿನ ಪ್ರಯಾಣದವರೆಗೂ ಗಂಟಲೊಳಗೇ ಅವಿತಿಟ್ಟುಕೊಂಡಿದ್ದ ಗುಟ್ಟನ್ನು ಚಂದ್ರಣ್ಣ ಉಳಿದಿಬ್ಬರಿಗೆ ತಿಳಿಸಿಬಿಟ್ಟ. ತಾನು ಅದನ್ನು 'ಸೂಟ್‌ಕೇಸ್'ನಲ್ಲಿ ಭದ್ರವಾಗಿರಿಸಿರುವುದಾಗಿಯೂ, ಊರಿಗೆ ತಲುಪಿದ ಬಳಿದ ಮೂರು ತುಂಡು ಮಾಡಿ ಉಳಿದಿಬ್ಬರಿಗೂ ಖಂಡಿತಾ ಹಂಚುವುದಾಗಿಯೂ ಭಾಷೆಯಿತ್ತ.

ಮಂಗಳೂರು ರೈಲು ನಿಲ್ದಾಣಕ್ಕೆ ತಲುಪುವಾಗ ರಾಮದಾಸ ಕಿಣಿಯವರ ಕಾರು ತಯಾರಾಗಿ ನಿಂತಿತ್ತು. ಅಂದೇ ರಾತ್ರಿ ಭಗವತೀ ಕಲ್ಯಾಣ ಮಂಟಪದಲ್ಲಿ ಆರಿಸಿದ ಗಣ್ಯನಾಗರಿಕರ ಉಪಸ್ಥಿತಿಯಲ್ಲಿ ಮೂವರನ್ನು ಹಾರ ಹಾಕಿ ಸನ್ಮಾನಿಸಲಾಯಿತು.

ಅಪ್ಪ ಹೆಚ್ಚು ವಿಚಾರಣೆ ಮಾಡಲಿಲ್ಲ. ಆದರೆ ಅತ್ತಿಗೆ ಮಾತ್ರ ಅಸಹನೆಯಿಂದ ಹಂಗಿಸಿದ್ದಳು. 'ಆಯಿತಪ್ಪ, ನಿಮಗೆಲ್ಲ ಅಲ್ಲಿಗೆ ಹೋಗಲು ಬಿಡಲಿಲ್ಲ, ಸರಿ. ಆದರೆ ಕಾಶಿಯಲ್ಲಿ ಒಂದು ವಾರ ನೀವೇನು ಭಜನೆ ಮಾಡಿದ್ದಾ? ಒಂದು ಸೀರೆ ಕೊಳ್ಳುವಷ್ಟು ಪುರುಸೊತ್ತು ಸಿಗಲಿಲ್ಲ ನಿನಗೆ?'

ಚಂದ್ರಣ್ಣ ಪೆಚ್ಚು ಪೆಚ್ಚಾಗಿ ನಕ್ಕಿದ್ದ.

೩ ಮಾತು ಕೊಟ್ಟಿದ್ದಂತೆ ಚಂದ್ರಣ್ಣ ವಾರವೊಂದರ ಬಳಿಕ, ತನ್ನ ಸೂಟ್‌ಕೇಸ್‌ನೊಳಗೆ ಬಚ್ಚಿಟ್ಟಿದ್ದ ಗೋಡೆಯ ತುಂಡನ್ನು ನಾಲ್ಕು ತುಂಡುಗಳನ್ನಾಗಿ ಮಾಡಿ, ತನ್ನ ಜತೆ ಬಂದಿದ್ದ ಇಬ್ಬರಿಗೂ ಒಂದೊಂದು ತುಂಡು ಕೊಟ್ಟು, ಒಂದು ತುಂಡನ್ನು ರಾಮದಾಸ ಕಿಣಿಯವರಿಗೆ ಕೊಟ್ಟು ಅದು ಸಿಕ್ಕ ಬಗೆಯನ್ನೂ ವಿವರಿಸಿದ.

ರಾಮದಾಸ ಕಿಣಿಯವರು ಅನುಮಾನಿಸುತ್ತಾ, 'ಇದು ಸ್ವಲ್ಪ ಡೇಂಜರ್ರ್. ಸ್ವಲ್ಪ ದಿನ ಈ ತುಂಡಿನ ಬಗ್ಗೆ ಯಾರಿಗೂ ಹೇಳಬೇಡ. ನನಗೆ ಕೊಟ್ಟಿದ್ದನ್ನೂ ಹೇಳಬೇಡ. ಪೇಪರ್‌ಗಳಲ್ಲಿ ಏನೇನೆಲ್ಲ ನ್ಯೂಸ್ ಬರ್ತಾ ಉಂಟು. ಈ ತುಂಡನ್ನು ಮೆಟೀರಿಯಲ್ ಎವಿಡೆನ್ಸ್ ಅಂತ ಟ್ರೀಟ್ ಮಾಡಿದರೆ ನಾವು ಹೋದ ಹಾಗೆಯೇ. ಏನಂತಿ?' ಎಂದು ಪ್ರಶ್ನಿಸಿದಾಗ ಚಂದ್ರಣ್ಣ ಅವರತ್ತ ಅಸಹ್ಯದ ನೋಟ ಚೆಲ್ಲಿ, 'ಇಷ್ಟೆಲ್ಲ ಹೆದರಿಕೆಪಡುವವರು ನಮ್ಮನ್ನು ಕಳಿಸಿದ್ದು ಯಾಕೆ?' ಎಂದು ನೇರವಾಗಿಯೇ ಪ್ರಶ್ನಿಸಿಬಿಟ್ಟ. ಮುಖ ಮುದುಡಿಸಿಕೊಂಡ ಕಿಣಿಯವರು, 'ಹಾಗಲ್ಲ ಚಂದ್ರು? ತಲೆ ಗಟ್ಟಿ ಉಂಟು ಅಂತ ಬಂಡೆಕಲ್ಲಿಗೆ ಹೊಡೆದುಕೊಳ್ಳುವುದಾ?' ಎಂದು ಗಾದೆ ಉದುರಿಸಿ ಮಾತು ತೇಲಿಸಿಬಿಟ್ಟಿದ್ದರು.

'ನನಗೇನೂ ಹೆದರಿಕೆ ಇಲ್ಲ. ನಾನು ಯಾಕೆ ಹೆದರಬೇಕು? ನಾನು ಅಲ್ಲಿ ತನಕ ಹೋಗಲೇ ಇಲ್ವಲ್ಲಾ?' ಚಂದ್ರಣ್ಣ ಪ್ರಶ್ನಿಸಿದಾಗ ಕಿಣಿಯವರು ಹೌಹಾರಿದ್ದರು, 'ಓಹ್ ಮಾರಾಯಾ? ಹಾಗೆಲ್ಲ ನೀವು ಅಲ್ಲಿತನಕ ತಲುಪಲೇ ಇಲ್ಲ ಅಂತ ಹೇಳಬೇಡ ಮಾರಾಯಾ; ನಮ್ಮ ಊರಿನಿಂದಲೂ ಹೋಗಿ ಬಂದಿದ್ದಾರೆ ಅಂತ ಇಂಪ್ರೆಷನ್ ಕ್ರಿಯೇಟ್ ಮಾಡಿ ಆಗಿದೆ. ಈಗ ಇಲ್ಲ, ಇಲ್ಲ, ನಮ್ಮ ಹುಡುಗರಿಗೂ ಅದಕ್ಕೂ ಯಾವ ಕನೆಕ್ಷನೂ ಇಲ್ಲ ಅಂತ ಹೇಳಿ ಬಿಟ್ರೆ ನಮ್ಮ ಪ್ರೆಸ್ಟೀಜ್ ಏನಾದೀತು? ಒಂದು ವೇಳೆ ಅಂಥಾ ಸಂದರ್ಭ ಬಂದು, ಆ ರೀತಿ ಸ್ಟೇಟ್‌ಮೆಂಟ್ ಕೊಡದೆ ಬೇರೆ ದಾರಿಯೇ ಇಲ್ಲ ಅಂತ ಆಗಿಬಿಟ್ರೆ, ಆಗ ಬೇಕಾದ್ರೆ ನಿಜ ಹೇಳಿದ್ರೆ ಆಯ್ತಪ್ಪ. ಏನಂತಿ?' ಎಂದು ಪ್ರಶ್ನಿಸಿದಾಗ ಚಂದ್ರಣ್ಣ ಪೆಚ್ಚು ನಗುಚೆಲ್ಲಿ, 'ನನಗೊಂದೂ ಗೊತ್ತಾಗುವುದಿಲ್ಲ' ಎಂದು ಹೇಳಿ ಮರಳಿದ್ದ.

ತನ್ನ ಹಾಗೆಯೇ ತಂಡದಲ್ಲಿದ್ದ ಇನ್ನಿಬ್ಬರು ಕೂಡಾ, ಗೋಡೆಯ ತುಂಡನ್ನು ಸಂಭ್ರಮದಿಂದಲೇ ಪಡೆದುಕೊಂಡದ್ದು ಹೌದಾದರೂ, 'ಹೇಳುವುದಾ–ಹೇಳದಿರುವುದಾ? ತೋರಿಸುವುದಾ? ಅಡಗಿಸಿಡುವುದಾ?' ಎಂಬುದನ್ನು ನಿರ್ಧರಿಸಲಾಗದೆ ಒದ್ದಾಡುತ್ತಿರುವುದು ಚಂದ್ರಣ್ಣನ ಗಮನಕ್ಕೆ ಬಂದಿತ್ತು. 'ಯಾರಿಗೂ ಹೇಳದೆ, ಯಾರಿಗೂ ತೋರಿಸದೆ ಕಳ್ಳ ಬಸಿರಿನಂತೆ ಅಡಗಿಸಿಡುವುದರಲ್ಲಿ ಯಾವ ಮಜವೂ ಇಲ್ಲ ಚಂದ್ರ.' ಎಂದು ಒಬ್ಬಾತ ಪರಿತಪಿಸಿದ್ದರೆ, ಮತ್ತೊಬ್ಬನಂತೂ ಬೇಸರದಿಂದ, 'ಅಷ್ಟೆಲ್ಲ ದೂರ

ಹೋಗಿ, ಆ ಚಳಿಗೆ ಸಂಕಟಪಟ್ಟದ್ದು ಯಾವ ಕರ್ಮಕ್ಕೆ ಅಂತ ನನಗಿನ್ನೂ ಅರ್ಥವಾಗಲಿಲ್ಲ. ಕೆಲವರ ಹತ್ರ ಹೋಗಿದ್ದೇನೆ ಅಂತಲೂ, ಇನ್ನು ಕೆಲವರ ಹತ್ರ, ಇಲ್ಲ ಮಾರಾಯ್ರೆ, ಅರ್ಧದಲ್ಲೇ ಬಂದೆವು ಅಂತ ಹೇಳುವುದರಲ್ಲೇ ಮಂಡೆ ಬೆಚ್ಚ ಆಗುತ್ತದೆ' ಎಂದು ಸಿಡುಕಿದ್ದ.

ಚಂದ್ರಣ್ಣನನ್ನು ಮೆಚ್ಚಿ ಅಭಿನಂದಿಸಲು ಬರುವವರ ಜತೆ ಕೆಲವೊಮ್ಮೆ ಚಂದ್ರಣ್ಣನೇ ಹೇಳುವುದುಂಟು. 'ಇಲ್ಲ ಮಾರಾಯ್ರೇ, ನೀವು ನಂಬಿದಷ್ಟು ಧೈರ್ಯ ನನಗುಂಟಾ? ಏನೋ ಒಂದು ಆಗಿ ಹೋಯ್ತು. ಆ ಬಗ್ಗೆ ನಾವಿನ್ನು ಹೆಚ್ಚು ಮಾತನಾಡದಿರುವುದೇ ಕ್ಷೇಮ' ಎಂದು ಅಡ್ಡಗೋಡೆಯ ಮೇಲೆ ದೀಪವಿಟ್ಟಂತೆ ಹೇಳಿದಾಗ ಕೇಳುವವರಿಗೆಲ್ಲ ಚಂದ್ರಣ್ಣನ ಸೌಜನ್ಯದ ಬಗ್ಗೆ ಅಭಿಮಾನ ಉಕ್ಕುತ್ತಿತ್ತು. 'ನಮ್ಮ ಹತ್ತಿರ ನಿನ್ನ ನಾಟಕ ಬೇಡ ಚಂದ್ರಣ್ಣ. ನೀನು ಅಲ್ಲಿ ಹೋಗಿ ಏನು ಮಾಡಿದ್ದಿ, ಅಲ್ಲಿಂದ ಏನು ತಂದಿದ್ದಿ, ಎಲ್ಲ ಜಾತಕ ನಮಗೆ ತಲುಪಿದೆ; ಹ್ಹ....ಹ್ಹಾ....' ಎಂದು ನಕ್ಕಾಗ ಚಂದ್ರಣ್ಣನೂ ಅವರೆಲ್ಲರ ಅಭಿನಂದನೆಗಳನ್ನು ಸ್ವೀಕರಿಸುವಂತೆ ವಿನಯ ನಟಿಸುತ್ತಿದ್ದ.

ದಿನಗಳುರುಳಿದಂತೆ ಚಂದ್ರಣ್ಣನ ಉತ್ಸಾಹವೂ ಇಳಿಯತೊಡಗಿತ್ತು. ವ್ಯವಹಾರದ ಗಡಿಬಿಡಿಯ ನಡುವೆ ಪೇಪರುಗಳ ಮೇಲೆ ಕಣ್ಣಾಡಿಸಿದಾಗ, ಪ್ರಧಾನಮಂತ್ರಿಗಳ-ವಿರೋಧ ಪಕ್ಷ ನಾಯಕರುಗಳ ಹೇಳಿಕೆಗಳನ್ನು ಓದುವಾಗ, ಒಂದಿಷ್ಟು ಉದ್ವೇಗ ಮೂಡುತ್ತಿದ್ದರೂ, ಮರುಕ್ಷಣದಲ್ಲೇ ಮರೆತುಹೋಗುತ್ತಿತ್ತು. ಈ ನಡುವೆ ರೊಟ್ಟಿಪಾತುಮ್ಮ ತನ್ನ ಅಭ್ಯಾಸ ಬಲದಿಂದೆಂಬಂತೆ ಪ್ರತಿಯೊಂದು ಸೋಮವಾರ ಸಂಜೆ ಹದಿನಾಲ್ಕೋ, ಇಪ್ಪತ್ತಾರೋ ರೂಪಾಯಿಗಳನ್ನು ತಂದು ಕೊಟ್ಟು ನಿಶ್ಚಿಂತೆಯಿಂದ ಮರಳುತ್ತಿರುವುದನ್ನು ಗಮನಿಸುವಾಗ, 'ಈ ಮುದುಕಿಗೆ ತಾನು ಕರಸೇವೆಗೆ ಹೋಗಿ ಬಂದದ್ದು ಇನ್ನೂ ಗೊತ್ತಿರಲಿಕ್ಕಿಲ್ಲವೆ?' ಎಂಬ ಅನುಮಾನ ಹುಟ್ಟುತ್ತಿತ್ತು. 'ಪಾಪದ ಹೆಂಗಸು; ದುಡ್ಡು ಮರಳಿ ಕೊಡುವ ಸಂದರ್ಭದಲ್ಲಿ ಒಂದು ನೂರೋ, ಇನ್ನೂರೋ ಜಾಸ್ತಿ ಕೊಡಬೇಕು', ಎಂದು ಯೋಚಿಸಿ ತನಗೆ ತಾನೇ ಸಮಾಧಾನ ಮಾಡಿಕೊಳ್ಳುತ್ತಿದ್ದ.

ಒಂದು ಸೋಮವಾರ ಸಂಜೆ ಚಂದ್ರಣ್ಣ ಅಂಗಡಿಗೆ ಬಂದಿದ್ದ ಹಿರಿಯರೊಬ್ಬರಿಗೆ ತನ್ನ ಯಾತ್ರೆಯ ಕತೆ ವಿವರಿಸುತ್ತಾ ಡ್ರಾವರಿನೊಳಗೆ ಕಾಗದದಲ್ಲಿ ಸುತ್ತಿ ಇರಿಸಿದ್ದ ಗೋಡೆಯ ತುಂಡನ್ನು ಹೊರತೆಗೆದು, ಇನ್ನೇನು ಪ್ರದರ್ಶಿಸಬೇಕು ಎಂದು ಯೋಚಿಸುತ್ತಿರುವಷ್ಟರಲ್ಲಿ, ಮೆಟ್ಟಲೇರಿ ಬಂದ ರೊಟ್ಟಿಪಾತುಮ್ಮಳನ್ನು ಗಮನಿಸಿ ಹಾವು ತುಳಿದವನಂತೆ ಬೆಚ್ಚಿ ಬಿದ್ದಿದ್ದ! ಆಕೆಯ ಗಮನ ಸೋಮವಾರದಂದು ಅನಿರೀಕ್ಷಿತವೇನೂ ಅಲ್ಲ. ಆದರೆ ಆಕೆಯ ಮುಖದಲ್ಲಿ ಎಂದಿನ ನಗು ಕಾಣಿಸದಾದಾಗ ಚಂದ್ರಣ್ಣ ಗಲಿಬಿಲಿಗೊಂಡಿದ್ದ.

ಸಾಮಾನ್ಯವಾಗಿ ಆಕೆ ಅಂಗಡಿಯ ಮೆಟ್ಟಿಲ ಬಳಿಗೆ ತಲುಪಿದವಳೇ ಮೃದುವಾದ ಸ್ವರವೆಬ್ಬಿಸಿ ಕೆಮ್ಮಿ ಗಮನ ಸೆಳೆಯುವವಳು. ಆದರೆ ಇಂದು ಮಾತ್ರ ಅಂಗಡಿಯ ಮಂಡದ ಬಳಿಗೇ ತಲುಪಿದ್ದಾಳೆ; ಅಂದ ಮೇಲೆ ತಾನು ಆಡಿದ್ದ ಮಾತೆಲ್ಲ ಅವಳಿಗೂ ಕೇಳಿಸಿದ್ದಿರಬಹುದು. ತನ್ನ ಬಳಿ 'ಗೋಡೆಯ ತುಂಡು' ಇರುವುದೂ ಅವಳಿಗೆ ಗೊತ್ತಾಗದ್ದಿರಬಹುದು. ಅನುಮಾನದಿಂದಲೇ ಅವಳ ಕಣ್ಣುಗಳನ್ನೆದುರಿಸಿದ.

'ಈ ವಾರ ದುಡ್ಡು ಉಳಿಸಲಾಗಲಿಲ್ಲ. ರೊಟ್ಟಿ ಮಾಡುವ ಮಣೆ ತುಂಡಾಗಿ ಹೋಗಿದೆ. ಅದನ್ನು ರಿಪೇರಿ ಮಾಡಿಸಬೇಕು. ಹಾಗಾಗಿ ನೀವು ನನ್ನನ್ನು ಕಾಯುವುದು ಬೇಡ ಅಂತ ಹೇಳಿ ಹೋಗಲು ಬಂದೆ. ಮುಂದಿನ ಸೋಮವಾರ ಬರುತ್ತೇನೆ' ಎಂದು ಸೋತ ಸ್ವರದಲ್ಲಿ ಹೇಳಿದ ರೊಟ್ಟಿಪಾತುಮ್ಮ ಹೊರಟುಹೋದಾಗ ಚಂದ್ರಣ್ಣ ಅವಾಕ್ಕಾಗಿದ್ದ. ತನ್ನ ಅನುಮಾನದ ಬಗ್ಗೆ ತಾನೇ ನಾಚಿಕೊಂಡ.

ತನ್ನ ಸಾಹಸದ ಕತೆಯ ಅಂತಿಮ ಹಂತವನ್ನು ಕಣ್ಣಾರೆ ಕಾಣಲು ಕಾತರಿಸಿ ಕುಳಿತಿದ್ದ ಹಿರಿಯರತ್ತ ತಿರುಗಿದ ಚಂದ್ರಣ್ಣ, ಡ್ರಾವರ್ ಹುಡುಕಿದಂತೆ ನಟಿಸಿ, 'ಓಹ್! ನಾನು ಮರೆತೇ ಬಿಟ್ಟಿದ್ದೆ. ಈಗ ಆ ತುಂಡು ಮನೆಯಲ್ಲಿದೆ. ಕಳೆದ ವಾರ ಒಬ್ಬರಿಗೆ ತೋರಿಸಲೆಂದು ಕೊಂಡು ಹೋದದ್ದನ್ನು ವಾಪಾಸು ತಂದೇ ಇಲ್ಲ. ನಿಮಗೆ ಇನ್ನೊಮ್ಮೆ ತೋರಿಸುತ್ತೇನೆ' ಎಂದು ಹೇಳಿದವನು ಬಂದವರನ್ನು ಸಾಗಹಾಕಿದ.

ಅವರು ಹೊರಟು ಹೋಗುವುದನ್ನೇ ಕಾಯುತ್ತಿದ್ದವನಂತೆ, ಪಕ್ಕದಲ್ಲಿ ಕೂತಿದ್ದ ಕೇಶವಾಚಾರ್ಯ 'ಪಕಪಕ'ನೆ ಸ್ವರವೆಬ್ಬಿಸಿ ನಕ್ಕ. ಅಣ್ಣನ ನಗುವಿನ ಕಾರಣ ಚಂದ್ರಣ್ಣನಿಗೂ ಅರ್ಥವಾಗಿ ಅವನಿಗೂ ನಗು ಉಕ್ಕಿತು. ಗೋಡೆಯ ತುಂಡನ್ನು ಮನೆಯಲ್ಲಿ ಇಟ್ಟುಕೊಳ್ಳಲಾಗದಂತಹ ಒಂದು ಘಟನೆ ನಡೆದದ್ದು ಅವರಿಬ್ಬರ ನಗುವಿಗೆ ಕಾರಣವಾಗಿತ್ತು.

ರಾಮದಾಸ ಕಿಣಿಯವರಿಗೆ ಗೋಡೆಯ ತುಂಡೊಂದನ್ನು ಉಡುಗೊರೆಯಾಗಿ ಕೊಟ್ಟ ದಿನ–ಅಂದು ಭಾನುವಾರದ ರಜ–ಮಧ್ಯಾಹ್ನ ಚಂದ್ರಣ್ಣ ತನ್ನ ಪಾಲಿನ ಗೋಡೆಯ ತುಂಡನ್ನು ಎಲ್ಲಿಡುವುದೆಂಬುದನ್ನು ನಿಖರವಾಗಿ ನಿರ್ಧರಿಸಲಾಗದೆ ದೇವರ ಕೋಣೆಯಲ್ಲಿದ್ದ ಊದುಗಡ್ಡಿ ಸ್ಟೂಲ್‌ನ ಮೇಲೆ ಇಟ್ಟುಬಿಟ್ಟಿದ್ದೇ ಅನಾಹುತಕ್ಕೆ ಹೇತುವಾಗಿತ್ತು.

ಸಂಜೆಯ ಹೊತ್ತಿಗೆ ದೇವರ ಕೋಣೆಗೆ ಹೋಗಿದ್ದ ಅತ್ತೆ–ತಂದೆಯ ಅಕ್ಕ–ದೇವರಿಗೆ ಉದುಗಡ್ಡಿ ಹಚ್ಚುವಾಗ ಸ್ಟೂಲಿನ ಮೇಲಿದ್ದ ಕಲ್ಲನ್ನು ಕಂಡು ಕುತೂಹಲದಿಂದ ಅದನ್ನೆತ್ತಿ ಕೊಂಡೇ ಹೊರಗೆ ಬಂದವರು, ಬಾಗಿಲ ಬಳಿಯೇ ಎದುರಾದ ಕೇಶವಾಚಾರ್ಯನಿಗೆ ಅದನ್ನು ತೋರಿಸುತ್ತಾ 'ಇದೆಂಥದ್ದೋ ಕಲ್ಲು? ಅಥವಾ ಇದು ಲೋಬಾನದ ಗಟ್ಟಿಯಾ?' ಎಂದು ಪ್ರಶ್ನಿಸಿದ್ದರು.

'ಇದು ನಮ್ಮ ಚಂದ್ರಣ್ಣನಿಗೆ ಡೆಲ್ಲಿಯಲ್ಲಿ ಸಿಕ್ಕ ಮೆಡಲು' ಎಂದು ನಕ್ಕ ಕೇಶವಾಚಾರ್ಯ ಹೊರಗೆ ಚಾವಡಿಯಲ್ಲಿ ಟೇಪ್‌ರೆಕಾರ್ಡ್ ಆಲಿಸುತ್ತಿದ್ದ ಚಂದ್ರಣ್ಣನನ್ನು ಕೂಗಿ ಕರೆದು, 'ನೋಡು ಚಂದ್ರು, ನಿನ್ನ ಅತ್ತೆಗೆ ನಿನ್ನ ಕಲ್ಲಿನ ಮಹಾತ್ಮೆ ವಿವರಿಸಬೇಕಂತೆ' ಎಂದ.

ಅದಷ್ಟೂ ಹೊತ್ತು ಕಲ್ಲಿನ ತುಂಡನ್ನು ಅತ್ತಿತ್ತ ತಿರುಗಿಸಿ ಪರೀಕ್ಷಿಸುತ್ತಿದ್ದ ಅತ್ತೆ, ಚಂದ್ರಣ್ಣ ಹತ್ತಿರ ಬಂದ ಕೂಡಲೇ, 'ಎಂಥಾ ಕಲ್ಲು ಇದು?' 'ದೇವರ ಕೋಣೆಯಲ್ಲಿ ಯಾಕೆ ಇಟ್ಟದ್ದು?' ಎಂದು ಪ್ರಶ್ನಿಸಿದ್ದರು.

ಒಂದು ಕ್ಷಣ ಗಲಿಬಿಲಿಗೊಂಡರೂ, ಕೂಡಲೇ ಸಾವರಿಸಿಕೊಂಡು, ಅದೇನೂ ಅಂತಹಾ ವಿಶೇಷ ಸಂಗತಿಯಲ್ಲ ಎನ್ನುವ ಸ್ವರದಲ್ಲಿ, 'ಓ....ಅದಾ? ಅದು ನಾನವತ್ತು ಹೋಗಿ ಮಸೀದಿ ಒಡೆದು ಬಂದೆ ನೋಡು. ಅಲ್ಲಿಂದ ತಂದದ್ದು. ಗೋಡೆ ಒಡೆದದ್ದರ ನೆನಪಿಗೆ ಇರಲಿ ಅಂತ' ಎಂದು ಉತ್ತರಿಸಿದ.

ಅತ್ತೆಯವರ ಮುಖ ಹೇಲು ತುಳಿದವರಂತೆ ಕಿವಿಚಿಕೊಂಡಿತು. 'ಅಯ್ಯೋ ರಾಮ, ರಾಮಾ...., ಅವರ ಮಸೀದಿಯಲ್ಲಿ ಕಲ್ಲಿನ ತುಂಡನ್ನು ದೇವರ ಕೋಣೆಯಲ್ಲಿ ಯಾರಾದರೂ ಇಡುತ್ತಾರಾ? ನಿನಗೆ ತಲೆ ಸರಿ ಉಂಟಾ ಇಲ್ವಾ?' ಎಂದು ಕೀರಲು ಧ್ವನಿಯಲ್ಲಿ ಆಕ್ಷೇಪಿಸುತ್ತಾ ಗೋಡೆಯ ತುಂಡನ್ನು ಚಂದ್ರಣ್ಣನ ಕೈಗೆ ಹಾಕಿ 'ಈ ಅನಿಷ್ಟದ ಕಲ್ಲನ್ನು ಎಲ್ಲಾದ್ರೂ ದೂರ ಬಾವಿಗೆ ಬಿಸಾಡಿ ಸ್ನಾನ ಮಾಡ್ಕೊಂಡು ಒಳಗೆ ಬಾ' ಎಂದು ಆದೇಶವಿತ್ತಿದ್ದ.

ಚಂದ್ರಣ್ಣನ ಮುಖ ಇಂಗು ತಿಂದ ಮಂಗನ ಹಾಗಾಯಿತು. ಸಾಹಸಯಾತ್ರೆಯ ಉತ್ಸಾಹವೆಲ್ಲವು ನೀರಾಗಿಬಿಟ್ಟಿತ್ತು. ಆದರೂ ಅತ್ತೆಯವರನ್ನು ಸಮಾಧಾನಪಡಿಸುವ ಆಸೆಯಿಂದ, 'ಹಾಗಲ್ಲ ಅತ್ತೆ, ಇದು ನಿಜವಾಗಿಯೂ ನಮ್ಮ ಹಳೆಯ ದೇವಸ್ಥಾನದ ತುಂಡು' ಎಂದುಬಿಟ್ಟ.

ಅತ್ತೆ ಮುಖ ಇದ್ದಕ್ಕಿದ್ದಂತೆ ಬಿಳುಚಿಕೊಂಡಿತು. ಆಕಾಶವೇ ಮೈಮೇಲೆ ಬಿದ್ದವರಂತೆ ಹಣೆಗೆ ಬಡಿದುಕೊಳ್ಳುತ್ತಾ, 'ಅಯ್ಯಯ್ಯೋ! ಈ ಚಂದ್ರು ಎಂಥದ್ದು ಹೇಳ್ತಾ ಇರುವುದು?! ಹಾಗಾದರೆ ಅಷ್ಟೆಲ್ಲ ಸಂಭ್ರಮದಿಂದ ನೀವೆಲ್ಲ ಹೊರಟು ಹೋಗಿ ಕೊನೆಗೆ ಒಡೆದು ಹಾಕಿದ್ದು ನಮ್ಮದೇ ದೇವಸ್ಥಾನವನ್ನು?' ಅತ್ತೆಯವರು ಎದುರಿಟ್ಟ ಹೊಸಬಗೆಯ ಪ್ರಶ್ನೆಯಿಂದ ಗಾಬರಿಗೊಂಡ ಚಂದ್ರಣ್ಣ, ಸಹಾಯಕ್ಕಾಗಿ ಅಣ್ಣನತ್ತ ಕಣ್ಣು ಹಾಯಿಸಿದರೆ, ಕೇಶವಾಚಾರ್ಯ ಬಾಯಿಗಡ್ಡ ಕೈ ಹಿಡಿದುಕೊಂಡು ನಗುತ್ತಿದ್ದ.

೫

‘ಅಹ್ಮದ್ ಬಾವಾ ಬೆಹರಿನ್‌ನಿಂದ ಬಂದಿದ್ದಾನಂತೆ, ಗೊತ್ತುಂಟಾ?’ ಬಳೆಯೊಂದಕ್ಕೆ ಅರದಿಂದ ತಿಕ್ಕಿ ಪಾಲೀಶು ಮಾಡುತ್ತಿದ್ದ ಕೇಶವಚಾರ್ಯ ತನ್ನ ತಮ್ಮನ ಪ್ರಶ್ನೆಯಿಂದ ಅಚ್ಚರಿಗೊಂಡು, ‘ಹೌದಾ! ಯಾವಾಗ ಬಂದದ್ದಂತೆ?’ ಎಂದು ಮರುಪ್ರಶ್ನೆ ಹಾಕಿದ.

‘ನನಗವನು ಮಾತಾಡಲು ಸಿಗಲಿಲ್ಲ. ಕಳೆದ ವಾರ ಬಸ್ ಸ್ಟ್ಯಾಂಡ್ ಹತ್ರ ರಿಕ್ಷಾ ಹತ್ತುವುದನ್ನು ನೋಡಿದೆ’ ಎಂದ ಚಂದ್ರಣ್ಣ.

‘ಹೌದಾ! ಒಂದು ವಾರದ ಹಿಂದೆಯಾ!’ ಎಂದು ಉದ್ಗರಿಸಿದ ಕೇಶವಾಚಾರ್ಯ ಬಳಿಕ ಅನುಮಾನಿಸುವವನಂತೆ, ‘ಹಾಗಾದರೆ ಅಂಗಡಿಗೆ ಯಾಕೆ ಬರಲಿಲ್ಲ?’ ಎಂದು ಪ್ರಶ್ನಿಸಿದ.

‘ನಾನೂ ಅದನ್ನೇ ಕೇಳಬೇಕೆಂದಿದ್ದೆ. ಈ ಹಿಂದೆಯೆಲ್ಲ ವರ್ಷ ವರ್ಷ ಊರಿಗೆ ಬರುತ್ತಿದ್ದವನು, ಬಂದಾಗಲೆಲ್ಲ ಅಂಗಡಿಗೆ ಬಂದು ಮಾತನಾಡಿಸಿಕೊಂಡು ಹೋಗುತ್ತಿದ್ದನಲ್ಲಾ? ಈ ಸಲ ಯಾಕೆ ತಪ್ಪಿಸಿದಾ?’ ಎಂದ ಚಂದ್ರಣ್ಣ, ಬೇರೇನೋ ಮಾತು ಜೋಡಿಸಬೇಕೆಂದು ಬಾಯಿ ತೆರೆದವನು ಸುಮ್ಮನಾದ.

‘ಏನೋ ಅರ್ಜೆಂಟ್ ಕೆಲಸವಿದ್ದಿರಬಹುದು. ಅದಕ್ಕೇ ಬರಲಾಗಿದ್ದಿರಲಿಕ್ಕಿಲ್ಲ. ಕೇಶವಾಚಾರ್ಯ ತನಗೆ ತಾನೇ ಸಮಾಧಾನ ಮಾಡಿಕೊಳ್ಳುವವನಂತೆ ಹೇಳಿದ.

ಚಂದ್ರಣ್ಣ ಮೌನ ಮುರಿಯಲಿಲ್ಲ.

ಕೇಶವಾಚಾರ್ಯನೇ ಮಾತು ಮುಂದುವರಿಸಿದ, ‘ಪುನಃ ಬೆಹರೀನ್‌ಗೆ ಹೋಗುವ ಮೊದಲು ಬರಲಿಕ್ಕೆ ಸಾಕು.’

‘ನನಗೇನೋ ಅವನು ಬಂದು ನಿನ್ನನ್ನು ಕಾಣತ್ತಾನೆಂಬ ನಂಬಿಕೆಯಿಲ್ಲ. ಬರುವವನಾಗಿರುತ್ತಿದ್ದರೆ ಇದಕ್ಕೆ ಮೊದಲೇ ಬರುತ್ತಿದ್ದ.’ ಚಂದ್ರಣ್ಣ ಎಲ್ಲ ತಿಳಿದವನಂತೆ ಗಂಭೀರವಾಗಿ ಹೇಳಿದ್ದ.

‘ಯಾಕೆ ಹಾಗಂತೀಯಾ? ಕಳೆದ ಸುಮಾರು ಮೂವತ್ತು ವರ್ಷಗಳಿಂದ ನನಗವನು ಗೊತ್ತುಂಟು. ಒಟ್ಟಿಗೆ ಆಡಿ ಬೆಳೆದವರು ನಾವು. ನಾನು ಕಟ್ಟಿಕೊಂಡಿರುವ ಈ ವಾಚು ಕೂಡಾ ಅವನೇ ತಂದುಕೊಟ್ಟಿದ್ದು. ನಾನೇನು ಅವನಿಗೆ ದುಡ್ಡು ಕೊಟ್ಟಿದ್ದೇನಾ? ಏನೋ ಕೆಲಸ ಇದ್ದಿರಬಹುದು. ಹಾಗಾಗಿ ಬರಲಿಕ್ಕೆ ಪುರಸೊತ್ತು ಸಿಕ್ಕಿದ್ದಿರಲಿಕ್ಕಿಲ್ಲ.’ ಕೇಶವಾಚಾರ್ಯ ಚಂದ್ರಣ್ಣನ ಮುಖದತ್ತ ಕಣ್ಣು ನೆಟ್ಟು ಹೇಳಿದ್ದ.

‘ನನಗೇಕೋ ಅನುಮಾನವೇ’ ಚಂದ್ರಣ್ಣ ಚುಟುಕಾಗಿ ಹೇಳಿದ.

'ಅನುಮಾನ ಯಾಕೆ? ನೀನೊಬ್ಬ ಕರಸೇವೆಗೆ ಹೋಗಿಬಂದ ಅಂತ ಅವ್ನು ನನ್ನ ಸ್ನೇಹ ಬಿಟ್ಟುಬಿಡ್ತಾನಾ? ಅವನು ಅಂಥವನಲ್ಲ. ನಿನಗೀಗ ಪ್ರತಿಯೊಂದರಲ್ಲೂ ಅನುಮಾನ ಸುರುವಾಗಿದೆ. ಅಂಗಡಿಗೆ ಅವರ ಪೈಕಿ ಯಾರಾದರೂ ಬಂದರೆ ಅಗತ್ಯಕ್ಕಿಂತ ಹೆಚ್ಚೇ ಉಪಚಾರ ಮಾಡ್ತೀಯ. ಮಜೂರಿ ಹೇಳುವಾಗ ಒಂದೆರಡು ರೂಪಾಯಿ ಕಡಿಮೆಯೇ ಹೇಳ್ತೀಯ. ಯಾಕೆ? ಏನಾಗಿದೆ ನಿನ್ಗೆ? ಏನೋ ಮಹಾ ಅಪರಾಧ ಮಾಡಿದವರ ಹಾಗೆ ಒದ್ದಾಡ್ತಿದ್ದೀಯಲ್ಲಾ? ಇಷ್ಟೆಲ್ಲ ಯೋಚನೆ ಮಾಡುವವನು ಆವತ್ತು ಹೋದದ್ದು ಯಾಕೆ? ಈಗ ಹೋಗಿ ಬಂದು ಆಗಿದೆ. ಈಗ ಆ ಬಗ್ಗೆ ಮಂಡೆ ಬಿಸಿ ಮಾಡುವುದು ಯಾಕೆ? ಒಂದು ವೇಳೆ ನೀನು ಹೇಳಿದ್ದೇ ನಿಜವಾಗಿ, ಅವನು ನಮ್ಮ ಅಂಗಡಿ ಕಡೆಗೆ ತಲೆ ಹಾಕಲಿಲ್ಲ ಅಂತಲೇ ಇಟ್ಕೋ; ಏನಾಯ್ತು ಅದರಿಂದ? ಏನು ನಷ್ಟವಾಗ್ತದೆ? ಇಷ್ಟೆಲ್ಲ ಅನುಮಾನಿಸುವ ನೀನು ಈ ಕಲ್ಲಿನ ತುಂಡನ್ನು ಇಟ್ಟುಕೊಂಡು ಬಂದ ಬಂದವರಲ್ಲೆಲ್ಲ ಜಂಭ ಕೊಚ್ಚುವುದು ಯಾಕೆ? ಅತ್ತೆಯವರು ಹೇಳಿದ ಹಾಗೆ ಅದನ್ನು ಎತ್ತಿಕೊಂಡು ಹೋಗಿ ಯಾವುದಾದರೂ ಒಂದು ಬಾವಿಗೆ ಬಿಸಾಡಿ ಬರಬಾರದಾ?' ಕೇಶವಾಚಾರ್ಯ ಪ್ರಶ್ನೆಗಳ ಗೊಂಚಲನ್ನೇ ಚಂದ್ರಣ್ಣನತ್ತ ಎಸೆದಿದ್ದ.

ಚಂದ್ರಣ್ಣ ಉತ್ತರಿಸಲೂ ಪ್ರಯತ್ನಿಸಲಿಲ್ಲ.

ಸ್ವಲ್ಪ ಹೊತ್ತು ಇಬ್ಬರೂ ಮೌನವಾಗಿ ತಮ್ಮ ಕೆಲಸ ಮುಂದುವರಿಸಿದರು.

'ಈವತ್ತು ಮಧ್ಯಾಹ್ನ ನೀನು ಊಟಕ್ಕೆ ಹೋಗಿದ್ದಾಗ ರೊಟ್ಟಿ ಪಾತುಮ್ಮ ಬಂದಿದ್ದಳು.' ಚಂದ್ರಣ್ಣ ಹೊಸ ವಿಷಯ ಪ್ರಸ್ತಾಪಿಸಿದ್ದ!'

'ಈವತ್ತು ಬಂದಿದ್ಳಾ?! ಈವತ್ತು ಸೋಮವಾರ ಅಲ್ವಲ್ಲಾ? ಎಷ್ಟು ಕೊಟ್ಟಳು ಈವತ್ತು?' ಕೇಶವಾಚಾರ್ಯ ಕುತೂಹಲ ವ್ಯಕ್ತಪಡಿಸಿದ.

'ಹಣ ಕೊಡಲು ಬಂದದ್ದಲ್ಲ ಅವಳು; ಹಣ ವಾಪಾಸು ಕೇಳಲು ಬಂದದ್ದು. ನಾಳದು ಶುಕ್ರವಾರದ ಮೊದಲು ಹಣ ಬೇಕಂತೆ. ಶುಕ್ರವಾರ ಮನೆ ಕೆಲಸ ಆರಂಭಿಸ್ತಾಳಂತೆ' ಚಂದ್ರಣ್ಣ ಉತ್ತರಿಸಿದ.

'ಹೌದಾ!' ಎಂದು ಉದ್ಗರಿಸಿದ ಕೇಶವಾಚಾರ್ಯ, 'ಒಳ್ಳೇಯದೇ ಆಯ್ತು ಬಿಡು. ನಮಗೂ ಒಂದು ರಗಳೆ ತಪ್ಪಿದ ಹಾಗಾಯಿತು' ಎಂದು ಹೇಳಿದ.

'ಅವಳು ನಿಜವಾಗಿಯೂ ಶುಕ್ರವಾರದಂದು ಮನೆ ಕೆಲಸ ಸುರು ಮಾಡ್ತಾಳಾ?' ಚಂದ್ರಣ್ಣ ಅನುಮಾನಿಸುತ್ತಲೇ ಪ್ರಶ್ನಿಸಿದ್ದ.

'ಸುರುವಾಯಿತಲ್ಲ ನಿನ್ನದು?' ಕೇಶವಾಚಾರ್ಯ ಅಸಹನೆಯಿಂದಲೇ ಪ್ರಶ್ನಿಸಿ, 'ಅವಳು ಮನೆ ಕಟ್ತಾಳೋ ಬಾವಿಗೆ ಬಿಸಾಡ್ತಾಳೋ; ಅದರಿಂದ ನಿನಗೇನು ನಷ್ಟ?

ಅವಳ ಹಣ ಅವಳಿಗೆ ಬೇಕಾಗಿದೆ. ಇಷ್ಟು ದಿವಸ ನಮ್ಮ ಮೇಲೆ ನಂಬಿಕೆ ಇಟ್ಟು ಕೊಟ್ಟಿದ್ದಾಳೆ. ಈಗ ವಾಪಾಸು ಬೇಕು ಅಂತ ಕೇಳ್ತಿದ್ದಾಳೆ. ಲೆಖ್ಖ ಮಾಡಿ ಕೊಟ್ಟರಾಯಿತು. ಎಷ್ಟಾಯಿತು ಅಂತ ಟೋಟಲ್ ನೋಡಿದ್ಯಾ?' ಎಂದು ಚಂದ್ರಣ್ಣನ ಮುಖ ದಿಟ್ಟಿಸಿದ್ದ.

'ಹೌದು. ನಾಲ್ಕು ಸಾವಿರದ ಇನ್ನೂರ ಎಂಭತ್ತೆರಡು ರೂಪಾಯಿ ಆಗಿದೆ. ನಾಳೆ ಸಂಜೆಗೆ ಬರಲಿಕ್ಕೆ ಹೇಳಿದ್ದೇನೆ. ನಾಳೆ ಬೆಳಿಗ್ಗೆ ಬ್ಯಾಂಕ್‌ನಿಂದ ಕ್ಯಾಷ್ ತರಬೇಕಾದೀತು' ಚಂದ್ರಣ್ಣ ಉತ್ತರಿಸಿದ.

'ಸರಿ, ಹಾಗೇ ಮಾಡು. ಹಣ ಕೊಡುವಾಗ ಒಂದು ಇನ್ನೂರು ರೂಪಾಯಿ ನಮ್ಮ ಪಾಲಿನದ್ದು ಅಂತ ಸೇರಿಸಿ ಕೊಡು. ಆಗಲಿಕ್ಕಿಲ್ವಾ?' ಕೇಶವಾಚಾರ್ಯ ಪ್ರಶ್ನಿಸಿದಾಗ ಚಂದ್ರಣ್ಣ, 'ನಾನೂ ಹಾಗೇ ಯೋಚನೆ ಮಾಡಿದ್ದೇನೆ. ಬಡ್ಡಿ ಹಣ ಅಂತ ಲೆಖ್ಖ ಮಾಡಿದ್ರೂ ಐನೂರು ಆರುನೂರು ರೂಪಾಯಿ ಆಗಬಹುದು' ಎಂದು ಹೇಳಿದ.

ಕೇಶವಾಚಾರ್ಯ ತನ್ನ ಕೆಲಸದಲ್ಲಿ ಮುಳುಗಿದ.

ಸ್ವಲ್ಪ ಹೊತ್ತು ಬಿಟ್ಟು ಚಂದ್ರಣ್ಣ ಪುನಃ ಪ್ರಶ್ನಿಸಿದ, 'ನಾಳೆ ಅವಳು ದುಡ್ಡು ಕೊಂಡು ಹೋಗಲು ಬಂದಾಗ, ಅವಳಿಗೆ ನಾನು ಕರಸೇವೆಗೆ ಹೋಗಿ ಬಂದದ್ದು ಗೊತ್ತುಂಟಾ ಅಂತ ವಿಚಾರಿಸಿದರೆ ಹೇಗೆ?'

'ಅವಳು, ಹೌದು ಗೊತ್ತುಂಟು, ಎಂದರೆ ಏನು ಮಾಡ್ತಿ?' ಚಾಟಿಯಿಂದ ಹೊಡೆದಂತೆ ಕೇಶವಾಚಾರ್ಯ ಪ್ರಶ್ನಿಸಿದ್ದ.

ರೊಟ್ಟಿ ಪಾತುಮ್ಮ ಹಣ ಮರಳಿ ಬಯಸಿದ್ದ ಸಂಗತಿಯನ್ನು ರಾತ್ರಿ ಊಟದ ನಡುವೆ ಚಂದ್ರಣ್ಣ ತಂದೆಗೆ ತಿಳಿಸಿದಾಗ ಅವರು, 'ಅಯ್ಯೋ ಪಾಪ. ಇಷ್ಟು ವರ್ಷ ನಮ್ಮ ಅಂಗಡಿ ಮೇಲೆ ನಂಬಿಕೆ ಇಟ್ಟು ಹಣ ಉಳಿಸಿದಳಲ್ಲ! ಒಂದು ದಿನವಾದರೂ ಒಟ್ಟು ಹಣ ಎಷ್ಟಾಗಿದೆಯೆಂಬುದನ್ನೂ ವಿಚಾರಿಸಲಿಲ್ಲ' ಎಂದು ರೊಟ್ಟಿ ಪಾತುಮ್ಮಳನ್ನು ಮೆಚ್ಚಿಕೊಂಡು, ಬಳಿಕ ಏನನ್ನೋ ನಿರ್ಧರಿಸಿದವರಂತೆ, 'ಚಂದ್ರು, ಒಂದು ಕೆಲಸ ಮಾಡು. ನಾಳೆ ಅವಳ ಲೆಖ್ಖಾಚಾರ ಸೆಟಲ್ ಮಾಡಿದ ಬಳಿಕ ನಮ್ಮ ಲೆಖ್ಖದ್ದು ಅಂತ ಒಂದು ಐನೂರು ರೂಪಾಯಿ ಬೇರೆಯೇ ಕೊಟ್ಟುಬಿಡು. ಅಂದ ಹಾಗೆ ಬಡ್ಡಿ ಹಣ, ಹಾಗೆ-ಹೀಗೆ ಅಂತ ಹೇಳಲು ಹೋಗಬೇಡ. ಆ ಜಾತಿ ಮಂದಿ ಬಡ್ಡಿ ಹಣ ತೆಗೆದುಕೊಳ್ಳಬಾರದಂತೆ. ಮನೆ ಕಟ್ಟಿಸುವವಳಿಗೆ ನಮ್ಮದೂ ಒಂದು ಸಹಾಯ ಅಂತ ಇರಲಿ' ಎಂದರು.

'ನಾನೂ ಹಾಗೆಯೇ ಮಾಡಲು ನಿರ್ಧರಿಸಿದ್ದೆ' ಎಂಬ ಮಾತು ತುಟಿಯವರೆಗೆ ಬಂದರೂ ಚಂದ್ರಣ್ಣ ಮೌನವಾಗಿ ತಲೆಯಾಡಿಸಿದ. ತಾನು ಕರಸೇವೆಗೆ ಹೋಗಿ ಬಂದದ್ದನ್ನು ತಿಳಿದು, ಬೇಸರವಾಗಿ ಆಕೆ ದುಡ್ಡು ಮರಳಿ ಕೇಳಿರಬಹುದೆ? ಎಂಬ

ಪ್ರಶ್ನೆಯನ್ನು ತಂದೆಯವರಲ್ಲಿ ಕೇಳುವುದೇ ಬೇಡವೇ ಎಂಬುದನ್ನು ನಿರ್ಧರಿಸಲಾಗದೆ ಚಡಪಡಿಸುತ್ತಾ ಅಣ್ಣ ಕೇಶವಾಚಾರ್ಯನತ್ತ ಕಣ್ಣು ಹಾಯಿಸಿದಾಗ, ಆತ 'ಸುಮ್ಮನಿರು' ಎಂದು ಕಣ್ಣಲ್ಲೇ ಸೂಚನೆ ದಾಟಿಸಿದ್ದ.

ಮರುದಿನ ಮುಂಜಾನೆಯೇ ಬಂಟ್ವಾಳದ ಪಾರ್ಟಿಯೊಂದು ಏಳೆಂಟು ಸಾವಿರದ ಕ್ಯಾಷ್ ವ್ಯವಹಾರ ಮಾಡಿ ಹೋದುದರಿಂದಾಗಿ ಬ್ಯಾಂಕಿನಿಂದ ಹಣ ಡ್ರಾ ಮಾಡಿ ತರುವ ಅಗತ್ಯ ಬೀಳಲಿಲ್ಲ.

ಮಧ್ಯಾಹ್ನದ ಊಟದ ಬಳಿಕ ಚಂದ್ರಣ್ಣ ಖಾತೆ ಪುಸ್ತಕ ಹೊರತೆಗೆದು ರೊಟ್ಟಿ ಪಾತುಮ್ಮಳ ಒಟ್ಟು ಉಳಿತಾಯವನ್ನು ಮತ್ತೊಮ್ಮೆ ಟೋಟಲ್ ಮಾಡಿದ. ನಿನ್ನೆ ಮಾಡಿದ ಟೋಟಲ್‌ಗಿಂತ ಹದಿನೇಳು ರೂಪಾಯಿ ಕಡಿಮೆ ಟೋಟಲ್ ಬಂತು. ಮತ್ತೊಮ್ಮೆ 'ಟೋಟಲ್' ಮಾಡತೊಡಗಿದ; ಅರ್ಧ 'ಟೋಟಲ್' ಮಾಡುವಷ್ಟರಲ್ಲಿ ಬೇಸರವಾಗಿ ಖಾತೆ ಪುಸ್ತಕ ಮಡಚಿಬಿಟ್ಟ. ನಿನ್ನೆ ಕೂಡಿಸುವಾಗ ಬಂದ ಮೊತ್ತವನ್ನೇ 'ಫೈನಲ್ ಟೋಟಲ್' ಅಂತ ಕಾಗದದ ಚೂರೊಂದರಲ್ಲಿ ಬರೆದು ತಿಜೋರಿಯಿಂದ ಹಣ ತೆಗೆದು ಎಣಿಸಿ ರಬ್ಬರ್ ಬ್ಯಾಂಡ್ ಹಾಕಿಟ್ಟ. ಬೇರೆಯೇ ಆಗಿ ಐನೂರು ರೂಪಾಯಿಗಳನ್ನು ಎಣಿಸಿ ಮತ್ತೊಂದು ರಬ್ಬರ್ ಬ್ಯಾಂಡ್ ಹಾಕಿದ. ರೂಪಾಯಿ ನೋಟುಗಳ ಎರಡೂ ಕಂತೆಗಳನ್ನು ಲಕೋಟೆಯೊಂದರೊಳಗೆ ಸೇರಿಸಿ ಇನ್ನೊಂದು ರಬ್ಬರ್ ಬ್ಯಾಂಡ್ ಹಾಕಿ ಸ್ವಲ್ಪಹೊತ್ತು ಹಾಗೆಯೇ ಕುಳಿತ.

ಯಾವ ಕೆಲಸದಲ್ಲೂ ಆಸಕ್ತಿಯಿಲ್ಲದವನಂತೆ ರಸ್ತೆ ನೋಡುತ್ತಾ ಕುಳಿತ ಚಂದ್ರಣ್ಣನತ್ತ ಅನುಕಂಪದ ನೋಟ ಬೀರಿದ ಕೇಶವಾಚಾರ್ಯ, 'ಸಂಜೆ ತಂದೆಯವರು ಬರ್ತಾರಂತೆ. ಆ ಹೆಂಗಸು ಬಂದಾಗ ಅವರಿದ್ದು, ಅವರ ಕೈಯಿಂದಲೇ ದುಡ್ಡು ಕೊಟ್ಟರೆ ಒಳ್ಳೆಯದಲ್ವಾ?' ಎಂದು ಪ್ರಶ್ನಿಸಿದ.

ಚಂದ್ರಣ್ಣ ಹೌದು ಎಂಬಂತೆ ತಲೆಯಾಡಿಸಿದ. ಅಣ್ಣನತ್ತ ತಿರುಗಿಯೂ ನೋಡಲಿಲ್ಲ.

ಅರ್ಧತಾಸು ಕಳೆಯಿತು. ತಮ್ಮನತ್ತ ಕಡೆಗಣ್ಣ ನೋಟ ಇಟ್ಟುಕೊಂಡೇ ತನ್ನ ಕೆಲಸ ಮುಂದುವರಿಸಿದ್ದ ಕೇಶವಾಚಾರ್ಯ, ಡ್ರಾವರಿನ ಒಳಗೆ ಇರಿಸಿದ್ದ ಗೋಡೆಯ ತುಂಡನ್ನು ಹೊರತೆಗೆದು ಪ್ಯಾಂಟಿನ ಜೇಬಿನೊಳಗೆ ಸೇರಿಸಿಕೊಂಡು ಚಂದ್ರಣ್ಣ ಎದ್ದು ನಿಂತಾಗ ಗಾಬರಿಗೊಂಡು, 'ಯಾಕೆ! ಎಲ್ಲಿ ಹೊರಟೆ?' ಎಂದು ಪ್ರಶ್ನಿಸಿದ.

'ಆ ಮುದುಕಿಯ ಹಣ ಮತ್ತು ತಂದೆಯವರು ಕೊಡಲು ಹೇಳಿದ್ದ ಪ್ರತ್ಯೇಕ ಐನೂರು ರೂಪಾಯಿ–ಎರಡನ್ನೂ ಬೇರೆ ಬೇರೆ ಕಟ್ಟಿ ಕವರ್‌ನಲ್ಲಿ ಹಾಕಿಟ್ಟಿದ್ದೇನೆ. ಒಂದು ವೇಳೆ ನಾನಿಲ್ಲದಾಗ ಅವಳು ಬಂದ್ರೆ ಕೊಟ್ಟುಬಿಡು. ಒಂದು ವೇಳೆ ತಂದೆಯವರೇ ಅಂಗಡಿಗೆ ಬಂದ್ರೆ ಒಳ್ಳೆಯದೇ ಆಯ್ತಲ್ವಾ?' ಎನ್ನುತ್ತಾ ಹೊರಟ.

'ನೀನೀಗ ಎಲ್ಲಿಗೆ ಹೋಗ್ತಾ ಇದ್ದೀಯಾ?' ಕೇಶವಾಚಾರ್ಯನ ಪ್ರಶ್ನೆಯಲ್ಲಿ ಬರಿಯ ವಿಚಾರಣೆಯಿದ್ದಿರಲಿಲ್ಲ; ಹೋಗಬೇಡ ಎಂಬ ಸೂಚನೆಯಿತ್ತು.

ಹೇಳುವುದೇ, ಹೇಳದಿರುವುದೇ ಎಂಬುದನ್ನು ನಿರ್ಧರಿಸುವವನಂತೆ ಅರೆಕ್ಷಣ ತಡೆದು, 'ಒಮ್ಮೆ ರಾಮದಾಸ ಕಿಣಿಯವರನ್ನು ಕಂಡು ಅವರ ಲೆಖ್ಖಾಚಾರವನ್ನೂ ಚುಕ್ತಾ ಮಾಡಬೇಕಿತ್ತು' ಎಂದಷ್ಟೇ ಹೇಳಿದ ಚಂದ್ರಣ್ಣ, ಅಣ್ಣ ಮತ್ತೊಂದು ಪ್ರಶ್ನೆಯನ್ನು ಎಸೆಯುವ ಮುನ್ನವೇ ಮೆಟ್ಟಿಲಿಳಿದು, ಸೈಕಲೇರಿದ್ದ.

'ಕಲ್ಪನಾ ಸಾರಿ ಸೆಂಟರ್'ನ ಹೊರಗೆ ಸೈಕಲ್ ನಿಲ್ಲಿಸಿದ ಚಂದ್ರಣ್ಣ ಮೆಟ್ಟಿಲೇರುತ್ತಿರುವಂತೆಯೇ ಸ್ವಾಗತಿಸಿದ ಸೇಲ್ಸ್‌ಮನ್ ಗೋಪಾಲಣ್ಣ, 'ಊಟಕ್ಕೆಂದು ಮನೆಗೆ ಹೋದವರು ಇನ್ನೂ ಬಂದಿಲ್ಲ. ಹೋಗುವಾಗ್ಲೇ ಸ್ವಲ್ಪ ಜ್ವರ ಬರ್‍ತಾ ಉಂಟು ಹೇಳ್ತಾ ಇದ್ರು, ಇನ್ನು ಈಪತ್ತು ಬರುವುದಿಲ್ವೋ ಏನೋ' ಎಂದು ಅನುಮಾನ ವ್ಯಕ್ತಪಡಿಸಿದ.

ಚಂದ್ರಣ್ಣ ಸೈಕಲೇರಿ ರಾಮದಾಸ ಕಣಿಯವರ ಮನೆಯ ದಾರಿಯಲ್ಲಿ ತುಳಿದ.

ಗುಡ್ಡೆ ಶಾಲೆಯ ತಿರುವಿನಲ್ಲಿದ್ದ ಸರಕಾರಿ ಬಾವಿ ಬಳಿ ತಲುಪಿದಾಗ ಒಮ್ಮಿಂದೊಮ್ಮೆಗೆ ಬಾಲ್ಯ ನೆನಪಾಯಿತು.

ಬಾವಿಯ ಪಕ್ಕದ ಗುಡ್ಡದ ಮೇಲಿರುವ ಶಾಲೆಯ ಆಟದ ಬಯಲಲ್ಲಿ ಕ್ರಿಕೆಟ್ ಆಡುತ್ತಿರುವಾಗಲೆಲ್ಲ ಚೆಂಡು ಪುಟಿಯುತ್ತಾ ಬಂದು ಬಾವಿಗೆ ಬಿದ್ದರೆ ಅರ್ಧ ತಾಸು ಆಟಕ್ಕೆ ವಿರಾಮ. ಪಕ್ಕದಲ್ಲೇ ಇರುವ ಅದ್ರಾಮ ಬ್ಯಾರಿಯ ಮನೆಯಿಂದ ಹಗ್ಗ-ಬಕೇಟು ತಂದು ಕೊಡುತ್ತಾನೆಂಬ ಏಕೈಕ ಕಾರಣದಿಂದಾಗಿ ಅದ್ರಾಮ ಬ್ಯಾರಿ ಮೊದಲ ಬಾರಿಗೆ ಔಟಾಗುವ ಆಟಗಾರನಾದರೂ ಕ್ಯಾಪ್ಟನ್‌ಶಿಪ್ ಗಿಟ್ಟಿಸಿಕೊಳ್ಳುವುದನ್ನು ನೆನಪಿಸಿಕೊಂಡಾಗ ನಗು ಬಂತು. ಆದರೆ ಅದೇ ಅದ್ರಾಮ ಬ್ಯಾರಿ, ಅಪ್ಪ ಹೊಡೆದ ಎಂಬ ಸಿಟ್ಟಿನಿಂದಲೇ ಬಾವಿಗೆ ಹಾರಿ ಸತ್ತುಹೋದಾಗ ಚಂದ್ರಣ್ಣ ಎಂಟನೇ ಕ್ಲಾಸಿನ ವಿದ್ಯಾರ್ಥಿ. ಕೆಲವು ದಿವಸ ಸಂಜೆಯ ಬಳಿಕ ಸರಕಾರಿ ಬಾವಿಯ ಬಳಿಗೆ ಗೆಳೆಯರಾರೂ ಹೋಗುತ್ತಿರಲಿಲ್ಲ. ಅದ್ರಾಮ ಬ್ಯಾರಿಯ ಜಾತಿಯವರು ಆತ್ಮಹತ್ಯೆ ಮಾಡಿಕೊಂಡರೂ ಪ್ರೇತವಾಗುವುದಿಲ್ಲ ಎಂಬುದು ಗೊತ್ತಿದ್ದರೂ, ಬಾವಿ ಬಳಿ ಸುಳಿದಾಡಲು ಅಳುಕು. ಈಗ ಅದ್ರಾಮ ಬ್ಯಾರಿ ಬದುಕಿದ್ದರೆ ತನ್ನಷ್ಟೇ ದೊಡ್ಡವನಾಗಿರುತ್ತಿದ್ದ. ತಾನು ಕರಸೇವೆಗೆ ಹೋದ ಬಗ್ಗೆ ಅವನು ಯಾವ ರೀತಿ ಪ್ರತಿಕ್ರಿಯಿಸುತ್ತಿದ್ದ? ಸ್ನೇಹ ಬಿಡುತ್ತಿದ್ದನೆ?

ಚಂದ್ರಣ್ಣ ಸೈಕಲು ನಿಲ್ಲಿಸಿ ಸ್ಟ್ಯಾಂಡು ಹಾಕಿದ. ಅಕ್ಟೋಬರದ ದಸರಾ ರಜವಿದ್ದುದರಿಂದ ಶಾಲೆ ಮೌನವಾಗಿ ಮುಚ್ಚಿಕೊಂಡು ಕೂತಿತ್ತು. ಬಾವಿ ಬಳಿ ಬಂದ ಚಂದ್ರಣ್ಣ ಇಣುಕಿ ನೋಡಿದ. ಹತ್ತಾಳು ಆಳದಲ್ಲಿ ನೀರು ಕಪ್ಪಗೆ ಕಾಣಿಸಿತು. ಚಿಕ್ಕವನಿದ್ದಾಗ

ಬಾವಿಗೆ ಕಲ್ಲು ಬಿಸಾಡಿ ಅದು 'ಗುಳುಂ' ಎಂದು ಸದ್ದು ಮಾಡುವುದನ್ನು ಆಲಿಸುವುದರಲ್ಲೇ ಒಂದು ಬಗೆಯ ಮಜ. ಚಂದ್ರಣ್ಣ ಅಲ್ಲೇ ಪಕ್ಕದಲ್ಲಿ ಬಿದ್ದಿದ್ದ ಪುಟ್ಟ ಕಲ್ಲೊಂದನ್ನು ಆರಿಸಿ ಬಾವಿಗೆ ಎಸೆದ. ಸದ್ದು ಸ್ಪಷ್ಟವಾಗಿ ಕೇಳಿಸದಾಗ ನಿರಾಸೆಯಾಯಿತು. ಸ್ವಲ್ಪ ದೊಡ್ಡ ಕಲ್ಲು ಎಸೆದರೆ ಸದ್ದು ಕೇಳಿಸಬಹುದು. ಅಕ್ಕಪಕ್ಕ ನೋಡಿದ; ಇದ್ದಕ್ಕಿದ್ದಂತೆ ಜೇಬಿನೊಳಗಿನಿಂದ 'ಗೋಡೆಯ ತುಂಡನ್ನು' ಹೊರತೆಗೆದು ಬಾವಿಯೊಳಕ್ಕೆ ಎಸೆದು ಬಿಟ್ಟ! 'ಗುಳುಂ' ಎಂಬ ಸದ್ದು ಕೇಳಿಸಿದಾಗ ಮನಸ್ಸು ನಿರಾಳವಾಯಿತು. ಸಮಾಧಾನ ಗೊಂಡಂತವನಂತೆ ಅಲ್ಲೇ ಪಕ್ಕದಲ್ಲಿ ಇದ್ದ ಬಟ್ಟೆ ತೊಳೆಯುವ ಕಲ್ಲಿನ ಮೇಲೆ ಕುಳಿತು. ಶಾಲಾ ಬಯಲಿನ ಇಳಿಜಾರಲ್ಲಿ ಆಟವಾಡುತ್ತಿದ್ದ ಪುಟ್ಟ ಮಕ್ಕಳನ್ನು ನೋಡತೊಡಗಿದ.

೬

ಚಂದ್ರಣ್ಣ ಅಂಗಡಿಗೆ ಮರಳಿ ಬಂದಾಗ ಸೂರ್ಯ ಮುಳುಗಿದ್ದ.

ಅಣ್ಣ ತನ್ನ ಮಾಮೂಲು ಜಾಗದಲ್ಲಿ ಕುಳಿತು ಕೆಲಸದಲ್ಲಿ ಮುಳುಗಿದ್ದ. ಅಪ್ಪ ಕಾಣಿಸಲಿಲ್ಲ. 'ಕಿಣಿ ಸಿಕ್ಕಿದ್ರಾ?' ಅಣ್ಣ ಪ್ರಶ್ನಿಸಿದಾಗ, 'ಇಲ್ಲ' ನಾನು ಅಲ್ಲಿಗೆ ಹೋಗಲಿಲ್ಲ' ಎಂದು ಶುಷ್ಕವಾಗಿ ಉತ್ತರಿಸಿದ ಚಂದ್ರಣ್ಣ ಮಂಚದಲ್ಲಿ ಕುಳಿತುಕೊಳ್ಳುತ್ತಾ, 'ತಂದೆಯವರು ಬರಲಿಲ್ವಾ?' ಎಂದು ಪ್ರಶ್ನಿಸಿದ.

'ತಂದೆಯವರೂ ಬಂದಿದ್ರು. ಆ ಹೆಂಗಸೂ ಬಂದಿತ್ತು. ಹಣ ತೆಗೆದುಕೊಂಡು ಹೋದಳು. ನಮ್ಮ ಲೆಖ್ಖದ ಐನೂರು ರೂಪಾಯಿ ತೆಗೆದುಕೊಳ್ಳುವಾಗ ಕಣ್ಣೀರು ಹಾಕಿಬಿಟ್ಟು ಪಾಪ' ಎಂದ ಕೇಶವಾಚಾರ್ಯ. ಚಂದ್ರಣ್ಣ ಏನೂ ಹೇಳಲಿಲ್ಲ.

ಕೇಶವಾಚಾರ್ಯನೇ ಮಾತು ಮುಂದುವರಿಸಿದ. 'ನಮ್ಮ ಅಹ್ಮದ್ ಬಾವಾನ ಕತೆ ಗೊತ್ತುಂಟಾ ನಿನ್ಗೇ? ರೊಟ್ಟಿ ಪಾತುಮ್ಮಳೇ ಹೇಳಿದ್ದು. ಇವಳು ಮನೆ ಕಟ್ಟಿಸುವ ಸಮಯದಲ್ಲಿ ಏನಾದರೂ ಸ್ವಲ್ಪ ಸಹಾಯ ಮಾಡ್ತೇನೆ ಅಂತ ಕಳೆದ ಸಲ ಬಂದಾಗ ಹೇಳಿದ್ದನಂತೆ. ಆದ್ರೆ ಈ ಸಲ ಊರಿಗೆ ಬಂದಿದ್ದವನು, ಒಂದು ದಿನವೂ ಮನೆಯಲ್ಲಿ ನಿಲ್ಲಲಿಲ್ಲವಂತೆ. ಕಾಸರಗೋಡಿಗೆ ಕೊಟ್ಟಿದ್ದ ಅವನ ತಂಗಿ ಹೆರಿಗೆಗೆಂದು ಅಲ್ಲೇ ನರ್ಸಿಂಗ್ ಹೋಂ ಸೇರಿದವಳ ಕಂಡೀಷನ್ ಸೀರಿಯೆಸ್ ಆಯಿತಂತೆ. ಇವನು ಬಂದ ದಿನವೇ ಫೋನ್ ಬಂದಿತ್ತಂತೆ. ಹಾಗೆ ಕಾಸರಗೋಡಿಗೆ ಹೋದ ಇವನು ಇನ್ನೂ ಮರಳಿ ಬಂದಿಲ್ಲವಂತೆ. ಮಗ ಹುಟ್ಟುವಾಗಲೇ ಸತ್ತು ಹೋಗಿ ತಾಯಿ ಸ್ಥಿತಿ ಬಹಳ ಹೋಪ್ಲೆಸ್ ಆಯಿತಂತೆ. ಈಗ ಮಂಗಳೂರಿಗೆ ಶಿಫ್ಟ್ ಮಾಡಿದ್ದಾರಂತೆ.'

ಕೇಶವಾಚಾರ್ಯ ಅನಗತ್ಯವಾಗಿ ವಿವರ ನೀಡುವ ಮೂಲಕ ಅಹ್ಮದ್ ಬಾವಾನ ಗೈರುಹಾಜರಿಯನ್ನು ಸಮರ್ಥಿಸಿಕೊಳ್ಳುತ್ತಿದ್ದಾನೆ ಎಂದರಿತ ಚಂದ್ರಣ್ಣ, ಅಣ್ಣನಿಗೆ ಬೇಸರವಾಗಬಾರದೆಂಬ ಕಾರಣದಿಂದ, 'ಹೌದಾ? ಛೇ, ಛೇ' ಎಂದು ಲೊಚಗುಟ್ಟಿ,

'ನಾನು ಸುಮ್ಮನೆ ಅವನ ಬಗ್ಗೆ ತಪ್ಪು ಯೋಚನೆ ಮಾಡಿಬಿಟ್ಟೆ' ಎಂಬ ಮಾತೂ ಜೋಡಿಸಿದ.

'ನಿನಗೆ ಇನ್ನೊಂದು ಸಂಗತಿ ಗೊತ್ತುಂಟಾ?' ಎಂದು ಪ್ರಶ್ನಿಸಿದ ಕೇಶವಾಚಾರ್ಯ ಚಂದ್ರಣ್ಣನ ಗಮನವನ್ನು ಸೆಳೆಯುವವನಂತೆ ಸ್ವಲ್ಪ ಹೊತ್ತು ಸುಮ್ಮನಿದ್ದು, ಬಳಿಕ ಹೇಳಿದ. 'ನಿನ್ನ ಆ ಮುದುಕಿ, ನಾಳೆ ಸಂಜೆ ಮತ್ತೆ ಬರ್ತಾಳಂತೆ. ನೀನು ಎಲ್ಲಿಗೂ ಹೋಗದೆ ಅಂಗಡಿಯಲ್ಲೇ ಇರಬೇಕಂತೆ.'

'ಯಾಕೆ! ಮತ್ಯಾಕೆ ಬರುವುದು? ನನ್ನ ಲೆಖ್ಖಾಚಾರದಲ್ಲಿ ಹೆಚ್ಚು ಕಡಿಮೆ ಆಗಿದೆಯಂತೆಯಾ? ಹಾಗೆ ಹೇಳುವುದಾದರೆ ಒಂದು ಹತ್ತು ಹದಿನೈದು ರೂಪಾಯಿ ಜಾಸ್ತಿಯೇ ಆಗಿದೆ ನಾನು ಕೂಡಿಸಿದ್ದು.' ಚಂದ್ರಣ್ಣ ಅಸಹನೆಯಿಂದಲೇ ಹೇಳಿದ್ದ.

ಕೇಶವಾಚಾರ್ಯ ವಿಷಾದದಿಂದೆಂಬಂತೆ ಉತ್ತರಿಸಿದ.

'ನಿನ್ನ ಲೆಖ್ಖಾಚಾರ ಹೆಚ್ಚು ಕಮ್ಮಿಯಾಗಿರುತ್ತಿದ್ದರೇ ಚೆನ್ನಾಗಿತ್ತು ಚಂದ್ರು. ಆದರೆ ಅವಳು ನಿನ್ನನ್ನು ಕಾಣಲು ಬರುವುದು ಬೇರೆಯೇ ಕಾರಣಕ್ಕೆ. ಹೇಳಿದ್ರೆ ನೀನು ನಂಬಲಿಕ್ಕಿಲ್ಲ' ಎಂದವನು ಸ್ವಲ್ಪ ತಡೆದು ಒಂದೇ ಉಸಿರಿನಲ್ಲಿ ಹೇಳಿದ, 'ನಾಳದು ಶುಕ್ರವಾರ ಬೆಳಗ್ಗೆ ಅವಳು ಗೋಡೆ ಕೆಲಸ ಆರಂಭಿಸುತ್ತಾಳಂತೆ. ನಿನ್ನ ಹತ್ರ ಇರುವ ಆ 'ಗೋಡೆಯ ತುಂಡಿ'ನ ಒಂದು ಸಣ್ಣ ಚೂರಾದರೂ ನೀನು ಅವಳಿಗೆ ಕೊಡಬೇಕಂತೆ. ಅದನ್ನು ಸೇರಿಸಿಯೇ ಮನೆ ಗೋಡೆ ಕಟ್ಟಿಸಬೇಕೆಂದು ಅವಳಿಗೆ ಕಳೆದ ಒಂದು ವರ್ಷದಿಂದಲೂ ಆಸೆಯಿತ್ತಂತೆ.'

ಸರಕಾರಿ ಬಾವಿಯೊಳಗಿದ್ದ ಅದ್ರಾಮ ಬ್ಯಾರಿ ಗಹಗಹಿಸಿ ನಕ್ಕ.

ಕೇಸರಿ ಬಿಳಿ ಹಸುರು ಮೂರು ಬಣ್ಣ ನಡುವೆ ಚಕ್ರವು

ಗನೀಲಿ ಹಸುರು ಯಾ ಕೆಂಪು, ಯಾವುದೇ ಬಣ್ಣದ ಚೌಕಪಟ್ಟೆಗಳಿದ್ದರೂ 'ಮೌಲಾನಾ ಮಾರ್ಕ್' ಲುಂಗಿಯ ಮೈ ಬಣ್ಣವು ಬಿಳಿಯದಾದ್ದರಿಂದ ಸಣ್ಣ ಕಲೆಯಾದರೂ ಎದ್ದು ಕಾಣುತ್ತದೆ. ಅದರಲ್ಲೂ ಸೈಕಲ್ ಕ್ಯಾರಿಯರ್‌ನಲ್ಲಿ ಹಸಿಮೀನಿನ ಬುಟ್ಟಿಗಳನ್ನಿಟ್ಟುಕೊಂಡು ಗಲ್ಲಿ ಗಲ್ಲಿ ನುಗ್ಗಿ ವ್ಯಾಪಾರ ಮಾಡುವ ಖಾದರ್‌ನಂಥವರಿಗೆ ಹೇಳಿಸಿದ ಉಡುಪು ಅದಲ್ಲ. ಆದರೆ ಕಳೆದ ಏಳೆಂಟು ವರ್ಷಗಳಿಂದಲೂ ಖಾದರ್‌ನನ್ನು ಅಂಟಿಕೊಂಡಿರುವ ಲುಂಗಿ ಅದುವೇ. ಅದರಂತೆ ಬಾಳಿಕೆ ಬರುವ ಲುಂಗಿ ಬೇರೆ ಇಲ್ಲ ಎಂಬುದು ಅವನ ತೀರ್ಮಾನ. ಹೀಗಿದ್ದರೂ ಕಳೆದ ಸೋಮವಾರ, ಧನವಂತರೀ ಔಷಧ ಭಂಡಾರದ ಹೊಸ್ತಿಲ ಬಳಿ ನಿಂತಿದ್ದ ಶಂಕರ ಭಟ್ಟ್ರು, ತಾನುಟ್ಟಿರುವ ಲುಂಗಿಯ ಬೆಲೆ ಕೇವಲ ಹದಿನೇಳು ರೂಪಾಯಿಗಳು ಎಂದು ತಿಳಿಸಿದಾಗ ಖಾದರ್‌ನಿಗೆ ಅಚ್ಚರಿಯ ಜತೆ ಆಸೆಯೂ ಆಗಿತ್ತು. ಆದರೆ 'ಗಣೇಶ ಕ್ಲಾತ್ ಎಂಪೋರಿಯಂ'ನಿಂದ ಶಂಕರಭಟ್ಟ್ರು ಖರೀದಿಸಿದ್ದ ಲುಂಗಿಯಂಥದ್ದೇ ಲುಂಗಿಯನ್ನು 'ರಹಮತ್ ಕ್ಲಾತ್ ಸ್ಟೋರ್'ನಲ್ಲಿ ಬರೀ ಹದಿನಾರು ರೂಪಾಯಿಗೆ ಮಾರುತ್ತಾರಂತೆ ಎಂಬ ಸಿಹಿ ಸುದ್ದಿ ತಿಳಿದಾಗ ಖಾದರ್‌ನಿಗೆ ಅಚ್ಚರಿಯೇನೂ ಆಗಲಿಲ್ಲ. ಮುತ್ತುಪ್ಪಾಡಿಯ ಈ ಎರಡು ಜವುಳಿ ಅಂಗಡಿಗಳ ನಡುವಿನ ಕೋಳಿ ಜಗಳ ಎಲ್ಲರಿಗೂ ಗೊತ್ತಿದ್ದದ್ದೆ.

ಹಾಗಂತ 'ಗಣೇಶ್ ಕ್ಲಾತ್ ಎಂಪೋರಿಯಂ'ನ ಮಾಲಕರಾಗಿರುವ ಗೋಪಾಲ ಕೃಷ್ಣ ಕಾಮತರೂ 'ರಹಮತ್ ಕ್ಲಾತ್ ಸ್ಟೋರ್'ನ ಸುಲೇಮಾನ್ ಸಾಹುಕಾರರೂ ಪರಸ್ಪರ ಕಟ್ಟಾ ವಿರೋಧಿಗಳೇನೂ ಅಲ್ಲ. ಆದರೂ ತಮ್ಮ ತಮ್ಮ ಅಂಗಡಿಗಳ ಗಲ್ಲಗಳ ಮೇಲೆ ವಿರಾಜಮಾನರಾದರೆ ಸಾಕು. ಇಬ್ಬರೂ ಹಾವು ಮುಂಗುಸಿಗಳೇ ಹೌದು.

ಮಾಲು ಖರೀದಿಸಲೆಂದು ಈ ಇಬ್ಬರು ವ್ಯಾಪಾರಸ್ಥರೂ ಮಂಗಳೂರಿನ ಬಸ್ಸು ಹತ್ತುವುದು ಪ್ರತಿ ಮಂಗಳವಾರದ ಬೆಳಗ್ಗೆಯೇ; ಇವರಿಬ್ಬರೂ ಮಾಲು ಖರೀದಿಸುವ ಜವುಳಿ ಪೇಟೆಯೂ ಒಂದೇ. ಆದರೆ ಮುತ್ತುಪ್ಪಾಡಿಯಿಂದಲೇ ಹೊರಡುವ ಮೊದಲ ಬಸ್ಸಲ್ಲಿ ಕಾಮತರು ಹೊರಟರೆ, ಹೊತ್ತು ಏರಿದ ಬಳಿಕ ಸಾಹುಕಾರರು ಹಾಸನದ ಕಡೆಯಿಂದ ಬರುವ 'ಮಂಗಳೂರು ಬಸ್ಸು' ಹತ್ತುತ್ತಾರೆ.

ಮಂಗಳೂರಿನ ಯಾವುದಾದರೊಂದು ಅಂಗಡಿಯ ಹೊಸ್ತಿಲ ಮೇಲೆಯೋ ಅಥವಾ ಗೂಡ್ಸ್ ಬುಕಿಂಗ್ ಆಫೀಸಿನ ಬಳಿಯೋ ಅಚಾನಕ್ ಎದುರುಬದುರಾದರೆ, 'ಓಹೋ ಕಮ್ತಿಯವರು! ಬೆಳಗ್ಗೆಯೇ ಬಂದ್ರಾ?' ಎಂದು ಸಾಹುಕಾರರೂ, 'ಏನಂತೇ–ಸಾಪ್ಕಾರ್ರು? ಆಯ್ತಾ ಖರೀದಿ?' ಎಂದು ಕಾಮತರೂ ಪ್ರಶ್ನಿಸುವುದೂ ಉಂಟು. ಆದರೆ ಇವರಲ್ಲಿ ಯಾರೊಬ್ಬರೂ ಉತ್ತರದ ನಿರೀಕ್ಷೆ ಮಾಡುವುದಿಲ್ಲವೆಂದು ಇಬ್ಬರಿಗೂ ಚೆನ್ನಾಗಿ ಗೊತ್ತಿರುವುದರಿಂದಾಗಿ 'ಹೇ–ಹೇ–' ಅಥವಾ 'ಹೋ–ಹೋ'ಗಳಲ್ಲೇ ಮಾತು ಮುಗಿಸಿಕೊಂಡು ತಪ್ಪಿಸಿಕೊಳ್ಳುತ್ತಿದ್ದರು.

ಹೀಗಿರುತ್ತ, ಕಳೆದ 'ಕ್ರಿಸಮಸ್ ಹಬ್ಬದ ವಿಶೇಷ ಕಡಿತ'ದ ಅಬ್ಬರವೆಲ್ಲ ತಣ್ಣಗಾಗುತ್ತಿದ್ದಂತೆ 'ಗಣೇಶ್ ಕ್ಲಾತ್ ಎಂಪೋರಿಯಂ'ನಲ್ಲಿ 'ಹೊಸ ವರುಷದ ಹೊಸ ಮಾರಾಟ'ದ ಅಂಗವಾಗಿ ಕೇಸರಿ ಬಣ್ಣದ ಲುಂಗಿಗಳನ್ನು ಹದಿನೇಳು ರೂಪಾಯಿಗಳಿಗೊಂದರಂತೆ ಮಾರಾಟಕ್ಕಿಟ್ಟಿದ್ದು, ಸುಲೇಮಾನ್ ಸಾಹುಕಾರರಿಗೆ–ಯುದ್ಧಕ್ಕೆ ನೀಡಿದ ಬಹಿರಂಗ ಆಹ್ವಾನವಾಗಿತ್ತು. ಅದಕ್ಕೆ ಕಾರಣವೂ ಇತ್ತು, ತಿಂಗಳ ಹಿಂದೆಯಷ್ಟೇ ವರ್ಷಾಂತ್ಯದ 'ತೀರುವಳಿ ಮಾರಾಟ'ದ ನೆವದಿಂದ ತಮ್ಮ ದಾಸ್ತಾನುಗಳನ್ನೆಲ್ಲ ಅರ್ಧ ಬೆಲೆಗೆ ಕೊಡುವುದಾಗಿ ಸುದ್ದಿ ಮಾಡಿದ್ದ ಸಾಹುಕಾರರು, ಕಾಮತರ 'ಕ್ರಿಸ್‌ಮಸ್' ವ್ಯಾಪಾರಕ್ಕೆ ಬಲವಾದ ಹೊಡೆತವನ್ನೇ ನೀಡಿದ್ದರು. ಮುಯ್ಯಿ ತೀರಿಸುವ ಸಲುವಾಗಿ ಕಾಮತರು, ಕೇಸರಿ ಲುಂಗಿಯ ವಿಶೇಷ ಮಾರಾಟದ ತಂತ್ರ ಹೂಡಿದ್ದರು.

ಸುಲೇಮಾನ್ ಸಾಹುಕಾರರು, ಕಾಮತರ ಆಹ್ವಾನವನ್ನು ಬಹಿರಂಗವಾಗಿಯೇ ಸ್ವೀಕರಿಸಿದ್ದರು. 'ಅಲ್ಲಿಗಿಂತ ಒಂದು ರೂಪಾಯಿ ಕಡಮೆಗೆ ಅಂಥದ್ದೇ ಲುಂಗಿಯನ್ನು ನನ್ನ ಅಂಗಡಿಯಲ್ಲಿ ಮಾರದಿದ್ದರೆ ನನ್ನ ಹೆಸರು ಸುಲೇಮಾನ್ ಅಲ್ಲ' ಎಂದು ನಾಲ್ಕು ಮಂದಿಯ ಎದುರಲ್ಲೇ ಶಪತ ಹಾಕಿದ್ದ ಸಾಹುಕಾರರು, ಮರುದಿನವೇ ಮಂಗಳೂರಿಗೆ ಹೋಗಿ ಲಾಭನಷ್ಟದ ಬಗ್ಗೆ ಯೋಚನೆಯನ್ನೇ ಮಾಡದೆ ಮಾಲು ತಂದೇ ಬಿಟ್ಟಿದ್ದರು.

ಹದಿನೇಳು ರೂಪಾಯಿಗೆ ಅಷ್ಟೊಂದು ಚಂದದ ಲುಂಗಿ ಸಿಗುತ್ತದೆ ಎಂಬ ಸುದ್ದಿ ಸಿಕ್ಕಿದಾಗಲೇ ಆಸೆಪಟ್ಟಿದ್ದ ಖಾದರ್, ಅದೇ ಲುಂಗಿ ಹದಿನಾರು ರೂಪಾಯಿಗೆ

ಸಿಗುವಾಗ ಖರೀದಿಸಿಯೇ ಬಿಟ್ಟ. ಒಂದಲ್ಲ ಎರಡು ಲುಂಗಿಗಳನ್ನೇ 'ರಹಮತ್ ಕ್ಲಾತ್ ಸ್ಟೋರ್'ನಿಂದ ಕೊಂಡುತಂದ. ಅಷ್ಟೇ ಅಲ್ಲ, ಮುಂದಿನ ಶುಕ್ರವಾರ ಜುಮ್ಮಾ ನಮಾಜಿಗೆ ಮಸೀದಿಗೆ ಹೋದಾಗ ಅದನ್ನೇ ಉಟ್ಟುಕೊಂಡು ಹೋದ.

ಖಾದರ್ ಜುಮ್ಮಾ ನಮಾಜಿಗೆ ಬರುವಾಗ ಕೇಸರಿ ಲುಂಗಿ ಉಟ್ಟುಕೊಂಡದ್ದು ನಮಾಜಿಗೆ ಸೇರಿದ್ದವರಿಗೆಲ್ಲ ಇರುಸು ಮುರುಸನ್ನುಂಟು ಮಾಡಿತ್ತು. ಆದರೆ 'ನೀನು' ಎಂದರೆ 'ನಿನ್ನಪ್ಪ' ಎನ್ನುತ್ತಾ ಜಗಳಕ್ಕೆ ಕಾಲು ಕೆರೆದು ನಿಂತುಬಿಡುವ ಜಗಳಗಂಟಿ ಖಾದರ್, ನಮಾಜು ಮುಗಿಸಿಕೊಂಡು ಮರಳುವವರೆಗೂ ಯಾರೂ ಚಕಾರವೆತ್ತಿರಲಿಲ್ಲ. ಖಾದರ್ ಮಸೀದಿಯ ಗೇಟು ದಾಟಿ ಹೋದುದನ್ನು ಖಾತರಿಪಡಿಸಿಕೊಂಡ ಏಳೆಂಟು ಮಂದಿಯ ತಂಡವೊಂದು ಮಸೀದಿಯ ಪಕ್ಕದಲ್ಲಿರುವ 'ಮದರಸ'ದಲ್ಲಿ ಸಭೆ ಕೂಡಿತ್ತು.

ವರುಷವೊಂದರ ಹಿಂದೆಯೆಲ್ಲ ಖಾದರ್ ಆ ಬಣ್ಣದ ವೇಷದಲ್ಲಿ ಮಸೀದಿಗೆ ಬಂದಿದ್ದಲ್ಲಿ ಯಾರ ಗಮನವನ್ನೂ ಸೆಳೆಯದಿರುವ ಸಾಧ್ಯತೆಗಳಿದ್ದವು. ಸಭೆ ಸೇರಿ ಅದನ್ನು ಚರ್ಚಿಸಬೇಕೆಂಬ ಯೋಚನೆಯೂ ಹುಟ್ಟುತ್ತಿರಲಿಲ್ಲ. ಆದರೆ ಕಳೆದಾರು ತಿಂಗಳುಗಳಿಂದ ಅಂದರೆ, ಕಬ್ಬಿನ ಗದ್ದೆ ಸುಬ್ಬಣ್ಣ ಶೆಟ್ಟರ ಮಗಳ ಮದುವೆಯ ದಿನದಿಂದಲಾಗಾಯ್ತು ಆ ಬಣ್ಣದ ಲುಂಗಿಗೆ ಒಂದು ಪ್ರತ್ಯೇಕ ಮಹತ್ವ ಅಂಟಿಕೊಂಡಿತ್ತು.

ಸುಬ್ಬಣ್ಣ ಶೆಟ್ಟರು ತನ್ನ ಮಗಳ ಮದುವೆಯನ್ನು 'ಗಾಯತ್ರಿ ಥಿಯೇಟರ್'ನಲ್ಲೇ ನಡೆಸಲು ತೀರ್ಮಾನಿಸಿದ್ದವರು. ಆದರೆ ತಿಂಗಳೊಂದರ ಕೆಳಗೆ ಗೂಡಂಗಡಿಯ ತ್ಯಾಂಪಣ್ಣಿ ಪೂಜಾರಿ ಕೂಡಾ ತನ್ನ ಮಗಳ ಮದುವೆಯನ್ನು ಅದೇ 'ಗಾಯತ್ರಿ ಥಿಯೇಟರ್'ನಲ್ಲಿ ನಡೆಸಿ ಹುಡಿ ಹಾರಿಸಿದಾಗ, ಒಂದೂಕಾಲು ಲಕ್ಷ ಹಾಗೂ 'ಹೀರೋ ಹೋಂಡಾ' ಕೊಡುತ್ತಿರುವ ತನ್ನ ಮಗಳ ಮದುವೆಯನ್ನು ಅದೇ 'ಥಿಯೇಟರ್'ನಲ್ಲಿ ನಡೆಸುವುದಾದರೂ ಹೇಗೆ?

ಅಂತೆಯೇ. ಕಬ್ಬಿನಗದ್ದೆಯ ಎಂಟಂಕಣದ ಮನೆಯಂಗಳದಲ್ಲಿ ಮೂವತ್ತಾರು ಕಂಭಗಳ ಚಪ್ಪರವು ಎದ್ದು ನಿಂತಿತು. ಹುಡುಗನ ಕಡೆಯ ದಿಬ್ಬಣದವರು ಬರಲಿರುವ ಎರಡೂ 'ಸೂಪರ್ ಡೀಲಕ್ಸ್' ಬಸ್ಸುಗಳನ್ನು ನಿಲ್ಲಿಸಿಕೊಳ್ಳಲೆಂದೇ ಚಪ್ಪರದ ಬಲಭಾಗದಲ್ಲಿದ್ದ ಗುಡ್ಡ ಸವರಿ 'ತಾತ್ಕಾಲಿಕ ತಂಗುದಾಣ' ನಿರ್ಮಿಸಲಾಯಿತು. ಮದುವೆ ಮನೆಯ ಊಟದ ಏರ್ಪಾಡಿಗೆಂದೇ ಮಂಗಳೂರಿನಿಂದ ತಂಡವೊಂದನ್ನು ಕರೆಸಲಾಯಿತು. ಒಟ್ಟಿನಲ್ಲಿ ತ್ಯಾಂಪಣ್ಣ ಪೂಜಾರಿಯ 'ಥಿಯೇಟರ್ ಮದುವೆ'ಯ ಮುಖಕ್ಕೆ ಹೊಡೆದಂತೆ ಮನೆಯಂಗಳದಲ್ಲೇ ಮದುವೆ ಮುಗಿಸಿದ ಸುಬ್ಬಣ್ಣ ಶೆಟ್ಟರು ಮೀಸೆಯ ಮೇಲೆ ಬೆರಳಾಡಿಸಿದ್ದರು. ಆದರೆ ತಮಾಶೆಯ ಸಂಗತಿಯೆಂದರೆ, ಮದುವೆ ಮನೆಯಲ್ಲಿ ಮದುಮಕ್ಕಳಿಗಿಂತಲೂ ಹೆಚ್ಚು ಸುದ್ದಿ ಮಾಡಿದವರು, ಊಟದ

ಉಸ್ತುವಾರಿಗಾಗಿ ಮಂಗಳೂರಿನಿಂದ ವಿಶೇಷವಾಗಿ ಕರೆಸಲಾಗಿದ್ದ ಹನ್ನೊಂದು ಮಂದಿಯ ತಂಡದ ಸದಸ್ಯರು.

ಎಂತೆಂಥದ್ದೋ ಊಟದ ರುಚಿ ಚಪ್ಪರಿಸಿದ್ದ ಮುತ್ತುಪ್ಪಾಡಿಯ ನಾಲಿಗೆಗಳಿಗೆ ಮಂಗಳೂರು ಮಂದಿ ಬಡಿಸಿದ್ದ ಊಟಕ್ಕಿಂತಲೂ ಅವರು ಧರಿಸಿದ್ದ ಬಣ್ಣದ ಸಮವಸ್ತ್ರವೇ ಹೆಚ್ಚು ಕೆಲಸ ಕೊಟ್ಟಿತ್ತು. ಆ ತಂಡದಲ್ಲಿದ್ದ ಮೂವರನ್ನುಳಿದು ಎಲ್ಲರೂ ಇಪ್ಪತ್ತರ ಆಸುಪಾಸಿನ ಚಿಗುರು ಮೀಸೆಯ ತರುಣರೇ. ಅವರೆಲ್ಲರ ಕಣ್ಣು, ಕಿವಿ, ಮೂಗು, ತಲೆಗೂದಲು, ಕೈಕಾಲುಗಳ ಬಣ್ಣಗಳಲ್ಲಿ ಹೇಳಿಕೊಳ್ಳುವಂತಹ ಹೊಂದಾಣಿಕೆ ಇತ್ತು. ಕೇಸರಿ ಬಣ್ಣದ ಅಡ್ಡಮುಂಡು ಸುತ್ತಿಕೊಂಡು, ಬಿಳಿ ಬಣ್ಣದ ಅರೆತೋಳಿನ ಅಂಗಿ ಧರಿಸಿದ್ದ ಪ್ರತಿಯೊಬ್ಬರೂ, ಕೇಸರಿ ರುಮಾಲುಗಳನ್ನು ಶಾಲಿನಂತೆ ಕೊರಳ ಸುತ್ತ ಹಾಕಿಕೊಂಡಿದ್ದರು. ಬರಿಯ ಉಡುಗೆಗಳಲ್ಲಿನ ಸಮಾನ ಬಣ್ಣವಷ್ಟೇ ಅಲ್ಲ; ಊಟಕ್ಕೆ ಎಲೆ ಇಡುವುದರಿಂದಾರಂಭಿಸಿ ಎಂಜಲೆಲೆ ಎತ್ತುವವರೆಗಿನ ಸಕಲಕ್ರಿಯೆಗಳಲ್ಲೂ ಅವರ ನಡುವೆ ಒಂದು ಬಗೆಯ ಶಿಸ್ತುಬದ್ಧ ಹೊಂದಾಣಿಕೆ ಎದ್ದುಕಾಣುತ್ತಿತ್ತು.

ತ್ಯಾಂಪಣ್ಣ ಪೂಜಾರಿಯ ಥಿಯೇಟರ್ ಮದುವೆಯ ಜತೆ, ಸುಬ್ಬಣ್ಣ ಶೆಟ್ಟರ ಚಪ್ಪರದ ಮದುವೆಯನ್ನೂ ವಾರದೊಳಗೆ ಮರೆತ ಮುತ್ತುಪ್ಪಾಡಿಯ ನಾಗರಿಕರಿಗೆ, ಚಪ್ಪರದ ಮದುವೆ ಮನೆಯ ಪ್ರಮುಖ ಆಕರ್ಷಣೆಯೆನ್ನಿಸಿದ್ದ, ಊಟದ ಮಂದಿಯ ಬಣ್ಣದ ಸಮವಸ್ತ್ರವನ್ನು ಮಾತ್ರ ಮರೆಯುವುದು ಸಾಧ್ಯವಾಗಲಿಲ್ಲ. ಶ್ರೀ ಗುರು ರಾಘವೇಂದ್ರ ಭಜನಾ ಮಂಡಳಿಯ ಸ್ಥಾಪಕ ಕಾರ್ಯದರ್ಶಿಯಾಗಿರುವ ಟಿ.ಆರ್. ರಾಯರ ಅಭಿಪ್ರಾಯದಂತೆ ಅದು ಮರೆತು ಬಿಡಬೇಕಾದ ಬಣ್ಣವೂ ಆಗಿರಲಿಲ್ಲ. ಪ್ರತಿ ಗುರುವಾರ ಸಂಜೆ ನಡೆಯುತ್ತಿರುವ ಸಾಮೂಹಿಕ ಭಜನೆಯಲ್ಲಿ ಭಾಗವಹಿಸಬಯಸುವ ಪ್ರತಿಯೊಬ್ಬರೂ ಅದೇ ಬಗೆಯ ಸಮವಸ್ತ್ರವನ್ನು ಧರಿಸಬೇಕೆಂದು ಕಳಕಳಿಯ ವಿನಂತಿ ಮಾಡಿದ್ದ ಟಿ.ಆರ್. ರಾಯರು, ತನ್ನ ಸ್ವಂತ ವೆಚ್ಚದಿಂದ ಮೂವತ್ತು ರುಮಾಲುಗಳನ್ನು ಮಂಗಳೂರಿನಿಂದಲೇ ತರಿಸಿ–ಮೊದಲು ಬಂದವರಿಗೆ ಮೊದಲು–ಎಂಬಂತೆ ಉಚಿತವಾಗಿಯೇ ಹಂಚಿದ್ದರು.

ಮುಂದಿನ ಆರೇಳು ತಿಂಗಳುಗಳ ಅವಧಿಯಲ್ಲಿ ಮುತ್ತುಪ್ಪಾಡಿಯ ಬದುಕಿನ ಬಣ್ಣಗಳನ್ನೆಲ್ಲ ವಿವರಿಸುತ್ತಾ ಹೋದರೆ ದೊಡ್ಡ ರಾಮಾಯಣವೇ ಆದೀತು. ಒಟ್ಟಿನಲ್ಲಿ, ಸುಬ್ಬಣ್ಣ ಶೆಟ್ಟರ ಚಪ್ಪರದ ಮದುವೆಯ ದಿನಗಳಲ್ಲಿ, ಹೊಸ ಮದುವಣಗಿತ್ತಿಯಾಗಿ ಶಿವಮೊಗ್ಗದಲ್ಲಿ ಸುಖಿಸುತ್ತಿದ್ದ ತ್ಯಾಂಪಣ್ಣ ಪೂಜಾರಿಯ ಮಗಳು ತನ್ನ ಚೊಚ್ಚಲ ಹೆರಿಗೆಗಾಗಿ ತವರಿಗೆ ಬರುತ್ತಿರುವಾಗ, ತನ್ನ ಮನೆಯೆದುರಿನ ಲೈಟು ಕಂಭದಲ್ಲಿ ಹಾರಾಡುತ್ತಿದ್ದ ಬಾವುಟವನ್ನು ಕಂಡು, ತನ್ನೆಜಮಾನರು ಕೆಲವೊಮ್ಮೆ ಸುತ್ತಿಕೊಳ್ಳುತ್ತಿದ್ದ ಅದೇ ಬಣ್ಣದ ಲುಂಗಿಯನ್ನು ನೆನಪಿಸಿಕೊಳ್ಳುತ್ತಾ ಪುಳಕಗೊಂಡಿದ್ದಳು. ಇಂತಹ

ದಿನಗಳಲ್ಲೇ ಖಾದರ್ ಕೇಸರಿ ಲುಂಗಿ ಉಟ್ಟುಕೊಂಡು ಮಸೀದಿಗೆ ಹೋದದ್ದು.

ಕೇವಲ ಅರ್ಧತಾಸಿನೊಳಗೇ ತಮ್ಮ ಅನಧಿಕೃತ ಕಲಾಪಗಳನ್ನು ಮುಗಿಸಿದ್ದ ಸಭೆಯ ತೀರ್ಮಾನಗಳ ಒಟ್ಟಭಿಪ್ರಾಯ ಇಷ್ಟು; ಆ ಬಣ್ಣದ ಲುಂಗಿಯನ್ನುಟ್ಟುಕೊಂಡು ಯಾರೇ ಆದರೂ ಮಸೀದಿಗೆ ಬರುವುದನ್ನು ನಿಷೇಧಿಸುವಂತೆ ಜಮಾತ್ ಅಧ್ಯಕ್ಷರಿಗೆ ಸೂಚಿಸುವುದು. ಎರಡನೆಯದಾಗಿ, ಮಸೀದಿಯ ಗೇಟಿನಿಂದಾರಂಭಿಸಿ ರಸ್ತೆಯ ಮುಂದಿನ ತಿರುವಿನವರೆಗೂ ಇರುವ ತಂತಿ ಕಂಭಗಳಿಗೆ ಹಸುರು ಬಣ್ಣದ ಬಾವುಟಗಳನ್ನು ಕಟ್ಟಿಸುವಂತೆ ಜಮಾತ್ ಅಧ್ಯಕ್ಷರಿಗೆ ಸಲಹೆ ಮಾಡುವುದು ಮತ್ತು ಕೊನೆಯದಾಗಿ, 'ಅವರೆಲ್ಲ' ಅವರವರ ಮನೆಯ ಮಾಡುಗಳಿಗೆ ಕಟ್ಟಿ ಹಾರಿಸುತ್ತಿರುವ ಕೇಸರಿಬಣ್ಣದ ಬಾವುಟಗಳಿಗಿಂತಲೂ ಹೆಚ್ಚು ಅಗಲವಾದ ಹಸುರು ಬಾವುಟಗಳನ್ನು ಜಮಾತಿನ ಸದಸ್ಯರೆಲ್ಲರ ಮನೆ ಮಾತುಗಳ ಮೇಲೆಯೂ ಹಾರಿಸಲು ಜಮಾತ್ ಅಧ್ಯಕ್ಷರು ಆದೇಶ ನೀಡುವಂತೆ ಒತ್ತಾಯಿಸುವುದು.

'ರಹಮತ್ ಕ್ಲಾತ್ ಸ್ಟೋರ್'ನ ಮಾಲಿಕರೂ ಆಗಿರುವ ಜಮಾತ್ ಅಧ್ಯಕ್ಷ ಸುಲೇಮಾನ್ ಸಾಹುಕಾರರಿಗೆ ಹಸುರು ಬಾವುಟದ ಸಲಹೆ ವ್ಯಾವಹಾರಿಕವಾಗಿ ಆಕರ್ಷಕವಾಗಿಯೇ ಕಾಣಿಸಿತ್ತಾದರೂ, ಖಾದರ್‌ನಂತಹ ಪಡ್ಡೆ ಹುಡುಗರು ಅವರವರಿಗಿಷ್ಟವಾದ ಬಣ್ಣದ ಬಟ್ಟೆಗಳನ್ನು ಖರೀದಿಸಿ ಉಟ್ಟುಕೊಳ್ಳುವುದರಿಂದ ನಿರ್ಬಂಧಿಸುವುದು ನಷ್ಟದ ಬಾಬ್ತು ಅನ್ನಿಸಿದ್ದು ಸಹಜ. ಅಲ್ಲಾಹು ಸೃಷ್ಟಿಸಿರುವ ಬಣ್ಣಗಳೆಲ್ಲವೂ ಮಾರಾಟಯೋಗ್ಯವೆಂದು ನಂಬಿರುವ ಸಾಹುಕಾರರು ಹಾಗೆ ನಿರ್ಬಂಧಿಸುವುದು ಸರಿಯಲ್ಲವೆಂದೂ, ಬೇಕಾದರೆ ಕೇಸರಿ ಲುಂಗಿಗಳಿಗಿಂತಲೂ ಕಡಮೆ ಬೆಲೆಗೆ ಹಸುರು ಲುಂಗಿಗಳನ್ನು ತರಿಸಿ ಮಾರಲು ತಾವು ಸಿದ್ಧವಿರುವುದಾಗಿಯೂ, ಯಾವನೇ ಗಂಡಸಿನ ಸ್ವಂತ ಅಭಿಪ್ರಾಯಗಳನ್ನು ಇಂತಹ ವಿಷಯಗಳಲ್ಲಿ ಗೌರವಿಸಬೇಕಾಗಿರುವುದು ತಮ್ಮಂತಹ ಹಿರಿಯರ ಜವಾಬ್ದಾರಿ ಎಂಬುದನ್ನು ಹಲವಾರು ಉದಾಹರಣೆಗಳೊಂದಿಗೆ ಸಾಬೀತುಪಡಿಸಿದ ಬಳಿಕ ಬಾವುಟದ ಬಗೆಗಿನ ಎರಡೂ ಸಲಹೆಗಳಿಗಷ್ಟೇ ಹೆಸುರು ನಿಶಾನಿ ತೋರಿಸಿದ್ದರು.

ಮುತ್ತುಪ್ಪಾಡಿ ಪಂಚಾಯತು ಸರಹದ್ದಿನ ನೆಲದಲ್ಲಿ ಲಂಬವಾಗಿ ನಿಂತಿರುವ ಎಲ್ಲ ಲೈಟು ಕಂಭಗಳಲ್ಲಿ ಕೇಸರಿ ಬಣ್ಣದ ಬಾವುಟಗಳೂ, ಎಲ್ಲ ತಂತಿ ಕಂಭಗಳಲ್ಲಿ ಹಸುರು ಬಣ್ಣದ ಬಾವುಟಗಳೂ ಹಾರಾಡಲಾರಂಭಿಸಿ, ತಿಂಗಳೊಂದು ದಾಟಿದ ಬಳಿಕ, 'ಗಣೇಶ್ ಕ್ಲಾತ್ ಎಂಪೋರಿಯಂ' ಹಾಗೂ 'ರಹಮತ್ ಕ್ಲಾತ್ ಸ್ಟೋರ್'ಗಳಲ್ಲಿ ಪೈಪೋಟಿಯ ಬೆಲೆಗೆ ಬಿಕರಿಗಿರಿಸಲಾಗಿದ್ದ ಬಣ್ಣಬಣ್ಣದ ಲುಂಗಿ ರುಮಾಲುಗಳನ್ನು ಕೊಂಡು ಧರಿಸತೊಡಗಿದ್ದ ಮಂದಿ, ಹೊಸ ಉತ್ಸಾಹದಿಂದ ತಮ್ಮ ತಮ್ಮ ಮನೆ ಮಾಡುಗಳ ಮೇಲೂ, ರಸ್ತೆಗಳಂಚಿನಲ್ಲಿ ಹೊಸದಾಗಿ ಬೆಳೆಯುತ್ತಿದ್ದ ಸುಬಾಬುಲ್

ಸಾಲುಗಿಡಗಳ ರೆಂಬೆಗಳಲ್ಲೂ ತಮ್ಮ ಆಯ್ಕೆಯ ಬಣ್ಣದ ಬಾವುಟಗಳನ್ನು ಹಾರಿಸುತ್ತಾ ಸುಖ ಅನುಭವಿಸತೊಡಗಿದ್ದರು.

ಕ್ರಮೇಣ. ಯಾವುದಾದರೊಂದು ಕಂಭದಲ್ಲಿ ಹಾರುತ್ತಿದ್ದ ಯಾವುದಾದರೊಂದು ಬಣ್ಣದ ಬಾವುಟವು ಯಾವುದಾದರೊಂದು ಕಾರಣದಿಂದ ಜಾರಿಬಿದ್ದು ಹೋದರೆ, ಅದೇ ಜಾಗದಲ್ಲಿ ಅದೇ ದಿನವೇ ಬೇರೊಂದು ಬಣ್ಣದ ಬಾವುಟ ಕಾಣಿಸುವುದು ಸಾಮಾನ್ಯ ಸಂಗತಿಯೆನ್ನಿಸತೊಡಗಿತು. ಮುಂದಿನ ಎರಡು ವಾರಗಳೊಳಗೆ ಬಾವುಟಗಳು ಉದುರಿ ಬೀಳುವ ಪ್ರಾಕೃತಿಕ ಕಾರಣಗಳ ನಿವಾರಣೆಯ ಸಲುವಾಗಿ, ಬಾವುಟಗಳೆಲ್ಲವೂ ಕಬ್ಬಿಣದ ಸರಿಗೆಗಳ ಮೂಲಕ ಬಿಗಿದುಕೊಳ್ಳಲಾರಂಭಿಸಿದ್ದು, ಬಾವುಟ ಹಾರಿಸುವ ಉತ್ಸಾಹಿಗಳ ಆಸೆಗೆ ತಾಂತ್ರಿಕ ಕಡಿವಾಣವಾಯಿತು. ಆದರೂ, ಅತಿ ಆಸೆಯಿಂದಷ್ಟೆ ಬದುಕಬಲ್ಲವರು ಅಲ್ಪ ಸ್ವಲ್ಪ ಸಡಿಲವಾಗಿರುವ ಬಾವುಟಗಳನ್ನು ಗುರುತಿಟ್ಟುಕೊಂಡು ದಿನಕ್ಕೆರಡು ಬಾರಿಯಂತೆ ಅದೇ ದಾರಿಯಲ್ಲಿ ಅಡ್ಡಾಡಲಾರಂಭಿಸಿದರು. ಅದೃಷ್ಟವಂತರಾದ ಕೆಲವರ ಆಸೆ ಫಲಿಸಿದಾಗ ಜಗವನ್ನೇ ಗೆದ್ದವರಂತೆ ತಮ್ಮ ಗೆಳೆಯರ ನಡುವೆ ಸಂತಸವನ್ನು ಹಂಚಿಕೊಂಡದ್ದೂ ಆಯಿತು.

ಯುಗಾದಿಗೆ ಎರಡು ವಾರಗಳಿವೆ ಎನ್ನುವಾಗ 'ಗಣೇಶ್ ಕ್ಲಾತ್ ಎಂಪೋರಿಯಂ'ನಲ್ಲಿ 'ಯುಗಾದಿಯ ಬಂಪರ್ ಮಾರಾಟ' ಶುರುವಾಗುವುದು ಹಲವಾರು ವರ್ಷಗಳಿಂದ ನಡೆದು ಬಂದಿರುವ ಸಂಪ್ರದಾಯ. ಈ ಬಾರಿಯ 'ಬಂಪರ್ ಮಾರಾಟ'ವು ಕರಪತ್ರಗಳ ಹಂಚೋಣದ ಜತೆ ಭರ್ಜರಿಯಾಗಿಯೇ ಉದ್ಘಾಟನೆಗೊಂಡಿತ್ತು. 'ಕೇವಲ ಹನ್ನೆರಡು ರೂಪಾಯಿಗೆ ಲುಂಗಿ, ನಾಲ್ಕು ರೂಪಾಯಿಗೆ ರುಮಾಲು; ನೂರು ರೂಪಾಯಿಗಿಂತ ಹೆಚ್ಚಿನ ಜವುಳಿ ಖರೀದಿಸಿದವರಿಗೆ ಒಂದು ಜೊತೆ ಉಚಿತ' ಇವು ಕರಪತ್ರದ 'ಬಾಕ್ಸ್ ಐಟಂ'.

ಕರಪತ್ರ ಓದಿದ ಸುಲೇಮಾನ್ ಸಾಹುಕಾರರು ಕಂಗಾಲಾದರು. ಕಳೆದ ಸಲ ಕೇಸರಿ ಲುಂಗಿಗಳನ್ನು ಕಾಮತರ ಅಂಗಡಿಯ ಬೆಲೆಗಿಂತ ಒಂದು ರೂಪಾಯಿ ಕಡಮೆಗೆ ಮಾರಿದ್ದರಿಂದ ನಷ್ಟವಾಗಿರದಿದ್ದರೂ ಲಾಭ ಅಂತ ಒಂದು ರೂಪಾಯಿಯೂ ದಕ್ಕಿರಲಿಲ್ಲ. ಮಾನಮರ್ಯಾದೆ ಎಲ್ಲವೂ ಬಹುಮುಖ್ಯ ಸಂಗತಿಗಳೇ ಆಗಿದ್ದರೂ, ಅದಕ್ಕಾಗಿ ನಷ್ಟ ಮಾಡಿಕೊಳ್ಳುವುದು ಜಾಣತನವಲ್ಲ, ವ್ಯಾಪಾರದ ಸಿದ್ಧಾಂತಕ್ಕೇ ಅದು ಅವಮಾನ. ಮಂಗಳೂರು ಜವುಳಿ ಪೇಟೆಯನ್ನೆಲ್ಲ ಜಾಲಾಡಿದರೂ ಹನ್ನೆರಡು ರೂಪಾಯಿಗೆ ಮಾರಬಲ್ಲ ಲುಂಗಿ ಕಾಣಿಸಾದಾಗ 'ಗಣೇಶ್ ಕ್ಲಾತ್ ಎಂಪೋರಿಯಂ'ನ ಮಾರಾಟ ತಂತ್ರದಲ್ಲಿ ಮಾರಾಟಕ್ಕೆ ಹೊರತಾದದ್ದು ಏನೋ ಇದೆಯೆಂಬ ಅನುಮಾನ ಕಾಡಿತು. ಸ್ವಲ್ಪ ಆಳಕ್ಕೆ ಕೆದಕಿ ನೋಡಿದಾಗ ಅನುಮಾನ ನಿಜವೆನ್ನಿಸಿತು. ಇನ್ನು ತಡಮಾಡಿದರೆ ಮೂಗು ಕತ್ತರಿಸಿಕೊಂಡಂತೆ ಎಂದು ಆತಂಕಗೊಂಡ

ಸಾಹುಕಾರರು ಜಮಾತಿನ ಹಿರಿಯರನ್ನು ತಮ್ಮ ಮನೆಗೇ ಕರೆಸಿಕೊಂಡು ವಿಶೇಷ ಮೀಟಿಂಗ್ ನಡೆಸಿದರು. ಪ್ರತಿಯೊಬ್ಬ ಆಡಳಿತ ಸದಸ್ಯನೂ ತಲಾ ಮುನ್ನೂರು ರೂಪಾಯಿಗಳಷ್ಟು ವಂತಿಗೆ ನೀಡುವ ವಾಗ್ದಾನ ನೀಡುವವರೆಗೂ ಸಾಹುಕಾರರು ಗಾಬರಿಯಿಂದಲೇ ಮಾತು ಚೆಲ್ಲುತ್ತಿದ್ದರು. ಈ ವಿಶೇಷ ಸಭೆಯ ಫಲವಾಗಿ ಮುಂದಿನ ಶುಕ್ರವಾರ ಜುಮ್ಮಾ ನಮಾಜಿಗೆ ಬಂದವರೆಲ್ಲರೂ ಒಂದೊಂದು ಜೊತೆ ಹಸುರು ಲುಂಗಿ ಹಾಗೂ ರುಮಾಲುಗಳನ್ನು ಉಚಿತವಾಗಿಯೇ ಪಡೆದರು. ಅದಾಗಲೇ ಕೇಸರಿ ಲುಂಗಿ ಉಡುವುದನ್ನೇ ಪರಿಪಾಠ ಮಾಡಿಕೊಂಡಿದ್ದ ಖಾದರ್ ಕೂಡಾ ಒಂದು 'ಜೊತೆ'ಯನ್ನು ಸಂತಸದಿಂದಲೇ ಸ್ವೀಕರಿಸಿದ್ದ; ಮಾತ್ರವಲ್ಲ 'ನನಗೆ ಇಂಥದ್ದರಲ್ಲಿ ಆಸಕ್ತಿಯಿಲ್ಲ' ಎನ್ನುತ್ತಾ ಲುಂಗಿ ರುಮಾಲುಗಳನ್ನು ನಿರಾಕರಿಸಿದ್ದ ಸೈಕಲ್ ಅಂಗಡಿಯ ಮುದುಕ ಅದಂ ಖಾನರ ಪಾಲನ್ನೂ ತಾನೇ ಸ್ವೀಕರಿಸಿದ್ದ.

ತಿಂಗಳೊಂದು ದಾಟುವಷ್ಟರಲ್ಲಿ ಮುತ್ತುಪ್ಪಾಡಿಯಲ್ಲಿ ಬಣ್ಣದ ವೇಷಗಳೇ ತುಂಬಿ ಹೋದವು. ದೇವಸ್ಥಾನಗಳ ಅಂಗಳದಲ್ಲಿ ಹೂ ಮಾರುವವರು, ಬಸ್‌ಸ್ಟ್ಯಾಂಡ್‌ಲ್ಲಿ ಹಣ್ಣು ಮಾರುವವರು, ಜೀನಸು ಅಂಗಡಿಗಳಲ್ಲಿ ಸಾಮಾನು ಕಟ್ಟುವವರು. ಚಪ್ಪಲು ಅಂಗಡಿಗಳಲ್ಲಿ ಕೂತು ಪಾದ ಅಳೆಯುವವರು ಎಲ್ಲರೂ ಬಣ್ಣದ ವೇಷಗಳಾದರು. ನಾಲ್ಕು ಮಂದಿ ಕೂಡಿದಲ್ಲಿ ಬಣ್ಣಗಳೇ ಮಾತಾದವು. ಆ ಬಣ್ಣದವರ ಮನೆಗೆ ಈ ಬಣ್ಣದವರು, ಈ ಬಣ್ಣದವರ ಅಂಗಡಿಗೆ ಆ ಬಣ್ಣದವರು ಹೋಗುವುದನ್ನೇ ನಿಲ್ಲಿಸಿಬಿಟ್ಟರು. ಆ ಬಣ್ಣದವರ ತೋಟಕ್ಕೆ ಕೂಲಿಗೆ ಹೋಗಲೂ ಈ ಬಣ್ಣದವರು ಹಿಂಜರಿದರು. ಒಟ್ಟಿನಲ್ಲಿ ಯಾರ ಬಣ್ಣ ಯಾವುದು ಎಂಬುದನ್ನು ಪುಟ್ಟ ಮಕ್ಕಳೂ ಗುರುತಿಸುವಂತಾಯಿತು.

ಈ ಎಲ್ಲ ಅತಿರೇಕಗಳ ನಡುವೆಯೂ ಖಾದರ್ ಮಾತ್ರ ಒಂದೊಂದು ದಿನ ಒಂದೊಂದು ಬಣ್ಣಗಳಲ್ಲಿ ಪ್ರದರ್ಶನಗೊಳ್ಳುತ್ತಾ ಕೆಲವರ ನಗುವಿಗೆ, ಹಲವರ ಕೋಪಕ್ಕೆ ಕಾರಣನಾಗಿದ್ದ. ಉಚಿತವಾಗಿ ಹಂಚಲಾದ ಹಸುರು ಲುಂಗಿ ರುಮಾಲುಗಳನ್ನು– ಒಂದಲ್ಲ ಎರಡು ಜೊತೆ ಪಡೆದುಕೊಂಡ ಬಳಿಕವೂ, ಅವನು ಒಮ್ಮೊಮ್ಮೆ ಕೇಸರಿ ವೇಷದಲ್ಲಿ ಮಸೀದಿಗೆ ಬರುತ್ತಿದ್ದುದು ಸಹಜವಾಗಿಯೇ ಕೆಲವರ ತಾಳ್ಮೆಯನ್ನು ಹದಗೆಡಿಸುತ್ತಿತ್ತು. ಖಾದರ್ ಆ ವೇಷದಲ್ಲಿ ನಮಾಜಿಗೆ ಹೋಗುತ್ತಿರುವುದನ್ನು ಸಂಭ್ರಮದಿಂದ ಹೇಳಿಕೊಳ್ಳುವ ಟಿ.ಆರ್. ರಾಯರು ಕೂಡಾ ಮಾತಿನ ನಡುವೆ, 'ಆದ್ರೆ ಅವ್ನು ಮೀನು ಮಾರುವಾಗಲೂ ಅದನ್ನುಟ್ಟುಕೊಳ್ಳುವುದು ನನಗಂತೂ ಹಿಡಿಸುವುದಿಲ್ಲ' ಎಂದು ಪರಿತಪಿಸಿದ್ದರು. ಖಾದರ್ ಯಾವುದೇ ಬಣ್ಣದ ಲುಂಗಿ ಉಟ್ಟಿದ್ದರೂ ಅದರ ಬಗ್ಗೆ ಚಕಾರವೆತ್ತದವರೆಂದರೆ, ಪ್ರತಿದಿನ ಸಂಜೆಯಾಗುತ್ತಲೇ ಆತನ ಜತೆ ಗುಡ್ಡೆಶಾಲೆಯ ಹಿಂಭಾಗದಲ್ಲಿ ಇಸ್ಪೇಟ್ ಆಡಲು ಸೇರುತ್ತಿದ್ದ ಎರಡೂ

ಬಣ್ಣಗಳ ಏಳೆಂಟು ಜನರ ಒಂದು ಗುಂಪಿನ ಸದಸ್ಯರು. ಊರವರೆಲ್ಲರಿಂದ 'ಮೂರೆಲೆ ಬಳಗ' ಎಂದೇ ಗುರುತಿಸಲ್ಪಟ್ಟಿರುವ ಈ ಗುಂಪಿನ ಸದಸ್ಯರುಗಳಲ್ಲಿ ಖಾದರ್‌ನನ್ನು ಹೊರತುಪಡಿಸಿದರೆ ಪ್ರಮುಖರೆಂದರೆ, ಟೈಲರುಗಳಾಗಿರುವ ಆದ್ರಾಮ ಮತ್ತು ಕಿಟ್ಟಪ್ಪ, 'ಗುಮಾಸ್ತ' ಎಂಬ ಅಡ್ಡ ಹೆಸರು ಹೊತ್ತ ಶ್ರೀನಿವಾಸ, ಬೀಡಿ ಕಟ್ಟುವ ಉದ್ಯೋಗದ ಸುಂದರಣ್ಣ, ದುಬಾಯಿ ರಿಟರ್ನ್ ಅಬ್ಬಾಸ್, ಲಾಟರಿ ಮಾರುವ ಮೋಹನ ಮತ್ತು ಹುಣ್ಣಿಮೆಗೊಮ್ಮೆ-ಅಮವಾಸ್ಯೆಗೊಮ್ಮೆಯಂತೆ ಬಂದು ಕೂಡುವ ಅಗರಬತ್ತಿ ಏಜಂಟ್ ಮಣಿ. ಯಾವುದರ ಬಗ್ಗೆಯೂ ತಲೆಕೆಡಿಸಿಕೊಳ್ಳದೆ ಇಸ್ಪೇಟ್ ಎಲೆಗಳ ಮೂಲಕವೇ ಸ್ವರ್ಗ ಕಾಣುವ ಇವರ ಬಗ್ಗೆ ಊರ ಹಿರಿಯರಿಗೆಲ್ಲ ಅಷ್ಟಕಷ್ಟೆ. ಊರ ಯಾವುದೇ ಕ್ರಿಯೆಗಳಲ್ಲೂ ಬೆಲೆಯಿಲ್ಲದವರು ಇವರು; ಬೇರೆಲ್ಲ ಬಣ್ಣಗಳಿಗಿಂತಲೂ ಇಸ್ಪೇಟು ಎಲೆಗಳ ಬಣ್ಣಗಳ ಬಗ್ಗೆಯೇ ಹೆಚ್ಚು ತಲೆ ಕೆಡಿಸಿಕೊಳ್ಳುತ್ತಿರುವ ಮಂದಿಗಳು.

ಹೀಗಿರುತ್ತ ಒಂದು ಗುರುವಾರದಂದು ಮೀನು ಮಾರ್ಕೆಟ್ ಎದುರಿನ ಲೈಟು ಕಂಭದಲ್ಲಿದ್ದ ಕೇಸರಿ ಬಾವುಟವನ್ನು 'ಕಳೆದ ರಾತ್ರಿ ಕಿತ್ತೆಸೆದು ಅದೇ ಕೋಲಿಗೆ ಹಸುರು ಬಾವುಟವನ್ನು ಏರಿಸಿದ್ದಾರಂತೆ' ಎಂಬ ವದಂತಿಗೆ ನಾಲ್ಕು ತಾಸು ತುಂಬುವ ಮುನ್ನವೇ, ಪೋಲೀಸು ಸ್ಟೇಶನ್ ಬೀದಿಯ ಎಲ್ಲ ಹದಿನೇಳು ತಂತಿ ಕಂಬಗಳಲ್ಲೂ ಹಾರಾಡುತ್ತಿದ್ದ ಹಸುರು ಬಾವುಟಗಳನ್ನು ಮಟಮಟ ಮಧ್ಯಾಹ್ನವೇ ಸಾರ್ವಜನಿಕವಾಗಿ ಕಳಚಿ, ಅದೇ ಜಾಗಗಳಲ್ಲಿ ತಲಾ ಎರಡೆರಡರಂತೆ ಒಟ್ಟು ಮೂವತ್ನಾಲ್ಕು ಕೇಸರಿ ಬಾವುಟಗಳನ್ನು ಸ್ಥಾಪಿಸಲಾಯಿತು. ಅದೇ ಸಂಜೆ ನಿತ್ಯದ ಭಜನೆಯ ಕಾರ್ಯಕ್ರಮವನ್ನು ಭಾಷಣದ ಕಾರ್ಯ ಕ್ರಮವನ್ನಾಗಿ ಬದಲಾಯಿಸಿಕೊಂಡ ಟಿ.ಆರ್. ರಾಯರು, ಯಾವುದೇ ಪರಿಸ್ಥಿತಿಯನ್ನೂ ಎದುರಿಸಲು ಕಂಕಣಬದ್ಧರಾಗಲು ಕರೆ ನೀಡಿದರು. ಮರುದಿನ ಜುಮ್ಮಾ ನಮಾಜು ಮುಗಿಸಿಕೊಂಡು ಹೊರಬಿದ್ದ ಯುವಕರ ತಂಡವೊಂದು ರಸ್ತೆಯುದ್ದಕ್ಕೂ ಬಾವುಟಗಳ ಮೆರವಣಿಗೆ ನಡೆಸಿತು. ಈ ಎಲ್ಲ ಬೆಳವಣಿಗೆಗಳೂ ಸಾರ್ವಜನಿಕ ಶಾಂತಿಗೆ ಭಂಗ ತರಬಹುದೆಂಬ ಅನುಮಾನವು ತಹಸೀಲ್ದಾರರಿಗೆ ಭಯವನ್ನುಂಟು ಮಾಡಿದ್ದರಿಂದ, ತಾಲ್ಲೂಕು ಕೇಂದ್ರಕ್ಕೆ ಶೋಭೆ ತಂದಿದ್ದ ಎರಡು ಕಡುನೀಲಿ ಬಣ್ಣದ ವ್ಯಾನುಗಳ ತುಂಬ ಪೋಲೀಸರನ್ನು ತುಂಬಿ ಮುತ್ತುಪ್ಪಾಡಿಗೆ ರವಾನಿಸಿಬಿಟ್ಟರು. ಮುಂದಿನ ಆರು ದಿನಗಳ ಕಾಲವೂ ಮುತ್ತುಪ್ಪಾಡಿಯ ಬೀದಿಗಳಲ್ಲಿ ಹೊಗೆಯುಗುಳುತ್ತಾ ಈ ಎರಡೂ ವಾಹನಗಳು ಬಾವುಟಗಳ ಬಣ್ಣ ಬದಲಾಗದಂತೆ ಕಾವಲು ನಡೆಸಿ 'ಶಾಂತ ಪರಿಸ್ಥಿತಿ'ಯ ಕಾರಣದಿಂದ ಮರಳಿದವು.

* * * *

ಮುತ್ತುಪ್ಪಾಡಿಯಲ್ಲಿ ಬೀಡು ಬಿಟ್ಟಿದ್ದ ಪೋಲೀಸರಿಂದಾಗಿ ಹೆಚ್ಚು ಹಿಂಸೆ ಅನುಭವಿಸಿದವರೆಂದರೆ ಖಾದರ್ ನೇತೃತ್ವದ 'ಮೂರಲೆ ಬಳಗ'. ಗುಡ್ಡೆ ಶಾಲೆಯ

ಬೆನ್ನಿಗಿರುವ ಪಾಯಿಖಾನೆಗೆ ಅಂಟಿಕೊಂಡೇ ಬೆಳೆದಿರುವ ಹಳೆಯ ಮಾವಿನ ಮರದಡಿಯಲ್ಲಿ ಇಸ್ಪೇಟ್ ಎಲೆಗಳ ಜತೆ ಸಭೆ ಕೂಡುವ ಇವರ ಚಟುವಟಿಕೆಗಳು ಸ್ಥಳೀಯ ಪೊಲಿಸರಿಗೆ ಗೊತ್ತಿರದ ಗುಟ್ಟೇನೂ ಅಲ್ಲ. ವರುಷದಲ್ಲಿ ಒಂದೆರಡು ಬಾರಿ ಅಧಿಕೃತ 'ರೇಡು' ನಡೆದು, ಒಂದಷ್ಟು ಚಿಲ್ಲರೆ ಮೊತ್ತ 'ಸೀಜ್' ಆಗುವುದೂ ಉಂಟಾದರೂ ಇವರ ಚಟುವಟಿಕೆಗಳು ನಿಲ್ಲುವಂತಹ ಸಂದರ್ಭ ಬಂದುದಿಲ್ಲ. ಆದರೆ ಮುತ್ತುಪ್ಪಾಡಿಯ ಶಾಂತಿಪಾಲನೆಯ ಹೊಣೆ ಹೊತ್ತು ಬಂದ ಪೊಲೀಸರ ಪಡೆ ಈ 'ಮೂರೆಲೆ ಬಳಗ'ದ ಶಾಂತಿ ಭಂಗ ಮಾಡಿತ್ತು. ಹಾಗೂ ಹೀಗೂ ಆರು ದಿನಗಳ ಕಾಲ ಕೈ ಕಡಿಯುತ್ತಾ ಕೂತ ಗೆಳೆಯರು ಪೊಲೀಸು ವ್ಯಾನುಗಳ ಹೊಗೆ ಕರಗಿದ ಸಂಜೆಯೇ ಹುರುಪಿನಿಂದ ಸಭೆ ಸೇರಿದ್ದರು.

ಇಸ್ಪೇಟ್ ಎಲೆಗಳ ಬಣ್ಣ ವ್ಯತ್ಯಾಸ ಕಾಣಿಸದಷ್ಟು ಕತ್ತಲು ಕವಿದ ಬಳಿಕ ಆಟ ಮುಗಿಸಿ, ಮನೆಯತ್ತ ಹೊರಟ ಗೆಳೆಯರು ಮಾತಿಗೆ ಮಾತು ಕೂಡಿಸುತ್ತಾ ಗುಡ್ಡೆ ಶಾಲೆಯ ಬೆನ್ನಿನ ಇಳಿಜಾರಲ್ಲಿ ಇಳಿಯುತ್ತಿರುವಾಗ, ಟೈಲರ್ ಆದ್ರಾಮ ತನ್ನ ಪಕ್ಕದಲ್ಲಿ ಬರುತ್ತಿದ್ದ ಶ್ರೀನಿವಾಸನತ್ತ ತಿರುಗಿ ಛೇಡಿಸುವ ಸ್ವರದಲ್ಲೇ ಪ್ರಶ್ನಿಸಿದ್ದ. 'ಹೌದಾ ಗುಮಾಸ್ತರೇ, ಬೇರೆ ಊರಿನ ಪೊಲೀಸರು ಈ ಊರಿಗೆ ಕಾಲಿಡದಂತೆ ಮಾಡುವ ಕಾನೂನು ಏನಾದರೂ ಉಂಟಾ?' ಸುಮಾರು ಆರು ತಿಂಗಳ ಕಾಲ ವಕೀಲರೊಬ್ಬರ ಬಳಿ ಗುಮಾಸ್ತಗಿರಿ ಮಾಡಿದ್ದ ಶ್ರೀನಿವಾಸ ಆದ್ರಾಮನ ಕುಹಕವನ್ನು ಗ್ರಹಿಸಿಕೊಂಡು, 'ಹೌದೌದು ಆದ್ರಾಮ; ಆದರೆ ಈ ದೇಶದಲ್ಲಲ್ಲ. ಆ ನಿನ್ನ ಪಾಕಿಸ್ತಾನದಲ್ಲುಂಟು' ಎಂದು ನಕ್ಕ. 'ಆದರೆ ಅಲ್ಲಿ ಇಸ್ಪೇಟು ಆಡಿದ್ರೇ ಕೈ ಕಡಿಯುತ್ತಾರಂತಲ್ಲಾ?' ಎನ್ನುತ್ತ ಮತ್ತಷ್ಟು ನಕ್ಕ ಆದ್ರಾಮ ಖಾದರ್‌ನ ಅಸಹಜ ಮೌನವನ್ನು ಗಮನಿಸಿ, 'ಈವತ್ತು ನಮ್ಮ ಖಾದರ್‌ನಿಗೆ ಏನಾಗಿದೆ? ಹಡಗು ಮುಳುಗಿದವರ ಹಾಗೆ ಇದ್ದಾನಲ್ಲಾ?' ಎಂದ.

'ನಾವು ಹೇಳಿಕೆ ಕೊಡದಿದ್ದರೆ ಅವರೇಕೆ ಬಂದಾರು?' ಎಂದು ಯಾರಿಗೋ ಅನ್ವಯಿಸುವಂತೆ ಉದ್ಗರಿಸಿದ ಖಾದರ್ ಮತ್ತೆ ಮೌನವಾಗಿ ಕಾಲೆಳೆಯಲಾರಂಭಿಸಿದಾಗ, ಎಲ್ಲರಿಗಿಂತ ವಯಸ್ಸಿನಲ್ಲಿ ಹಿರಿಯವನಾದ ಸುಂದರಣ್ಣನಿಗೆ ಯಾಕೋ ಅನುಮಾನ ಬಂತು. ಖಾದರ್ ಎಂದು ಕೂಡಾ ಈ ರೀತಿ ಮಾತನಾಡುವ ಜನ ಅಲ್ಲ. ತನಗೆ ಇಷ್ಟವಾಗದ್ದನ್ನು ಕಡ್ಡಿ ಮುರಿದಂತೆ ಮುಖಕ್ಕೇ ಹೇಳಿಬಿಡುವವನು ಅವನು.

'ಏನು ಖಾದರ್? ಏನಾಗಿದೆ ನಿನಗೆ ಈವತ್ತು? ದುಡ್ಡು ಜಾರಿತು ಅಂತ ಬೇಜಾರಾ?' ಎಂದು ಪ್ರಶ್ನಿಸಿದ ಸುಂದರಣ್ಣ ಖಾದರ್‌ನ ಭುಜ ಹಿಡಿದು ನಿಂತ. ವಾರದಲ್ಲಿ ನಾಲ್ಕು ದಿನವಾದರೂ ಆಟದಲ್ಲಿ ಹಣ ಗೆಲ್ಲುತ್ತಿದ್ದ ಖಾದರ್, ಇಂದು ಬೇಕೋ ಬೇಡವೋ ಎಂಬಂತೆ ಎಲೆ ಎಸೆಯುತ್ತಿದ್ದುದನ್ನು ಸುಂದರಣ್ಣ ನೆನಪಿಸಿದ.

'ಒಂದು ನಿಮಿಷ ಇಲ್ಲಿ ಕುಳಿತುಕೊಂಡು ಹೋಗುವ. ನಿಮ್ಮ ಹತ್ರ ಸ್ವಲ್ಪ ಮಾತಾಡಲಿಕ್ಕುಂಟು' ಎನ್ನುತ್ತಾ ಖಾದರ್ ಅಲ್ಲೇ ಕುಳಿತು ಬಿಟ್ಟಾಗ ಉಳಿದವರೆಲ್ಲರೂ ಕುತೂಹಲಪಡುತ್ತಾ ಅವನ ಸುತ್ತು ಕುಳಿತು ಕಿವಿಯಾನಿಸಿದರು. ಒಂದರೆ ನಿಮಿಷ ಮೌನವಾಗಿಯೇ ತಲೆ ತಗ್ಗಿಸಿ ಮೊಣಕಾಲುಗಳನ್ನು ಎರಡೂ ಕೈಗಳಿಂದ ಬಳಸಿಕೊಂಡು ಕುಳಿತ ಖಾದರ್, 'ಒಂದು ಬಹಳ ಗುಟ್ಟಿನ ಸಂಗತಿ ಹೇಳ್ತೇನೆ. ಬೇರೆ ಯಾರಿಗಾದ್ರೂ ಗೊತ್ತಾದ್ರೆ ಕಷ್ಟ' ಎಂದು ಹೇಳಿ ಮತ್ತೆ ಮೌನವಾದ. ಯಾರೂ ತುಟಿ ಎರಡು ಮಾಡದಾಗ ಖಾದರ್ ಮತ್ತೆ ಆರಂಭಿಸಿದ.

'ಎರಡು ದಿನದ ಕೆಳಗೆ, ನಮ್ಮ ಪಂಡಿತರು ನನ್ನನ್ನು ಅವರ ಮನೆಗೆ ಬರಲು ಹೇಳಿದ್ದಾರೆ ಅಂತ ಶಂಕರಭಟ್ರು ಹೇಳಿದ್ರು. ನಾನು ನಿನ್ನೆ ರಾತ್ರಿ ಹೆದರಿಕೊಂಡೇ ಹೋದೆ. ಪಂಡಿತರು ನನಗೊಂದು ಕೆಲಸ ಕೊಟ್ಟಿದ್ದಾರೆ. ಅದು ಎಷ್ಟು ಸರಿ, ಎಷ್ಟು ತಪ್ಪು ಅಂತ ನನಗೊತ್ತಾಗ್ತಾ ಇಲ್ಲ. ಆದರ್ರೆ ಪಂಡಿತ್ರು ತಪ್ಪು ಕೆಲಸ ಹೇಳುವ ಜನ ಅಲ್ಲ. ನಾನು ನಿಮ್ಮೆಲ್ಲರ ಅಭಿಪ್ರಾಯ ತಿಳ್ಕೊಂಡು ಆಮೇಲೆ ಹೇಳ್ತೆನೆ ಅಂತ ಹೇಳಿ ಬಂದಿದ್ದೇನೆ.'

ಖಾದರ್, ಪಂಡಿತರ ಹೆಸರು ಹೇಳಿದಾಗಲೇ ಎಲ್ಲರ ರಕ್ತವೂ ತಣ್ಣಗಾಗಿತ್ತು. ಧನವಂತರೀ ಔಷಧ ಭಂಡಾರದ ವೇದಮೂರ್ತಿ ಪಂಡಿತ ಪರಮೇಶ್ವರ ಶಾಸ್ತ್ರಿಗಳೆಂದರೆ ಅಂತಿಂಥ ವ್ಯಕ್ತಿಯಲ್ಲ. ಅವರನ್ನು ಕಂಡರಿಯದವರು ಮುತ್ತುಪ್ಪಾಡಿಯಲ್ಲಿ ಯಾರೂ ಇಲ್ಲವೆಂದೇ ಹೇಳಬಹುದು. ಅವರು ಅರೆದು ಕೊಟ್ಟ ಕಷಾಯ ಕುಡಿಯದವರೂ ಊರೊಳಗೆ ಇದ್ದಾರೆಂದರೆ ನಂಬುವುದು ಕಷ್ಟ. ಪಂಡಿತರ ಧನವಂತರೀ ಔಷಧ ಭಂಡಾರವನ್ನು ಎಲ್ಲರೂ ಕರೆಯುತ್ತಿರುವುದು 'ಪಂಡಿತರ ಧರ್ಮಾಸ್ಪತ್ರೆ' ಎಂದೇ.

ಸುಮಾರು ಎಪ್ಪತ್ತರ ಹೊಸ್ತಿಲಲ್ಲಿ ನಿಂತ ಬೋಳುನೆತ್ತಿಯ, ಅಗಲ ಮುಖದ, ದಪ್ಪ ದೇಹದ ಎತ್ತರದ ಪಂಡಿತರು ಬಿಳಿ ಧೋತರ, ಬಿಳಿ ಬುಟ್ಟಾ ಧರಿಸಿ, ಹೆಗಲ ಮೇಲೊಂದು ರೇಶಿಮೆಯ ಶಾಲು ಹೊದ್ದುಕೊಂಡು ರಸ್ತೆಯಂಚಿನಲ್ಲಿ ನಡೆದು ಬಂದರೆಂದರೆ ಊರಿಗೆ ಊರೇ ತಲೆಬಾಗಿ ವಂದಿಸಬೇಕು; ಅಂತಹ ಭವ್ಯ ವ್ಯಕ್ತಿತ್ವ ಪಂಡಿತರದ್ದು. ಊರೊಳಗೆ ಏನೇ ಶುಭ ಕಾರ್ಯ ನಡೆಯುವುದಿದ್ದರೂ, ಅದು ರಾಧಾಕೃಷ್ಣ ಭಕ್ತರ ಮಗನ ಮದುವೆಯಾಗಿರಲಿ ಅಥವಾ ಹಸನಬ್ಬ ಹಾಜಿಯವರ ಮಗನ ಮುಂಜಿಯಾಗಿರಲಿ, ಪಂಡಿತರಿಗೆ ಮೊದಲ ಹೇಳಿಕೆ ನೀಡಿ 'ಅವರಿಂದ ಒಳ್ಳೆಯದಪ್ಪ, ಎಲ್ಲ ಸುಖವಾಗಿ ನಡೆಯಲಿ' ಎಂದು ಶುಭಾಶೀರ್ವಾದ ಪಡೆದುಕೊಂಡ ಬಳಿಕವೇ ನಡೆದೀತು.

ಅಂತಹ ಪಂಡಿತರು–ಸುಂದರಣ್ಣನ ತಾಯಿಯ ಅಭಿಪ್ರಾಯದಂತೆ 'ದೇವರಂತಹಾ ಮನುಷ್ಯರು'–ಊರವರೆಲ್ಲರಿಂದ ಜುಗಾರಿ ಆಟದವರು ಎಂದೇ ಗುರುತಿಸಲ್ಪಟ್ಟ

‘ಮೂರೆಲೆ’ ಗೆಳೆಯರಿಗೆ ಒಪ್ಪಿಸಿದ ಕೆಲಸದ ವಿವರಗಳನ್ನು ಖಾದರ್ ವಿವರಿಸುತ್ತಾ ಹೋದಂತೆ ಎಲ್ಲರ ರಕ್ತವೂ ಬಿಸಿಯೇರಲಾರಂಭಿಸಿತ್ತು.

* * * *

ಉಳಿದೆಲ್ಲ ಗೆಳೆಯರ ಜತೆ, ಪಂಡಿತರ ಆಸೆಯನ್ನು ಪೂರ್ತಿ ಮಾಡಲು ‘ನಾನೂ ತಯಾರು’ ಎಂದು ಭಾಷೆ ನೀಡಿದ್ದ ಟೈಲರ್ ಆದ್ರಾಮ, ಉಳಿದವರೆಲ್ಲ ಚೆದುರುವವರೆಗೂ ಖಾದರ್‌ನ ಜತೆಗೆ ಉಳಿದುಕೊಂಡು, ಬಳಿಕ ತನ್ನ ಅನುಮಾನವನ್ನು ಸಂಕೋಚದಿಂದಲೇ ಪ್ರಸ್ತಾಪಿಸಿದ್ದ. ಆದ್ರಾಮನ ಅನುಮಾನವು ಸುಲಭವಾಗಿ ತಳ್ಳಿ ಹಾಕುವಂತದ್ದಾಗಿರಲಿಲ್ಲ. ಊರೊಳಗೆ ಹಾರಾಡುತ್ತಿರುವ ಎರಡೂ ಬಣ್ಣದ ಬಾವುಟಗಳನ್ನು ಒಂದೂ ಬಿಡದಂತೆ ಕಿತ್ತು ಹಾಕಿ ಆ ಜಾಗಗಳಲ್ಲಿ ಪಂಡಿತರು ತರಿಸಿಕೊಡುವ ಬಿಳಿ ಬಾವುಟಗಳನ್ನು ಹಾರಿಸುವ ಬಗ್ಗೆ ಆದ್ರಾಮನ ತಕರಾರು ಇದ್ದಿರಲಿಲ್ಲ. ಆದರೆ ಮಸೀದಿಗೆ ಹೋಗುವ ಸಮಯದಲ್ಲಿ ಕೇಸರಿ ಲುಂಗಿಯನ್ನು ಎಲ್ಲರೂ ಉಡಲು ಶುರು ಮಾಡಬೇಕೆಂದು ಹೇಳುವ ಪಂಡಿತರ ಸಲಹೆಯಲ್ಲಿ ಬೇರೇನಾದರೂ ಉದ್ದೇಶವಿದ್ದರೆ? ಖಾದರ್ ವಿವರಿಸಿದ್ದಂತೆ ಎಲ್ಲರೂ ಕೇಸರಿ ಲುಂಗಿ ಉಟ್ಟುಕೊಂಡೇ ಮಸೀದಿಗೆ ಹೋದರೆಂದೇ ಇಟ್ಟುಕೊಳ್ಳುವ. ಇದರಿಂದಾಗಿ ‘ಅವರು’ ಅದನ್ನು ಉಟ್ಟುಕೊಳ್ಳುವುದನ್ನು ನಿಲ್ಲಿಸುತ್ತಾರೆಂದು ಏನು ಗ್ಯಾರಂಟಿ? ಉಡುವ ವಸ್ತ್ರದ ಬಣ್ಣಕ್ಕೂ ಜಾತಿಗೂ ಸಂಬಂಧವಿಲ್ಲವೆಂಬ ಪಂಡಿತರ ಮಾತೇನೋ ನಿಜವಿರಬಹುದು. ಎಲ್ಲರೂ ಒಂದೇ ಬಣ್ಣ ಉಡುವುದರಿಂದಾಗಿ ಬಣ್ಣದ ಜಗಳ ನಿಲ್ಲುವುದಾದಲ್ಲಿ, ಪಂಡಿತರು ಹಸುರು ಲುಂಗಿಯನ್ನೇ ಎಲ್ಲರೂ ಉಡುವಂತೆ ‘ಅವರ’ ಜನಕ್ಕೇ ಹೇಳಬಹುದಿತ್ತಲ್ಲವೆ?

೨

ಪೋಸ್ಟಾಪೀಸು ರಸ್ತೆಯಲ್ಲಿ ಸುಮಾರು ಐವತ್ತು ವರ್ಷಗಳಿಂದಲೂ ಸೈಕಲು ರಿಪೇರಿ ಅಂಗಡಿ ನಡೆಸುತ್ತಿರುವ ಬಿಳಿದಾಡಿಯ ಮುದುಕ ಆದಂ ಖಾನರ ಮನೆಗೆ ಕಳೆದ ರಾತ್ರಿಯ ಹೊತ್ತಲ್ಲಿ ಪಂಡಿತರು ಹೋಗಿದ್ದರು ಎನ್ನುವ ಸುದ್ದಿ ಮರುದಿನ ಅಂದರೆ ಗುರುವಾರ ಮುಂಜಾನೆಯೇ ಟಿ.ಆರ್. ರಾಯರ ಮನೆ ತಲುಪಿತ್ತು. ಪಂಡಿತರು ರಾತ್ರಿ ಅಲ್ಲಿಗೆ ಹೋಗಿದ್ದಾಗ ಬೇರೆ ಯಾರೆಲ್ಲ ಇದ್ದಿರಬಹುದು ಎಂಬ ಕುತೂಹಲದಿಂದ ರಾಯರು, ತಾವು ಕೆಲಸ ಮಾಡುತ್ತಿರುವ ಕಚೇರಿಗೆ ರಜ ಅರ್ಜಿ ಕಳುಹಿಸಿ ಪತ್ತೇದಾರಿ ಕೆಲಸಕ್ಕೆ ಹೊರಟುಬಿಟ್ಟಿದ್ದರು. ಸಂಜೆಯವರೆಗೆ ಅಲೆದಾಡಿದರೂ ಖಾನರ ಮನೆಯ ರಾತ್ರಿ ಕೂಟದಲ್ಲಿ ಯಾರೆಲ್ಲ ಇದ್ದರು, ಅಲ್ಲಿ ಏನೆಲ್ಲ ನಡೆದಿರಬಹುದು ಎಂಬುದರ ಬಗ್ಗೆ ಹೀಗೆಯೇ ಅಂತ ಹೇಳುವವರು ಯಾರೂ ಸಿಗಲಿಲ್ಲ. ಆದರೂ, ಪಂಡಿತರ ಜತೆ ಖಾದರ್ ಕೂಡಾ ಇದ್ದುದನ್ನು

ಕಂಡದ್ದಾಗಿ ಒಬ್ಬರು ಹೇಳಿದರೆ, ನಡು ರಾತ್ರಿಯ ವೇಳೆಗೆ ಸುಮಾರು ಏಳೆಂಟು ಮಂದಿ ಸುಲೇಮಾನ್ ಸಾಹುಕಾರರ ಮನೆಯಿಂದ ಹೊರಟು ಮಸೀದಿಯತ್ತ ಹೋಗುತ್ತಿದ್ದುದನ್ನು ನೋಡಿದವರೊಬ್ಬರು ಹೇಳಿದರೆಂದು ಮತ್ತೊಬ್ಬರು ಸುದ್ದಿ ಕೊಟ್ಟಿದ್ದರು. ಕಳೆದ ರಾತ್ರಿಯಲ್ಲಿ ಎರಡು ರಿಕ್ಷಾಗಳು ಮಸೀದಿಯ ಎದುರು ಬಹಳ ಓಡಾಡಿತ್ತು ಎಂಬ ಮಾಹಿತಿಯೂ ಸಿಕ್ಕಿತ್ತು. ಈ ಎಲ್ಲ ಮಾಹಿತಿಗಳು ಟಿ.ಆರ್. ರಾಯರ ಕುತೂಹಲವನ್ನು ಹೆಚ್ಚಿಸಿತೇ ಹೊರತು ಬೇರಾವ ಪ್ರಯೋಜನವನ್ನೂ ಉಂಟು ಮಾಡಲಿಲ್ಲ. ನಿಜ ಸಂಗತಿ ತಿಳಿಯಬೇಕಾದರೆ ಒಂದೊ ಪಂಡಿತರನ್ನೇ ಕಂಡು ಮಾತನಾಡಿಸಬೇಕಾದೀತು. ಆದರೆ ಪಂಡಿತರೆದುರು ನಿಂತು "ನೀವ್ಯಾಕೆ ಆ ಮುದುಕನ ಮನೆಗೆ ಹೋದದ್ದು?" ಎಂದು ಪ್ರಶ್ನಿಸುವ ಧೈರ್ಯ ಟಿ.ಆರ್. ರಾಯರಿಗೆ ಮಾತ್ರವಲ್ಲ, ಮುತ್ತುಪ್ಪಾಡಿಯಲ್ಲಿ ಯಾರಿಗೂ ಇರಲಿಲ್ಲ. ಅಥವಾ ಖಾದರ್‌ನನ್ನು ವಿಚಾರಿಸಬೇಕು. ಆದರೆ ಖಾದರ್ ಆ ಹೊತ್ತಿನಲ್ಲಿ ಮೀನು ಮಾರಾಟದ ಗಡಿಬಿಡಿಯಲ್ಲಿರುವುದು ರಾಯರಿಗೆ ಗೊತ್ತಿತ್ತು. ಆತನನ್ನು ಕಂಡು ಮಾತನಾಡಿಸುವುದೇನೂ ಕಷ್ಟದ ಕೆಲಸವಲ್ಲ. ಆದರೆ ಅವನೀವತ್ತು ಯಾವ ಬಣ್ಣದ ಲುಂಗಿ ಉಟ್ಟಿದ್ದಿರಬಹುದು? ತನ್ನಂತೆಯೇ ಕೇಸರಿ ಬಣ್ಣದ ಬಟ್ಟೆ ಧರಿಸಿದ್ದರೆ ಅವನನ್ನು ಎದುರಿಸುವುದು ಹೇಗೆ? ಮೀನು ಮುಟ್ಟಿದ ಕೈಗಳನ್ನು ತನ್ನೆದುರೇ ಅವನು ಲುಂಗಿಗೆ ಒರೆಸಿಕೊಂಡರೆ ಅದು ತನಗೇ ಮಾಡಿದ ಅವಮಾನವಾಗದೆ? ಟಿ.ಆರ್. ರಾಯರಿಗೆ ಯಾವುದನ್ನೂ ನಿರ್ಧರಿಸಲಾಗಲಿಲ್ಲ. ಗುರುವಾರವಾದದ್ದರಿಂದ ರಾಯರು ನೇರವಾಗಿ ಮಠದತ್ತ ದಾಪುಗಾಲು ಹಾಕಿದರು.

ಮಠದ ಎದುರಿನ ಭಜನಾ ಮಂಟಪದಲ್ಲೂ ಅಂತೆ ಕಂತೆಗಳ ಕೆಲವು ತುಣುಕುಗಳು ಸಿಕ್ಕವಾದರೂ ರಾಯರ ಕುತೂಹಲ ತಣಿಯಲಿಲ್ಲ. ಖಾದರ್ ಈವತ್ತು ಮೀನು ಮಾರಾಟಕ್ಕೆ ಹೋಗದೆ, ಆದಂ ಖಾನರ ಸೈಕಲ್ಲು ಅಂಗಡಿಯಲ್ಲಿ ಸುಮ್ಮನೆ ಕೂತಿದ್ದ ಎಂಬ ಹೊಸ ಸುದ್ದಿಯಿಂದ ವಿಶೇಷವೇನನ್ನೂ ತಿಳಿದಂತಾಗಲಿಲ್ಲ, ಅದೂ ಇದೂ ಅಂತ ಮಾತು ಬದಲಿಸುತ್ತಾ ಭಜನೆ ಆರಂಭಿಸುವ ತಯಾರಿ ನಡೆಸುತ್ತಿದ್ದಾಗ, ಮಠದೆದುರು ರಿಕ್ಷಾ ಬಂದು ನಿಂತದ್ದು ಯಾರ ಗಮನವನ್ನೂ ಸೆಳೆಯಲಿಲ್ಲ. 'ಪಂಡಿತರ ಹೆಂಡತಿ ಬಂದ್ರು' ಎಂದು ಒಬ್ಬರು ಹೇಳಿದಾಗಲೂ ಟಿ.ಆರ್. ರಾಯರಿಗೆ ಅದರಲ್ಲಿ ವಿಶೇಷವೇನೂ ಕಾಣಲಿಲ್ಲ. ಪಂಡಿತರ ಹೆಂಡತಿ ಪ್ರತಿ ಗುರುವಾರವೂ ಮಠಕ್ಕೆ ಬಂದು ಹೋಗುವವರೇ. ಆದರೆ ಮಂಟಪದ ಮೆಟ್ಟಿಲ ಮೇಲೆ ಕುಳಿತಿದ್ದವನೊಬ್ಬ 'ಓಹ್! ಪಂಡಿತ್ರು!' ಎಂಬ ಉದ್ಗಾರದ ಜತೆ ಎದ್ದು ನಿಂತಾಗ ರಾಯರ ಎದೆ ಗುಂಡಿಗೆ 'ಧಸಕ್' ಎಂದಿತು. ಆತುರದಿಂದ ಮೆಟ್ಟಿಲ ಬಳಿಗೆ ನಡೆದ ರಾಯರಿಗೆ ಪಂಡಿತರು ಕಾಣಿಸಿದಾಗ ಸಿಡಿಲೆರಗಿದಂತಾಯಿತು! ರಾಯರು ಮಾತ್ರವಲ್ಲ. ಅಲ್ಲಿ ಸೇರಿದ್ದ ಪ್ರತಿಯೊಬ್ಬರೂ ಪಂಡಿತರನ್ನು ಕಣ್ಣರಳಿಸಿ ದಿಟ್ಟಿಸುತ್ತಾ ಗರಬಡಿದವರಂತೆ ನಿಂತುಬಿಟ್ಟಿದ್ದರು!

ಪಂಡಿತರು ವಿಶೇಷ ಕಾರ್ಯಕ್ರಮವಿಲ್ಲದೇ ಹೋದರೆ ಎಂದೂ ಮಠಕ್ಕೆ ಕಾಲಿಡುವವರಲ್ಲ. ಆದ್ದರಿಂದ ಅವರ ಆಗಮನವೇ ವಿಶೇಷ ಕಾರ್ಯಕ್ರಮವಾಗಿ ಹೋಯಿತು. ತಮ್ಮ ನಿತ್ಯದ ಬಿಳಿ ಸಮವಸ್ತ್ರದ ಬದಲಾಗಿ, ಹಸುರು ಬಣ್ಣದ ಅಡ್ಡ ಮುಂಡನ್ನು ಉಟ್ಟುಕೊಂಡಿದ್ದ ಪಂಡಿತರು, ಹಸುರು ಶಾಲೊಂದನ್ನು ಬಿಳಿ ಜುಬ್ಬದ ಹೆಗಲ ಮೇಲೆ ಇಳಿ ಬಿಟ್ಟಿದ್ದರು. ಪಂಡಿತರನ್ನು ಈ ಬಣ್ಣದ ವೇಷದಲ್ಲಿ ಕನಸಲ್ಲೂ ಕಲ್ಪಿಸಲಾರದ ಮಂದಿಯೆಲ್ಲ ಅದೆಷ್ಟು ಚಕಿತರಾಗಿದ್ದರೆಂದರೆ, ಬೃಂದಾವನಕ್ಕೆ ಪ್ರದಕ್ಷಿಣೆ ಹಾಕಿ, ತಮ್ಮ ಪತ್ನಿಯ ಜತೆ ಪ್ರಸಾದ ಸ್ವೀಕರಿಸಿದ್ದ ಪಂಡಿತರು ಅಂಗಳ ದಾಟಿ, ರಿಕ್ಷಾ ಏರಿ ಮಾಯವಾಗುವವರೆಗೂ ಒಬ್ಬರೂ ತುಟಿ ಬಿಚ್ಚಿದ್ದಿರಲಿಲ್ಲ. ಪಂಡಿತರು ಹೊರಟು ಹೋದ ರಿಕ್ಷಾದ ಸದ್ದು ಕೇಳಿಸದಾದ ಬಳಿಕ ಉಸಿರಾಡುವುದನ್ನು ನೆನಪಿಸಿಕೊಂಡು ರಾಯರು ಕುಂಭಕ್ಕೊರಗಿ ಕುಳಿತು ತಲೆಯ ಮೇಲೆ ಕೈಗಳನ್ನು ಹೊತ್ತುಕೊಂಡು ಕಣ್ಣು ಮುಚ್ಚಿದ್ದರು.

ರಾಯರು ಕಣ್ಣು ಬಿಡುವ ಮೊದಲೇ ಇನ್ನೊಂದು ಭಯಂಕರ ವಾರ್ತೆ ಮಠದೊಳಗೆ ನುಗ್ಗಿ ಬಂದಿತ್ತು.

ವೇದಮೂರ್ತಿ ಪಂಡಿತ ಪರಮೇಶ್ವರ ಶಾಸ್ತ್ರಿಗಳು ಹಸುರು ಬಣ್ಣದ ವೇಷದಲ್ಲಿ ಶ್ರೀಗುರು ರಾಘವೇಂದ್ರ ಮಠದ ಅಂಗಣದಲ್ಲಿ ಬಿರುಗಾಳಿಯೆಬ್ಬಿಸುತ್ತಿದ್ದ ಮುಸ್ಸಂಜೆಯ ವೇಳೆಯಲ್ಲೇ, ಸುಂದರಣ್ಣ ಮತ್ತು 'ಅಗರಬತ್ತಿ ಮಣಿ'ಯ ಜತೆ 'ಗಣೇಶ್ ಕ್ಲಾತ್ ಎಂಪೋರಿಯಂ'ಗೆ ನುಗ್ಗಿದ ಆದಂ ಖಾನರು, ಅಲ್ಲಿ ಮಾರಾಟಕ್ಕಿರಿಸಿದ್ದ ಎಲ್ಲ ಲುಂಗಿ ರುಮಾಲುಗಳನ್ನು ಸಾರಾಸಗಟಾಗಿ ಖರೀದಿಸಿ ಎರಡು ರಿಕ್ಷಾಗಳಲ್ಲಿ ತುಂಬಿಕೊಂಡು ಹೋಗಿದ್ದಾರೆ, ಹಾಗೂ ಆ ಸಂದರ್ಭದಲ್ಲಿ ಕಾಮತರು ಅಂಗಡಿಯಲ್ಲಿ ಇದ್ದಿರಲಿಲ್ಲವಂತೆ ಎಂಬ ಸುದ್ದಿ ತಂದಿದ್ದ ಹುಡುಗ ಟಿ.ಆರ್. ರಾಯರ ಎದೆಯೊಳಗೇ ಬಾಂಬು ಸ್ಫೋಟಿಸಿದ್ದ.

ರಾಯರಿಗೆ ತಲೆ ಚಿಟ್ಟು ಹಿಡಿದು ಹೋಯಿತು. ಏನು ಮಾಡುವುದೀಗ? ಈ ಊರಿನ ಮುದಿಯರಿಗೆಲ್ಲ ಏನಾಗಿದೆ? ಇಂದೋ ನಾಳೆಯೋ ಸಾಯಲು ಲೈನು ಹಿಡಿದು ನಿಂತವರಿಗೆ ಊರಿನ ತರಲೆ ತಾಪತ್ರಯಗಳ ಗೊಡವೆಯೇಕೆ? ತಾನೀಗ ಏನಾದರೂ ಮಾಡದಿದ್ದರೆ ಕತೆ ಕೈಲಾಸವಾದೀತು. ಏನು ಮಾಡುವುದು? 'ರಹಮತ್ ಕ್ಲಾತ್ ಸ್ಟೋರ್'ನಿಂದ ಎಲ್ಲ ಹಸುರು ಬಟ್ಟೆಗಳನ್ನೂ ಕೊಂಡು ತರುವುದೇ? ಹಾಗೆ ತಂದ ಬಳಿಕ ಅವುಗಳನ್ನೇನು ಮಾಡುವುದು? ಉಟ್ಟುಕೊಂಡು ಭಜನೆ ಮಾಡುವುದಾ! ಥೂ! ಅಥವಾ ರಾಶಿ ಹಾಕಿ ಬೆಂಕಿಯಿಟ್ಟರೆ ಹೇಗೆ? ಯೋಚಿಸುತ್ತಿದ್ದಂತೆಯೇ ರಾಯರು ಬೆವರಿದರು. ಹಾಗದರೆ ಸಾರ್ವಜನಿಕವಾಗಿ ಸುಡಲೆಂದೇ ಆದಂ ಖಾನರು 'ಗಣೇಶ್ ಕ್ಲಾತ್ ಸ್ಟೋರ್'ರಿಂದ ಬಟ್ಟೆ ಖರೀದಿಸಿರಬಹುದೆ? ರಾಯರು ನಡುಗಿದರು. ಛೇ

ಇದ್ದಿರಲಾರದು. ಖಾನರು ಅಷ್ಟು ಕೀಳು ಮಟ್ಟಕ್ಕೆ ಇಳಿಯಲಿಕ್ಕಿಲ್ಲ. ಅವರ ಜೊತೆ ಈ ಸುಂದರ ಮತ್ತು ಮಣಿ ಎಲ್ಲಿಂದ ಬಂದು ಸೇರಿಕೊಂಡರು? ಅವರು ಈ ಹೊತ್ತಲ್ಲಿ ಗುಡ್ಡೆ ಶಾಲೆಯ ಹಿಂದೆ ಖಾದರ್‌ನ ಜತೆ ಇಸ್ಪೇಟ್ ಆಡುತ್ತಿರಬೇಕಾಗಿತ್ತಲ್ಲವೆ? ಹಾಗಾದರೆ, ಈವತ್ತು 'ಮೂರೆಲೆ ಆಟ' ಬಂದಾಗಿದೆಯೇ? ಅಂದರೆ, ಖಾದರ್ ಈಗ ಎಲ್ಲಿರಬಹುದು? ಎಲ್ಲವೂ ಉತ್ತರವಿಲ್ಲದ ಪ್ರಶ್ನೆಗಳು.

'ಎಂಥದ್ದಿದು ರಾಯರೆ ಇದೆಲ್ಲ? ಮತ್ತೊಮ್ಮೆ ಪೋಲೀಸು ವ್ಯಾನು ಬರುವ ಲಕ್ಷಣವೇ ಹೇಗೆ?' ರಾಯರ ಬೆನ್ನ ಹಿಂದೆ ಕುಳಿತಿದ್ದ ಯುವಕನೊಬ್ಬ ಪ್ರಶ್ನಿಸಿದಾಗ ಅಸಹನೆಯಿಂದ ಉರಿದುಬಿದ್ದ ರಾಯರು, 'ನನ್ನನ್ನೇನು ಕೇಳ್ತೀರಾ? ಇದ್ದಾರಲ್ಲ ನಿಮಗೆ ಆ ಪರಮಪೂಜ್ಯ ಪಂಡಿತರು?' ಎಂದು ಅಬ್ಬರಿಸಿದವರು, ಅಷ್ಟೇ ಖಾರವಾಗಿ ಪ್ರಶ್ನಿಸಿದರು. 'ನಾಳೆ ಇದೇ ಹೊತ್ತಿಗೆ ಪಂಡಿತರ ಅಂಗಡಿಗೆ ಹೋಗಿ ನಿಮ್ಮ ನಿಜವಾದ ಉದ್ದೇಶ ಏನು?' ಅಂತ ವಿಚಾರಿಸುವವನಿದ್ದೇನೆ. ಸ್ವಾಭಿಮಾನ ಅಂತ ಯಾರಲ್ಲಾದ್ರೂ ಇದ್ರೆ, ಅಂಥವರು ನನ್ನ ಜತೆಗೆ ಬರಬಹುದು.'

* * * *

ಭಜನಾ ಮಂಡಳಿಯ ಸದಸ್ಯರ ಸ್ವಾಭಿಮಾನದ ಪರೀಕ್ಷೆಗೆ ಅವಕಾಶವನ್ನೇ ನೀಡದಂತಹ ಘಟನೆಯೊಂದು ಮರುದಿನ ಮಧ್ಯಾಹ್ನ ನಡೆದುಬಿಟ್ಟಿತ್ತು! ಕಳೆದ ಸಂಜೆ ಮಠದಂಗಣದಲ್ಲಿ ತಲೆ ಕೆಡಿಸಿಕೊಂಡು ಮನೆಗೆ ಬಂದಿದ್ದ ರಾಯರನ್ನು ರಾತ್ರಿಯಿಡೀ ನಿದ್ರೆ ಆಟವಾಡಿಸಿ ಸುಸ್ತುಗೊಳಿಸಿತ್ತು. ಮುಂಜಾನೆಯೇ ಕಚೇರಿಗೆ ರಜೆ ಅರ್ಜಿ ರವಾನಿಸಿ ಮನೆಯಲ್ಲೇ ಒರಗಿಕೊಂಡಿದ್ದ ರಾಯರನ್ನು ಬೆಚ್ಚಿ ಬೀಳಿಸುವ ವಾರ್ತೆಯೊಂದನ್ನು ನೆರೆಮನೆಯ 'ದೊಡ್ಡ ಭಟ್ಟ'ರು ಕಿಟಕಿಯ ಸಂದಿಯಿಂದಲೇ ತಲುಪಿಸಿದ್ದರು.

ಸಾಮಾನ್ಯವಾಗಿ ರಾಯರಿಗೆ ತನ್ನ ಕಿವಿಗಳ ಬಗ್ಗೆ ಅಂತಹ ವಿಶ್ವಾಸವೇನೂ ಇಲ್ಲ, ತಮಗಿಷ್ಟವಾಗದ ಯಾವ ವಿಷಯಗಳನ್ನೂ ನಂಬಲು ಸಿದ್ಧರಿಲ್ಲದ ಅವರು, ನೋಡಿಯೇ ಬರೋಣವೆಂಬ ಯೋಚನೆಯಲ್ಲಿ ಸೈಕಲು ಏರಿ ಬಸ್‌ಸ್ಟ್ಯಾಂಡ್‌ನತ್ತ ತೆರಳಿದರು. ಬಸ್‌ಸ್ಟ್ಯಾಂಡ್‌ನ ಮುಂದಿನ ತಿರುವಿನಲ್ಲಿ ಕೇಸರಿ ಸಮವಸ್ತ್ರವನ್ನು ಧರಿಸಿದ್ದ ಗುಂಪನ್ನು ಕಂಡಾಗ ತನ್ನ ಕಣ್ಣುಗಳನ್ನು ನಂಬಲೂ ಕಷ್ಟವಾಯಿತು.

'ಜುಮ್ಮಾ ನಮಾಜು ಮುಗಿಸಿದ ಜನರೆಲ್ಲ ಬಸ್‌ಸ್ಟ್ಯಾಂಡ್‌ನತ್ತ ಮೆರವಣಿಗೆ ಹೊರಟಿದ್ದಾರಂತೆ' ಎಂದು 'ದೊಡ್ಡ ಭಟ್ಟರು' ಹೇಳಿದಾಗ ಕೆಟ್ಟ ಕುತೂಹಲದಿಂದ ಹೊರಟಿದ್ದ ರಾಯರಿಗೀಗ ತಾನು ಯಾಕಾಗಿ ಬಂದೆನೋ ಅನ್ನಿಸಿಬಿಟ್ಟಿತ್ತು. ಸುಮಾರು ಒಂದೂವರೆ ವರ್ಷದ ಕೆಳಗೆ ಕಬ್ಬಿನಗದ್ದೆ ಮದುವೆ ಚಪ್ಪರದಲ್ಲಿ ಊಟ ಬಡಿಸಿದ ಮಂದಿ ಯಾವ ಸಮವಸ್ತ್ರವನ್ನು ಧರಿಸಿದ್ದರೋ, ಅದನ್ನೇ ತೊಟ್ಟುಕೊಂಡಿದ್ದ ಸುಮಾರು ಮೂವತ್ತರಷ್ಟು ತರುಣರಲ್ಲಿ ಕೆಲವರು ಹಸುರು ಬಾವುಟಗಳನ್ನು ಹಿಡಿದುಕೊಂಡಿದ್ದರೆ.

ಒಂದಿಬ್ಬರು 'ಏಣಿ'ಯೊಂದನ್ನು ಹೊತ್ತುಕೊಂಡು ಹಜ್ಜೆ ಹಾಕುತ್ತಿದ್ದರು. ತಮ್ಮ ಸಹಜ ಕ್ರಮದಂತೆ ಅದೇ ಬಣ್ಣದ ಸಮವಸ್ತ್ರದಲ್ಲೇ ಧಾವಿಸಿದ್ದ ರಾಯರನ್ನು ಎಲ್ಲಿಲ್ಲದ ಮುಜುಗರ ಕಾಡಿತು. ಯುವಕರ ಗುಂಪು ರಾಯರು ನಿಂತಿದ್ದ ಕಡೆಗೇ ಚಲಿಸಿ ಬರುತ್ತಿತ್ತು. ಇನ್ನು ಎರಡು ನಿಮಿಷ ಇಲ್ಲಿಯೇ ನಿಂತರೆ, ತಾನೂ ಗುಂಪಿನ ಇನ್ನೊಬ್ಬ ಸದಸ್ಯನಾಗಿ ಕಾಣಿಸುವುದರಲ್ಲಿ ರಾಯರಿಗೆ ಯಾವ ಅನುಮಾನವೂ ಉಳಿಯಲಿಲ್ಲ. ಕ್ಷಣ ಮಾತ್ರದಲ್ಲೇ ಸೈಕಲು ಏರಿದ ರಾಯರು ತನ್ನೆಲ್ಲಾ ಬಲವನ್ನು ಬಳಸಿಕೊಂಡು ಮನೆಯತ್ತ ಹಾರಿದರು. ಮನೆಯ ಗೇಟಿನ ಬಳಿಯೇ ಸೈಕಲನ್ನು ಒರಗಿಸಿಟ್ಟು ಮನೆ ನುಗ್ಗಿದ್ದ ರಾಯರು ಮಾಡಿದ ಮೊತ್ತ ಮೊದಲ ಕೆಲಸವೆಂದರೆ, ತನ್ನ ಲುಂಗಿಯನ್ನು ಕಳಚಿ ಬಿಳಿ ಪಂಚೆಯನ್ನು ಸುತ್ತಿಕೊಂಡದ್ದು. ಇನ್ನು ಕೂಡಾ ಅದನ್ನೇ ಉಟ್ಟುಕೊಂಡರೆ ತನಗೂ 'ಅವರಿಗೂ' ಏನು ವ್ಯತ್ಯಾಸ ಉಳಿಯಿತು?

ಬೇಸರದಿಂದಲೇ ಚಾವಡಿಗೆ ಬಂದಿದ್ದ ರಾಯರಿಗೆ ಗೇಟು ತೆರೆದು ಅಂಗಳಕ್ಕೆ ಕಾಲೂರುತ್ತಿರುವ 'ಚಪ್ಪರದ ಸಿದ್ದಪ್ಪ'ನನ್ನು ಕಂಡು ಗಾಬರಿಯಾಯಿತು. ಊರೊಳಗೆ ಮಾತ್ರವಲ್ಲ ಸುತ್ತ ಮುತ್ತಲಿನ ಐದಾರು ಊರುಗಳಲ್ಲೂ 'ಚಪ್ಪರದ ಕಂತ್ರಾಟು' ಮಾಡುತ್ತಿರುವ ಸಿದ್ದಪ್ಪನನ್ನು 'ಸುದ್ದಿ ಸಿದ್ದಪ್ಪ' ಎಂದು ಕರೆಯುವವರೂ ಇಲ್ಲದಿಲ್ಲ. ಯಾವ ಊರಿನ ಯಾವ ವಿಷಯ ಬಗ್ಗೆ ಪ್ರಶ್ನಿಸಿದರೂ ಸಿದ್ದಪ್ಪನ ಬಳಿ ಸಿದ್ಧ ಮಾಹಿತಿಗಳಿರುತ್ತವೆ. ಆದ್ದರಿಂದಲೇ ಟಿ.ಆರ್. ರಾಯರು ಕಳೆದೊಂದು ವರ್ಷದಿಂದೀಚೆಗೆ ಸಿದ್ಧಪ್ಪನ ಗೆಳೆತನ ಮಾಡಿಕೊಂಡಿದ್ದರು. ತಮ್ಮ ಭಜನಾ ಮಂಟಪದ ಎದುರು ಸೋಗೆ ಚಪ್ಪರದ ಅಗತ್ಯವಿಲ್ಲದಿದ್ದರೂ ಚಪ್ಪರ ಹಾಕಿಸಿ ಸಿದ್ಧಪ್ಪನಿಗೆ ಆರುನೂರು ರೂಪಾಯಿಗಳಷ್ಟು ಲಾಭ ಮಾಡಿ ಕೊಟ್ಟಿದ್ದರು. ಆತ ನಡು ಮಧ್ಯಾಹ್ನದ ಸುಡು ಬಿಸಿಲಲ್ಲಿ ಬರಬೇಕಾದರೆ ಮುಖ್ಯವಾದದ್ದು ಏನೋ ಇದೆ ಎಂಬುದಂತೂ ಖಾತರಿಯಾಗಿತ್ತು.

ಮೆಟ್ಟಿಲ ಬಳಿ ಚಪ್ಪಲಿ ಕಳಚುತ್ತಾ 'ನಿಮ್ಮನ್ನು ಅಲ್ಲಿ ಗೋಳಿ ಮರದ ಹತ್ರ ನೋಡಿದೆ. ಕೈ ತಟ್ಟಿ ಕರೆದದ್ದು ನಿಮಗೆ ಕೇಳಿಸಿರಲಿಕ್ಕಿಲ್ಲ' ಎಂದ ಸಿದ್ದಪ್ಪ ಹೊಸ್ತಿಲು ದಾಟಿ ಒಳಗೆ ಬಂದು ಬಾಗಿಲ ಬಳಿಯೇ ಗೋಡೆಗೊರಗಿಸಿದ್ದ ಬೆಂಚಿನ ಮೇಲೆ ಕುಳಿತುಕೊಳ್ಳುತ್ತಾ, 'ನೀವು ನೋಡಿಯೇ ಬಂದದ್ದಾ?' ಎಂದು ಪ್ರಶ್ನಿಸಿದ.

'ಏನನ್ನು ನೋಡಿ ಬಂದದ್ದು?' ರಾಯರು ತನಗೇನೂ ಗೊತ್ತಿಲ್ಲ ಎಂಬಂತೆ ಪ್ರಶ್ನಿಸಿ, 'ಏನಿದೆ ಪೇಟೆಯಲ್ಲಿ ಅಂಥಾ ವಿಶೇಷ?' ಎಂದು ಸಿದ್ದಪ್ಪನ ಮುಖ ಅಳೆಯುವಂತೆ ದಿಟ್ಟಿಸಿದರು. ರಾಯರ ನಟನೆ ಸಿದ್ದಪ್ಪನಿಗೆ ಗೊತ್ತಾಗಿಹೋದರೂ, ಅದನ್ನು ತೋರ್ಪಡಿಸದೆ, 'ಅದೇ ನಮ್ಮ ಪಂಡಿತರ ಲೀಡರುತನದಲ್ಲಿ ಖಾದರ್‌ನ 'ಜುಗಾರಿ ಗ್ಯಾಂಗು' ನಾವು ಕಟ್ಟಿದ್ದ ಬಾವುಟಗಳನ್ನೆಲ್ಲ ಬಿಚ್ಚಿ ಹಾಕ್ತಾ ಉಂಟು. ನಾನು ಬಸ್‌ಸ್ಟ್ಯಾಂಡ್‌ನ ಹತ್ರ ನಿಂತಿದ್ದೆ. ಇಡೀ ಊರಿಗೆ ಊರೇ ಅಲ್ಲಿ ಇದ್ದರೂ ಯಾವನಾದರೂ ಒಬ್ಬ ಎದುರು

ಬಂದು, ನೀವು ಹೀಗೇಕೆ ಮಾಡ್ತಾ ಇದ್ದೀರಿ' ಅಂತ ಕೇಳಲಿಲ್ಲ. ನಿಮ್ಗೆ ಸುದ್ದಿ ಕೊಡುವಾ ಅಂತ ಎಷ್ಟು ಸಾಧ್ಯವೋ ಅಷ್ಟು ಸ್ಪೀಡ್‌ನಲ್ಲಿ ನಡಕೊಂಡು ಬರುವಾಗ ಆ ಗೋಳಿ ಮರದ ಹತ್ರ ನೀವು ಸೈಕಲಲ್ಲಿ ಪಾಸಾಗಿಬಿಟ್ರೆ' ಎಂದ.

ರಾಯರಿಗೆ ಗಲಿಬಲಿ ಆರಂಭವಾಗಿತ್ತು. ತಾನು ಕಂಡಿದ್ದ ಹುಡುಗರ ಜತೆ ಪಂಡಿತರು ಇದ್ದರಿಲಿಲ್ಲ. ಖಾದರ್‌ನ 'ಮೂರೆಲೆ ಬಳಗ'ವೂ ಇದ್ದಿರಲಿಲ್ಲ. ಹಾಗಾದರೆ ಈ ಸಿದ್ಧಪ್ಪ ಹೇಳುತ್ತಿರುವುದಕ್ಕೆ ಏನರ್ಥ?

'ಏನು ಹೇಳ್ತಾ ಇದ್ದಿ ಸಿದ್ದಪ್ಪಾ?' ನಾನೇ ನನ್ನ ಕಣ್ಣುಗಳಿಂದಲೇ ನೋಡಿದವನಲ್ವಾ? ಅಲ್ಲಿ ಪಂಡಿತರು ಎಲ್ಲಿದ್ರು? ಆ ಖಾದರನನ್ನೂ ನಾನು ಕಾಣಲಿಲ್ಲವಲ್ಲಾ?' ಎಂದ ರಾಯರು ಏನನ್ನೋ ನೆನಪಿಸಿಕೊಂಡವರಂತೆ 'ಹಾಂ! ಆ ಗುಂಪಿನ ಹತ್ರ ಸೈಕಲು ಷಾಪಿನ ಮುದುಕ ಇದ್ದಾನಲ್ಲ ಅವನನ್ನು ಕಂಡ ಹಾಗೆ ಆಯ್ತು' ಎಂದರು.

'ಈಗ ನನಗೆ ಗ್ಯಾರಂಟಿಯಾಯ್ತು' ಎಲ್ಲವನ್ನೂ ಬಲ್ಲವನಂತೆ ಸಿದ್ದಪ್ಪ ಹೇಳಿದ್ದ, 'ನೀವು ಬಸ್‌ಸ್ಟ್ಯಾಂಡ್‌ವರೆಗೆ ಹೋಗಿಯೇ ಇಲ್ಲ ಅಲ್ವಾ? ಹೋಗಿದ್ದರಲ್ವಾ ನಿಮಗೆ ಪಂಡಿತರು ಕಾಣಿಸುವುದು? ನೀವು ನೋಡಿ ಬಂದದ್ದು ಮಸೀದಿಯಿಂದ ಆದಂ ಖಾನರ ಒಟ್ಟಿಗೆ ಬಂದ ಹುಡುಗರನ್ನು ಮಾತ್ರ. ಖಾನರ ಜತೆ ಇದ್ದವರು ಬಿಚ್ಚುತ್ತಿದ್ದದ್ದು ಹಸುರು ಬಾವುಟಗಳನ್ನು. ಆದ್ರೆ, ಬಸ್‌ಸ್ಟ್ಯಾಂಡಿನ ಉತ್ತರದ ಕಡೆಯಿಂದ ಸುರು ಮಾಡಿದ್ದ ಪಂಡಿತರ ಒಟ್ಟಿಗಿದ್ದವರು ಕೇಸರಿ–ಹಸುರು ಅಂತ ನೋಡದೆ ಎಲ್ಲವನ್ನೂ ಬಿಚ್ಚುತ್ತಾ ಇದ್ದುದನ್ನು ನಾನೇ ನೋಡಿದೆ. ಬಿಚ್ಚಿದ ಬಾವುಟಗಳ ಕೋಲಿಗೆಲ್ಲ ಬಿಳಿ ಬಾವುಟಗಳನ್ನು ಕಟ್ಟಬೇಕು ಅಂತ ಮೊನ್ನೆ ರಾತ್ರಿಯ ಮೀಟಿಂಗ್‌ನಲ್ಲಿ ಗೋಪಾಲಕೃಷ್ಣ ಕಾಮತರೇ ಹೇಳಿದ್ದಂತೆ.'

'ಯಾರು! ಜವುಳಿ ಕಾಮತರಾ'!! ರಾಯರ ಅಚ್ಚರಿಗೆ ಪಾರವೇ ಇರಲಿಲ್ಲ.

'ಹೌದು ರಾಯ್ರೇ, ಅದೇ ಕಾಮತ್ರು, ಅಷ್ಟು ಮಾತ್ರವಲ್ಲ, ಅಷ್ಟೂ ಬಿಳಿ ಬಾವುಟಗಳ ಖರ್ಚನ್ನೂ ಅವರೇ ವಹಿಸಿಕೊಂಡಿದ್ದಾರಂತೆ. ನನಗೆ ಗೊತ್ತಾದದ್ದು ಈವತ್ತೇ. ನಿನ್ನೆ ಆದಂ ಖಾನರು ಕಾಮತ್ರ ಜವಳಿ ಅಂಗಡಿಗೆ ಹೋಗಿದ್ದಾಗ ಕಾಮತ್ತು ಬೇಕಂತ್ಲೇ ಹೊರಗೆ ಹೋಗಿದ್ದಂತೆ. ಎಲ್ಲವನ್ನೂ ಎಷ್ಟೊಂದು ಗುಟ್ಟಾಗಿ ಇಟ್ಟಿದ್ರು ನೋಡಿ' ಎಂದ ಸಿದ್ದಪ್ಪ ಇದ್ದಕಿದ್ದಂತೆ ಸ್ವರ ತಗ್ಗಿಸಿ, 'ಅಲ್ಲ ರಾಯರೇ, ಈ ಪಂಡಿತರು ಹೇಳಿಬಿಟ್ಟರು ಅಂತ ಈ ಜನರೆಲ್ಲ ಯಾಕೆ ಕುಣೀತಾರೆ? ಇವರಲ್ಲಿ ಯಾರಿಗೂ ಸ್ವಂತ ಯೋಚನೆ ಅಂತ ಇಲ್ವಾ? ಸುಮಾರು ಒಂದು ವರ್ಷದಿಂದ ನಾನೇ ನೋಡಿಲ್ವಾ? ಈ ಬಾವುಟ ಹಾರಿಸಲು ನಾವೆಲ್ಲ ಹಗಲು ರಾತ್ರಿ ಕೆಲಸ ಮಾಡುವಾಗ ಇವರೆಲ್ಲ ಎಲ್ಲಿದ್ರು? ಆಯಿತಪ್ಪ, ಎಲ್ಲ ಬಾವುಟ ಬಿಚ್ಚಿ ಬಿಳಿ ಬಾವುಟ ಕಟ್ಟುವುದು ಅಂತ ತೀರ್ಮಾನವೇ ಆಗಲಿ. ನಮ್ಮ

ಭಜನಾ ಮಂಡಳಿಯವರ ಹತ್ರ ಒಂದು ಮಾತು ಕೇಳಬೇಕಾಗಿತ್ತಾ ಬೇಡ್ವಾ?' ಎಂದು ಪ್ರಶ್ನಿಸಿದ್ದ.

'ಅದಲ್ಲ ಸಿದ್ದಪ್ಪಾ, ಈ ನಾಲ್ಕು ಜನ ಸೇರ್‍ಕೊಂಡು ಇಡೀ ಊರನ್ನೇ ಅಡಿಮೇಲು ಮಾಡ್ತಾ ಇರುವಾಗ ಉಳಿದವರೆಲ್ಲ ಕೈಗೆ ಬಳೆ ತೊಟ್ಟುಕೊಂಡು ನಿಂತು ನೋಡಿದ್ರಲ್ಲಾ, ನನಗೆ ಅರ್ಥವಾಗದ್ದು ಇದು.' ರಾಯರು ಬೇಸರದಿಂದಲೇ ನಿಟ್ಟುಸಿರಿಟ್ಟರು. ರಾಯರ ಅನಿರೀಕ್ಷಿತ ನಿರುತ್ಸಾಹವನ್ನು ಗಮನಿಸಿದ ಸಿದ್ದಪ್ಪ, 'ಎಂಥದ್ದಿದು ರಾಯರೇ? ನೀವೇ ಹೀಗೆ ಕೈಕಾಲು ಬಿಟ್ರೆ ಹೇಗೆ? ಈವತ್ತು ಸಾಯಂಕಾಲ ನಮ್ಮ ಭಜನೆಗೆ ಎಲ್ಲರೂ ಬರ್‍ತಾರಲ್ಲ! ಆಗ ನೀವೇ ಸ್ಪಷ್ಟವಾಗಿ ಅವರ ಹತ್ರ ಕೇಳಿ ಬಿಡಿ. ಪಂಡಿತರು ಹೀಗೆಲ್ಲ ಮಾಡಿದ್ದು ಸರಿಯೋ ತಪ್ಪೋ ಅಂತ. ಅಲ್ಲೇ ತೀರ್ಮಾನ ಆಗಿ ಹೋಗ್ಲಿ.'

ಸ್ವಲ್ಪ ಹೊತ್ತು ಅಂಗಳದತ್ತ ಕಣ್ಣು ನೆಟ್ಟಿದ್ದ ಟಿ.ಆರ್. ರಾಯರು, ಬಳಿಕ ಎಲ್ಲವನ್ನೂ ನಿರ್ಧರಿಸಿದವರಂತೆ ಹೇಳಿದ್ದರು. 'ಬೇಡ ಸಿದ್ದಪ್ಪಾ, ಊರಿನ ಯಾರಿಗೂ ಬೇಡವಾದದ್ದು ನನಗೊಬ್ಬನಿಗೇ ಯಾಕೆ ಬೇಕು? ಹಾಳಾಗಿ ಹೋಗಲಿ. ನನಗೆ ಹೇಗೂ ಈ ಮಾರ್ಚ್‌ನಲ್ಲಿ ಟ್ರಾನ್ಸ್‌ಫರ್ ಉಂಟು. ಇನ್ನು ಹೆಚ್ಚೆಂದರೆ ಒಂದೆರಡು ತಿಂಗಳು ಈ ಊರಲ್ಲಿ ಇರುವ ನನಗೆ, ಈ ಊರಿನ ಬಗ್ಗೆ ಅಂಥಾ ಆಸೆಯೇನೂ ಇಲ್ಲ. ಏನೋ ನಮ್ಮವರು ಅಂತ ಇಷ್ಟು ದಿನ ಪ್ರಯತ್ನ ಪಟ್ಟೆ. ಈ ಪಂಡಿತರಂಥ, ಆ ಖಾನನಂತಹ ಹುಚ್ಚರು ಇರುವ ಊರಲ್ಲಿ, ನನ್ನಂಥವನು ಏನು ಮಾಡಿದರೂ ನೀರಿನ ಮೇಲೆ ಹೋಮವಿಟ್ಟಂತೆ ಆದೀತು ಅಷ್ಟೆ.'

೩ ಟಿ.ಆರ್. ರಾಯರು ಮನೆಯಿಂದ ತಲೆ ಹನ್ನೆರಡಾಣೆ ಮಾಡಿಕೊಂಡು ಮರಳಿದ್ದ 'ಚಪ್ಪರದ ಸಿದ್ದಪ್ಪ' ನೇರವಾಗಿ ಮನೆಗೇ ಹೋಗಿದ್ದ. ರಾತ್ರಿಯ ಊಟ ಮುಗಿಸಿಕೊಂಡು ಮಲಗಲು ತಯಾರಿ ನಡೆಸುತ್ತಿರುವಾಗ, ಮುಂಬಾಗಿಲು ತಟ್ಟಿದ ಸದ್ದು ಕೇಳಿಸಿ ಅವನ ಎದೆ 'ಜುಂ' ಎಂದಿತು. ಅಗತ್ಯ ಬಿದ್ದರೆ ಇರಲಿ ಎಂದು ಬಾಗಿಲ ಸಂದಿಯಲ್ಲಿರಿಸಿದ್ದ ಬಡಿಗೆಯ ಮೇಲೆ ಒಂದು ಕೈ ಇರಿಸಿಕೊಂಡೇ ಬಾಗಿಲು ತೆರೆದ. ಮೆಟ್ಟಿಲು ಮೇಲೆ ನಿಂತಿದ್ದ ಖಾದರ್‌ನನ್ನು ಕಂಡು ಅಚ್ಚರಿಗೊಂಡು. ಬಡಿಗೆಯನ್ನು ಕೈಬಿಟ್ಟು 'ಏನು? ಅಪರೂಪದ ಸವಾರಿ?' ಎಂದು ಪ್ರಶ್ನಿಸಿದ್ದ.

ಮೆಟ್ಟಲ ಮೇಲೆಯೇ ನಿಂತ ಖಾದರ್ ಬಾಯಿಪಾಠ ಒಪ್ಪಿಸುವವನಂತೆ. 'ನಾಳೆ ಸಂಜೆಗೆ ಗುಡ್ಡೆ ಶಾಲೆಯ ಗ್ರೌಂಡ್‌ನಲ್ಲಿ ನಮ್ಮ ಪಂಡಿತರು ಒಂದು ಸಭೆಯ ಏರ್ಪಾಡು ಮಾಡಿದ್ದಾರೆ. ನಮ್ಮ ಮಸೀದಿಯ ಮೌಲ್ವಿಯವರು, ನಿಮ್ಮ ಮಠದ ಸ್ವಾಮಿಗಳು, ಇಗರ್ಜಿಯ ಗುರುಗಳು ಎಲ್ಲ ಬರ್‍ತಾರಂತೆ. ನನ್ನನ್ನು ಇಲ್ಲಿಗೆ ಕಳಿಸಿದ್ದು ಸುಲೇಮಾನ್

ಸಾಹುಕಾರರು. ಶಾಲೆಯ ಗ್ರೌಂಡ್‌ನಲ್ಲಿ ಒಂದು ಹತ್ತು ಜನಕ್ಕೆ ಸಾಕಾಗುವಷ್ಟು ಚಪ್ಪರ ಹಾಕ್ಬೇಕಂತೆ. ಅದರ ಖರ್ಚನ್ನೆಲ್ಲ ಸಾಹುಕಾರ್ರೇ ಕೊಡ್ತಾರಂತೆ' ಎಂದು ಬಡಬಡಿಸಿದ್ದ.

ಸಿದ್ದಪ್ಪನಿಗೆ ಗರಬಡಿದಂತಾಯಿತು. ಖಾದರ್ ಹೇಳುತ್ತಿರುವುದು ನಿಜವಿರಬಹುದೆ? ವರುಷದ ಹಿಂದೆಯಲ್ಲ ಸಿದ್ದಪ್ಪನಿಗೆ ಚಪ್ಪರದ ಕಂತ್ರಾಟು ಕೊಡುತ್ತಿದ್ದವರಲ್ಲಿ ಹೆಚ್ಚಿನವರು ಆದ್ರಾಮನ ಜಾತಿಯವರೇ. ಉಳಿದವರೆಲ್ಲ ಥಿಯೇಟರ್ ಮದುವೆಗೆ ಜಾರಿದ್ದರೂ ಇವರು ಮಾತ್ರ ಚಪ್ಪವರನ್ನು ಬಿಟ್ಟಿರಲಿಲ್ಲ. ಆದರೆ ಕಳೆದೊಂದು ವರ್ಷದಲ್ಲಿ ಸಿದ್ದಪ್ಪನನ್ನು ಇವರಾರೂ ಕರೆದಿರಲಿಲ್ಲ, ಎಲ್ಲಕ್ಕಿಂತ ಹೆಚ್ಚು ನೋವಿನ ಸಂಗತಿಯೆಂದರೆ ಸಿದ್ದಪ್ಪನ ಲಂಗೋಟಿ ದೋಸ್ತಿಯೆನ್ನಿಸಿದ್ದ ಅಬ್ದುಲ್ಲ ಬ್ಯಾರಿ ಕೂಡಾ ಎರಡು ತಿಂಗಳ ಕೆಳಗೆ ತನ್ನ ಮಗನ ಮದುವೆ ನಡೆಸಿದಾಗ, ಸಿದ್ದಪ್ಪನಿಗೆ ಚಪ್ಪರದ ಕಂತ್ರಾಟು ಹೋಗಲಿ ಮದುವೆಗೆ ಆಮಂತ್ರಣವನ್ನೂ ಕೊಟ್ಟಿರಲಿಲ್ಲ. ಅಂಥದ್ದರಲ್ಲಿ ಇದೀಗ ಸುಲೇಮಾನ್ ಸಾಹುಕಾರರು ಕರೆಯುವುದೆಂದರೇನು? ಹೊಸ್ತಿಲ ಮೇಲೆ ತೆರೆದ ಬಾಗಿಲಿಗಡ್ಡವಾಗಿ ನಿಂತಿದ್ದ ಸಿದ್ದಪ್ಪನ ತಲೆಯೊಳಗೆ ನೂರು ಯೋಚನೆಗಳು ಏಕಕಾಲದಲ್ಲಿ ಹರಿದಾಡಿದವು. ಎಲ್ಲ ಮುಳುಗಿ ಹೋದವರಂತೆ ಮಾತನಾಡಿದ್ದ ಟಿ.ಆರ್. ರಾಯರನ್ನು ಇನ್ನು ನಂಬುವುದರಿಂದ ಯಾವ ಪ್ರಯೋಜನವೂ ಇಲ್ಲ. ಇನ್ನು ಎರಡು ತಿಂಗಳಲ್ಲಿ ತಾನು ಹೊರಟು ಹೋಗುತ್ತೇನೆ ಅಂದು ಬಿಟ್ಟಿರಲ್ಲಾ? ಹಾಗಾದರೆ ಇದನ್ನೆಲ್ಲ ಶುರುಮಾಡಿ, ನಮ್ಮನೆಲ್ಲ ಗಾಳಿ ಹಾಕಿ ಎತ್ತಿ ಕಟ್ಟಿದ್ದು ಯಾವ ಲಾಭಕ್ಕೆ?

ಸಿದ್ದಪ್ಪ ಏನೂ ಮಾತನಾಡದೆ ಕಲ್ಲಿನಂತ ನಿಂತಿರುವುದನ್ನು ಗಮನಿಸಿದ ಖಾದರ್, 'ಏನು ಸಿದ್ದಪ್ಪಣ್ಣಾ ಚಪ್ರದ ಕೆಲಸ ಆಗುತ್ತದೆ ಅಲ್ವಾ? ದುಡ್ಡಿನ ಬಗ್ಗೆ ನೀವೇನೂ ಮಂಡೆ ಬಿಸಿ ಮಾಡುವುದು ಬೇಡವೆಂದು ಸಾಹುಕಾರರು ಹೇಳಲಿಕ್ಕೆ ಹೇಳಿದ್ದಾರೆ' ಎಂದ.

ಖಾದರ್‌ನ ಮಾತಿನಿಂದ ಎಚ್ಚರಗೊಂಡ ಸಿದ್ದಪ್ಪ, ಹೊಸ್ತಿಲು ದಾಟಿ ಹೊರಗೆ ಹೆಜ್ಜೆಯೂರಿದ. ಖಾದರ್‌ನ ಎರಡೂ ಭುಜಗಳ ಮೇಲೆ ಕೈಯಿಟ್ಟು ಹೇಳಿದ್ದ, 'ಹೋಗು ಖಾದರ್, ಹೋಗಿ ನಿನ್ನ ಸಾಹುಕಾರರಿಗೆ ಹೇಳು ನಾಳೆಯ ಚಪ್ಪರದ ಏರ್ಪಾಡನ್ನೆಲ್ಲ ಈ ಸಿದ್ದಪ್ಪ ತನ್ನ ಸ್ವಂತ ಖರ್ಚಿನಿಂದ ಮಾಡಿಕೊಡುತ್ತಾನೆಂದು.'

ಮೀನು ಮಾರುವವನು

'ಮೀನು ಮಾರುವವನು ಬಳಿಕ ಹಡಗು ಖರೀದಿಸುತ್ತಾನೆ;
ಹಡಗು ಮುಳುಗಿದರೆ ಬಳಿಕ ಮೀನು ಮಾರುತ್ತಾನೆ'

–ಬೊಮ್ಮ

ಠ ಯಾವ ದೇವರ ಎದುರು ನಿಂತೂ ಪ್ರಮಾಣ ಮಾಡಲು ತಯಾರು; ಹೊಸ್ತಿಲ ಹೊರಗೆ ಕಣ್ಣರಳಿಸಿ ನಗುತ್ತಾ ಒಳಬರಲು ಅನುಮತಿ ಯಾಚಿಸಿ ನಿಂತಿರುವ ಇಪ್ಪತ್ತರ ತರುಣನಿಗೆ ಜ್ಯೋತಿಷ್ಯದಲ್ಲಿ ಒಂದು ಕವಡೆಯಷ್ಟೂ ವಿಶ್ವಾಸವಿಲ್ಲವೆಂದು. ಹಿಂದಿನ ದಿನದ ಮುಸ್ಸಂಜೆ ಹೊತ್ತಲ್ಲಿ ಬಂದು ಹೋಗಿದ್ದ ಆದ್ರಾಮ ಬ್ಯಾರಿ ಎಲ್ಲ ವಿವಿರಗಳನ್ನೂ ನೀಡದೆ ಹೋಗಿದ್ದಲ್ಲಿ, ಸುಬ್ರಾಯ ಜೋಯಿಸರಿಗೆ ಅಚ್ಚರಿಗಿಂತಲೂ ಗಾಬರಿಯುಂಟಾಗುವ ಸಾಧ್ಯತೆಗಳೇ ಹೆಚ್ಚು. ಈ ಹಿಂದೆಂದೂ ಅಂಗಳಕ್ಕೂ ಹೆಜ್ಜೆಯೂರದಿದ್ದ ತರುಣ ಇಂದು ನಡು ಮಧ್ಯಾಹ್ನದ ಹೊತ್ತಲ್ಲಿ ತಲೆಬಾಗಿಲಿಗೆ ಇಡಿಯಾಗಿ ನಿಂತಿದ್ದ!

'ಬಾ ಒಳಗೆ' ಜೋಯಿಸರು ಕೈಸನ್ನೆಯಲ್ಲೇ ಸ್ವಾಗತಿಸಿದ್ದರು. 'ಜನ್ನತುಲ್ ಫಿರ್‌ದೌಸ್' ಅತ್ತರಿನ ಪರಿಮಳದ ಜತೆ ಯೌವನದ ಎಲ್ಲ ಸೊಗಸುಗಳನ್ನೂ ಚಿಮ್ಮುತ್ತಾ ಒಳ ನಡೆದು ಬಂದ ಅವನು, ಜೋಯಿಸರ ಎದುರು ನೆಲದ ಮೇಲೆ ಹಾಸಿದ್ದ ಹುಲ್ಲು ಚಾಪೆಯ ಮೇಲೆ ನಮಾಜಿಗೆ ಕೂರುವವನಂತೆ ಕಾಲು ಮಡಚಿ ಕುಳಿತ.

ಜೋಯಿಸರು ಕವಡೆ ಚೆಲ್ಲಿ, ಬಳಿಕ ಅವುಗಳಲ್ಲಿ ಕೆಲವನ್ನು ಕೂಡಿಸಿ, ಒಂದಷ್ಟು ಕಳೆದು, ಕೈ ಬೆರಳುಗಳನ್ನು ಮಡಚಿ ಬಿಡಿಸುತ್ತಾ ಮತ್ತೇನನ್ನೋ ಗುಣಿಸಿ, ಅದೇನನ್ನೋ ತೀರ್ಮಾನಿಸುವವರಂತೆ ಕಣ್ಣು ಮುಚ್ಚಿ ಒಂದೆರಡು ಕ್ಷಣಗಳ ಕಾಲ ಯೋಚಿಸಿ, ಒಗಟು ಬಿಡಿಸಿ ಗೆದ್ದವರಂತೆ ಹೆಮ್ಮೆಯ ನಗು ಚೆಲ್ಲಿ, 'ನಿನ್ನ ಹೆಸರು ರಜಾಕ್ ಅಲ್ಲವಾ?' ಎಂದು ಪ್ರಶ್ನಿಸಿದರು. ಜೋಯಿಸರದ್ದು ಗಂಭೀರವಾದ ಧ್ವನಿ.

‘ಹೌದು.’

‘ಕಳೆದು ಶುಕ್ರವಾರದಂದು ಇದೇ ಹೊತ್ತಿನಲ್ಲಿ ನೀನು ಸಿನೆಮಾ ಥಿಯೇಟರ್‌ನಲ್ಲಿ ಇದ್ದಿಯಲ್ಲವೆ?’

‘ಹೌದು.’

‘ಈವತ್ತು ಇಲ್ಲಿಗೆ ಬರಲಿಕ್ಕುಂಟು ಅಂತ ಸಿನೆಮಕ್ಕೆ ಹೋಗಲಿಲ್ಲ; ಅಲ್ಲವೆ?’

‘ಹೌದು.’

‘ಈವತ್ತು ನೀನು ಎಂದಿನ ಹಾಗೆ ‘ಲಿಬರ್ಟಿ ಹೋಟೆಲಿ’ಗೆ ಹೋಗದೆ ಯಾವುದೋ ಉಡುಪಿ ಹೋಟೆಲಲ್ಲಿ ತರಕಾರಿ ಊಟ ತಿಂದುಕೊಂಡು ಬಂದಿರುವೆ; ಅಲ್ಲವೆ?’

‘ಹೌದು.’

‘ನೀನು ಒಂದು ಹಳೆಯ ಮೋಟಾರು ಕಾರನ್ನು ಖರೀದಿಸಲು ಯೋಚಿಸುತ್ತಿದ್ದು ಆ ಬಗ್ಗೆ ಪ್ರಶ್ನೆ ಇಡಲು ಬಂದದ್ದು; ಅಲ್ಲವೆ?’

‘ಹೌದು.’

‘ಇದೆಲ್ಲವೂ ನನಗೆ ಹೇಗೆ ಗೊತ್ತಾಯಿತು ಹೇಳು.’

‘ಜವುಳಿ ಅಂಗಡಿ ಆದ್ರಾಮಣ್ಣ ಹೇಳಿ ಹೋಗಿರುವುದರಿಂದ.’

ಇಬ್ಬರೂ ಅದುವರೆಗೆ ತಡೆದು ಹಿಡಿದುಕೊಂಡಿದ್ದ ನಗು ಗೊಳ್ಳನೆ ಪ್ರಕಟವಾಗಿತ್ತು! ಇಬ್ಬರೂ ಸಾಕಷ್ಟು ನಕ್ಕು ಪರಸ್ಪರ ಪ್ರೀತಿ ಮತ್ತು ಅಭಿಮಾನಗಳನ್ನು ಹಂಚಿಕೊಂಡರು. ಬಳಿಕ ರಜಾಕ್ ತನ್ನ ಮುಷ್ಟಿಯೊಳಗೆ ಅಡಗಿರಿಸಿಕೊಂಡಿದ್ದ ಹತ್ತು ರೂಪಾಯಿ ನೋಟನ್ನು ಜೋಯಿಸರ ಮುಂದೆ ಇರಿಸಿ ಸಂಕೋಚದಿಂದ ತಲೆ ತಗ್ಗಿಸಿದ.

“ಈ ದಕ್ಷಿಣೆ ಕೊಡುವ ಬಗ್ಗೆ ಮಾತ್ರ ಆದ್ರಾಮ ಬ್ಯಾರಿ ನನಗೆ ಹೇಳಲಿಲ್ಲ. ನಿನಗೆ ಮಾತ್ರ ಹೇಳಿದ್ದಿರಬೇಕು; ಅಲ್ವಾ?” ಜೋಯಿಸರ ಪ್ರಶ್ನೆಯ ಜತೆ ಅಸಹನೆ ಬೆರೆತಿರುವುದನ್ನು ಗುರುತಿಸಿದ ರಜಾಕ್, ತುಟಿ ಎರಡು ಮಾಡಲು ಯತ್ನಿಸಲಿಲ್ಲ.

ಜ್ಯೋತಿಷ್ಯ ಶಿರೋಮಣಿ ವಿದ್ವಾನ್ ಸುಬ್ರಾಯ ಜೋಯಿಸರೆಂದರೆ, ಘಟ್ಟದ ಮೇಲಿನ ಸಕಲೇಶಪುರದಿಂದಾರಂಭಿಸಿ, ಕಡಲ ಕರೆಯ ಕಾಸರಗೋಡಿನವರೆಗೂ ‘ಮುತ್ತುಪ್ಪಾಡಿ ಜೋಯಿಸರು ತಾನೆ? ಗೊತ್ತುಂಟು ಗೊತ್ತುಂಟು’ ಅಂದಾರು ಜನ. ಅವರು ಹೊಂದಿಸಿಕೊಟ್ಟ ಜಾತಕಗಳ ಆಧಾರದಲ್ಲಿ ನಡೆದ ಮದುವೆಗಳಲ್ಲಿ ಒಂದು ಕೂಡಾ ಇದುವರೆಗೆ ತಾಳ ತಪ್ಪಿಸಿಕೊಂಡದ್ದಿಲ್ಲ ಎಂಬುದು ದಾಖಲೆಯ ಮಾತು. ಇವೆಲ್ಲಕ್ಕಿಂತಲೂ ಮುಖ್ಯವಾಗಿ ನಮಗೆ ಮತ್ತು ಪಾಕಿಸ್ತಾನಕ್ಕೆ ಎರಡನೇ ಬಾರಿ ಯುದ್ಧ

ಆರಂಭವಾಗಿದ್ದ ವಾರದೊಳಗೇ 'ಅಂತಿಮ ವಿಜಯ ನಮ್ಮದೇ' ಎಂಬುದಾಗಿ ಖಡಾಖಂಡಿತ ಭವಿಷ್ಯ ನುಡಿದು ಪೇಪರ್‌ನಲ್ಲೂ ಸುದ್ದಿ ಮಾಡಿದ್ದವರು ಅವರು. ಸುಮಾರು ಅರುವತ್ತರ ಹೊಸ್ತಿಲ ಮೇಲೆ ನಿಂತಿರುವ ಗಿಣಿಮೂಗಿನ, ಅಗಲ ಕಿವಿಯ, ಕೋಲು ಮುಖದ, ಕಡ್ಡಿದೇಹದ ಜೋಯಿಸರ ದೊಡ್ಡ ಕಣ್ಣುಗಳ ಹೊಳಪು ಕಂಡರೆ ಎಂಥವರೂ ತಲೆಬಾಗಬೇಕು.

ಅಂತಹ ಜೋಯಿಸರ ಅಸಹನೆಯ ಪ್ರಶ್ನೆಯಿಂದ ಗಲಿಬಿಲಿಗೊಂಡಿದ್ದ ರಜಾಕ್, ತಗ್ಗಿಸಿದ ತಲೆಯನ್ನು ಎತ್ತುವ ಸಾಹಸ ತೋರಲಿಲ್ಲ. ಆದ್ರಾಮಣ್ಣನ ಒತ್ತಾಯಕ್ಕೆ ಕಟ್ಟುಬಿದ್ದು ಜೋಯಿಸರ ಬಳಿಗೆ ಬಂದದ್ದೇ ತಪ್ಪಾಗಿಹೋಯಿತೇನೋ ಎಂದು ಮುಖ ಸಣ್ಣದು ಮಾಡಿಕೊಂಡ.

ತಮ್ಮೆದುರು ಕುಳಿತಿರುವ ತರುಣನ ಮುಖದ ಬಣ್ಣ ಬದಲಾಗುತ್ತಿರುವುದನ್ನು ಕೂಡಲೇ ಗ್ರಹಿಸಿದ ಜೋಯಿಸರು ಒಳಬಾಗಿಲತ್ತ ಕತ್ತು ಚಾಚಿ, 'ಏಯ್ ಇವಳೇ, ನಿನ್ನ ಮೀನಿನ ಗಡಿಯಾರ ಬಂದಿದೆ ನೋಡು' ಎಂದು ಕೂಗಿ ಕರೆದಾಗ ರಜಾಕ್ ಮತ್ತಷ್ಟು ಮುದುಡಿ ಕುಳಿತು ಬಾಗಿಲತ್ತ ಓರೆನೋಟ ನೆಟ್ಟ.

ಜೋಯಿಸರ ಕರೆಗಾಗಿಯೇ ಕಾಯುತ್ತಿದ್ದಂತಿದ್ದ ಜೋಯಿಸರ ಪತ್ನಿ ಚಾವಡಿಗೆ ಕಾಲಿರಿಸಿದವರೇ ರಜಾಕ್‌ನನ್ನು ಕಂಡು ಗಕ್ಕನೆ ನಿಂತುಬಿಟ್ಟರು.

ಚಾಪೆಯ ಮೇಲೆ ಶಿಲಾಮೂರ್ತಿಯಂತೆ ಕುಳಿತಿರುವ ಅವನು ಜೋಯಿಸರ ಪತ್ನಿಗೆ ಅಪರಿಚಿತನೇನೂ ಅಲ್ಲ. ಮಳೆಗಾಲದ ಮೂರು ನಾಲ್ಕು ತಿಂಗಳುಗಳನ್ನು ಲೆಕ್ಕದಿಂದ ಹೊರಗಿಟ್ಟರೆ ಪ್ರತಿದಿನವೂ ಎಂಬಂತೆ ಕಣ್ಣಿಗೆ ಬೀಳುತ್ತಿರುವವನು. ಸಾಯಂಕಾಲದ ನಾಲ್ಕು ಗಂಟೆ ಹೊಡೆದು ಮತ್ತೊಂದು ಐದು ನಿಮಿಷ ದಾಟಿದರೆ ಸಾಕು, 'ಪೋಂ-ಪೋಂ' ಹಾರನ್ ಬಾರಿಸುವ ಸದ್ದಿನೊಂದಿಗೆ ಅವನ ಮೀನಿನ ಸೈಕಲು ಮನೆಯೆದುರಿನ ರಸ್ತೆಯಲ್ಲಿ ಹಾದು ಹೋಗುತ್ತಿರುತ್ತದೆ. ರಸ್ತೆಯ ಮುಂದಿನ ತಿರುವಿನಲ್ಲಿರುವ ಕಿರುಸೇತುವೆಯ ಬಳಿ ಅವನಿಗಾಗಿಯೇ ಕಾದು ನಿಂತಿರುವ ಹೆಂಗಸರು, ಮಕ್ಕಳು ಅವನ ಸೈಕಲನ್ನು ಸುತ್ತುವರಿಯುವ ದೃಶ್ಯವನ್ನು ಜೋಯಿಸರ ಮನೆ ಚಾವಡಿಯ ಕಿಟಕಿಯಿಂದಲೇ ಕಾಣಬಹುದು.

ಅದು ಅವನ ದೈನಂದಿನ ಮೀನು ಮಾರಾಟದ ಕೊನೆಯ ತಾಣ. ಅಲ್ಲಿಗೆ ತಲುಪುವಷ್ಟರೊಳಗೇ ಅವನ ಸೈಕಲಿನ ಕ್ಯಾರಿಯರಿಗೆ ಕಟ್ಟಿರುವ ಎರಡು ಬುಟ್ಟಿಗಳ ಮೀನುಗಳೂ ಮಾರಾಟವಾಗಿರುತ್ತವೆ. ಸೈಕಲಿನ ಹ್ಯಾಂಡಲ್‌ಗೆ ತೂಗುಹಾಕಿರುವ ಓಲೆಗರಿಯ ಚೀಲದಲ್ಲಿ ಉಳಿಸಿರುವ ಮೀನುಗಳನ್ನೆಲ್ಲ ಸಿಕ್ಕಬೆಲೆಗೆ ಮಾರಾಟ ಮಾಡುವ ರಜಾಕ್, ಅಲ್ಲಿಂದ ನೇರವಾಗಿ ಹೋಗುವುದು ಸ್ನಾನಕ್ಕೆ; ಪೋಸ್ಟಾಫೀಸು ಬೀದಿಯ ಕೊನೆಯಲ್ಲಿರುವ ಸರಕಾರೀ ಬಾವಿ ಬಳಿಗೆ.

ರಜಾಕ್‌ನ ಮೀನಿನ ಸೈಕಲು ದಿನದ ಯಾವ ಹೊತ್ತಿನಲ್ಲಿ ಯಾವ ಜಾಗದಲ್ಲಿ ಇರುತ್ತದೆ ಎಂಬುದು ಕೇವಲ ಮೀನು ತಿನ್ನುವವರಿಗೆ ಮಾತ್ರವಲ್ಲ, ಮೀನಿನ, ಪರಿಮಳದ ನೆನಪಿಗೇ ನೂರು ಮಾರು ದೂರ ಹಾರುವ ಹಾರುವರಿಗೂ ಕಂಠಪಾಠ. ಕಟ್ಟುನಿಟ್ಟಿನ ಸಮಯ ನಿಷ್ಠೆಯಿಂದಾಗಿ 'ರೇಡಿಯೋ ಟೈಂ ರಜಾಕ್' ಎಂದೇ ಖ್ಯಾತನಾಗಿದ್ದ ಅವನ ಬಗ್ಗೆ ಉಳಿದವರ ಹೊಗಳಿಕೆ ಒತ್ತಟ್ಟಿಗಿರಲಿ, ಜ್ಯೋತಿಷ್ಯ ಶಿರೋಮಣಿ ವಿದ್ವಾನ್ ಸುಬ್ರಾಯ ಜೋಯಿಸರೇ ಸರ್ಟಿಫಿಕೇಟು ಕೊಟ್ಟದ್ದು ಸಾಮಾನ್ಯ ಸಂಗತಿಯಲ್ಲ.

ವರುಷವೆರಡರ ಹಿಂದೆ ಸಹಸ್ರಲಿಂಗೇಶ್ವರ ದೇವಸ್ಥಾನದ ಅಂಗಣದಲ್ಲಿ ಅಭೂತಪೂರ್ವವಾಗಿ ಆಚರಿಸಲ್ಪಟ್ಟ ಸಾರ್ವಜನಿಕ ಗಣೇಶೋತ್ಸವದ ಸಂದರ್ಭದಲ್ಲಿ ಮುಖ್ಯ ಅತಿಥಿಯಾಗಿ ಉಪನ್ಯಾಸ ನೀಡುತ್ತಿದ್ದ ಜೋಯಿಸರು, ಭಕ್ತಿ ಮತ್ತು ಅದರ ಫಲಗಳ ಬಗ್ಗೆ ವಿವರಿಸುತ್ತಾ 'ಭಕ್ತಿಗೆ ಫಲ ಭಕ್ತಿಯೇ ಹೊರತು ಬೇರೊಂದರ ಅಗತ್ಯವಿಲ್ಲ. ಕಣ್ಣುಮುಚ್ಚಿ, ಕೈ ಮುಗಿದು ದೇವರನಾಮ ಹಾಡುವುದಷ್ಟೇ ಭಕ್ತಿಯಲ್ಲ, ಮಾಡುವ ಕೆಲಸ ಯಾವುದೇ ಆಗಿರಲಿ, ಅದನ್ನು ದೇವರ ಕೆಲಸ ಎಂಬುದಾಗಿ ಭಾವಿಸಿ ಆ ಕೆಲಸವನ್ನೇ ಪೂಜೆಯೆಂದಾಗಿ ನಂಬಿ ದುಡಿದರೆ ಪ್ರತಿಫಲ ಸಿಗುವುದು ಖಂಡಿತ. ಉದಹರಣೆಗೆ ನಮ್ಮೂರ ಮೀನು ಮರುವ ಹುಡುಗ ರಜಾಕ್‌ನನ್ನೇ ತೆಗೆದುಕೊಳ್ಳಿ, ಅವನ ದುಡಿಮೆಯ ಕ್ರಮಕ್ಕೂ ತಪಸ್ಸಿಗೂ ಏನೇನೂ ವ್ಯತ್ಯಾಸವಿಲ್ಲ' ಎಂದದ್ದು ಊರೊಳಗೆಲ್ಲ ಸುದ್ದಿಯಾಗಿ ಹೋಗಿತ್ತು.

ರಜಾಕ್‌ನನ್ನು ಗುರುತಿಸಲು ಕಣ್ಣುಗಳ ಅಗತ್ಯ ಬೀಳುವುದು ಶುಕ್ರವಾರದಂದು ಮಾತ್ರ; ಉಳಿದ ದಿನಗಳಲ್ಲಿ ಬರಿಯ ಮೂಗು ಸಾಕು. ಶುಕ್ರವಾರದಂದು ರಜಾಕ್ ಮೀನು ವ್ಯಾಪಾರ ನಡೆಸುವುದಿಲ್ಲ; ಸ್ವಯಂ ಘೋಷಿತ ರಜ ಅನುಭವಿಸುತ್ತಾನೆ.

ಶುಕ್ರವಾರದಂದು ಅವನನ್ನು ಕಾಣಬೇಕಾದರೆ ಹಗಲಿನ ಹತ್ತೂವರೆಯಿಂದ ಹನ್ನೆರಡೂವರೆ ನಡುವೆ ಪೋಸ್ಟಾಫೀಸಿನ ರಸ್ತೆಯಲ್ಲಿರುವ ಸರಕಾರೀ ಬಾವಿ ಬಳಿಗೆ ಹೋಗಬೇಕು. ಆ ದಿನ ಅವನ ಕಾಲಿನ ಉಗುರುಗಳು ಮಾತ್ರವಲ್ಲ, ಶುಕ್ರವಾರಕ್ಕೆಂದೇ ಮೀಸಲಾಗಿರಿಸಿರುವ ರಬ್ಬರಿನ ಬಿಳಿ ಬಣ್ಣದ ಚಪ್ಪಲಿಗಳು ಕೂಡಾ ಪರಿಮಳದ ಸಾಬೂನಿನಿಂದ ಘಮಘಮಿಸಲ್ಪಡುತ್ತವೆ. ಮಧ್ಯಾಹ್ನದ ಒಂದು ಹೊಡೆಯುವಷ್ಟರಲ್ಲಿ ರಜಾಕ್ ಮಸೀದಿಯೊಳಗೆ ಹಾಜರ್. ಆಗವನ ಉಡುಪು ನೋಡಬೇಕು; 'ಮಿಂಚಿನಂತೆ ಶುಭ್ರ ಬಿಳುಪು' ಅನ್ನುತ್ತಾರಲ್ಲ ಹಾಗಿರುತ್ತದೆ. ತುಂಬು ತೋಳಿನ ಬಿಳಿಯ ಅಂಗಿ. ಹಾಲು ಬಿಳಿಯ ಡಬ್ಬಲ್ ಧೋತಿ. ಕತ್ತಿನ ಹಿಂಭಾಗದಲ್ಲಿ ಅಂಗಿಯ ಕಾಲರನ್ನು ಬಳಸಿ ಇರಿಸಿದ ನೀಲಿ ಅಥವಾ ಹಸುರು ಅಂಚಿನ ಅಚ್ಚ ಬಿಳಿಯ ಕರವಸ್ತ್ರ; ಅವನು ಮಸೀದಿಯ ಮೆಟ್ಟಲೇರಿದನೆಂದರೆ ಅವನು ಪೂಸಿಕೊಂಡ ಅತ್ತರಿನ ಕಂಪು ಇಡಿಯ ಮಸೀದಿಗೇ ಮತ್ತು ಬರಿಸೀತು.

ಜುಮ್ಮಾ ನಮಾಜು ಮುಗಿಸಿಕೊಂಡು ಲಿಬರ್ಟಿ ಮಿಲಿಟರಿ ಹೋಟೆಲಿಗೆ ರಿಕ್ಷಾದಲ್ಲೇ ಹೋಗುವುದು. ಊಟವಾದ ಕೂಡಲೇ 'ಅಪ್ಸರಾ ಥಿಯೇಟರ್'ಗೆ ರಿಕ್ಷಾದಲ್ಲೇ ಓಟ. ಸಾಮಾನ್ಯವಾಗಿ ಥಿಯೇಟರ್‌ನಲ್ಲಿ ಪ್ರತಿ ಶುಕ್ರವಾರದಂದೂ ಹೊಸ ಸಿನೆಮ ಬಿದ್ದಿರುತ್ತದೆ. ಬಾಲ್ಕನಿಯ ಎಡ ಮೂಲೆಯ ಮೊದಲ ಸಾಲಿನ ಸೀಟು ಈತನಿಗೆ ಮೀಸಲು. ಮೆಟಿನಿ ಷೋ ನೋಡಿಕೊಂಡು ಬಸ್ ನಿಲ್ದಾಣದಲ್ಲಿರುವ ಆದ್ರಾಮ ಬ್ಯಾರಿಯ ಜವುಳಿ ಅಂಗಡಿಯ ಜಗಲಿಯಲ್ಲಿ ಕತ್ತಲಿಡುವವರೆಗೂ ಸುಮ್ಮನೇ ಕುಳಿತಿರುತ್ತಾನೆ. ಯಾರ ಜತೆಗೂ ಹೆಚ್ಚು ಮಾತು-ಹರಟೆ ಅವನಿಂದಾಗದು. ಆದ್ದರಿಂದಲೇ ಆದ್ರಾಮ ಬ್ಯಾರಿ ಪ್ರತಿ ಶುಕ್ರವಾರ ಸಂಜೆ ಬೆತ್ತದ ಕುರ್ಚಿಯೊಂದನ್ನು ಜಗಲಿಯ ಕೊನೆಯಲ್ಲಿಟ್ಟಿರುತ್ತಾರೆ. ಸರಿಯಾಗಿ ಎಂಟು ಗಂಟೆಗೆ ಮತ್ತೆ ಲಿಬರ್ಟಿ ಹೋಟೆಲಲ್ಲಿ ರಾತ್ರಿಯೂಟ. ಒಂಭತ್ತರ ಮುನ್ನ ರಜಾಕ್ ಮನೆ ಸೇರಿರುತ್ತಾನೆ.

ರಜಾಕ್‌ನ ತಾಯಿ ತೀರಿಕೊಂಡ ಬಳಿಕ ಜೋಯಿಸರ ಪತ್ನಿ ಕನಿಷ್ಠ ದಿನಕ್ಕೊಮ್ಮೆಯಾದರೂ ಯೋಚಿಸಿದ್ದುಂಟು; ರಜಾಕ್‌ನನ್ನು ಕರೆದು ಒಮ್ಮೆಯಾದರೂ ಸುಖದುಃಖ ವಿಚಾರಿಸಿಕೊಳ್ಳಬೇಕೆಂದು. ಇದಕ್ಕೆ ಕಾರಣವೂ ಉಂಟು. ಜೋಯಿಸರ ಪತ್ನಿ ಹಾಗೂ ರಜಾಕ್‌ನ ತಾಯಿ ಇಬ್ಬರೂ ಒಂದೇ ಊರಿನವರು ಮಾತ್ರವಲ್ಲ, ಕಾಕತಾಳೀಯವಾಗಿ ಒಂದೇ ದಿನದಂದು ಹೊಸ ಮದುವಣಗಿತ್ತಿಯರಾಗಿ ಮುತ್ತುಪ್ಪಾಡಿಯ ಹೊಸಿಲು ತುಳಿದವರು. ಮುಂದೆ, ಜೋಯಿಸರ ಮನೆಯಲ್ಲಿ ಏನಾದರೂ ವಿಶೇಷವಿದ್ದರೆ ರಜಾಕ್‌ನ ತಾಯಿ ಬುತ್ತಿಕಟ್ಟಿಕೊಂಡು ಹೋಗದೆ ಇದ್ದ ದಿನಗಳೇ ಇಲ್ಲ. ಆದರೆ ರಜಾಕ್ ಮಾತ್ರ ಒಮ್ಮೆಯೂ ಜೋಯಿಸರ ಮನೆಯಂಗಳದಲ್ಲಿ ಹೆಜ್ಜೆಯೂರಿದವನಲ್ಲ, ತಾಯಿಯ ಸೊಂಟದಲ್ಲಿ ಕುಳಿತು ಬಂದದ್ದಿರಬಹುದಾದರೂ ಅವರಿಗೆ ನೆನಪಿಲ್ಲ.

ರಜಾಕ್‌ನನ್ನು ತಮ್ಮ ಮನೆಚಾವಡಿಯಲ್ಲಿ ಕಂಡಾಗ ಜೋಯಿಸರ ಪತ್ನಿಗೆ ಅಚ್ಚರಿಕೆಯಿಂದ ಬಾಯಿ ಕಟ್ಟಿಹೋಗಿತ್ತು. ಅವನನ್ನು ಆದಷ್ಟು ಹತ್ತಿರದಿಂದ ಅವರು ನೋಡುತ್ತಿರುವುದು ಇದೇ ಮೊದಲು.

ಕಲ್ಲಿನ ಕಂಭದಂತೆ ನಿಂತುಬಿಟ್ಟಿರುವ ಹೆಂಡತಿಯತ್ತ ತುಂಟ ನಗು ಚೆಲ್ಲಿದ ಜೋಯಿಸರು. 'ಈವತ್ತು ಹೇಳು ನೋಡುವ, ನಿನ್ನ ಯಾವ ಸುಪುತ್ರ ಇವನಷ್ಟು ಕ್ಲೀನಾಗಿ ಇದ್ದಾನೇಂತ' ಎಂದು ಛೇಡಿಸಿದ್ದರು.

'ಆದರೆ ಇವನು ಮೆತ್ತಿಕೊಂಡಿರುವ ಈ ಘಾಟು ಸೆಂಟಿನ ವಾಸನೆಗಿಂತ ಆ ಮೀನಿನ ವಸನೆಯೇ ವಾಸಿ.' ಜೋಯಿಸರ ಪತ್ನಿ ತಟ್ಟನೆ ಉತ್ತರಿಸಿದ್ದರು. ರಜಾಕ್ ನಾಚಿ ನೀರಾಗಿದ್ದ.

'ಹೆದರಬೇಡ ಇವನೇ, ಶಿಸ್ತಿನಿಂದ ಇರುವ ಯಾರನ್ನು ಕಂಡರೂ ಇವಳಿಗಾಗುವುದಿಲ್ಲ. ಎಲ್ರೂ ಇವಳ ಇಬ್ಬರು ಮಕ್ಕಳ ಹಾಗೆಯೇ 'ಉಂಡಾಡಿ ಗುಂಡು ಭಟ್ರು' ಆಗಬೇಕು ಅಂತ ಹಟ ಇವಳಿಗೆ' ಜೋಯಿಸರು ಪಕಪಕ ನಕ್ಕಿದ್ದರು.

ರಜಾಕ್ ಮುಜುಗರದ ಮುದ್ದೆಯಾಗಿದ್ದ. ತಾನು ಇದುವರೆಗೂ ಕಂಡು ಮಾತನಾಡಿಸಿರದಿದ್ದ ಹೆಂಗಸೊಬ್ಬರು ಇಷ್ಟೊಂದು ಸಲಿಗೆಯಿಂದ ತಮಾಷೆ ಮಾಡುವುದೆಂದರೇನು! ಇಡಿಯ ಊರಿಗೇ ಹೆಸರು ತಂದಿರುವ ಜೋಯಿಸರು ಇಷ್ಟೊಂದು ಪ್ರೀತಿಯಿಂದ ಕುಶಾಲು ಮಾಡುವುದೆಂದರೇನು?

ತಾನು ಮೀನು ಮಾರಾಟಕ್ಕಿಳಿದ ಎರಡನೇ ವರ್ಷದಲ್ಲೇ ತಾಯಿ ತೀರಿಕೊಂಡದ್ದರಿಂದ ತಂದೆಯನ್ನು ಎಂದೂ ಕಂಡಿರದಿದ್ದವನು ಒಂಟಿಯಾಗಿದ್ದ. ಆದ್ರಾಮಣ್ಣನನ್ನು ಹೊರತುಪಡಿಸಿದರೆ 'ಇದ್ದೀಯಾ ಸತ್ತೀಯಾ' ಎಂದು ಪ್ರಶ್ನಿಸುವವರೂ ಇಲ್ಲ. ಉಳಿದವರ ಜೊತೆಗಿನ ಮಾತುಕತೆಯೆಲ್ಲವೂ ಮೀನು ವ್ಯಾಪಾರಕ್ಕೆ ಸಂಬಂಧಿಸಿದ್ದು; ವ್ಯಾವಹಾರಿಕ ಮಾತ್ರ.

ಈಗೆಲ್ಲ ಸೀಜನ್‌ನಲ್ಲಿ ದಿನವಹಿ ಏಳೆಂಟು ಸಾವಿರ ರೂಪಾಯಿಗಳ ವ್ಯವಹಾರ ನಡೆಸುವ ಮುತ್ತುಪ್ಪಾಡಿ ಮೀನು ಮಾರ್ಕೆಟಿಗೆ ನಲುವತ್ತು ಮೈಲಿ ದೂರದ ಮಂಗಳೂರಿನಿಂದ ಮೀನು ಬರಬೇಕು. ಸೂರ್ಯ ನಡುನೆತ್ತಿಗೇರುವ ಹೊತ್ತಲ್ಲಿ, ತನ್ನದೇ ಆದ ವಿಚಿತ್ರ ಲಯದ ಹಾರನ್ ಬಾರಿಸುತ್ತಾ ಬರುವ ಮೀನು ಹೇರಿದ ಲಾರಿ ಮಾರ್ಕೆಟಿನ ಪರಿಸರಕ್ಕೆ ಜೀವ ತುಂಬುತ್ತದೆ. ಮೀನು ಜಾಸ್ತಿ ಇರುವ ದಿನಗಳಲ್ಲಿ ಒಂದೆರಡು ಕಾರುಗಳೂ ಲಾರಿಯನ್ನು ಹಿಂಬಾಲಿಸಿ ಬರುವುದುಂಟು. ಹಾರನ್ ಕೇಳಿಸಿದರೆ ಸಾಕು; ಸೈಕಲ್ಲುಗಳಲ್ಲಿ ಮೀನಿನ ಬುಟ್ಟಿಗಳನ್ನು ಕಟ್ಟಿಕೊಂಡು ಊರೊಳಗೆ ಚಿಲ್ಲರೆ ಮಾರಾಟ ಮಾಡುವವರು ಲುಂಗಿಗಳನ್ನು ಎಳೆದು ಕಟ್ಟಿಕೊಂಡು ಸಿದ್ಧರಾಗುತ್ತಾರೆ. ಹತ್ತಾರು ಚಳ್ಳೆಪಿಳ್ಳೆಗಳು ಲಾರಿಯಿಂದ ಮೀನು ತುಂಬಿರುವ ಬುಟ್ಟಿಗಳನ್ನು ಇಳಿಸುವಾಗ ಉದುರಿಬೀಳುವ ಮೀನುಗಳನ್ನು ಸಳಕ್ಕನೆ ನುಂಗಲು ನಾಲಗೆ ಚಾಚಿ ನಿಂತಿರುವ ನಾಯಿಗಳಿಗಿಂತಲೂ ಚುರುಕಿನ ವೇಗದಲ್ಲಿ ಎತ್ತಿಕೊಂಡು ಚೀಲತುಂಬುವ ಮಾನಸಿಕ ಸಿದ್ಧತೆ ನಡೆಸುತ್ತಾರೆ. ಹೀಗೆ ಸಿಗುವ ಮೀನುಗಳನ್ನು ಮಾರಾಟ ಮಾಡಿ ಪುಡಿಗಾಸು ಸಂಪಾದಿಸುವ ಹುಡುಗರ ಜತೆಯಲ್ಲಿ ಮೀನು ಮಾರಾಟದ ಬಾಲಪಾಠ ಕಲಿತು ಪಾಸಾಗಿದ್ದವನು ರಜಾಕ್. ಇದೀಗ ತನ್ನ ವ್ಯವಹಾರದ ಹೊಸ ಮಜಲನ್ನು ಪ್ರವೇಶಿಸುವವನಿದ್ದು, ಇನ್ನೊಂದೇ ವಾರದೊಳಗೆ ಸೆಕೆಂಡ್ ಹ್ಯಾಂಡ್ ಅಂಬಾಸಿಡರ್ ಕಾರು ಖರೀದಿಸುವವನಿದ್ದ.

'ಬರೇ ನೋಡುತ್ತಾ ನಿಲ್ತೀಯಾ? ಅಥವಾ ಒಂದು ಗ್ಲಾಸು ಹಾಲನ್ನಾದರೂ ತಂದು ಕುಡಿ ಅಂತ ಹೇಳ್ತೀಯಾ?' ಎಂಬ ಪ್ರಶ್ನೆಗಳಿಂದಲೇ ಹೆಂಡತಿಯನ್ನು ಒಳಕ್ಕೆ

ಹಾಕಿದ ಜೋಯಿಸರು, ರಜಾಕ್‌ನತ್ತ ತಿರುಗಿ ಗಂಭೀರವಾದ ಧ್ವನಿಯಲ್ಲಿ.

'ನೋಡು ಇವನೇ. ನಿನ್ನೆ ಅದ್ರಾಮ ಬ್ಯಾರಿ ಬಂದಿದ್ದಾಗಲೇ ಸ್ಪಷ್ಟವಾಗಿ ಹೇಳಿದ್ದೆ. ಭವಿಷ್ಯ ತಿಳಿದುಕೊಳ್ಳುವ ಅಗತ್ಯ ಹೆಚ್ಚಿರುವುದು ವರ್ತಮಾನದ ಬಗ್ಗೆ ತೃಪ್ತಿ ಇಲ್ಲದವನಿಗೆ. ನಾಳೆ ಏನಾದೀತೋ ಎಂದು ಭಯಪಡುವವನಿಗೆ. ನಿನಗೆ ಈಗ ಇದರ ಅಗತ್ಯವಿಲ್ಲ. ನೀನೆಲ್ಲ ತೀರ್ಮಾನ ಮಾಡಿ ಆಗಿದೆ. ಅಡ್ವಾನ್ಸು ಕೂಡಾ ಕೊಟ್ಟಿದ್ದೀಯಂತೆ. ಇನ್ನು ಈಗ ನಾನು ನನ್ನ ಕವಡೆ ಲೆಖ್ಖಾಚಾರದಂತೆ ನಿನಗೆ ವಾಹನ ಖರೀದಿಯಿಂದಾಗಿ ನಷ್ಟವಾಗುತ್ತದೆ ಅಂತ ಹೇಳಿಬಿಟ್ರೆ ನೀನು ಕಾರು ಖರೀದಿಸುವುದೇ ಇಲ್ವಾ?' ಎಂದು ಪ್ರಶ್ನಿಸಿದ್ದರು.

ಏನೆಂದು ಉತ್ತರಿಸುವುದು? ರಜಾಕ್ ತಬ್ಬಿಬ್ಬಾಗಿದ್ದ. ಕಾರು ಖರೀದಿಸುವ ಎಲ್ಲ ಮಾತುಕತೆಗಳೂ ಮುಗಿದುಬಿಟ್ಟಿವೆ; ಎರಡು ಸಾವಿರ ರೂಪಾಯಿ ಅಡ್ವಾನ್ಸು ಕೊಟ್ಟದ್ದೂ ಆಗಿದೆ. ಮುಂದಿನ ಸೋಮವಾರ 'ನಾಯಕ್ ಫೈನಾನ್ಸ್'ನ ಕಚೇರಿಯಲ್ಲಿ ಏಳೆಂಟು ರುಜು ಹಾಕಿಬಿಟ್ರೆ ಸಾಕು; ಕಾರು ಸ್ವಂತದ್ದಾಗುತ್ತದೆ. ತಿಂಗಳಿಗೆ ಏಳುನೂರು ರೂಪಾಯಿ ಕಂತು ಕಟ್ಟುವುದು ದೊಡ್ಡ ಸಂಗತಿಯಲ್ಲ. ಈಗ ಯಾರು ಏನು ಹೇಳಿದರೂ ಹಿಂದಕ್ಕೆ ಜಾರುವ ಪ್ರಶ್ನೆಯೇ ಇಲ್ಲ.

ಉತ್ತರಿಸಲಾಗದೆ ಆಚೀಚೆ ಕಣ್ಣು ಹಾಯಿಸುತ್ತಿರುವ ರಜಾಕ್‌ನ ತಳಮಳವನ್ನು ಗುರುತಿಸಿ ತೆಳುನಗು ಚೆಲ್ಲಿದ ಜೋಯಿಸರು ಎದ್ದುನಿಂತಾಗ ರಜಾಕ್ ಕೂಡಾ ಎದ್ದುನಿಂತುಬಿಟ್ಟಿದ್ದ. ಅದಷ್ಟರಲ್ಲಿ ಜೋಯಿಸರ ಪತ್ನಿ ಹಾಲಿನ ಲೋಟೆಯೊಂದಿಗೆ ಚಾವಡಿಗೆ ಬಂದಿದ್ದರು. ಹಾಲಿನ ಲೋಟೆಯನ್ನು ಎತ್ತಿಕೊಂಡ ಜೋಯಿಸರು, ಅದನ್ನು ಎರಡೂ ಕೈಗಳಲ್ಲಿ ಹಿಡಿದು ರಜಾಕ್‌ನತ್ತ ಚಾಚುತ್ತಾ, 'ಇದನ್ನು ಕುಡಿದು ಹೋಗು. ನಿನಗೆ ಒಳ್ಳೆಯದಾಗಲಿ' ಎಂದರು. ರಜಾಕ್ ಅಷ್ಟೇ ಗೌರವದಿಂದ ಹಾಲಿನ ಲೋಟೆಯನ್ನು ಎತ್ತಿಕೊಂಡು ಪುನಃ ನೆಲದ ಮೇಲೆ ಕುಳಿತು ಹಾಲು ಕುಡಿಯಲೆಂದು ಲೋಟೆಯನ್ನು ತುಟಿಗಂಟಿಸಿದ. ಅದುವರೆಗೂ ಸುಮ್ಮನೇ ನಿಂತು ಇಬ್ಬರನ್ನೂ ಮಿಕಿಮಿಕಿ ನೋಡುತ್ತಿದ್ದ ಜೋಯಿಸರ ಪತ್ನಿ, ನೆಲದ ಮೇಲೆ ರಜಾಕ್ ಇರಿಸಿದ್ದ ಹತ್ತು ರೂಪಾಯಿಯ ನೋಟನ್ನು ಬಾಗಿ ಎತ್ತಿಕೊಂಡು, 'ಈ ಹಣ ನನಗಿರಲಿ. ಇದು ನಿಮ್ಮ ನಿಜವಾದ ಸಂಪಾದನೆ' ಎನ್ನುತ್ತಾ ಗಂಡನತ್ತ ಅಭಿಮಾನದ ನೋಟ ನೆಟ್ಟಾಗ ಜೋಯಿಸರೇ ಅಚ್ಚರಿಯಿಂದ ಅವಾಕ್ಕಾಗಿಬಿಟ್ಟಿದ್ದರು.

೨ ಯಾವ ದೇವರ ಮುಂದೆ ನಿಂತೂ ಪ್ರಮಾಣ ಮಾಡಲು ನಾರಾಯಣ ಪ್ರಭುಗಳು ತಯಾರಿದ್ದರು; ಸುಬ್ರಾಯ ಜೋಯಿಸರೇನಾದರೂ 'ನಾಳೆಯ ದಿನ ಸೂರ್ಯೋದಯವಾಗುವುದಿಲ್ಲ' ಎಂದು ಭವಿಷ್ಯ ನುಡಿದುಬಿಟ್ಟರೆ ಅದು ಹಾಗೆಯೇ ಆಗಿಹೋದೀತು ಎಂಬುದಾಗಿ. ಮುತ್ತುಪ್ಪಾಡಿ ಅಂಚೆ ಕಚೇರಿಯಲ್ಲಿ ಸಬ್‌ಪೋಸ್ಟು ಮಾಸ್ಟರ್ ಆಗಿರುವ ಪ್ರಭುಗಳಿಗೆ ಜ್ಯೋತಿಷ್ಯ ಶಿರೋಮಣಿ ಸುಬ್ರಾಯ ಜೋಯಿಸರ ಜ್ಯೋತಿಷ್ಯದಲ್ಲಿ ಅಂತಹ ಅಚಲ ನಂಬಿಕೆ.

ಪ್ರಭುಗಳು ಕೇವಲ ಸಬ್‌ಪೋಸ್ಟು ಮಾಸ್ಟರಷ್ಟೇ ಅಲ್ಲ; ಊರಿನ ಗಣ್ಯ ನಾಗರಿಕ ಬೇರೆ. ಎರಡು ವರ್ಷಗಳ ಕೆಳಗೆ ಸಹಸ್ರ ಲಿಂಗೇಶ್ವರ ದೇವಾಲಯದ ಅಂಗಣದಲ್ಲಿ ಪ್ರಪ್ರಥಮ ಸಾರ್ವಜನಿಕ ಗಣೇಶೋತ್ಸವವನ್ನು ಅಷ್ಟೊಂದು ಅದ್ದೂರಿಯಾಗಿ ನಡೆಸಿದ್ದ ಸಂಘಟಕ ಪ್ರಮುಖರೂ ಅವರೇ. ಎರಡನೇ ದಿನದ ಪ್ರಮುಖ ಉಪನ್ಯಾಸಕರನ್ನಾಗಿ ಜೋಯಿಸರನ್ನು ಒತ್ತಾಯಿಸಿ ಕರೆದು ತಂದು ವೇದಿಕೆಯೇರಿಸಿದ್ದವರೂ ಅವರೇ.

ಜೋಯಿಸರ ಉಪನ್ಯಾಸದಲ್ಲಿ ತೆಗೆದುಹಾಕಬಹುದಾದಂತಹ ಒಂದೇ ಒಂದು ಮಾತು ಇದ್ದಿರಲಿಲ್ಲ ಎಂಬುದರ ಬಗ್ಗೆ ಪ್ರಭುಗಳದ್ದೇನೂ ತಕರಾರು ಇದ್ದಿರಲಿಲ್ಲ. ಆದರೆ, ಸಭಾಮರ್ಯಾದೆ ಅಂತ ಒಂದು ಇರುತ್ತದಲ್ಲ. ಯಾವ ವೇದಿಕೆಯಲ್ಲಿ ಯಾವ ಮಾತನ್ನು ಯಾವಾಗ ಹೇಳಿದರೆ ಒಪ್ಪವಾಗಿರುತ್ತದೆ ಎಂಬುದರ ಬಗ್ಗೆಯೇ ಮೂರು ತಾಸು ಬಾಷಣ ಮಾಡಬಲ್ಲವರು ಪ್ರಭುಗಳು. ಆದ್ದರಿಂದಲೇ ಅವರಿಗೆ ಆ ವೇದಿಕೆಯಲ್ಲಿ ಸುಬ್ರಾಯ ಜೋಯಿಸರು ತಪಸ್ಸು, ಪೂಜೆ ಇತ್ಯಾದಿ ಹಿಂದೂ ಧರ್ಮ ಸೂಕ್ಷ್ಮಗಳ ಬಗ್ಗೆ ಮಾತನಾಡುವಾಗ ಉದಾಹರಣೆಗೆಂದು ಮೀನು ಮಾರುವ ಹುಡುಗನನ್ನು ಅನಗತ್ಯವಾಗಿ ಎಳೆದು ತಂದದ್ದು ಕಿರಿಕಿರಿಯನ್ನುಂಟುಮಾಡಿತ್ತು.

ವೇದ, ಶಾಸ್ತ್ರ, ಪುರಾಣ ಹೀಗೆ ಯಾವುದನ್ನೆಲ್ಲ ಓದಿದರೆ ಪುಣ್ಯ ಸಂಪಾದಿಸಬಹುದೋ ಅವೆಲ್ಲವನ್ನೂ ಓದಿ ಅರಗಿಸಿಕೊಂಡಿರುವ ಜೋಯಿಸರು ಸ್ವಲ್ಪವಾದರೂ ಮಂಡೆ ಖರ್ಚು ಮಾಡಿರುತ್ತಿದ್ದರೆ, ಪುರಾಣಗಳಿಂದಲೇ ನೂರಾರು ಉದಾಹರಣೆಗಳನ್ನು ಕೊಡಬಹುದಾಗಿತ್ತು. ಧರ್ಮರಾಯ, ಹನುಮಂತ, ಶಬರಿ- ಹೀಗೆ ಲಕ್ಷೋಪಲಕ್ಷ ಮಹಾಮಹಿಮರಿರುವಾಗ ಜೋಯಿಸರೇಕೆ ರಜಾಕ್‌ನ ಹೆಸರು ಹೇಳಬೇಕು?

ಹಾಗಂತ ಜೋಯಿಸರು ಕೊಟ್ಟ ಉದಾಹರಣೆ ಸುಳ್ಳೆಂಬುದೇನೂ ಪ್ರಭುಗಳ ವಾದವಲ್ಲ. ಸ್ವತಃ ಪ್ರಭುಗಳ ಹೆಂಡತಿಗೆ ಸಂಜೆಯ ಚಹಕ್ಕೆ ನೀರಿಡಲು ನೆನಪಾಗಬೇಕಾದರೆ ರಜಾಕನ ಮೀನಿನ ಸೈಕಲಿನ 'ಪಾಂ-ಪಾಂ' ಹಾರನ್ ಕೇಳಿಸಬೇಕು ಎಂಬುದು ಪ್ರಭುಗಳಿಗೂ ಗೊತ್ತು.

ಪ್ರಭುಗಳು ಕಂಗಾಲಾಗಲು ಇನ್ನೊಂದು ಕಾರಣವೂ ಉಂಟು; ಯಾವ ವಿಷಯವನ್ನು ಪ್ರಸ್ತಾಪಿಸಿದರೂ, 'ಅದು ಹಾಗಲ್ಲ ಸ್ವಾಮೀ, ಹೀಗೆ' ಎಂದು ಅಡ್ಡ ಮಾತಿನಿಂದಲೇ ಮಾತು ಆರಂಭಿಸುವ – ಅಡ್ಡಿಬಟ್ರು ಎಂದೇ ಅಡ್ಡ ಹೆಸರು ಪಡೆದಿರುವ– ಅನಂತಭಟ್ರು ಕೂಡಾ 'ಜೋಯಿಸರದ್ದೇ ಸರಿ' ಎಂದು ತೀರ್ಮಾನ ಕೊಟ್ಟಿದ್ದು.

'ಅದು ಹಾಗಲ್ಲ ಸ್ವಾಮೀ, ಹೀಗೆ, ಅವನೊಬ್ಬ ಮಾಪಿಳ್ಳೆಗೆ ಹುಟ್ಟಿದವನು ಅಂತ ನನಗೆ ದೇವರಾಣೆ ನಂಬಿಕೆಯಾಗುವುದಿಲ್ಲ. ಏನು ನಯ! ಏನು ನೀಯತ್ತು! ಥೇ ಥೇ, ಥೇಟ್ ನಮ್ಮ ಹಾಗೆಯೇ. ನಡು ರಸ್ತೆಯಲ್ಲಿ ನಾನೇನಾದರೂ ಎದುರಾದೆ ಅಂತ ಇಟ್ಕೊಳ್ಳಿ. ಸೈಕಲ್ಲಿಂದ ಇಳ್ದು ರಸ್ತೆ ಬದಿಯಲ್ಲಿ ನಿಂತು ಅದೇನು ಗೌರವ ಕೊಡ್ತಾನೆ ಗೊತ್ತುಂಟಾ? ಏನೋ ಪಾಪ; ವಾರಕ್ಕೊಮ್ಮೆ ಮಸೀದಿಗೆ ಹೋಗ್ತಾನೆ ಎನ್ನುವುದನ್ನು ಮರೆತುಬಿಟ್ರೆ ಅವನು ಯಾವುದರಲ್ಲಿ ನಮಗಿಂತ ಕಡೆ ಹೇಳಿ ನೋಡುವಾ?' ಅನಂತಭಟ್ರು ಬಹು ದೊಡ್ಡ ಸವಾಲನ್ನೇ ಎಸೆದುಬಿಟ್ಟಿದ್ದರು.

ಪ್ರಭುಗಳಿಗೆ ಇವೆಲ್ಲವೂ ಮತ್ತೆ ನೆನಪಾದದ್ದು, ಅಂಚೆ ಕಚೇರಿ ಮುಚ್ಚುವ ಹೊತ್ತಲ್ಲಿ ಧಾವಿಸಿ ಬಂದ ಜವುಳಿ ಅಂಗಡಿಯ ಅದ್ರಾಮ ಬ್ಯಾರಿ ಏದುಸಿರುಬಿಡುತ್ತಾ, 'ಒಂದು ಅರ್ಜೆಂಟು ಟ್ರಂಕ್‌ಕಾಲ್ ಮಾಡಬೇಕಿತ್ತಲ್ಲಾ ಪ್ರಭುಗಳೇ. ನಮ್ಮ ರಜಾಕನ ಕಾರು ಏಕ್ಸಿಡೆಂಟ್ ಆಗಿದೆಯಂತೆ' ಎಂದು ಗಡಬಡಿಸಿದಾಗ.

ರಜಾಕ್‌ನ ಕಾರು ಮಂಗಳೂರಿನಿಂದ ಮೀನು ಹೊತ್ತು ತರುತ್ತಿದ್ದಾಗ ಬಂಟ್ವಾಳದ ಬಳಿಯ ತಿರುವೊಂದರಲ್ಲಿ ಲಾರಿಗೆ ಬಡಿದು ಪಕ್ಕದ ಗದ್ದೆಗೆ ಉರುಳಿಬಿದ್ದಿತ್ತು. ಬಾಗಿಲು ಕಿತ್ತು ಹೋಗಿ ರಜಾಕ್ ಹೊರಗೆ ಚೆಲ್ಲಲ್ಪಟ್ಟುದುದರಿಂದ ಅಂತಹ ಅಪಾಯಕಾರಿ ಏಟೇನೂ ಆಗಿಲ್ಲವಂತೆ. ಕಾರು ಮಾತ್ರ ಹುಡಿ ಹುಡಿಯಾಗಿದೆ ಅಂತ ಮಂಗಳೂರು ಆಸ್ಪತ್ರೆಯಿಂದ ಮಾಹಿತಿ ಸಿಕ್ಕಿತ್ತು.

ಅದ್ರಾಮ ಬ್ಯಾರಿ ಹೊರಟುಹೋದ ಬಳಿಕ ಪ್ರಭುಗಳು ಕಚೇರಿಯ ಬಾಗಿಲು ಎಳೆದುಕೊಳ್ಳುವುದನ್ನೂ ಮರೆತು ದಿಕ್ಕುಗೆಟ್ಟವರಂತೆ ಕುಳಿತುಬಿಟ್ಟಿದ್ದರು. ರಜಾಕ್ ಕಾರು ಖರೀದಿಸಿ ಇನ್ನೂ ಮೂರು ತಿಂಗಳು ದಾಟಿಲ್ಲ. ಅಂತದ್ದರಲ್ಲಿ ಈ ಏಕ್ಸಿಡೆಂಟ್! ಸುಬ್ರಾಯ ಜೋಯಿಸರಿಗೆ ಇದೆಲ್ಲ ಹೀಗೆ ಆಗುತ್ತದೆ ಅಂತ ಗೊತ್ತಿಲ್ಲದೇ ಇರಲು ಸಾಧ್ಯವೇ ಇಲ್ಲ. ಹಾಗಾದರೆ ಯಾಕೆ ಅವರು ರಜಾಕನಿಗೆ ಮುನ್ಸೂಚನೆ ನೀಡಲಿಲ್ಲ? ಅವನ ಬಗ್ಗೆ ಅಷ್ಟೊಂದು ಅಭಿಮಾನವಿಟ್ಟವರಲ್ಲವೇ ಅವರು?

ರಜಾಕ್ ಕಾರು ಖರೀದಿಸುವ ಮೊದಲು ಜೋಯಿಸರಲ್ಲಿಗೆ ಪ್ರಶ್ನೆ ಇಡಲು ಹೋಗಿದ್ದದ್ದು, ಆದರೆ ಜೋಯಿಸರು ಕವಡೆಗಳತ್ತ ಕಣ್ಣು ಕೂಡಾ ಹಾಯಿಸದೇ 'ನಿನಗಿದರ ಅಗತ್ಯವಿಲ್ಲ' ಎಂಬ ಸಬೂಬು ಹೇಳಿ ರಜಾಕ್‌ನನ್ನು ಹಿಂದಕ್ಕೆ ಕಳಿಸಿದ್ದು–

ಇವೆಲ್ಲ ವಿವರಗಳು ಅಂದೇ ಅದ್ರಾಮ ಬ್ಯಾರಿಯ ಮೂಲಕ ಪ್ರಭುಗಳಿಗೆ ತಲುಪಿದ್ದವು. ಅದೊಂದು ಯೋಚಿಸಬೇಕಾದ ಸಂಗತಿಯೆಂದು ಪ್ರಭುಗಳಿಗೆ ಆ ದಿನವೇನೂ ಹೊಳೆದಿರಲಿಲ್ಲ. ಆದರೆ ಇಂದು ಮಾತ್ರ ಜೋಯಿಸರ ಅಂದಿನ ವರ್ತನೆ ಅನುಮಾನಾಸ್ಪದವಾಗಿ ಕಂಡಿತು. ಜೋಯಿಸರ ಆ ಬಗೆಯ ವರ್ತನೆಗೆ ಕಾರಣವೇನಿದ್ದಿರಬಹುದು? ಪ್ರಭುಗಳಿಗೆ ಎಲ್ಲವೂ ಒಗಟಿನಂತೆ ಭಾಸವಾಗಿತ್ತು.

ಹೀಗೆ ತಲೆ ತುಂಬ ಗೊಂದಲಗಳ ಮೂಟೆಯನ್ನೇ ಹೊತ್ತು ಜೋಯಿಸರ ಮನೆಗೆ ಧಾವಿಸಿದ್ದ ಪ್ರಭುಗಳು ಮೆಟ್ಟಲೇರುತ್ತಿದ್ದಂತೆಯೇ. 'ನಿಮಗೆ ಸುದ್ದಿ ಬಂತಾ ಜೋಯಿಸ್ರೇ? ನಮ್ಮ 'ರೇಡಿಯೋ ಟೈಮು' ಉಂಟಲ್ಲಾ? ಅವನ ಕಾರು ಈವತ್ತು ಮಧ್ಯಾಹ್ನ ಲಾರಿಗೆ ಗುದ್ದಿ ಹುಡಿಹುಡಿಯಾಗಿ ಹೋಗಿದೆಯಂತೆ' ಎಂದು ವರದಿಯೊಪ್ಪಿಸಿದಾಗ. ದೇವರ ಫೋಟೋಕ್ಕೆ ಊದುಕಡ್ಡಿ ಹಚ್ಚುವ ಸಿದ್ಧತೆಯಲ್ಲಿದ್ದ ಜೋಯಿಸರು 'ಏನು! ಏನು!' ಎನ್ನುತ್ತಲೇ ಕೈಕಾಲುಗಳಲ್ಲಿನ ಶಕ್ತಿಯನ್ನೇ ಕಳೆದುಕೊಂಡವರಂತೆ, ಅಲ್ಲೇ ಗೋಡೆಗೊರಗಿ ಕುಸಿದು ಕುಳಿತುಬಿಟ್ಟಿದ್ದರು.

ಜೋಯಿಸರ ಅವಸ್ಥೆ ಕಂಡು ಗಾಬರಿಕೊಂಡ ಪ್ರಭುಗಳು, ಪಕ್ಕದಲ್ಲೇ ಕುಳಿತು ತಪ್ಪನ್ನು ತಿದ್ದಿಕೊಳ್ಳುವವರಂತೆ, 'ಹಾಗೇನೂ ಭಯಪಡುವ ಪ್ರಸಂಗವಿಲ್ಲ ಜೋಯಿಸ್ರೇ, ಆದ್ರಾಮ ಬ್ಯಾರಿ ಫೋನು ಮಾಡಿ ವಿಚಾರಿಸುವಾಗ ನಾನೂ ಇದ್ದೆ. ಆ ಹುಡುಗನ ಅದೃಷ್ಟ ಒಂದು ಉಂಟಲ್ಲ ಅದು ಭಾರೀ ಕಲ್ಲಿನ ಹಾಗೆ, ಏನೋ ಒಂದಷ್ಟು ತರಚಿದ ಗಾಯ ಆಗಿದೆಯಂತೆ. ಒಂದೆರಡು ದಿನ ಮಾತ್ರ ಆಸ್ಪತ್ರೆಯಲ್ಲಿದ್ರೆ ಸಾಕಂತೆ. ರಜಾಕ್ ಅಲ್ಲದೆ ಬೇರೆ ಯಾರೂ ಆಗಿದ್ರೂ ಅವರ ಎಲುಬು ಕೂಡಾ ಸಿಗಲಾರದಷ್ಟು ಭಯಂಕರ ಏಕ್ಸಿಡೆಂಟ್ ಅಂತೆ. ಕಾರು ಮಾತ್ರ ಗುಜರಿಗೇ ಇಡಬೇಕಾದೀತು ಅಂತ ಅದ್ರಾಮ ಬ್ಯಾರಿಯ ಅಂದಾಜು' ಎಂದರು.

ಜೋಯಿಸರು ಕುಳಿತ ಭಂಗಿ ಬದಲಿಸಲಿಲ್ಲ; ಪ್ರಭುಗಳತ್ತ ಕಣ್ಣು ಹಾಯಿಸಲೂ ಇಲ್ಲ.

ಒಂದೆರಡು ಕ್ಷಣ ತುಟಿ ಬಿಗಿ ಹಿಡಿದು ಕೂತ ಪ್ರಭುಗಳು, ಕೇಳಲೋ ಬೇಡವೋ ಎಂಬ ಅನುಮಾನದಲ್ಲೇ, 'ಅಂದಹಾಗೆ ಜೋಯಿಸ್ರೇ, ಅ ಜಾತಿ ಜನಕ್ಕೆ ಈ ನಮ್ಮ ಪ್ರಶ್ನೆ, ಜೋತಿಷ್ಯ ಇವೆಲ್ಲ ಲಗಾವು ಆಗುವುದೇ ಇಲ್ವಂತೆ, ಹೌದಾ? ಅವತ್ತು ನಿಮ್ಮ ಹತ್ರ ಅವನು ಪ್ರಶ್ನೆ ಇಡಲು ಬಂದಿದ್ದಾಗ ನೀವು ಕೂಡಾ ಹಾಗೇ ಹೇಳಿ ವಾಪಸ್ಸು ಕಳಿಸಿದ್ರಂತೆ, ಹೌದಾ?'

ಜೋಯಿಸರು ಮರದ ಕೊರಡಿನಂತೆ ಕುಳಿತಿದ್ದರು. ಪ್ರಭುಗಳ ಪ್ರಶ್ನೆಗಳಿಗೆ ಅವರಿಂದ ಯಾವ ಬಗೆಯ ಪ್ರತಿಕ್ರಿಯೆಯೂ ಇರಲಿಲ್ಲ.

ಪ್ರಭುಗಳು ಜೋಯಿಸರತ್ತ ಮತ್ತಷ್ಟು ಜರುಗುತ್ತಾ, ತೀರಾ ಗುಟ್ಟು ಎಂಬ ಧ್ವನಿಯಲ್ಲಿ, 'ಅಥ್ವಾ, ಇದೆಲ್ಲ ಹೀಗೆ ಆಗುತ್ತದೆ ಅಂತ ಗೊತ್ತಿದ್ದರಿಂದಲೇ ಪ್ರಶ್ನೆ ಇಡುವುದು ಬೇಡವೆಂದದ್ದಾ?' ಎಂದು ಪ್ರಶ್ನಿಸಿದ್ದರು.

ಚಾಟಿಯೇಟು ತಿಂದವರಂತೆ ಜೋಯಿಸರು ಕುಳಿತಲ್ಲೇ ತರತರ ನಡುಗಿ ಬಿಟ್ಟಿದ್ದರು! ಪಕ್ಕದಲ್ಲಿ ಕುಳಿತಿದ್ದ ಪ್ರಭುಗಳತ್ತ ಯಾತನೆಯ ದೃಷ್ಟಿ ಹರಿಸಿದ್ದರು. ಆದರೆ ಪ್ರಭುಗಳ ಮುಖದಲ್ಲಿ ಯಾವುದೇ ಬಗೆಯ ಕುಹಕವನ್ನು ಗುರುತಿಸಲು ಅಶಕ್ತರಾದಾಗ. 'ಅಯ್ಯೋ ದೇವರೇ' ಎಂದಷ್ಟೇ ಉದ್ಗರಿಸಿ ಎರಡೂ ಕೈಗಳಿಂದ ಕಿವಿಗಳನ್ನು ಮುಚ್ಚಿಕೊಂಡರು.

ಜೋಯಿಸರಿಗೆ ಪ್ರಭುಗಳೇನೂ ಹೊಸ ಪರಿಚಯದವರಲ್ಲ. ಕಳೆದ ಇಪ್ಪತ್ತು ವರುಷಗಳ ಒಡನಾಟದವರು. ತಮ್ಮ ಜೋತಿಷ್ಯ ಶಕ್ತಿಯ ಬಗ್ಗೆ ಊರೂರು ಟಾಂ ಟಾಂ ಮಾಡುವ ಪ್ರಭುಗಳಿಗೇಕೆ ಇಂತಹ ಅನುಮಾನ ಬಂತು?

'ಎಲ್ಲೋ ಲೆಖ್ಖಾಚಾರ ತಪ್ಪಿಹೋಗಿದೆ ಪ್ರಭುಗಳೇ. ಇನ್ನಾದರೂ ನಾನು ತಿದ್ದಿಕೊಳ್ಳಬೇಕು ನೋಡೋಣ' ಎಂದ ಜೋಯಿಸರು ಮಾತು ಬೆಳೆಸಲು ಇಷ್ಟವಿಲ್ಲದವರಂತೆ ಎದ್ದು ಒಳನಡೆದುಬಿಟ್ಟರು.

ಜೋಯಿಸರ ವಿಚಿತ್ರ ವರ್ತನೆಯಿಂದ ಮತ್ತಷ್ಟು ಕಂಗಾಲಾದ ಪ್ರಭುಗಳು, ತಾನು ತಂದಿದ್ದ ಗೊಂದಲಗಳ ಮೂಟೆಗೆ ಇನ್ನಷ್ಟು ಅಂಟಿಸಿಕೊಂಡು ಮರಳಿದ್ದರು.

ಇ ಅಲ್ಲಾಹುವಿನ ಕೃಪೆಯಿಂದ ನಿರ್ಮಾಣಗೊಂಡ ಯಾವ ದರ್ಗಾದ ಎದುರು ನಿಂತೂ ಅದ್ರಾಮ ಬ್ಯಾರಿ ಪ್ರಮಾಣ ಮಾಡಲು ತಯಾರು; ರಜಾಕನ ಕಾರು ಮೂರು ತಿಂಗಳ ಒಳಗೇ ಏಕ್ಸಿಡೆಂಟ್ ಆಗಿ ಅಪ್ಪಚ್ಚಿಯಾಗುತ್ತದೆ ಎಂಬುದರ ಮುನ್ಸೂಚನೆ ಸುಬ್ರಾಯ ಜೋಯಿಸರಿಗೆ ಇರುತ್ತಿದ್ದಲ್ಲಿ ಕಡ್ಡಿ ಮುರಿದಂತೆ ಆ ದಿನವೇ ಹೇಳಿಬಿಟ್ಟಿರುತ್ತಿದ್ದರು ಎಂದು. ಆದರಿಂದು ನಾರಾಯಣ ಪ್ರಭುಗಳು ಅಡ್ಡಿಬಟ್ರ ಜತೆಗೆ ಬಂದು 'ಜೋಯಿಸರು ಜ್ಯೋತಿಷ್ಯ ಹೇಳುವುದನ್ನೇ ನಿಲ್ಲಿಸಿ ತಿಂಗಳಾಗುತ್ತಾ ಬಂತು' ಎಂದು ಹೇಳಿದಾಗ, ಅದ್ರಾಮ ಬ್ಯಾರಿಗೆ ಏನು ಹೇಳಬೇಕೆಂಬುದೇ ಹೊಳೆಯಲಿಲ್ಲ.

ಜೋಯಿಸರಿಗೆ ಮೈ ಹುಷಾರಿಲ್ಲದೇ ಇರುವುದರಿಂದ 'ಜ್ಯೋತಿಷ್ಯ ನುಡಿಯುವುದನ್ನು ನಿಲ್ಲಿಸಿದ್ದಾರಂತೆ' ಎಂಬ ಅಂತೆ ಕಂತೆಗಳು ಅದ್ರಾಮ ಬ್ಯಾರಿಯ ಕಿವಿಗೆ ವಾರದ ಹಿಂದೆಯೇ ಬಿದ್ದಿದ್ದರೂ ಅದೇನೂ ದೊಡ್ಡ ಸಂಗತಿಯಾಗಿ ಕಂಡಿರಲಿಲ್ಲ. ಸುಮಾರು ಅರುವತ್ತರ ಆಚೀಚೆ ಇರುವಾಗ ಮೈ ಹುಷಾರು ಇಲ್ಲದಿದ್ದರೆ ಅಸಹಜವೇನೂ ಅಲ್ಲ.

ಆದರೆ ತಿಂಗಳು ದಾಟಿದರೂ 'ಜೋಯಿಸರು ಕವಡೆಗಳತ್ತ ಕಣ್ಣು ಹಾಯಿಸುವುದೂ ಇಲ್ಲವಂತೆ' ಎಂಬ ಗುಸು ಗುಸು ಆರಂಭವಾದಾಗ ನಾರಾಯಣ ಪ್ರಭುಗಳು ಒಳಗೊಳಗೇ ಕೊರಗಿ ಸಣ್ಣಗಾಗತೊಡಗಿದ್ದರು. ಯಾರಲ್ಲೂ ತನ್ನ ನೋವನ್ನು ತೋಡಿಕೊಳ್ಳಲಾಗದ ಇಕ್ಕಟ್ಟಿನ ಪರಿಸ್ಥಿತಿ ಪ್ರಭುಗಳದ್ದು. ತಾನಂದು ರಜಾಕ್‌ನ ಕಾರು ಅಪಘಾತದ ಸುದ್ದಿಯನ್ನು ತಿಳಿಸಲು ಹೋದಾಗ ಕೇಳಿದ್ದ ಪ್ರಶ್ನೆಗಳಿಂದ ನೊಂದುಕೊಂಡ ಜೋಯಿಸರು ತಮ್ಮ ವೃತ್ತಿಗೇ ತಿಲಾಂಜಲಿ ಕೊಟ್ಟಿದ್ದಾರೆಂಬ ಬಗ್ಗೆ ಪ್ರಭುಗಳಿಗೆ ಯಾವ ಅನುಮಾನವೂ ಉಳಿದಿರಲಿಲ್ಲ. ತನ್ನಿಂದಾಗಿ ಜೋಯಿಸರು ಜ್ಯೋತಿಷ್ಯ ಹೇಳುವುದನ್ನು ನಿಲ್ಲಿಸಿದ್ದಾರೆ ಎಂಬ ಮಾತು ಊರೊಳಗೇನಾದರೂ ಮೊಳೆತುಬಿಟ್ಟರೆ ತನ್ನ ಬದುಕೇ ಅಸಹ್ಯವಾಗಬಹುದು. ಏನು ಮಾಡುವುದು? ಗುಟ್ಟಿನಲ್ಲಿ ಹೋಗಿ ಜೋಯಿಸರ ಕಾಲಿಗೆ ಬಿದ್ದು ಕ್ಷಮೆ ಯಾಚಿಸಿದರೆ ಹೇಗೆ? ಒಪ್ಪಿಕೊಂಡರೇನೋ ಬಚಾವಾದಂತೆ; ಇಲ್ಲದೇ ಹೋದರೆ ಕೋಲು ಕೊಟ್ಟು ಪೆಟ್ಟು ತಿಂದಂತಾದೀತು. ಪ್ರಭುಗಳಿಗೆ ನಿಂತಲ್ಲಿ, ಕುಳಿತಲ್ಲಿ ಅದೇ ಚಿಂತೆ. ರಾತ್ರಿ ನಿದ್ರೆ ಮೈಲು ದೂರ.

ಈ ನಡುವೆ ಮಂಗಳೂರಿನ ಸರಕಾರಿ ಆಸ್ಪತ್ರೆಯಲ್ಲಿ ನಾಲ್ಕೈದು ದಿನವಿದ್ದು ಊರಿಗೆ ಮರಳಿದ್ದ ರಜಾಕ್, ಕಾರಿನ ವಿಮೆಯ ಹಣ, 'ನಾಯಕ್ ಫೈನಾನ್ಸ್'ನ ಸಾಲದ ನೋಟೀಸು ಎಂದು ಒದ್ದಾಡುತ್ತಾ ಒಂದೆರಡು ಬಾರಿ ಅಂಚೆ ಕಚೇರಿಗೂ ಬಂದ ಪ್ರಭುಗಳಲ್ಲಿ ಸುಖ ದುಃಖ ತೋಡಿಕೊಂಡು ಪ್ರಭುಗಳ ಸಂಕಟವನ್ನು ಹೆಚ್ಚಿಸಿದ್ದ. 'ಜೋಯಿಸರ ಮನೆಗೇನಾದರೂ ಹೋಗಿದ್ದೀಯಾ?' ಎಂಬ ಪ್ರಶ್ನೆ ನಾಲಗೆಯ ತುದಿತನಕ ನುಗ್ಗಿದ್ದರೂ ತಡೆದುಕೊಂಡು, 'ಹಾಗಾದರೆ ಕಾರಿನ ನಷ್ಟ ಇನ್ಶೂರೆನ್ಸ್‌ನವರು ತುಂಬಿಕೊಟ್ಟಾರು ಅಲ್ವಾ?' ಎಂದು ಬದಲಾಯಿಸಿ ಪ್ರಶ್ನಿಸಿದ್ದರು.

'ಏನೋ ಸ್ವಲ್ಪ ಕೊಟ್ಟಾರು ಅಂತ ಕಾಣ್ತದೆ ಸ್ವಾಮೀ, ಆದರೆ ರಿಪೇರಿ–ಗಿಪೇರಿ ಅಂತ ಮೂರು ನಾಲ್ಕು ತಿಂಗಳು ಒದ್ದಾಡಿ ಬ್ಯಾಂಕಿನ ಬಡ್ಡಿ ಏರಿಸುವ ಬದಲು ಕಾರನ್ನು ಬ್ಯಾಂಕಿಗೇ ಬಿಟ್ಟುಕೊಡುವುದೇ ಒಳ್ಳೆಯದು ಅಂತ ಕಾಣ್ತದೆ. ನೋಡೋಣ. ಕೈ ಕಾಲು ಗಟ್ಟಿಯಾಗಿ ಉಳಿದಿದೆಯಲ್ಲ; ಅಷ್ಟೇ ಸಾಕು. ಅದರ ಅಪ್ಪನಂತಹ ಎರಡು ಕಾರು ಕೊಳ್ಳಬಹುದು' ಎಂದು ಹೇಳಿ ಹೋಗಿದ್ದ ರಜಾಕ್, ಪ್ರಭುಗಳನ್ನು ಮತ್ತಷ್ಟು ಗಲಿಬಿಲಿಗೆ ನೂಕಿದ್ದ.

ಸುಮಾರು ತಿಂಗಳೊಂದರ ಕಾಲ ತನ್ನೊಳಗೇ ಸಂಕಟ ಅನುಭವಿಸಿದ್ದ ಪ್ರಭುಗಳು, ತನ್ನಿಂದಿನ್ನು ತಡೆದುಕೊಳ್ಳುವುದು ಸಾಧ್ಯವೇ ಇಲ್ಲ ಎಂಬುದನ್ನು ಖಾತರಿಪಡಿಸಿಕೊಂಡ ಬಳಿಕ, ಅನಂತ ಭಟ್ಟರನ್ನು ಮನೆಗೇ ಕರೆಸಿಕೊಂಡು ತನ್ನ ನೋವು–ಅನುಮಾನಗಳನ್ನೆಲ್ಲ ಬಿಡಿಸಿ ಬಿಡಿಸಿ ಹರಡಿದ್ದರು.

ಪ್ರಭುಗಳ ಪ್ರಲಾಪಗಳೆಲ್ಲವನ್ನೂ ಅತ್ಯಂತ ತಾಳ್ಮೆಯಿಂದ ಆಲಿಸಿದ ಅಡ್ಡಿಬಟ್ರು 'ಅದು ಹಾಗಲ್ಲ ಪ್ರಭುಗಳೇ, ಹೀಗೆ ನೋಡಿ. ಜ್ಯೋತಿಷ್ಯಕ್ಕೆ ಜಾತಿ ಗೀತಿ ಅಂತ ಯಾವುದೂ ಲಗಾವಾಗುವುದಿಲ್ಲ. ಅಮೇರಿಕಾದವರು ರಾಕೆಟ್ ಹಾರಿಸುವಾಗಲೂ ಘಳಿಗೆ ನೋಡಲು ನಮ್ಮ ದೇಶದ ಜ್ಯೋತಿಷಿಗಳನ್ನೇ ಆರಿಸಿದ್ದು ಪೇಪರ್‌ಗಳಲ್ಲೂ ಬಂದಿತ್ತಂತೆ. ಹಾಗಾಗಿ ರಜಾಕ್ ಪ್ರಶ್ನೆ ಇಡಲು ಹೋಗಿದ್ದಾಗ ಜೋಯಿಸರು ಕವಡೆ ಹಾಕದೇ ಇದ್ದರೆ, ಅದಕ್ಕೆ ಬೇರೇನಾದರೂ ಕಾರಣ ಇದ್ದೀತು.

'ಜೋಯಿಸರಿಗೆ ಎಲ್ಲವೂ ಮೊದಲೇ ಗೊತ್ತಿರುತ್ತಿದ್ದರೆ ಈಗ ಬೇಸರಪಡುವ ಅಗತ್ಯವಾದರೂ ಏನಿತ್ತು? ಅವರು ಉದ್ದೇಶಪೂರ್ವಕವಾಗಿಯೇ ಪ್ರಶ್ನೆ ಇಡುವುದರಿಂದ ತಪ್ಪಿಸಿಕೊಂಡರು ಎಂದಾದರೆ ಅವರಿಗೆ ಮೊದಲೇ ಗೊತ್ತಿತ್ತು ಅಂತಲೇ ಅರ್ಥ. ಆದ್ದರಿಂದ ಅವರು ಕವಡೆ ಹಾಕದೇ ರಜಾಕ್‌ನನ್ನು ವಾಪಾಸು ಕಳಿಸಿದ್ದಕ್ಕೆ ಬೇರೆ ಏನೋ ಕಾರಣವಿದ್ದಿರಬೇಕು. ಆದ್ರೆ ನೀವು ಮಂಡೆ ಬಿಸಿ ಮಾಡುವ ಹಾಗೆ, ಅವನ ಕಾರು ಗುದ್ದಿದ್ದಕ್ಕೆ ಇವರು ಜ್ಯೋತಿಷ್ಯ ನಿಲ್ಲಿಸಿಬಿಟ್ಟರು ಅಂತ ಹೇಳುವುದಕ್ಕೆ ಯಾವ ಆಧಾರವೂ ಇಲ್ಲ.'

ಅನಂತ ಭಟ್ಟರ ಯಾವ ವಾದವೂ ಪ್ರಭುಗಳಿಗೆ ಅರ್ಥವಾಗಿದ್ದಿರಲಿಲ್ಲ. ಎಲ್ಲವೂ ಅಡ್ಡಗೋಡೆಯ ಮೇಲೆ ದೀಪವಿಟ್ಟಂತೆ; ಹಾಗಾದರೆ ಹಾಗೆ ಸರಿ, ಹೀಗಾದರೆ ಹೀಗೆ ಸರಿ ಎನ್ನುವಂತಿದ್ದವು ಭಟ್ಟರ ಮಾತುಗಳು. ಪ್ರಭುಗಳ ತಲೆ ಕೊರೆಯುತ್ತಿದ್ದ ಸಮಸ್ಯೆಯೇ ಬೇರೆ. ಜೋಯಿಸರಿಗೆ ರಜಾಕನ ಕಾರು ಹುಡಿಯಾಗುವುದು ಗೊತ್ತಿದ್ದಿರಲಿ ಅಥವಾ ಇಲ್ಲದಿರಲಿ; ತಾನಂದು ಹೋಗಿ ಆ ರೀತಿಯೆಲ್ಲ ಪ್ರಶ್ನಿಸಿ ಜೋಯಿಸರ ಮನಸ್ಸನ್ನು ನೋಯಿಸದೇ ಇರುತ್ತಿದ್ದಲ್ಲಿ, ಅವರು ಖಂಡಿತವಾಗಿ ಈ ರೀತಿ ಸನ್ಯಾಸಿಯಂತೆ ಎಲ್ಲದಕ್ಕೂ ಸೋಡಾಚೀಟಿ ನೀಡುತ್ತಿರಲಿಲ್ಲ. ತನ್ನ ಈ ತಪ್ಪನ್ನು ಸರಿಪಡಿಸುವ ದಾರಿ ಯಾವುದು? ಒಟ್ಟಿನಲ್ಲಿ ಜೋಯಿಸರು ಮತ್ತೆ ಕವಡೆಗಳ ಮೇಲೆ ಬೆರಳಾಡಿಸುವಂತಾಗಬೇಕು. ಅದಕ್ಕೇನು ಮಾಡಬೇಕು?

'ನೋಡಿ ಭಟ್ರೇ, ನಾನು ಹತ್ತಿರ ಬಂದು ಎಲ್ಲವನ್ನೂ ಹೇಳಿಕೊಂಡದ್ದು ಯಾವುದು ಸರಿ ಯಾವದು ತಪ್ಪು ಅಂತ ತೀರ್ಮಾನ ಪಡೆಯುವುದಕ್ಕಲ್ಲ, ನನ್ನ ತಪ್ಪನ್ನು ತಿದ್ದಿಕೊಳ್ಳುವುದಕ್ಕೆ ಒಂದು ಉಪಾಯ ಹೇಳಿ ಅಂತ ಬೇಡಲು ಬಂದದ್ದು. ನೀವು ನಾಳೆ ನನ್ನ ಜತೆಗೆ ಜೋಯಿಸರ ಮನೆಗೆ ಬರಬೇಕು. ನಾಳೆ ಹೇಗೂ ಆದಿತ್ಯವಾರ; ನನಗೂ ರಜ ಉಂಟು. ಆದರೆ ಒಂದು ಮಾತು ಮಾತ್ರ ನೀವು ಮರೆಯಬಾರದು. ಇವೆಲ್ಲ ನಮ್ಮಿಬ್ಬರನ್ನು ಬಿಟ್ಟು ಮೂರನೆಯವರ ಕಿವಿಗೆ ಬಿದ್ದುಬಿಟ್ರೆ ನಾನು ಹಗ್ಗ ತೆಗೆದುಕೊಳ್ಳಬೇಕಾದೀತು' ಪ್ರಭುಗಳು ನಿರ್ಧಾರದ ಧ್ವನಿಯಲ್ಲೇ ಹೇಳಿದಾಗ ಅನಂತಭಟ್ಟರು ಉಪಾಯವಿಲ್ಲದೆ, 'ನನಗೇನು ನಷ್ಟ ಉಂಟು ಪ್ರಭುಗಳೇ ನಿಮ್ಮ ಜತೆ

ಬರುವುದರಲ್ಲಿ? ಅಥವಾ ನನಗೇನು ಲಾಭವುಂಟು ಇದನ್ನೆಲ್ಲಾ ಊರೂರು ಹೇಳಿಕೊಂಡು ತಿರುಗುವುದರಲ್ಲಿ? ನಾನು ಖಂಡಿತಾ ಬರ್ತೇನೆ. ನಾಳೆ ಮಧ್ಯಾಹ್ನದ ಊಟದ ಹೊತ್ತಲ್ಲಿ ನಾನು ನಿಮ್ಮ ಮನೆಯಲ್ಲಿ ಇದ್ದರೆ ಆಯಿತಲ್ಲಾ? ಊಟ ಮುಗಿಸಿಕೊಂಡು ಹೋಗಿ ಬರೋಣ. ಅದರಲ್ಲೇನು ಆನೆ ಕುದುರೆ ಆಗಲಿಕ್ಕುಂಟಾ?' ಎಂದಿದ್ದರು. ಮಾತ್ರವಲ್ಲ ಮರುದಿನ ಮಧ್ಯಾಹ್ನದ ಊಟದ ಹೊತ್ತಿನಲ್ಲಿ ಅನಂತಭಟ್ಟರು ಪ್ರಭುಗಳ ಮನೆಯಲ್ಲಿ ಹಾಜರಾಗಿ ಮಾತು ಉಳಿಸಿಕೊಂಡಿದ್ದರು.

ಯೋಚನೆಗಳ ಗೊಂಚಲುಗಳಿಂದಲೇ ಹೊಟ್ಟೆ ತುಂಬಿಸಿಕೊಂಡಿದ್ದ ಪ್ರಭುಗಳು ಪ್ರಯಾಸದಿಂದಲೇ ಎರಡು ತುತ್ತು ಗಂಟಲ ಮೂಲಕ ಇಳಿಸಿಕೊಂಡಿದ್ದರೆ, ಭಟ್ಟರು ಮಾತ್ರ ಯಾವುದೇ ಸಂಕೋಚವಿಲ್ಲದೆ ಎರಡೆರಡು ಸಲ ಬಡಸಿಕೊಂಡು ಡರ್ರನೆ ತೇಗಿದ್ದರು.

'ಹೊರಡೋಣವೇ ಪ್ರಭುಗಳೇ' ಎಂದು ಭಟ್ಟರು ಆತುರ ತೋರಿದಾಗ ಪ್ರಭುಗಳು ಅನುಮಾನಿಸುತ್ತಾ, 'ನಮ್ಮ ಜತೆ ಜವುಳಿ ಅಂಗಡಿಯ ಅದ್ರಾಮ ಬ್ಯಾರಿಯೂ ಬಂದರೆ ಒಳ್ಳೆಯದಿತ್ತೋ ಏನೋ. ರಜಾಕ್‌ನನ್ನು ಜೋಯಿಸರ ಹತ್ತಿರ ಕಳಿಸಿದವನೂ ಅವನಲ್ಲವೇ? ಅವನೇ ನಮ್ಮ ಜತೆಗೆ ಬಂದು ರಜಾಕ್‌ನ ಕಾರು ಗುದ್ದಿದ್ದರಲ್ಲಿ ಜೋಯಿಸರ ತಪ್ಪೇನೂ ಇಲ್ಲ ಅಂತ ಹೇಳಿದರೆ ಜೋಯಿಸರಿಗೂ ಹೆಚ್ಚು ಸಮಾಧಾನವಾದೀತು. ಅದೂ ಅಲ್ಲದೆ, ಅದ್ರಾಮ ಬ್ಯಾರಿಗೆ ಜೋಯಿಸರ ಬಗ್ಗೆ ಒಳ್ಳೆಯ ಗೌರವವೂ ಉಂಟು. ಏನಂತೀರಾ ಭಟ್ರೇ...?' ಎಂದು ಪ್ರಶ್ನಿಸಿದ್ದರು.

'ಅದು ಹಾಗಲ್ಲ, ಹೀಗೆ' ಎನ್ನುವುದನ್ನು ಮರೆತುಬಿಟ್ಟ ಅನಂತಭಟ್ಟರು ಪ್ರಭುಗಳತ್ತ ಅನುಕಂಪದಿಂದ ದೃಷ್ಟಿಸಿದ್ದರು. ಹೀಗೆಯೇ ಮುಂದುವರಿದರೆ ಪ್ರಭುಗಳಿಗೆ ಹುಚ್ಚು ಹಿಡಿದರೂ ಆಶ್ಚರ್ಯವಲ್ಲ. ಅದ್ರಾಮ ಬ್ಯಾರಿ ಬಂದರೆ ಅದೂ ಒಳ್ಳೆಯದೆ.

'ಆಗಬಹುದು ಪ್ರಭುಗಳೇ. ಹಾಗಾದರೆ ಅವನ ಅಂಗಡಿಗೆ ಹೋಗಿ ಅವನನ್ನೂ ಎಳೆದುಕೊಂಡೇ ಹೋಗಿಬಿಡುವ' ಎಂದು ಸಮ್ಮತಿ ಸೂಚಿಸಿದ ಭಟ್ಟರು ಹೊರಡಲು ಸಿದ್ಧರಾದವರಂತೆ ಎದ್ದು ನಿಂತರು. ಯಾವುದೇ ರೀತಿಯ ಅಡ್ಡಿ ಮಾತು ಹೇಳದೆ ಅದ್ರಾಮ ಬ್ಯಾರಿಯನ್ನೂ ಜತೆಯಲ್ಲಿ ಕರೆದುಕೊಂಡು ಹೋಗಲು ಒಪ್ಪಿಕೊಂಡ ಅನಂತಭಟ್ಟರತ್ತ ಕೃತಜ್ಞತೆಯ ನೋಟ ಹರಿಸಿದ ಪ್ರಭುಗಳು ನಡು ಮಧ್ಯಾಹ್ನದ ಉರಿ ಬಿಸಿಲಲ್ಲಿ ಅದ್ರಾಮ ಬ್ಯಾರಿಯ ಅಂಗಡಿಯತ್ತ ಭಟ್ಟರ ಜತೆ ಕಾಲು ಎಳೆದರು.

ಪಕ್ಕದ 'ಗಣೇಶ ವಿಲಾಸ'ದಿಂದ ಎರಡು ಚಹ ತರಿಸಿ ಇಬ್ಬರನ್ನೂ ಸತ್ಕರಿಸಿದ್ದ ಅದ್ರಾಮ ಬ್ಯಾರಿ, 'ದೇವರು ಒಂದು ಗೆರೆ ಹಾಕಿ, ಇದು ಹೀಗೆಯೇ ಎಂದು ತೀರ್ಪು ನೀಡಿದ ಬಳಿಕ ಯಾರೇನೂ ಮಾಡಿದರೂ ಆ ಗೆರೆಯನ್ನು ಓರೆ ಮಾಡುವುದು

ಸಾಧ್ಯವಿಲ್ಲದ ಮಾತು ಪ್ರಭುಗಳೇ. ನೀವು ಸುಮ್ಮನೇ ಮಂಡೆ ಬಿಸಿ ಮಾಡಿಕೊಳ್ಳುವುದರಲ್ಲಿ ಯಾವ ಲಾಭವೂ ಇಲ್ಲ. ಕಾರು ಹುಡಿ ಮಾಡಿಸಿಕೊಂಡವನೇ ತಲೆಬಿಸಿಯಲ್ಲಿ ಕೈಕಾಲು ಬಿಡಲಿಲ್ಲವಂತೆ! ನೀವ್ಯಾಕೆ ಆಕಾಶ ಬಿದ್ದವರ ಹಾಗೆ ತಲೆಚಚ್ಚಿಕೊಳ್ಳುವುದು?' ಎಂದು ಪ್ರಶ್ನಿಸಿದ್ದ ಅದ್ರಾಮ ಬ್ಯಾರಿ, 'ನೀವು ಬಂದದ್ದು ಒಳ್ಳೆಯದೇ ಆಯಿತು. ಈವತ್ತು ಒಳ್ಳೆಯ ದಿನವೇ. ನೀವು ನಿಮ್ಮ ಮನೆಯಲ್ಲೇ ಇದ್ದುಬಿಡಿ. ಇಷ್ಟು ಹೊತ್ತಿಗೆ ಹೋದರೆ ಜೋಯಿಸರು ನಿದ್ರೆ ಮಾಡುತ್ತಿರಬಹುದು. ನಾನು ಸುಮಾರು ಮೂರು–ಮೂರುವರೆ ಆಗುವಾಗ ನಿಮ್ಮ ಮನೆಗೆ ಬರ್ತೇನೆ. ಅಲ್ಲಿಂದೆಷ್ಟು ದೂರ ಉಂಟು! ಹತ್ತು ನಿಮಿಷದ ದಾರಿ ಅಲ್ವಾ?' ಎಂದು ಹೇಳಿ ಇಬ್ಬರನ್ನೂ ವಾಪಾಸು ಕಳುಹಿಸಿಬಿಟ್ಟರು.

೮ 'ಯಾವ ದೇವರ ಆಣೆ, ಪ್ರಮಾಣ ಮಾಡಿ ವಿವರಿಸಿದ್ರೂ ಇವರು ನಂಬುವಂತೆ ಕಾಣುವುದಿಲ್ಲ ಪ್ರಭುಗಳೇ. ಇವರಿಗೆ ಹೇಳಿ ಹೇಳಿ ಸಾಕಾಯ್ತು; ಈಗ ನೀವೆಲ್ಲ ಬಂದಿದ್ದೀರಲ್ಲಾ–ನೀವಾದ್ರೂ ಸ್ವಲ್ಪ ಬುದ್ಧಿ ಹೇಳಿ ನೋಡ್ವ.' ಜೋಯಿಸರ ಪತ್ನಿ ಉರಿ ಬಿಸಿಲಲ್ಲಿ ಬಂದಿರುವ ಮೂವರು ಅತಿಥಿಗಳಿಗೂ ನೀರು–ಬೆಲ್ಲ ಕೊಟ್ಟು ಒಳಬಾಗಿಲ ದಾರಂದಕ್ಕೆ ಒರಗಿ ನಿಟ್ಟುಸಿರು ಬಿಟ್ಟಿದ್ದರು. ಜೋಯಿಸರ ಸುಳಿವು ಕೂಡಾ ಇರಲಿಲ್ಲ.

'ಎಲ್ಲಿ ಅವರು? ಒಳಗೆ ಮಲಗಿದ್ದಾರಾ?' ಅದ್ರಾಮ ಬ್ಯಾರಿ ಪ್ರಶ್ನಿಸಿದಾಗ, ನಡುವೆ ಬಾಯಿ ಹಾಕಿದ್ದ ಅನಂತಭಟ್ಟರು, 'ಅದು ಹಾಗಲ್ಲಮ್ಮಾ, ಹೀಗೆ. ಲೋಕದಲ್ಲಿ ಹಲವರು ತಮ್ಮ ಬಗ್ಗೆಯೇ ಯೋಚಿಸುತ್ತಿರುವಾಗ, ಕೆಲವರು ಬೇರೆಯವರ ಬಗ್ಗೆ ಯೋಚಿಸುತ್ತಿರುತ್ತಾರೆ, ತಾಯಿ ತನ್ನ ಮಕ್ಕಳ ಬಗ್ಗೆ ಚಿಂತೆ ಮಾಡಿದ ಹಾಗೆ. ಈ ನಮ್ಮ ಜೋಯಿಸರು ಎಲ್ಲರ ಹಾಗಲ್ಲ. ಅವರ ಯಾವುದೇ ವರ್ತನೆಯ ಹಿಂದೆಯೂ ಒಂದು ಬಲವಾದ ಕಾರಣವಿದೆ. ನಮ್ಮ ಭಗವದ್ಗೀತೆಯಲ್ಲಿ ಶ್ರೀಕೃಷ್ಣ ಪರಮಾತ್ಮನೇ ಹೇಳಲಿಲ್ಲವೇ–'

'ಯಾವ ಕೃಷ್ಣ ಏನು ಹೇಳಿದ್ರೂ ಇವರು ಮಾತ್ರ ತನ್ನ ಕುದುರೆಗೆ ಮೂರೇ ಕಾಲು ಅಂತ ಕೂತಿದ್ದಾರಲ್ಲಾ?' ಜೋಯಿಸರ ಪತ್ನಿ ಭಟ್ಟರ ಮಾತನ್ನು ನಡುವೆಯೇ ತುಂಡು ಮಾಡಿ ತನ್ನ ಅಸಹನೆಯನ್ನು ಪ್ರಕಟಿಸಿದ್ದರು.

'ಅವರನ್ನೊಮ್ಮೆ ಹೊರಗೆ ಕರೆಯುತ್ತೀರಾ?' ಅದ್ರಾಮ ಬ್ಯಾರಿ ತನ್ನ ಮೊದಲ ಪ್ರಶ್ನೆಯ ಮುಂದಿನ ಭಾಗವನ್ನು ಪ್ರಕಟಿಸಿದ್ದರು. ಜೋಯಿಸರ ಪತ್ನಿ ಚಾವಡಿಯ ಗೋಡೆ ಗಡಿಯಾರದತ್ತ ಕಣ್ಣು ನೆಟ್ಟು, 'ಯಾರೂ ಅವರನ್ನು ಈಗ ಕರೆಯಬೇಕಾದ

ಅಗತ್ಯವಿಲ್ಲ. ನಾಲ್ಕು ಗಂಟೆ ಬಡಿದರೆ ಸಾಕು, ಕೀಲಿ ಕೊಟ್ಟ ಬೊಂಬೆಯಂತೆ ಎದ್ದು ಹೊರಬರುತ್ತಾರೆ–ಇನ್ನೇನು. ಒಂದೆರಡು ನಿಮಿಷ ಕಳೆದರೆ ನೀವೇ ನೋಡುತ್ತೀರಲ್ಲಾ' ಎಂದಾಗ ಮೂವರೂ ಮುಖ ಮುಖ ನೋಡಿಕೊಂಡರು. ಜೋಯಿಸರ ಪತ್ನಿಯ ಮಾತು ಒಗಟಿನಂತಿತ್ತು.

'ಅದೇನು ಹಾಗೆ?' ಪ್ರಭುಗಳು ಪ್ರಶ್ನಿಸಿಯೇ ಬಿಟ್ಟಿದ್ದರು.

'ನನ್ನ ಖರ್ಮ. ಅನುಭವಿಸುವವಳು ಇದ್ದೇನಲ್ಲಾ?' ಜೋಯಿಸರ ಪತ್ನಿ ಒಗಟನ್ನು ಮತ್ತಷ್ಟು ಜಟಿಲಗೊಳಿಸಿದ್ದರು.

ಮೂವರೂ ಉಸಿರು ಬಿಗಿ ಹಿಡಿದು ಗೋಡೆ ಗಡಿಯಾರದ ದೊಡ್ಡ ಮುಳ್ಳು ಹನ್ನೆರಡಯದನ್ನು ತಲುಪುವುದನ್ನೇ ನಿರೀಕ್ಷಿಸತೊಡಗಿದರು. ಎರಡೇ ಕ್ಷಣ. ಹಳೆಯ ಗೋಡೆ ಗಡಿಯಾರ ಲಯಬದ್ಧವಾಗಿ ನಾಲ್ಕು ಗಂಟೆ ಬಾರಿಸಿತು. ಜೋಯಿಸರ ಪತ್ನಿ ಅಲ್ಲೇ ಬಾಗಿಲ ಬಳಿ ನೆಲದ ಮೇಲೆ ಕುಳಿತುಬಿಟ್ಟರು. ಸುಮಾರು ಒಂದರೆ ನಿಮಿಷ ಮೌನ.

ಒಳಬಾಗಿಲ ಪರದೆ ಸರಿದು ಜೋಯಿಸರ ಒಣಗಿದ ದೇಹ ಪ್ರತ್ಯಕ್ಷವಾಯಿತು. ಕಿಟಕಿಯ ಬಳಿ ಇದ್ದ ಬೆಂಚಿನ ಮೇಲೆ ಕುಳಿತಿದ್ದ ಮೂವರೂ ಎದ್ದು ನಿಂತಿದ್ದರು. ಮೂವರತ್ತ ಒಂದು ಕ್ಷಣ ಕಣ್ಣು ಹಾಯಿಸಿದ ಜೋಯಿಸರು ಮುಗುಳು ನಕ್ಕರಷ್ಟೆ. ತುಟಿ ಎರಡು ಮಾಡಲಿಲ್ಲ. ಪ್ರಭುಗಳು ಎರಡೂ ಕೈ ಜೋಡಿಸಿ ನಮಸ್ಕಾರ ಎಂಬುದಕ್ಕೂ ಪ್ರತಿಕ್ರಿಯಿಸಲಿಲ್ಲ. ನಿದ್ರೆಯಲ್ಲಿ ನಡೆಯುವವರಂತೆ ನೇರವಾಗಿ ಮುಂಬಾಗಿಲತ್ತ ಹೆಜ್ಜೆ ಬದಲಿಸಿದ ಜೋಯಿಸರು, ಹೊಸಿಲು ದಾಟಿ ಜಗಲಿಗಿಳಿದು ಮೆಟ್ಟಿಲ ಮೇಲೆ ಕುಳಿತು ರಸ್ತೆಯತ್ತ ಕಣ್ಣು ನೆಟ್ಟರು.

ಅದ್ರಾಮ ಬ್ಯಾರಿಯತ್ತ ಕಣ್ಸನ್ನೆಯಲ್ಲೇ ಸೂಚನೆ ನೀಡಿದ ಭಟ್ಟರು, ಪ್ರಭುಗಳನ್ನು ದೂಡಿಕೊಂಡು ಮುಂಬಾಗಿಲತ್ತ ಹೆಜ್ಜೆಯಿಟ್ಟಿದ್ದರಷ್ಟೆ; ಜೋಯಿಸರ ಪತ್ನಿ, 'ಜಗಲಿಗೆ ಹೋಗಿ ಅವರನ್ನು ಮಾತನಾಡಿಸಲು ದೇವರಿಂದಲೂ ಸಾಧ್ಯವಿಲ್ಲ' ಎಂದು ಬಿಕ್ಕಳಿಸುತ್ತಾ 'ಕಳೆದೊಂದು ತಿಂಗಳಿನಿಂದ ಅವರದ್ದು ಒಂದೇ ರಾಗ, ಏನು ಮಾತನಾಡಿಸಿದರೂ, ತುಟಿ ಮೇಲೆ ಬೆರಳಿಟ್ಟು ಸುಮ್ಮನಿರಲು ಸೂಚಿಸುತ್ತಾರೆ. ಆ ಮೀನಿನ ಹುಡುಗ ಮತ್ತೆ ಸೈಕಲಲ್ಲಿ ಬರುತ್ತಾನಂತೆ! ಏನೂಂತ ಹೇಳುವುದು ಈ ಹುಚ್ಚಿಗೆ!' ಎಂದು ಹಣೆ ಚಚ್ಚಿಕೊಂಡರು.

'ಯಾ ಅಲ್ಲಾsss!' ಅದ್ರಾಮ ಬ್ಯಾರಿ ಅಚ್ಚರಿಯಿಂದ ಉದ್ಗರಿಸಿದಾಗ ಉಳಿದ ಮೂವರೂ ಗಾಬರಿಯಿಂದ ಅದ್ರಾಮಬ್ಯಾರಿಯತ್ತ ನೋಡಿದ್ದರು. ಅದ್ರಾಮಬ್ಯಾರಿ ಅಷ್ಟೇ ಆವೇಶದಿಂದ ಹೇಳಿದ್ದರು. 'ಜೋಯಿಸರು ಹೇಳುವುದು ನೂರಕ್ಕೆ ನೂರು

ಸತ್ಯ! ರಜಾಕ್ ಮತ್ತೆ ಸೈಕಲಲ್ಲಿ ಮೀನು ವ್ಯಾಪಾರ ಆರಂಭಿಸುತ್ತಾನೆ! ಆದರೆ ಆಶ್ಚರ್ಯವೆಂದರೆ ಈವತ್ತೇ ಅವನ ವ್ಯಾಪಾರ ಮತ್ತೆ ಸುರುವಾಗಿದೆ!'

ಅದ್ರಾಮ ಬ್ಯಾರಿ ತನ್ನ ಮಾತನ್ನು ಪೂರ್ತಿಯಾಗಿ ಮುಗಿಸುವ ಮುನ್ನವೇ ಪಾಂ..., ಪಾಂ., ಕೇಳಿಸಿತ್ತು. ಜೋಯಿಸರ ಭವಿಷ್ಯದ ಮಾತನ್ನು ನಿಜಗೊಳಿಸುವವನಂತೆ, ರಜಾಕ್ ತನ್ನ ಸೈಕಲ್ಲಿನ ಹಾರನ್ ಬಾರಿಸುತ್ತಾ ಅಂಗಳದೆದುರಿನ ರಸ್ತೆಯಲ್ಲಿ ಹಾದು ಹೋಗುತ್ತಿದ್ದ.

❍

ಓದು

'ತೆರೆಗಳು ನಾವೆಯನ್ನು ಮುಳುಗಿಸಿ
ಬಿಡುವುದಿಲ್ಲ; ದಡ ಸೇರಿಸುತ್ತವೆ'.

–ಬೊಮ್ಮ

ಗಗುಡ್ಡೆ ಶಾಲೆಯ ಇತಿಹಾಸದಲ್ಲೇ ಮೊತ್ತ ಮೊದಲ ಬಾರಿಗೆ ಗಡದ್ದಾಗಿ ಆಚರಿಸಲ್ಪಟ್ಟ ಶಿಕ್ಷಕರ ದಿನಾಚರಣೆಯಲ್ಲಿ, ತಹಸಿಲ್ದಾರರ ಜತೆಗೆ ವೇದಿಕೆಯಲ್ಲಿ ಆಸೀನರಾಗುವ ಸೌಭಾಗ್ಯ ಪಡೆದಿದ್ದ ಮುತ್ತುಪ್ಪಾಡಿ ಶ್ಯಾನುಭೋಗ ಸೀತಾರಾಮ ನಿಡ್ವಣ್ಣಾಯರು ವಾರ ದಾಟಿದರೂ ವೇದಿಕೆಯ ಪುಳಕದಿಂದ ಬಿಡುಗಡೆ ಹೊಂದಿರಲಿಲ್ಲ. ಬೇರೇನೋ ಕೆಲಸದ ನಿಮ್ಮಿತ್ತ ತಾಲೂಕಾಫೀಸಿಗೆ ಹೋಗಿದ್ದ ಶ್ಯಾನುಭೋಗರು ತಹಸಿಲ್ದಾರರನ್ನು ಕಂಡು ಮಾತನಾಡಬೇಕಾದ ಅಗತ್ಯವಿರದಿದ್ದರೂ, 'ಹೇಗಿತ್ತು ಸ್ವಾಮಿ' ನಮ್ಮೂರ ಸಮಾರಂಭ!' ಎಂದು ವಿಚಾರಿಸಿ ಮೆಚ್ಚುಗೆ ಪಡೆಯುವ ಆಸೆಯಿಂದ ಛೇಂಬರಿಗೆ ಕಾಲೂರಿದ್ದೇ ಕೋಲುಕೊಟ್ಟು ಬಾರಿಸಿಕೊಂಡಂತಾಗಿತ್ತು.

ತಹಸಿಲ್ದಾರರು–ಆತನಿನ್ನೂ ಪ್ರೊಬೇಷನರಿ–ಹೆಡ್‌ಮಾಸ್ಟರ್ ನಾರಾಯಣ ಭಟ್ಟರ ಬಗ್ಗೆ ಮೆಚ್ಚುಗೆಯ ನಾಲ್ಕು ಮಾತನ್ನೇನೋ ಹೇಳಿದ್ದು ಹೌದು. ಆದರೆ ಊರ ವ್ಯವಹಾರದ ವಿಷಯಕ್ಕೆ ಬಂದಾಗ 'ಆದ್ರೆ ಶ್ಯಾನುಭೋಗರೇ, ಊರು ಅಂದ್ರೆ ಶಾಲೆ ಮಾತ್ರ ಅಂತ ತಿಳ್ಕೊಂಡಿದ್ದೀರೋ ಹ್ಯಾಗೆ? ಶಾಲೆ ನೋಡಿಕೊಳ್ಳಲು ಅವರು ಸಾಕು. ನೀವು ದೂರ ನಿಂತು ಬೆಂಬಲ ಕೊಟ್ರೆ ಸಾಕಾಗ್ತದೆ. ಹಾಗಂತ ರೆವಿನ್ಯೂ ವಿಚಾರವನ್ನು ನೀವೊಬ್ರೆ ನೋಡಬೇಕಾದವರು. ಅದಕ್ಕೆ ಮಾಸ್ತ್ರನ್ನು ಕರೆಯುವುದು ಸಾಧ್ಯವಿಲ್ಲ. ಹಿಂದೆಯೆಲ್ಲ ಶ್ಯಾನುಭೋಗತನ ಆಂದ್ರೆ ಹ್ಯಾಗಿರಬೇಕು ಎನ್ನುವುದಕ್ಕೆ ಈ ಕಚೇರಿಯಲ್ಲಿ ನಿಮ್ಮನ್ನು ಉದಾಹರಿಸುತ್ತಿದ್ದರಂತೆ. ಆದ್ರೆ ನಾನು ನೋಡಿದ ಹಾಗೆ ಕಳೆದ ಒಂದು

ವರ್ಷದಿಂದ ನೀವು ಊರಿನ ಬಗ್ಗೆ ಏನೇನೂ ಕೆಲಸ ಮಾಡಿದ ಹಾಗಿಲ್ಲ' ಎಂದು ಮಂಗಳಾರತಿ ಎತ್ತಿಯೇ ಬೀಳ್ಕೊಟ್ಟಿದ್ದರು.

ಮುಖಬಾಡಿಸಿಕೊಂಡೇ, ಮುತ್ತುಪ್ಪಾಡಿಯನ್ನು ಬಳಸಿಕೊಂಡು ಸಕಲೇಶಪುರಕ್ಕೆ ಹೋಗುವ ಲಾಸ್ಟ್ ಬಸ್ ಹತ್ತಿರ ಶ್ಯಾನುಭೋಗರಿಗೆ, ಕುಳಿತುಕೊಳ್ಳಲು ಜಾಗವೇನೋ ಸಿಕ್ಕಿತ್ತು. ಆದರೆ ಪಕ್ಕದಲ್ಲಿ ಕುಳಿತಿದ್ದ 'ಹೊಳೆಹಿತ್ತಲು' ತ್ಯಾಂಪಣ್ಣ ಶೆಟ್ಟರು, ಒಂದೂವರೆ ತಾಸಿನ ಪ್ರಯಾಣದುದ್ದಕ್ಕೂ ಶಾನುಭೋಗದ ಕಿವಿ ಕೊರೆಯತೊಡಗಿದ್ದರು;

'ಹೌದಾ ಶಾನ್ಭಾಗ್ರೆ, ಆ ಪುಣ್ಯಾತ್ಮ ನೆಹ್ರೂಗೆ ಇಲ್ಲದಿದ್ದ ಬುದ್ಧಿ ಈ ಹೆಣ್ಮಗಳು ಇಂದ್ರಾಗಾಂಧಿಗೆ ಎಲ್ಲಿಂದ ಬಂತು ಅಂತ್ಲೇ ನನ್ಗೆ ಗೊತ್ತಾಗುವುದಿಲ್ಲ ಮಾರಾಯ್ರೇ. ನಮ್ಮ ರಾಜರುಗಳ ಸಿಂಹಾಸ್ನವನ್ನೆಲ್ಲ ಆ ಪಟೇಲ ಕಿತ್ಕೊಂಡದ್ದು ಈಗ ಹಳೇ ಕತೆಯಾಯ್ತು. ಏನೋ ಒಂದಿಷ್ಟು ಆಶನಾರ್ಥ ಅಂತ ಕೊಡ್ತಾ ಇರುವುದಕ್ಕೂ ಇನ್ನು ಮೇಲೆ ಇವ್ಳು ಕಲ್ಲು ಹಾಕ್ತಾಳಂತೆ, ಹೌದಾ? ಅದು ಸಾಯ್ಲಿ ಬಿಡಿ. ನಮ್ಮ ಪೈಗಳು, ಶೆಟ್ರು ಅಷ್ಟೊಂದು ವರ್ಷದಿಂದ ಮುಕ್ಕಾಲು ಮುಕ್ಕಾಲು ಜೋಡಿಸಿ ಕಟ್ಟಿರುವ ಬ್ಯಾಂಕುಗಳನ್ನೆಲ್ಲ ಅವ್ಳೇ ವಹಿಸ್ಕೊಂಡು ದುಡ್ಡನ್ನೆಲ್ಲಾ ಬಡವ್ರಿಗೆ ಹಂಚ್ತಾಳಂತೆ ಹೌದಾ?! ಹೀಗೇ ದರ್ಬಾರು ಮಾಡ್ತಾ ಹೋದ್ರೆ, ನಾಳೆ ದಿವ್ಸ ನಮ್ಮ ಗದ್ದೆ ತೋಟಗಳನ್ನೂ ಅವ್ಳೇ ವಹ್ಸಿಕೊಂಡು ಒಕ್ಲು ಮಕ್ಳಿಗೆ ಕೊಡ್ಲಿಕ್ಕಿಲ್ಲ ಅಂತ ಏನುಂಟು ಗ್ಯಾರಂಟಿ? ಹಾಗಾದ್ರೆ ಮರ್ಯಾದೆಯಿಂದ ಎರಡು ಹೊತ್ತು ಗಂಜೀ ಕುಡೀತಿರುವ ನಾವೆಲ್ಲ ಗರಟೆ ಹಿಡೀಬೇಕಾದೀತು!'

ಶ್ಯಾನುಭೋಗರು ಬರೇ 'ಹ್ಞ' 'ಹ್ಞಹ್ಞಹ್ಞ' ಗಳಲ್ಲೇ ಪ್ರತಿಕ್ರಿಯಿಸಿ ತಪ್ಪಿಸಿಕೊಂಡಿದ್ದರು.

ಮುತ್ತುಪ್ಪಾಡಿಯ ತಿರುವಿನಲ್ಲಿಳಿದು ಸಂಜೆಯ ತೆಳುಬಿಸಿಲಲ್ಲಿ ನಾಲ್ಕು ಹೆಜ್ಜೆ ಬದಲಿಸಿದ್ದರಷ್ಟೇ; 'ಒಹೋಯ್ ನಿಡ್ವಣ್ಣಾರು. ನಾನೂ ಬಂದೆ ಸ್ವಾಮೀ' ಎನ್ನುತ್ತಾ ತಮ್ಮ ದಢೂತಿ ದೇಹವನ್ನು ಹೊತ್ತು ಗೂಡಂಗಡಿಯೊಂದರಿಂದ ಹೊರಬಂದ ಉಸ್ಮಾನ್ ಸಾಹೇಬರು, 'ಮನೆಗಲ್ವ ನೀವು?' ಎಂಬ ಅನಗತ್ಯ ಪ್ರಶ್ನೆ ಎಸೆದು, ಉತ್ತರ ತಮಗೆ ಗೊತ್ತುಂಟು ಎಂಬ ಗತ್ತಿನಲ್ಲಿ 'ಬನ್ನಿ, ಹೋಗುವ' ಎಂದು ರಸ್ತೆ ಪಕ್ಕದ ಕಾಲುದಾರಿಗೆ ಇಳಿದಾಗ, ಶ್ಯಾನುಭೋಗರಿಗೆ ಬೇರೆ ಹಾದಿಯಿರಲಿಲ್ಲ; ಸಾಹೇಬರು ಚಿಲ್ಲರೆಯವರಲ್ಲ; ಪಂಚಾಯತಿನ ಉಪಾಧ್ಯಕ್ಷರು ಬೇರೆ.

ಗುಡ್ಡೆ ಶಾಲೆಯ ದಕ್ಷಿಣ ದಿಕ್ಕಿನ ಇಳಿಜಾರಿನಲ್ಲಿ ಇತ್ತೀಚೆಗಷ್ಟೇ ಚಿಗುರಲಾರಂಭಿಸಿದ್ದ ಗೇರು ಸಸಿಗಳ ತೋಪನ್ನು ಬಲಭಾಗದಿಂದ ಬಳಸಿಕೊಂಡು ಕಾಲೆಳೆಯುತ್ತಿದ್ದ ಸಾಹೇಬರು, ಇದ್ದಕ್ಕಿದ್ದಂತೆ ತಮ್ಮ ನಡಿಗೆಯನ್ನು ನಿಲ್ಲಿಸಿ, ಶ್ಯಾನುಭೋಗರತ್ತ ತಿರುಗಿ ನಿಂತಾಗ ಶ್ಯಾನುಭೋಗರೂ ನಿಂತುಬಿಟ್ಟರು.

'ಅಲ್ಲ ಸ್ವಾಮೀ, ನಾಯಿಗೆ ನಸೆ ಕೊಟ್ಟರೆ ಬಿಸಲೆ ನಕ್ಕೀತು ಅಂತ ಗಾದೆ ಉಂಟಲ್ಲ; ಹಾಗಾಯ್ತು ನೋಡಿ ನಿಮ್ಮ ಮಾಸ್ತನ ಕತೆ' ಎಂದು ಜಗಳಕ್ಕೇ ಸಿದ್ಧರಾದವರಂತೆ ಎರಡೂ ಕೈ ಆಡಿಸುತ್ತಾ, ಜಿರಾಫೆಯಂತೆ ಕತ್ತು ಹಿಗ್ಗಿಸಿ, ಖ್ಯಾಕರಿಸಿ ಥೂಕ್ಕೆಂದು ಉಗುಳಿ, 'ನೀವೆಲ್ಲ ಇದ್ದೀರಲ್ಲಾ? ಅವನನ್ನು ಹೋಗಿ ಅಟ್ಟ ಹತ್ತಿಸುವವರು' ಎಂದು ಶ್ಯಾನುಭೋಗರತ್ತ ಅಸಹನೆಯ ದೃಷ್ಟಿ ನೆಟ್ಟಾಗ ಗಾಬರಿಗೊಂಡ ಶ್ಯಾನುಭೋಗರು, 'ಏನು! ಏನಾಯ್ತು ಸಾಹೇಬ್ರೇ' ಎಂದು ತೊದಲಿದ್ದರು.

'ಇನ್ನೆಂಥ ಆಗ್ಲಿಕ್ಕುಂಟು ಸ್ವಾಮೀ, ಈ ಶಾಲೆಗೆ ಇವ್ನಿಗಿಂತ ಮುಂಚೆ ಅಷ್ಟೊಂದು ಜನ ಹೆಡ್‌ಮಾಸ್ತ್ರು ಅಂತ ಬಂದು ಹೋದ್ರು. ಒಂದು ತಂಟೆ, ತಕರಾರು ಯಾರ್ದೂ ಇರ್ಲಿಲ್ಲ. ಆದ್ರೆ ಇವ್ನು ಇದ್ದಾನಲ್ಲಾ! ಅದು ಮಾಡ್ತೇನೆ, ಇದು ಹರಿತೇನೆ ಅಂತ ಕೊಚ್ಕೊಂಡು, ನಿಮ್ಮನ್ನೆಲ್ಲ ಮಂಗ ಮಾಡಿದವ್ನು, ಹಾಕಿದ್ನಲ್ಲ ಕೈ ನಮ್ಮ ಬುಡಕ್ಕೆ....?'

ಸಾಹೇಬರ ನೋಟದಲ್ಲಿ ಅಸಹ್ಯದ ಮುದ್ದೆಗಳೇ ಕಾಣಿಸಿದವು. ನಾರಾಯಣ ಭಟ್ಟರಂತಹ ಮಾಸ್ತರ ಬಗ್ಗೆ ಯಾರೂ ಇಂಥ ಮಾತು ಆಡಬಾರದು. ಯಾರಿಗೂ ಬೇಡವಾಗಿದ್ದ ಗುಡ್ಡೆಶಾಲೆಯನ್ನು ಕೇವಲ ನಾಲ್ಕೈದು ತಿಂಗಳ ಅವಧಿಯಲ್ಲೇ ಊರವರ ಮನೆಮಾತನ್ನಾಗಿ ಬದಲಾಯಿಸಿದ್ದವರು ಅವರು.

ನಾರಾಯಣ ಭಟ್ಟರು ಗುಡ್ಡೆಶಾಲೆಗೆ ಹೆಡ್‌ಮಾಸ್ಟರ್ ಆಗಿ ಬಂದ ಬಳಿಕ ಯಾರಿಗಾದರೂ ತೊಂದರೆ ಅಂತ ಆಗಿದ್ದರೆ ಅದು ಸ್ವತಃ ಶ್ಯಾನುಭೋಗರ ಕುಟುಂಬಕ್ಕೆ ಮಾತ್ರ. ನಿಡುವಣ್ಣಾಯರ ಹೆಂಡತಿ ಸುನಂದಾ ಬಾಯಿಯವರೂ ಅದೇ ಶಾಲೆಯಲ್ಲಿ ಟೀಚರ್. ಅವರ ಇಪ್ಪತ್ತಾರು ವರ್ಷಗಳ ಸರ್ವಿಸ್‌ನಲ್ಲಿ ಈ ನಾರಾಯಣ ಭಟ್ಟರು ಅರನೆಯದೋ-ಹದಿನಾರನೆಯದೋ ಹೆಡ್ ಮಾಸ್ಟರ್. ಯಾರು ಬಂದರೂ ಚಾರ್ಜು ತೆಗೆದುಕೊಂಡ ಮಾರನೆ ದಿನದಿಂದಲೇ ವರ್ಗ ಮಾಡಿಸಿಕೊಳ್ಳುವ ಓಡಾಟದ ಗಡಿಬಿಡಿಯಲ್ಲಿರುತ್ತಿದ್ದುದರಿಂದಾಗಿ ಸುನಂದಾಬಾಯಿಯವರಿಗೆ ಆರಾಮದ ನೌಕರಿ. ಹೋದರೆ ಹೋಯಿತು; ಬಂದರೆ ಬಂತು. ಹೇಳುವರು-ಕೇಳುವವರು ಯಾರೂ ಇದ್ದಿರಲಿಲ್ಲ. ಆದರೆ ಈ ಹಸಿಮೆಣಸಿನ ಕಾಯಿಯಂತಹ ಚುರುಕು ಭಟ್ಟರು ಬಂದ ಬಳಿಕ ಸುನಂದಾಬಾಯಿಯವರಿಗೆ ಗಂಟಲು ಹರಿಯುವಷ್ಟು ಕೆಲಸ.

'ಪೋಲೀಸು ಡಿಪಾರ್ಟ್‌ಮೆಂಟಿಗೆ ಅರ್ಜಿ ಹಾಕಿದ್ದವನನ್ನು ಲೆಕ್ಕ ತಪ್ಪಿ ಹೋಗಿ ಶಾಲೆಗೆ ಕಳಿಸಿದ್ದಿರಬೇಕು' ಎಂದೇ ಹೊಸ ಹೆಡ್‌ಮಾಸ್ಟರ್ ಬಗ್ಗೆ ತನ್ನ ಗಂಡನಿಗೆ ವ್ಯಕ್ತಿಚಿತ್ರಣ ನೀಡಿದ್ದ ಸುನಂದಾಬಾಯಿಯವರು, ಕ್ರಮೇಣ ಹೆಡ್‌ಮಾಸ್ಟರ್ ತನ್ನ ಸ್ವಂತಕ್ಕೂ ಕಟ್ಟುನಿಟ್ಟು ಎಂಬುದನ್ನು ಕಂಡು ಅನುಭವಿಸಿದ ಬಳಿಕ, ಅಭಿಪ್ರಾಯ ಬದಲಿಸಿಕೊಂಡು ಹೊಸ ದಿನಚರಿಗೆ ಒಗ್ಗಿಕೊಂಡು ಬಿಟ್ಟಿದ್ದರು. ಮಾತ್ರವಲ್ಲ ಮಾಸ್ಟರಿಗೆ ಮನೆ ಹುಡುಕಿಕೊಡುವ ಹೊಣೆಯನ್ನೂ ಹೊತ್ತುಕೊಂಡಿದ್ದರು.

ಹೆಂಡತಿಯ ಒತ್ತಾಯಕ್ಕೆ ಕಟ್ಟುಬಿದ್ದ ಶ್ಯಾನುಭೋಗರು, ಇತ್ತೀಚೆಗೆ ಕೆಲವು ವರ್ಷಗಳಿಂದ ಜನವಾಸವಿಲ್ಲದೆ ಪಾಳು ಬೀಳುತ್ತಿದ್ದ–ಹಿಂದೆಯೆಲ್ಲ ಫರಂಗಿ ಅಧಿಕಾರಿಗಳು ಶಿಕಾರಿಗೆಂದು ಬರುತ್ತಿದ್ದಾಗ ಉಳಕೊಳ್ಳುತ್ತಿದ್ದ–ಮೂರು ಕೋಣೆಗಳ ಕಲ್ಲು ಕಟ್ಟಡವೊಂದನ್ನು ಸುಣ್ಣ ಬಣ್ಣ ಬಳಿಸಿಕೊಡುವಂತೆ, ಪಂಚಾಯತು ಅಧ್ಯಕ್ಷರಾದ ಜಿನರಾಜ ಹೆಗ್ಡೆಯವರಿಗೆ ದುಂಬಾಲು ಬಿದ್ದಿದ್ದರು. ದಸರಾ ರಜ ಕಳೆದು ಮಾಸ್ಟರು ಊರಿನಿಂದ ಮರಳುವಷ್ಟರಲ್ಲಿ ಮನೆ ಸಿದ್ಧಪಡಿಸುವ ಭರವಸೆಯನ್ನು ಪಡೆದಿದ್ದರು. ಈ ಎಲ್ಲ ಸಂಗತಿ ಗೊತ್ತಿರುವ ಪಂಚಾಯತು ಉಪಾಧ್ಯಕ್ಷ ಉಸ್ಮಾನ್ ಸಾಹೇಬರು, ಇದೀಗ ಇದ್ದಕ್ಕಿದಂತೆ ತಮ್ಮ ಪ್ಲೇಟು ಬದಲಿಸಬೇಕಾದರೆ ಏನು ಕಾರಣವಿರಬಹುದು?

ಶ್ಯಾನುಭೋಗರ ಮೌನವನ್ನು ತಮ್ಮ ಬಗೆಗಿನ ಅಸಡ್ಡೆಯೆಂದೇ ಭಾವಿಸಿದ ಸಾಹೇಬರು, 'ಬೆಕ್ಕು ಕಣ್ಣು ಮುಚ್ಚಿ ಹಾಲು ಕುಡಿದ್ರೆ ಬೇರೆಯವರಿಗೆ ಗೊತ್ತಾಗುವುದಿಲ್ವಾ? ನಮ್ಮ ಜಮಾತಿನ ಮಾನಮರ್ಯಾದೆ ಏಲಂ ಹಾಕಲಿಕ್ಕಂತ್ಲೇ ಕಂಡ ಕಂಡವರಿಗೆ ಕಾಲೆತ್ತುವ ಆ ಬಿಕ್ನಾಸಿ ಸಾರಮ್ಮಳ ಮನೆಯಲ್ಲೇ ಈ ನಿಮ್ಮ ಮಾಸ್ತ್ರನ ಠಿಕಾಣಿಯಂತೆ?! ನಾನು ಕಣ್ಣಾರೆ ಕಂಡಿಲ್ಲ ಹೌದು. ಆದ್ರೆ ಉಲ್ಲಾಳದ ಮುಖಾಮಿನ ಆಣೆ ಹಾಕಿ ಹೇಳ್ತೇನೆ; ನಾನು ಸುಳ್ಳು ಹೇಳುವ ಜನ ಅಲ್ಲ ಅಂತ. ಅವರಿವರು ಅಂತ ಬೇರೆ ಯಾರು ಬಂದು ಹೇಳಿದ್ರೂ ನಾನು ನಂಬ್ತಿರಲಿಲ್ಲ. ಇವಳ ಜೊತೆ ಏಗಲಾರದೆ ಅದ್ಯಾವಳನ್ನೋ ಕಟ್ಟಿಕೊಂಡು ಊರು ಬಿಟ್ನಲ್ಲ–ಇವಳ ಗಂಡ ಅದ್ರಾಮ; ಅವನ ತಮ್ಮ....., ಅದೇ ನಮ್ಮ ಕರೀಂ ಖಾನರ ಸೈಕಲ್ ಷಾಪಿನಲ್ಲಿದ್ದಾನಲ್ಲ ಹುಡುಗ–ಅವನೇ ಬಂದು ಹೇಳಿದಾಗ ನಾನು ನಂಬೇಕಾ ಬೇಡ್ವಾ?' ಎಂದು ಪ್ರಶ್ನಿಸಿ, 'ನೀವೇನು ಹೇಳ್ತೀರಿ ಇದಕ್ಕೆ?' ಎನ್ನುವ ನೋಟ ಬೀರಿದರು.

ಶ್ಯಾನುಭೋಗರಿಗೆ ನಿಂತ ನೆಲವೇ ಕುಸಿದ ಅನುಭವ. ನಾರಾಯಣ ಭಟ್ಟರು ಸಾರಮ್ಮಳ ಮನೆಗೆ ಹೋಗಲಾರಂಭಿಸಿದ್ದಾರೆಂದರೆ ಯಾರು ನಂಬಿಯಾರು? ಆದರೆ ಈ ವಿಷಯದಲ್ಲಿ ಸಾಹೇಬರ ಜತೆ ವಾದ ಮಾಡುವುದೆಂದರೆ ಕೆಸರಿಗೆ ಕಲ್ಲು ಬಿಸಾಡಿದಂತೆ.

'ನನಗೆ ಈ ಬಗ್ಗೆ ಖಂಡಿತವಾಗಿ ಏನೇನೂ ಗೊತ್ತಿಲ್ಲ ಸಾಹೇಬ್ರೇ. ನಾನೇ ಇದರ ಮೂಲ ಕಂಡು ಹಿಡಿದುಬಿಡ್ತೇನೆ. ಒಂದು ವೇಳೆ ನಿಮ್ಮ ಮಾತು ಸತ್ಯ ಅಂತ ಆದಲ್ಲಿ, ಒಂದೇ ಒಂದು ವಾರದೊಳಗೆ ಮಾಸ್ಟ್ರನ್ನು ಎತ್ತಂಗಡಿ ಮಾಡದೆ ಹೋದ್ರೆ ನನ್ನ ಶ್ಯಾನುಭೋಗತನಕ್ಕೆ ರಾಜಿ ಇಡ್ತೇನೆ, ಇದು ಪ್ರಮಾಣ' ಎಂದು ಸಾಕಷ್ಟು ಸ್ವರವೆಬ್ಬಿಸಿಯೇ ಸವಾಲೆಸೆದ ಶ್ಯಾನುಭೋಗರು, ಸಾಹೇಬರ ಬಲಭಾಗದಲ್ಲಿ ನುಸುಳಿ ದಾರಿ ಮಾಡಿಕೊಂಡು ದಾಪುಗಾಲು ಹಾಕಿಬಿಟ್ಟರು.

ಮನೆಮೆಟ್ಟಿಲು ಏರುತ್ತಿದ್ದಂತೆಯೇ ಎದುರಾದ ಹೆಂಡತಿಯ ಮಡಿಲಿಗೆ ತನ್ನೆಲ್ಲಾ ಗೊಂದಲಗಳನ್ನು ಮೂಟೆ ಕಟ್ಟಿ ಎಸೆಯುವವರಂತೆ ನಿಟ್ಟುಸಿರು ಬಿಟ್ಟ ಶ್ಯಾನುಭೋಗ ಸೀತಾರಾಮ ನಿಡುವಣ್ಣಾಯರು, ವಿಷಾದದ ಧ್ವನಿಯಲ್ಲಿ, 'ಆ ನಿನ್ನ ಹೆಡ್ ಮಾಸ್ಟರನಿಗೆ ಸಾರಮ್ಮಳ ಮನೆಯಿರುವಾಗ, ಮಾಸ್ತ್ರಿಗೊಂದು ಮನೆಕೊಡಿ ಅಂತ ಕಂಡವರ ಕೈಕಾಲು ಕಟ್ಟಿದ ನಾನೊಬ್ಬ ಶತಮೂರ್ಖ' ಎಂದು ಉದ್ಗರಿಸಿ, ಸುನಂದಾಬಾಯಿಯವರು ದಿಗ್ಭ್ರಮೆಯಿಂದ ಕಣ್ಣುಬಾಯಿ ಬಿಟ್ಟು ಕಲ್ಲಿನಂತೆ ನಿಂತಿರುವಂತೆಯೇ, ವಾಕರಿಗೆ ಬಂದವರಂತೆ ಬಾಯಿ ಗಡ್ಡವಾಗಿ ಎಡ ಅಂಗೈಯನ್ನು ಒತ್ತಿಕೊಂಡು ಬಚ್ಚಲು ಮನೆಯತ್ತ ಧಾವಿಸಿದರು. 'ಅಯ್ಯೋ, ರಾಮ ರಾಮಾ!, ಇದೆಂಥ ಮಾತು ಕೇಳುತ್ತಿರುವೆ!' ಎಂದು ಪರಿತಪಿಸಿದ ಸುನಂದಾ ಬಾಯಿ ಟೀಚರು ತಲೆ ಮೇಲೆ ಕೈ ಹೊತ್ತು ಕುಳಿತುಬಿಟ್ಟರು.

೨

ಮದರಾಸು ತನಕ ರೈಲಿನಲ್ಲಿ ಹೋಗಿ ಮಹಾತ್ಮಾ ಗಾಂಧಿಯವರನ್ನು ಕಂಡದ್ದು ಮಾತ್ರವಲ್ಲ, ಅವರ ಕೈ ಮುಟ್ಟಿ ನಮಸ್ಕರಿಸಿ ಬಂದಿದ್ದರಿಂದ 'ಗಾಂಧಿ ಮಾಸ್ತರ' ಎಂದೇ ಬಿರುದು ಪಡೆದಿದ್ದ ವಿದ್ವಾನ್ ನರಸಿಂಹ ಭಟ್ಟರ ಮಗ ನಾರಾಯಣ ಭಟ್ಟರು ಉಡುಪಿಯ ಲೋಕಲ್ ಶಾಲೆಯಲ್ಲಿ ಅಸಿಸ್ಟಂಟ್ ಮಾಸ್ತರ್ ಆಗಿದ್ದವರು. ಆರು ವರ್ಷಗಳ ಸರ್ವಿಸ್ ಜತೆಯಲ್ಲಿ, ಪ್ರೈವೇಟ್‌ನಲ್ಲೇ ಬಿ.ಎ. ಮಾಡಿದ್ದರ ಫಲವೆಂಬಂತೆ, ಹೆಡ್ ಮಾಸ್ಟರ್ ಎಂಬ ಕಿರೀಟದ ಸಹಿತ ಮುತ್ತುಪ್ಪಾಡಿ ಕಿರಿಯ ಪ್ರಾಥಮಿಕ ಶಾಲೆಗೆ ವರ್ಗಾವಣೆಯ ಆದೇಶ ಬಂದಾಗ, ಅಭಿನಂದನೆಗಳೆಲ್ಲವೂ ಆರು ತಿಂಗಳ ಕೆಳಗಷ್ಟೇ ಹೆಂಡತಿಯಾಗಿ ಬಂದು ಕೂಡಿದ್ದ ಸುಮತಿಯ ಕಾಲ್ಗುಣಕ್ಕೇ ಸಂದದ್ದು ಸಹಜ. ಹೊಸ ಊರಲ್ಲಿ ಚಾರ್ಜು ವಹಿಸಿಕೊಂಡ ಎರಡೇ ಎರಡು ವಾರಗಳೊಳಗೆ ಮನೆ ಮಾಡಿ, ಹೆಂಡತಿಯನ್ನು ಕರೆಸಿಕೊಳ್ಳುವ ವಾಗ್ದಾನವಿತ್ತು, ಧಿಗ್ವಿಜಯಕ್ಕೆ ಹೊರಟು ನಿಂತ ಇಪ್ಪತ್ತೇಳರ ಯುವಕನಿಗೆ ಗಾಂಧಿ ಮಾಸ್ಟರ್ ಹೇಳಿದ್ದು;

'ಇಕಾ ಮಾಣಿ, ಹೊಟ್ಟೆ ತುಂಬಿಸುವುದಷ್ಟೇ ನಿನ್ನ ಉದ್ಯೋಗದ ಉದ್ದೇಶವಾಗಿದ್ರೆ, ಇಲ್ಲೇ ಸಂತೆಕಟ್ಟೆ ಹತ್ರ ಹೋಟೇಲಿಟ್ಟುಬಿಡು. ನಾನು ಮೂವತ್ತು ಮೂವತ್ತೈದು ವರ್ಷಗಳ ಮಾಸ್ತರಿಕೆಯಲ್ಲಿ ಪಡೆದ ಒಟ್ಟು ಸಂಬಳವನ್ನು ನೀನು ಎರಡೇ ವರ್ಷದಲ್ಲಿ ಬಾಚಿಕೊಳ್ಳಬಹುದು. ಹಳ್ಳಿಯ ಶಾಲೆಗೆ ಹೆಡ್‌ಮಾಸ್ಟರನಾಗುವುದೆಂದರೆ ಸಾಮಾನ್ಯ ಸಂಗ್ತಿ ಅಲ್ಲ. ನೀನು ಬರಿಯ ಶಾಲೆಗೆ ಮಾತ್ರವಲ್ಲ, ಇಡಿಯ ಊರಿಗೇ ಮಾರ್ಗತೋರಿಸುವವನು ಎಂಬುದನ್ನು ಮರೀಬೇಡ.'

ನಾರಾಯಣ ಭಟ್ಟರು ಮುತ್ತುಪ್ಪಾಡಿ ಕಿರಿಯ ಪ್ರಾಥಮಿಕ ಶಾಲೆಯ ಹೆಡ್‌ಮಾಸ್ಟರ್ ಆಗಿ ಚಾರ್ಜು ತೆಗೆದುಕೊಂಡ ದಿನ ಭಯಂಕರ ಮಳೆ, ಆಕಾಶವೇ ಹರಿದುಬೀಳುತ್ತಿರುವಂತೆ. ಗುಡ್ಡೆಯ ನೆತ್ತಿಯ ಮೇಲಿದ್ದ ಆರು ಕೋಣೆಗಳ ಕಲ್ಲು

ಕಟ್ಟಡದಲ್ಲಿ ಹಾಜರಿದ್ದ ಮಕ್ಕಳ ಸಂಖ್ಯೆ ನಲವತ್ತರ ಗಡಿಯನ್ನು ದಾಟಿದ್ದಿರಲಿಲ್ಲ. ಶಾಲಾ ದಾಖಲೆಯಂತೆ ಬರಬೇಕಾಗಿದ್ದ ಇಬ್ಬರು ಸಹಾಯಕ ಟೀಚರುಗಳಲ್ಲಿ ಹಾಜರಿದ್ದಾಕೆ ವಾರಿಜ ಟೀಚರು ಮಾತ್ರ; ಹದಿನಾರು ಮೈಲಿ ದೂರದಿಂದ ಓಡಾಟ ನಡೆಸುವ ಅವರ ಊರಿಗೆ ಸಂಜೆಗೆ ಮುನ್ನ ಬೇರೆ ಬಸ್ಸು ವ್ಯವಸ್ಥೆಯಿಲ್ಲ, ಪಾಪ. ಇನ್ನೊಬ್ಬಾಕೆ ಸುನಂದಾಬಾಯಿ ಟೀಚರು. ಅವರ ಮನೆಗೆ ಬಹಳ ದೂರವೇನು ಇಲ್ಲ; ಮಳೆ ನಿಂತ ಬಳಿಕ ಹೋಗಿ ಬಂದರಾಯಿತೆಂಬ ನಿರ್ಧಾರದಿಂದ ಮನೆಯಲ್ಲೇ ಉಳಿದುಬಿಟ್ಟಿದ್ದರು. ಬೆಳಗ್ಗೆ ಬಾಗಿಲು ತೆರೆಯಲೆಂದು ಬಂದಿದ್ದ ಜವಾನ ಸುಂದರಣ್ಣ ಶಾಲೆಯ ಬಾಗಿಲು ಹಾಕದೆ ಮರಳುವಂತಿರಲಿಲ್ಲ. ಎಲ್ಲವನ್ನೂ ಮಳೆನೀರಿನ ಜತೆ ನುಂಗಿಕೊಂಡ ನಾರಾಯಣ ಭಟ್ಟರು ತನ್ನ ಅಸಹನೆಯನ್ನು ಹೊರಗೆ ತೋರಗೊಡಲಿಲ್ಲ. ಮಧ್ಯಾಹ್ನದ ಬಳಿಕ ಶಾಲೆಗೆ ಮಳೆರಜೆ ಕೊಟ್ಟು, ವಾರಿಜ ಟಿಚರ ನೆರವು ಪಡಕೊಂಡು ಆಫೀಸು ಕೋಣೆಯ ಮರದ ಕಪಾಟುಗಳಲ್ಲಿ ಧೂಳು ತಿನ್ನುತ್ತಿದ್ದ ದಾಖಲೆ ಪತ್ರಗಳ ಪರಿಚಯ ಮಾಡಿಕೊಳ್ಳುವ ನೆವದಿಂದ ಸಮಯ ಕಳೆದರು.

ಊರವರಿಗೆ ಶಾಲೆಯ ಬಗ್ಗೆ ಕಾಳಜಿ ಹೋಗಲಿ, ಕೆಟ್ಟ ಕುತೂಹಲವೂ ಇದ್ದಂತಿರಲಿಲ್ಲ. ಮಕ್ಕಳನ್ನು ಶಾಲೆಯತ್ತ ಅಟ್ಟಿಬಿಡುವುದನ್ನೇ ದೇಶಪ್ರೇಮವೆಂದು ನಂಬಿದವರು ಅವರು. ಚಾರ್ಜು ತೆಗೆದುಕೊಂಡ ನಾಲ್ಕನೆಯ ದಿನ ಶಾಲಾ ಅಭಿವೃದ್ಧಿ ಸಮಿತಿಯ ಅಧ್ಯಕ್ಷರೆಂದು ಹೆಸರಿಸಲ್ಪಟ್ಟ ಕಲ್ಲಿನ ಮನೆ ಜತ್ತಪ್ಪ ಶೆಟ್ಟರನ್ನು ಹುಡುಕಿಕೊಂಡು ಹೋಗಿದ್ದ ಮಾಸ್ಟರರಿಗೆ, ಯಾಕಾಗಿ ಬಂದೆನೋ ಅನ್ನಿಸಿತ್ತು.

ಒಂದು ಮಾತಿಗೆ ಎರಡು ಏದುಬ್ಬಸದ ಹಿಂಸೆ ಅನುಭವಿಸುತ್ತಿದ್ದವರು, ಮಾಸ್ಟರು ಏನನ್ನಾದರೂ ಹೇಳಬೇಕೆಂದು ಪ್ರಯತ್ನಿಸುತ್ತಿದ್ದಾಗಲೆಲ್ಲ, ಕೈ ಭಾಷೆಯಿಂದಲೇ ಬೇಡವೆನ್ನುತ್ತಾ ತನ್ನ ಧ್ವನಿಯನ್ನು ತಾನೇ ಕೇಳಿಸಿಕೊಳ್ಳುವುದರಲ್ಲೇ ಸಂತಸಪಡುತ್ತಿದ್ದ ಎಪ್ಪತ್ತರಂಚು ದಾಟಿದ ಮುದುಕ, ಮಾಸ್ಟರನ್ನು ಸುಸ್ತುಗೊಳಿಸಿ ಬಿಟ್ಟಿದ್ದರು.

'ನೀವು ಯಾವುದಕ್ಕೂ ಮಂಡೆಬೆಚ್ಚ ಮಾಡ್ಬೇಡಿ ಬಟ್ರೆ. ಈ ಊರಿನ ಮಕ್ಳು ದನ ಕಾಯೋದಕ್ಕೂ ನಾಲಾಯಕ್ಕು. ಅದ್ಯಾವ ಶನಿಕಾಲದಲ್ಲಿ ಬೀಡಿಕಟ್ಟುವ ಕೆಲಸ ಈ ಊರಲ್ಲಿ ಸುರುವಾಯ್ತೋ, ಆ ದಿನದಿಂದ ತೋಟದಲ್ಲಿ ಒಂದು ಹುಲ್ಲು ಹೆರಿಯುವುದಕ್ಕೂ ಜನ ಸಿಗ್ತಾ ಇಲ್ಲ. ಅಂಥದ್ರಲ್ಲಿ ನಿಮ್ಮ ಶಾಲೆಗೆ ಮಕ್ಳು ಬಂದಾರಾ?' ಎಂದು ಪ್ರಶ್ನಿಸಿದ್ದ ಶೆಟ್ಟರು, ಮಾಸ್ಟರು ತುಟಿ ಎರಡು ಮಾಡುವುದಕ್ಕೂ ಅವಕಾಶ ಕೊಡದೆ, 'ನಿಮ್ಮಂಥವ್ರನ್ನು ಕಂಡ್ರೆ ನನಗೆ ಕನಿಕರ ಬರ್ತದೆ. ಆದ್ರೆ ಏನು ಮಾಡ್ಲಿ ಹೇಳಿ. ಈ ಹಾಳು ಉಬ್ಬಸದ ಉಪದ್ರ ಇಲ್ಲದೆ ನಾಲ್ಕು ಹೆಜ್ಜೆ ನಡೀಲಿಕ್ಕೆ ಸಾಧ್ಯವಾಗಿರುತಿದ್ರೆ ಸೀದಾ ಮಂಗಳೂರಿನ ಡೀಸೀ ಮನೆಗೆ ಹೋಗಿ ಕೈ ಮುಗ್ದು ಹೇಳ್ತಿದ್ದೆ–ನಮ್ಮ ಗುಡ್ಡೆ ಶಾಲೆಯನ್ನು ಒಮ್ಮೆ ಮುಚ್ಚಿಬಿಡಿ ಅಂತ.'

ಮಾಸ್ತರು ಗಾಬರಿಯಿಂದಲೇ 'ಕಲ್ಲಿನ ಮನೆ'ಯಿಂದ ತಪ್ಪಿಸಿಕೊಂಡು ಬಂದಿದ್ದರು. ಮುತ್ತುಪ್ಪಾಡಿಯಿಂದ ಆರೇಳು ಮೈಲು ದೂರದಲ್ಲಿ ತೋಟ-ಮನೆ ಅಂತ ಜೀಪಿನಲ್ಲೇ ಓಡಾಡುವ ಎಸ್ಸೆಸ್ಸೆಲ್ಸಿ ಕ್ಲಾಸುಮೇಟು ಸದಾನಂದನ ಬೆಂಬಲವಿಲ್ಲದೇ ಹೋಗಿದ್ದರೆ ನಾರಾಯಣ ಭಟ್ಟರು ಕೈಕಾಲು ಬಿಡುತ್ತಿದ್ದರೇನೋ. ಊರೊಳಗೆ ಮನೆ ಮಾಡಿ ಸುಮತಿಯನ್ನು ಕರೆಸಿಕೊಳ್ಳುವ ತನಕ ಸದಾನಂದನ ತೋಟದ ಮನೆಯಿಂದಲೇ ಓಡಾಟ. ಎಸ್ಸೆಸ್ಸೆಲ್ಸಿ ಪಾಸಾಗುವುದರಲ್ಲಿ ಸೋತಿದ್ದ ಸದಾನಂದ ಅಡಿಕೆ ಬೆಲೆಯಲ್ಲಿ ರ್‍ಯಾಂಕು ಸ್ಟೂಡೆಂಟು. ಜತೆಯಲ್ಲಿ ಅಡಿಕೆ ರಬ್ಬರ್ ವ್ಯಾಪಾರ. ಕೇವಲ ಮಾಸ್ತರಿಕೆ ಮಾತ್ರ ಕಲಿತಿದ್ದ ಭಟ್ಟರಿಗೆ ಸದಾನಂದನಿಂದ ನಿತ್ಯವೂ ಮೆನೇಜ್‌ಮೆಂಟ್ ಕೋಚಿಂಗ್.

ಸದಾನಂದನ ಸೂಚನೆಯಂತೆ ವಾರಿಜ ಟೀಚರ ನೇತೃತ್ವದಲ್ಲಿ ಕ್ಲಾಸಿಗೊಬ್ಬನಂತೆ ಲೀಡರುಗಳನ್ನು ಅರಿಸಿ 'ಶಾಲಾ ಶಿಸ್ತು ಸಮಿತಿ' ರಚಿಸಿದ್ದು ಮರುದಿನದಿಂದಲೇ ಫಲ ಕೊಟ್ಟಿತು; ವಾರೀಜ ಟೀಚರು 'ಫಸ್ಟ್ ಬಸ್'ನಲ್ಲೇ ಶಾಲೆಗೆ ಬರಲಾರಂಭಿಸಿದ್ದರು. ಸದಾನಂದನೇ ಉಡುಗೊರೆಯಾಗಿ ನೀಡಿದ್ದ ಹನ್ನೆರಡು ತೆಂಗಿನ ಸಸಿಗಳನ್ನು, ಸುನಂದಾಬಾಯಿ ಟೀಚರ ಹಿರಿತನದಲ್ಲಿ ಆರಿಸಲಾದ ಇಪ್ಪತ್ತನಾಲ್ಕು ಮಕ್ಕಳು ತಾಮುಂದು-ನಾಮುಂದು ಎಂಬಂತೆ ನೀರೆರೆದು ಪಾಲಿಸಿ, ಯೋಗಕ್ಷೇಮ ವಿಚಾರಿಸಲಾರಂಭಿಸಿದಾಗ ಸುನಂದಾಬಾಯಿ ಟೀಚರಿಗೂ ತನ್ನ ಶಕ್ತಿಯ ಅರಿವಾಗಲಾರಂಭಿಸಿತ್ತು. ತನ್ನ ಗಂಡ ಶ್ಯಾನುಭೋಗರನ್ನು ಮುಂದಿಟ್ಟುಕೊಂಡು ಸ್ವತಃ ಫಾರೆಸ್ಟ್ ಡಿಪಾರ್ಟ್‌ಮೆಂಟಿನವರನ್ನು ಪುಸಲಾಯಿಸಿ-ಶಾಲೆಯ ಬೆನ್ನ ಹಿಂದಿನ ಇಳಿಜಾರಿನಲ್ಲಿ ಇನ್ನೂರು ಹೈಬ್ರಿಡ್ ಗೇರು ಸಸಿಗಳನ್ನು ನೆಡಿಸಿದ್ದು ಮಾತ್ರವಲ್ಲ; ಅದೇ ನೆವದಲ್ಲಿ ಶಾಲಾ ಕಟ್ಟಡವನ್ನು ಬಳಸಿಕೊಂಡಂತೆ, ಡಿಪಾರ್ಟ್‌ಮೆಂಟ್ ಖರ್ಚಿನಲ್ಲೇ ಮುಳ್ಳುಬೇಲಿ ಎಳೆದು ನಾರಾಯಣ ಭಟ್ಟರನ್ನೇ ದಂಗುಬಡಿಸಿಬಿಟ್ಟರು. ಸದಾನಂದನ ಒತ್ತಾಯಕ್ಕೆ ಕಟ್ಟುಬಿದ್ದು-ತನಗಿಷ್ಟವಿಲ್ಲದಿದ್ದರೂ-ಶಾಲಾ ತೋಟದ ಉದ್ಘಾಟನೆಗೆಂದು ತಹಸಿಲ್ದಾರರನ್ನು ಆಮಂತ್ರಿಸಿದ್ದು ವ್ಯರ್ಥವಾಗಲಿಲ್ಲ. ಸಮಾರಂಭದಲ್ಲೇ ಎಂಟುನೂರು ರೂಪಾಯಿಗಳ ಸ್ಪೆಶಲ್ ಗ್ರ್ಯಾಂಟ್ ಸ್ಯಾಂಕ್ಷನ್ ಮಾಡಿದ್ದರಿಂದ ಶಾಲೆಯ ಸೂರು ರಿಪೇರಿಯಾಗಿ, ಗೋಡೆಗಳೆಲ್ಲವೂ ಸುಣ್ಣದ ನೀರಿನಿಂದ ತೊಳೆಸಿಕೊಂಡಿತು. ಒಟ್ಟಿನಲ್ಲಿ ನಾಲ್ಕೇನಾಲ್ಕು ತಿಂಗಳ ಅವಧಿಯೊಳಗೆ ಗುಡ್ಡೆ ಶಾಲೆಯ ಬಣ್ಣವೇ ಬದಲಾಯಿತು.

ವಾರದಲ್ಲಿ ನಾಲ್ಕು ದಿನ ಚಕ್ಕರು ಹಾಕುತ್ತಿದ್ದ ಉಡಾಳ ಮಕ್ಕಳೇ ಇದೀಗ ರಜಾದಿನಗಳಲ್ಲೂ ಶಾಲಾ ತೋಟದ ಪರಿಸರದಲ್ಲಿ ಆಟವಾಡುತ್ತಾ ಕಸಕಡ್ಡಿ ಆರಿಸಿ ತಂದು 'ಕಾಂಪೋಸ್ಟು ಪಿಟ್ಟು' ತುಂಬಿಸುವಷ್ಟು ಬದಲಾವಣೆಗೊಂಡಾಗ, ಹೆಡ್‌ಮಾಸ್ಟರ್ ನಾರಾಯಣ ಭಟ್ಟರೆಂದರೆ 'ಚಿಲ್ಲರೆ ಮಾಸ್ತ್ರು' ಅಲ್ಲ ಎಂಬುದಾಗಿ ಜನರು ಮಾತನಾಡಿ ಕೊಳ್ಳುವಂತಾಯಿತು.

ಹಾಜರಿಪಟ್ಟಿಯಂತೆ ನೂರೈವತ್ತಾರು ವಿದ್ಯಾರ್ಥಿಗಳಿದ್ದ ಶಾಲೆಯ ಮಕ್ಕಳ ಹಾಜರಿ ನಲುವತ್ತರಿಂದೇರುತ್ತಾ ನೂರರ ಗಡಿ ದಾಟುತ್ತಿರುವಂತೆಯೇ ಹೆಡ್‌ಮಾಸ್ಟರ್ ಮತ್ತಷ್ಟು 'ಸ್ಟ್ರಿಕ್ಟ್' ಆದರು. ಒಂದೇ ಒಂದು ದಿನ ಗೈರು ಹಾಜರಾದರೂ ರಜ ಅರ್ಜಿ ಬರೆಸಿಕೊಂಡು ಬರಬೇಕೆಂಬ 'ರೂಲು' ತಂದರು. ಇದರಿಂದಾಗಿ ಅಷ್ಟಿಷ್ಟು ಬರೆಯಲು ಕಲಿತಿದ್ದ ಹೆತ್ತವರಲ್ಲಿ ಕೆಲವರು ತಮ್ಮ ಮಕ್ಕಳ ಜತೆಗೆ ಬೇರೆಯವರ ಮಕ್ಕಳ ರಜ ಅರ್ಜಿಯನ್ನೂ ಬರೆದು ಕೊಡುವುದು ಅನಿವಾರ್ಯವಾಯಿತು. ತನ್ನ ಸಹಾಯಕ ಟೀಚರುಗಳು ಮಾತ್ರವಲ್ಲ. ಜವಾನ ಸುಂದರಣ್ಣ ಕೂಡ ದಿನ ಒಂದಕ್ಕೆ ನಾಲ್ಕೈದು ಅರ್ಜಿ ಬರೆದುಕೊಡುತ್ತಿರುವುದನ್ನು ಕಂಡೂ ಕಾಣದಂತೆ ವರ್ತಿಸಿದ ನಾರಾಯಣ ಭಟ್ಟರು, ತನ್ನೊಳಗೇ ತನ್ನ ಗೆಲುವಿನ ಬಗ್ಗೆ ತೃಪ್ತಿಪಟ್ಟರು.

ಎಲ್ಲದರಲ್ಲೂ ಗೆಲ್ಲುತ್ತಲೇ ಬಂದ ನಾರಾಯಣ ಭಟ್ಟರು ಮುತ್ತುಪ್ಪಾಡಿಯಲ್ಲಿ ಮನೆ ಮಾಡಿ ಸುಮತಿಯನ್ನು ಕರೆಸಿಕೊಳ್ಳುವ ಕಾರ್ಯದಲ್ಲಿ ಮಾತ್ರ ಸೋತುಬಿಟ್ಟರು. ಆರಂಭದ ತಿಂಗಳಲ್ಲಿ ಎರಡು ವಾರಕ್ಕೊಮ್ಮೆ ಊರಿಗೆ ಹೋಗಿ ಸುಮತಿಯನ್ನು ಸಮಾಧಾನಪಡಿಸಿ ಬರುತ್ತಿದ್ದ ಭಟ್ಟರು, ಆ ಬಳಿಕ ಊರಿಗೆ ಹೋದದ್ದು ಮೂರು ಬಾರಿ ಮಾತ್ರ; ವಾರಕ್ಕೊಂದು ಪತ್ರ ಮಾತ್ರ ಬರೆಯುವುದನ್ನು ತಪ್ಪಿಸಿರಲಿಲ್ಲ.

೩ ಸಮಸ್ಯೆಗಳು ಹುಟ್ಟಿಕೊಳ್ಳುವುದೇ ಪರಿಹಾರಗೊಳ್ಳುವುದಕ್ಕೆ ಎಂದೇ ನಂಬಿರುವ ಸದಾನಂದ, ಈ ಬಾರಿ ಮಾತ್ರ ಮಾಸ್ಟರಿಗಿಷ್ಟವಾಗುವ ಪರಿಹಾರ ಸೂಚಿಸಲು ತನ್ನ ಅಸಹಾಯಕತೆ ವ್ಯಕ್ತಪಡಿಸಿಬಿಟ್ಟಿದ್ದ. ಸದಾನಂದನದ್ದು ಖಡಾಖಂಡಿತ ಮಾತು;

'ನನ್ನ ಸಲಹೆ ನಿನಗೆ ಪಥ್ಯವಾಗಲಿಕ್ಕಿಲ್ಲ ಅಂತ ನನಗೂ ಗೊತ್ತು. ಆದರೆ ನನ್ನ ಲೆಕ್ಕದಲ್ಲಿ ನಿನ್ನ ತಲೆಬಿಸಿಗೆ ಯಾವ ಅರ್ಥವೂ ಇಲ್ಲ. ಯಾವ ಸಮಸ್ಯೆಗೆ ಪರಿಹಾರವಿಲ್ಲವೋ, ಅದು ನನ್ನ ಲೆಕ್ಕದಲ್ಲಿ ಸಮಸ್ಯೆಯೇ ಅಲ್ಲ. ಲೋಕದಲ್ಲಿರುವ ಎಲ್ಲ ವಿಚಾರಗಳನ್ನು ಅಗತ್ಯವಿಲ್ಲದಿದ್ದರೂ ಎಳೆದು ಹಾಕಿಕೊಂಡು, ಆ ಬಳಿಕ ಗಂಟುಬಿಡಿಸುತ್ತಾ ಕೂಡುವುದು ಜಾಣತನವಾಗುವುದಿಲ್ಲ.'

ಸದಾನಂದನ ವಾದವನ್ನು ಮಾಸ್ಟರು ಪೂರ್ತಿಯಾಗಿಯೇ ವಿರೋಧಿಸಿದ್ದರು. ಸದಾನಂದನ ಬಳಿ ಪರಿಹಾರವಿಲ್ಲವೆಂದ ಮಾತ್ರಕ್ಕೆ, ಸಮಸ್ಯೆಯನ್ನೇ ನಿರಾಕರಿಸುವುದು ತಪ್ಪಾಗುತ್ತದೆ. ಅಥವಾ ಸದಾನಂದ ತರ್ಕವನ್ನೇ ಮುಂದುವರಿಸುವುದಾದರೆ, ಸದಾನಂದನಿಗೆ ಗೊತ್ತಿಲ್ಲದೆ ಇರುವ ಪರಿಹಾರದ ಕ್ರಮ, ಬೇರೆಯವರಿಗೆ ಗೊತ್ತಿರ ಬಹುದಲ್ಲವೆ? ಆದ್ದರಿಂದ ಸದಾನಂದನದ್ದೇ ವಾದದಂತೆ ಇದು

ಪರಿಹಾರವಿರುವ ಸಮಸ್ಯೆಯೇ ಆಗಿಬಿಡುತ್ತದೆ. ಹಾಗಾಗಿ ಪರಿಹಾರವಾಗಲೇಬೇಕು; ಆದರೆ ಹೇಗೆ?

ಸದಾನಂದ ಒಂದು ಬಗೆಯ ತಿರಸ್ಕಾರದ ಧಾಟಿಯಲ್ಲೇ ಹೇಳಿದ್ದ, 'ಅಲ್ಲ ನಾರಾಯಣ, ನಿನ್ನದು ಸ್ವಲ್ಪ ಅತಿಯಾಯಿತೇನೋ ಅನ್ನಿಸುತ್ತದೆ. ನೀನು ಆ ಶಾಲೆಗೆ ಬಂದು ನೂರು ವರ್ಷವೇನೂ ಆಗಿಲ್ಲ. ಇನ್ನೂ ಐದಾರು ತಿಂಗಳು ಅಷ್ಟೇ. ಈ ಸಣ್ಣ ಅವಧಿಯಲ್ಲಿ ಆದ ಬದಲಾವಣೆ ನಿಜಕ್ಕೂ ಸಾಹಸವೇ. ಎಲ್ಲವೂ ನೀನು ನಿರೀಕ್ಷಿಸದಂತೆಯೇ ಆಗಿ ಬಿಟ್ಟಿರುವುದೇ ನಿನಗೆ ಅಹಂಕಾರ ತಂದ ಹಾಗಿದೆ. ಇಲ್ಲವಾದರೆ ಒಬ್ಬ ಹುಡುಗ ಶಾಲೆಗೆ ತಡವಾಗಿ ಬರುತ್ತಿದ್ದಾನೆ. ಮತ್ತು ಅವನು ತಡವಾಗಿ ಬರುವುದು ಅವನ ತಪ್ಪಿನಿಂದ ಅಲ್ಲ ಅಂತ ಗೊತ್ತಾದ ಬಳಿಕ ಸುಮ್ಮನಿರುವುದು ಬಿಟ್ಟು ಹಟ ಹಿಡಿಯುವುದು ನನಗೇಕೋ ಸರಿಕಾಣುವುದಿಲ್ಲ.'

ಶಾಲೆಯ ಮೊದಲ ಗಂಟೆ ಹೊಡೆದ ಬಳಿಕವೇ ಒಂದಷ್ಟು ಮಕ್ಕಳು ಮನೆ ಬಿಡುವುದು ಅಂತಹ ವಿಶೇಷ ಸಂಗತಿಯಲ್ಲ. ಮನೆಯಿಂದ ಬೇಗ ಹೊರಡುವ ಮಕ್ಕಳು, ಗುಡ್ಡದ ಇಳಿಜಾರಿನಲ್ಲಿ ಮರಕೋತಿ ಆಟವಾಡುತ್ತಲೋ, ಲಗೋರಿಯಾಡುತ್ತಲೋ ಜಗತ್ತನ್ನೇ ಮರೆತುಬಿಡುತ್ತಿದ್ದು, ಗಂಟೆಯ ಸದ್ದು ಕೇಳಿಸುತ್ತಲೇ ಶಾಲೆಯತ್ತ ಓಡಿ ಬರುತ್ತಿದ್ದರು. ಹೆಡ್‌ಮಾಸ್ಟರ 'ಡಿಸಿಪ್ಲಿನ್' ತನ್ನ ಒತ್ತಡವನ್ನು ಹೆಚ್ಚಿಸುತ್ತಾ ಬಂದಂತೆ ಕ್ರಮೇಣ ಮಕ್ಕಳೆಲ್ಲ ಕೊನೆಯ ಗಂಟೆಯ ಮುನ್ನವೇ ಕ್ಲಾಸಿನಲ್ಲಿ ಕುಳಿರುವಂತಾಯಿತು. ಆದರೆ ಐದನೇ ತರಗತಿಯ ಎಸ್. ಅಬ್ದುಲ್ ಕಾಸಿಂ ಎಂಬ ಹುಡುಗ ಮಾತ್ರ, ಶಾಲಾರಂಭದ ಕೊನೆಯ ಗಂಟೆ ಹೊಡೆದ ಹತ್ತು-ಹದಿನೈದು ನಿಮಿಷಗಳ ಬಳಿಕವಷ್ಟೇ ಓಡುತ್ತಾ ಬರುವ ತನ್ನ ಕ್ರಮವನ್ನು ಬದಲಿಸಲಿಲ್ಲ. 'ಶಿಸ್ತು ಸಮಿತಿ'ಯ ನಾಯಕಿ ವಾರಿಜ ಟೀಚರು, ತನ್ನೆಲ್ಲಾ ಶಿಸ್ತು ಕ್ರಮಗಳು ಕಾಸಿಂನ ದಿನಚರಿಯನ್ನು ಸುಧಾರಿಸಲು ಅಸಮರ್ಥವಾದಾಗ ಹೆಡ್‌ಮಾಸ್ಟರ್‌ಗೆ ವರದಿ ಮಾಡಿದ್ದರು.

ನಾರಾಯಣ ಭಟ್ಟರು ಒಂದೆರಡು ಬಾರಿ ಕಣ್ಣು ಕೆಂಪು ಮಾಡಿದರು. ಮತ್ತೆರಡು ಬಾರಿ ಏರು ಸ್ವರದಲ್ಲಿ ಎಚ್ಚರಿಕೆ ನೀಡಿದರು. ಅದೆಷ್ಟೇ ದೊಡ್ಡ ಅಪರಾಧವಾಗಿದ್ದರೂ 'ಬೆತ್ತ ಪ್ರಯೋಗ'ವನ್ನು ಕಡ್ಡಾಯವಾಗಿ ನಿಷೇಧಿಸಿದ್ದ ಹೆಡ್ ಮಾಸ್ಟರ್, ತನ್ನದೇ ನಿಯಮವನ್ನು ಮೀರುವ ಸ್ಥಿತಿಗೆ ತಲುಪಿದರೂ, ಆ ಹುಡುಗ ಮಾತ್ರ, 'ನಾನು ಬದಲಾಗಲಾರೆ; ಅದೇನು ಶಿಕ್ಷೆ ಕೊಡುತ್ತೀರೋ ಕೊಡಿ' ಎನ್ನುವ ಭಂಗಿಯಲ್ಲಿ ಅರೆಕಣ್ಣು ಮುಚ್ಚಿ ನಿಲ್ಲುತ್ತಿದ್ದುದರಿಂದ ಭಟ್ಟರು ಅಸಹಾಯಕರಾಗಿಬಿಟ್ಟಿದ್ದರು. ಹತ್ತು ಮಂದಿ ಮಕ್ಕಳ ನಡುವೆ ಎದ್ದು ಕಾಣಬಲ್ಲ ಯಾವುದೇ ಅರ್ಹತೆಗಳಿಲ್ಲದ ಸಾಧಾರಣ ಹುಡುಗನೊಬ್ಬ, ಹೆಡ್‌ಮಾಸ್ಟರನ ವಿಶೇಷ ಗಮನಕ್ಕೆ ಪಾತ್ರನಾದದ್ದು ಮಾತ್ರವಲ್ಲ;

ಎಲ್ಲವನ್ನೂ ಸಾಧಿಸಿ 'ಗಾಂಧಿ ಮಾಸ್ತರಿಗೆ ತಕ್ಕ ಮಗ' ಎಂಬುದನ್ನು ಸಾಬೀತುಪಡಿಸುತ್ತೇನೆ ಎಂಬ ನಂಬಿಕೆಯಲ್ಲಿದ್ದ ಹೆಡ್‌ಮಾಸ್ಟರ್ ನಾರಾಯಣ ಭಟ್ಟರಿಗೇ 'ಸವಾಲೂ' ಆಗಿಬಿಟ್ಟ.

ಎಲ್ಲವನ್ನೂ ಗಮನಿಸುತ್ತಲೇ ಇದ್ದ ಮಾಸ್ತರರಿಗೆ, ಕಾಸಿಂ ತಡವಾಗಿ ಬರುವ ಕ್ರಮದಲ್ಲೂ ಒಂದು ಬಗೆಯ ನಿಯಮಿತ ಶಿಸ್ತು ಇದೆಯೆಂಬ ಅನುಮಾನ ಹುಟ್ಟಿ, ಎರಡು ವಾರಗಳ ಕಾಲ ಸೀರಿಯೆಸ್ ಆಗಿ ಗುರುತಿಟ್ಟುಕೊಂಡು ಪರೀಕ್ಷೆ ನಡೆಸಿದರು. ಮಾಸ್ತರ ಅನುಮಾನ ಸುಳ್ಳಾಗಲಿಲ್ಲ. ಸೋಮವಾರದಿಂದ ಗುರುವಾರದ ತನಕ ಪ್ರತಿದಿನವೂ ಹತ್ತು ಹದಿನೈದು ನಿಮಿಷ ತಡಮಾಡಿ–ಆದರೆ, ಓಡಿಕೊಂಡೇ–ಬರುವ ಹುಡುಗ, ಶುಕ್ರವಾರದಂದು ಮಾತ್ರ ಅರ್ಧ ತಾಸು ಬೇಗನೆ ಬಂದು ಕ್ಲಾಸಿನಲ್ಲಿ ಕೂರುತ್ತಿದ್ದ! ಶನಿವಾರ ಮತ್ತದೇ ಮಾಮೂಲು ಕ್ರಮ.

ಕುತೂಹಲಗೊಂಡ ಮಾಸ್ತರು ವಾರಿಜ ಟೀಚರ ಜತೆ ವಿಚಾರಿಸಿದ್ದೇ ತಡ; ಅದೆಷ್ಟೋ ವರ್ಷಗಳಿಂದ ಸಿದ್ಧಪಡಿಸಿದ್ದ ಉತ್ತರವನ್ನು ನೀಡುವ ಧಾಟಿಯಲ್ಲಿ, 'ಅದನ್ನು ಸರಿ ಮಾಡುವುದೂ ಒಂದೇ, ನಾಯಿಬಾಲವನ್ನು ಓಟೆಯಲ್ಲಿಟ್ಟು ಸರಿಪಡಿಸುತ್ತೇನೆಂದು ಹಟ ಹಿಡಿಯುವುದೂ ಒಂದೇ. ಅವರ ಜಾತಿಯ ಹುಡುಗರ ಶಾಲೆಗೆ ಸೇರುವುದೇ ಅಪರೂಪ. ಸೇರಿದರೂ ಬರುವುದು ಕಮ್ಮಿ. ಬಂದರೂ ಈ ರೀತಿ ತಡ. ನೀವು ಬಂದ ಬಳಿಕ ಇಬ್ಬರು ಹುಡುಗರು ಬರುವುದನ್ನೇ ನಿಲ್ಲಿಸಿಬಿಟ್ರು. ಒಬ್ಬ ಎರಡನೆಯಲ್ಲಿದ್ದ; ಮತ್ತೊಬ್ಬ ನಾಲ್ಕನೆಯ ಕ್ಲಾಸಿನವನು. ಈಗ ಇವನೊಬ್ಬ ಉಳಿದಿದ್ದಾನೆ' ಎಂದರು.

ಮಾಸ್ಟರು, 'ಇರಲಿ ಬಿಡಿ, ನಾನು ವಿಚಾರಿಸಿಕೊಳ್ಳುತ್ತೇನೆ' ಎಂದು ವಾರಿಜ ಟೀಚರನ್ನು ಸಾಗಹಾಕದೇ ಇರುತ್ತಿದ್ದರೆ ಟೀಚರು ಮತ್ತುಷ್ಟು ವಿವರ ನೀಡುವವರಿದ್ದರು. ಟೀಚರ ಮಾತಿನ ರೀತಿ ಮಾಸ್ಟರಿಗೆ ಇಷ್ಟವಾಗಿರಲಿಲ್ಲ.

ಅದೇ ದಿನ ಸಂಜೆ ನಾರಾಯಣ ಭಟ್ಟರು ಆಫೀಸು ಕೋಣೆಗೆ ಬೀಗ ಹಾಕಿ, ಅಂಗಳಕ್ಕಿಳಿದು ನಾಲ್ಕು ಹೆಜ್ಜೆ ಬದಲಿಸಿದ್ದರಷ್ಟೆ; ಧ್ವಜಕಟ್ಟೆಯಲ್ಲಿ ಕೂತಿದ್ದ ಕಾಸಿಂ ಎದ್ದು ಬಂದು, 'ವಾರಿಜ ಟೀಚರು ನಿಮ್ಮನ್ನು ನೋಡಲು ಹೇಳಿದ್ದಾರೆ' ಎನ್ನುತ್ತಾ ಶಿಕ್ಷೆಯೆದುರಿಸಲು ಸಿದ್ಧನಾದವನಂತೆ, ಅರೆಕಣ್ಣು ತೆರೆದು ತಲೆ ತಗ್ಗಿಸಿ ನಿಂತುಬಿಟ್ಟಾಗ ಹೆಡ್‌ಮಾಸ್ಟರ್ ಗಲಿಬಿಲಿಗೊಂಡುಬಿಟ್ಟಿದ್ದರು. ವಾಚು ನೋಡಿಕೊಂಡದ್ದು ತನ್ನ ಗಲಿಬಿಲಿಯನ್ನು ಹೊರಗೆ ಪ್ರಕಟವಾಗದಂತೆ ಮಡುವ ನೆವವಾಗಿತ್ತು. ಐದುಕಾಲೂ ಸಮೀಪಿಸುತ್ತಿತ್ತು. ಆರು ಗಂಟೆಯ ಲಾಸ್ಟ್ ಬಸ್ ತಪ್ಪಿಹೋದರೆ, ಆ ಬಳಿಕ ಹಾಸನದ ಕಡೆಯಿಂದ ಬರುವ ಲಾರಿಗಳಿಗೆ ಕೈಯೊಡ್ಡಬೇಕಾಗುತ್ತದೆ. ಬಸ್‌ಸ್ಟ್ಯಾಂಡ್ ತಲುಪಲು ಏನಿಲ್ಲವೆಂದರೂ ಇಪ್ಪತ್ತು ನಿಮಿಷ ನಡೆಯಬೇಕು. ಹುಡುಗನನ್ನು ಮಾತನಾಡಿಸಲು ಹತ್ತು ನಿಮಿಷ ಸಾಕು.

ತೆಳ್ಳಗೆ, ಬೆಳ್ಳಗೆ ಬೆಳೆದು ಹತ್ತರ ಹೊಸ್ತಿಲು ತಡವುತ್ತಿರುವ ಹುಡುಗನ ಉರುಟು ಮುಖದಲ್ಲಿ ಭಯದ ಮೊಟ್ಟೆಗಳನ್ನು ಗಮನಿಸಿದ ಭಟ್ಟರಿಗೆ, 'ನೀನೇಕೆ ಕಾಸಿಂ, ತಲೆಕೂದಲುಗಳನ್ನು ಅಷ್ಟೊಂದು ಸಣ್ಣಗೆ ಕತ್ತಿರಿಸಿಕೊಳ್ಳುವುದೂ? ಸ್ವಲ್ಪ ಉದ್ದಕ್ಕೆ ಬೆಳೆಸಿ ಎಣ್ಣೆ ಹಾಕಿ ಬಲಭಾಗಕ್ಕೆ ಬೈತಲೆ ತೆಗೆದು ಬಾಚಿಕೊಂಡರೆ ನೀನೆಷ್ಟು ಚಂದ ಕಾಣಬಹುದು... ಗೊತ್ತುಂಟಾ?' ಎಂದೆಲ್ಲ ಪ್ರಶ್ನಿಸಬೇಕೆಂಬ ಆಸೆಯಾದರೂ, 'ನಿನ್ನ ಮನೆ ಎಲ್ಲುಂಟು ಕಾಸಿಂ?' ಎಂದೇ ಪ್ರಶ್ನಿಸಿದ್ದರು.

ಬೆಚ್ಚಿಬಿದ್ದವನಂತೆ ನವಿರಾಗಿ ನಡುಗಿದ ಹುಡುಗ ತಲೆಯೆತ್ತಲಿಲ್ಲ; ತುಟಿಬಿಚ್ಚಲಿಲ್ಲ; ಮಾಸ್ಟರು ಅದೇ ಪ್ರಶ್ನೆಯನ್ನೇ ಮತ್ತೊಮ್ಮೆ ಕೇಳಿದಾಗ ಹೇಳಲೋ...ಬೇಡವೋ ಎಂದು ಅನುಮಾನಿಸಿದ ಕಾಸಿಂ, 'ಓ.... ಅಲ್ಲಿ' ಎಂದು ಗುಡ್ಡದ ಇಳಿಜಾರಿನತ್ತ ಬೊಟ್ಟು ಮಾಡಿದ. ಮಾಸ್ಟರಿಗೆ ನಗು ಬಮತು. 'ಅಲ್ಲಿ ಅಂದ್ರೆ ಎಲ್ಲಿ ಮಾರಾಯಾ? ಇಲ್ಲಿಂದ ಅಲ್ಲಿಗೆ ಹೋಗಲು ಎಷ್ಟು ಹೊತ್ತು ಬೇಕಾದೀತು?' ಎಂದು ಪ್ರಶ್ನಿಸಿದ್ದರು.

ಹುಡುಗ ಇದ್ದಕಿದ್ದಂತೆ ತಲೆಯೆತ್ತಿ ಮಾಸ್ಟರ ಮುಖವನ್ನೇ ನೇರವಾಗಿ ದಿಟ್ಟಿಸಿದ. ಮುದ್ದು ಮುಖದಲ್ಲಿದ್ದ ಭಯದ ಮೊಟ್ಟೆಗಳೆಲ್ಲವೂ ಒಡೆದು ಹೋಗಿ, ಅಸಹನೆಯ ಮುಳ್ಳುಗಳು ಮೊಳಕೆಯೊಡೆದಿದ್ದವು. ಮಾಸ್ಟರು ಅಚ್ಚರಿಪಡುತ್ತಿದ್ದಂತೆಯೇ ಹುಡುಗ ಪ್ರಶ್ನಿಸಿದ್ದ.

'ನನ್ನ ಮನೆಗೆ ನೀವೇಕೆ ಬರುವುದು?'

ಮಾಸ್ಟರು ಕಂಗಾಲಾಗಿ ಹೋದರು. ತನ್ನೆದುರು ನಿಂತ ಹುಡುಗನ ಬಾಯಿಂದ ಇಷ್ಟೊಂದು ಒರಟಾದ ಪ್ರಶ್ನೆ ಸಿಡಿಯಬಹುದೆಂಬ ಕಲ್ಪನೆಯೇ ಇದ್ದಿರಲಿಲ್ಲ; ಅವನ ಮನೆಗೆ ಹೋಗಿ ಬರುವ ಯೋಚನೆಯೂ ಭಟ್ಟರಿಗಿದ್ದಿರಲಿಲ್ಲ. ಕಾಸಿಂ ತಡವಾಗಿ ಶಾಲೆಗೆ ಬರುವ ಕಾರಣವನ್ನು ಕಂಡುಹಿಡಿಯುವ ಯತ್ನದ ಒಂದು ಭಾಗವಾಗಿಯಷ್ಟೇ ಮನೆಗೆಷ್ಟು ದೂರವಿದೆ? ಎಂದು ಪ್ರಶ್ನಿಸಿದ್ದರು.

'ಯಾಕೆ ಮಾರಾಯಾ? ನಾನು ಬರಬಾರದಾ?' ಮಾಸ್ಟರು ಸಾವರಿಸಿಕೊಂಡು, ಕಾಸಿಂ ಜತೆ ಮಾತಿಗಿಳಿಯಲು ಪ್ರಯತ್ನಿಸಿದ್ದರು.

'ಉಹುಂ' ಹುಡುಗ ಬರಬಾರದೆನ್ನುವಂತೆ ತಲೆಯಾಡಿಸಿ ಬಿಟ್ಟಾಗ ಮಾಸ್ಟರಿಗೂ ತಾಳ್ಮೆ ತಪ್ಪಿ ಹೋದಂತಾಯಿತು.

'ಯಾಕೆ! ಯಾಕೆ ಬರಬಾರದು?' ಸ್ವಲ್ಪ ಖಾರವಾಗಿಯೇ ಪ್ರಶ್ನಿಸಿದ್ದರು.

'ಬರಬಾರದು; ಅದಕ್ಕೆ' ಕಡ್ಡಿ ಮುರಿದಂತೆ ಹೇಳಿದ್ದ ಕಾಸಿಂ, 'ಈಗಲಾದರೂ ಅರ್ಥವಾಯಿತಾ?' ಎನ್ನುವಂತೆ ಮಾಸ್ಟರ ಕಣ್ಣುಗಳಿಗೇ ಕಣ್ಣು ನೆಟ್ಟ. ಈ ಬಾರಿ ಮಾಸ್ಟರು ಕೋಪಗೊಳ್ಳಲಿಲ್ಲ. ಪುಟ್ಟ ಹುಡುಗನ ಒರಟು ಮಾತುಗಳ ನಡುವೆ

ಬೇರೇನೋ ಒಗಟು ಅಡಗಿರುವಂತೆ ಅನ್ನಿಸಿತು. ತಮಾಷೆಯ ಧಾಟಿಯಲ್ಲಿ ಮಾಸ್ಟರು, 'ನಾನೀಗ ನಿನ್ನ ಹಿಂದೆಯೇ ಬಂದು ಬಿಟ್ಟರೇನು ಮಾಡುತ್ತಿ ಕಾಸಿಂ?' ಎಂದು ಪ್ರಶ್ನಿಸಿದರೆ, 'ನಾನೀಗ ಮನೆಗೆ ಹೋಗುವುದಿಲ್ಲ' ಎಂದುತ್ತರಿಸಿದ್ದ ಕಾಸಿಂ.

'ಹಾಗಾದರೆ ರಾತ್ರಿಯಿಡೀ ಇಲ್ಲೇ ಇರುತ್ತಿಯಾ ಮಾರಾಯ...?' ಮಾಸ್ಟರು ವಾಚುನೋಡಿಕೊಳ್ಳುತ್ತಾ ಪ್ರಶ್ನಿಸಿದ್ದರು.

'ಇಲ್ಲ' ಎಂದ ಕಾಸಿಂ ಸಂಕೋಚದಿಂದ ಮುದುಡಿಕೊಳ್ಳುತ್ತಾ, 'ನಾನೀಗ ಮದ್ರಸಕ್ಕೆ ಕುರಾನು ಓದಲು ಹೋಗುವುದು. ಮನೆಗೆ ಮತ್ತೆ ಹೋಗುತ್ತೇನೆ" ಎಂದ.

'ಹಾಗಾದರೆ ನೀನು ಓದುವುದು ಯಾವಾಗ?' ಮಾಸ್ಟರು ಸಹಜವಾಗಿಯೇ ಪ್ರಶ್ನಿಸಿದ್ದರು.

'ಮದ್ರಸದಲ್ಲಿ ಓದಿಸ್ತಾರೆ ಸಾರ್" ಎಂದ ಕಾಸಿಂ.

'ಅದಲ್ಲ ಮಾರಾಯಾ... ಶಾಲೆಯ ಪಾಠಗಳನ್ನು ಯಾವಾಗ ಓದಿಕೊಳ್ಳುತ್ತೀ....?'

'ಬೆಳಗ್ಗೆ ಬೇಗ ಎದ್ದು ಮದ್ರಸಕ್ಕೆ ಹೋಗುವ ಮೊದ್ಲು ಓದಿಕೊಳ್ತೇನೆ.'

'ಓಹ್! ಹೌದಾ!!' ಎರಡೂ ಉದ್ಗಾರಗಳೂ ಮಾಸ್ಟರರ ಹಿಡಿತ ತಪ್ಪಿ ಸದ್ದು ಮಾಡಿದಾಗ ಕಾಸಿಂ ಅಚ್ಚರಿಗೊಂಡ.

'ಹಾಗಾದರೆ...?, ಹಾಗಾದರೆ....!? ಮಾಸ್ಟರು ಅನುಮಾನಿಸುತ್ತಾ, 'ಶುಕ್ರವಾರದಂದು ಬೆಳಗ್ಗೆ ನಿನಗೆ ಮದ್ರಸಕ್ಕೆ ಹೋಗಲಿಕ್ಕಿಲ್ವಾ? ಅಲ್ಲಿ ರಜ ಕೊಡ್ತಾರಾ?'

'ಹೂಂ.' ಹುಡುಗ ಅಚ್ಚರಿಯಿಂದಲೇ 'ಹೂಂ' ಗುಟ್ಟಿದ್ದ, ಮಾಸ್ಟರ ಪ್ರಶ್ನೆಗಳ ಉದ್ದೇಶವೇ ಅರ್ಥವಾಗಿದ್ದಿರಲಿಲ್ಲ.

ಮಾಸ್ಟರರಿಗೆ ಎಲ್ಲವೂ ಅರ್ಥವಾಗಿ ಬಿಟ್ಟಿತ್ತು. ವಿಚಾರಣೆ ಮುಂದುವರಿಸುವ ಅಗತ್ಯ ಕಾಣಿಸಲಿಲ್ಲ. 'ಆಯ್ತು ಕಾಸಿಂ, ನೀನೀಗ ಹೋಗು' ಎಂದ ಹೆಡ್‌ಮಾಸ್ಟರ್ ನಾರಾಯಣ ಭಟ್ಟರು 'ಕಾಸಿಂ'ನ ಅಚ್ಚರಿಯ ಕಣ್ಣುಗಳನ್ನು ಮತ್ತೊಮ್ಮೆ ದಿಟ್ಟಿಸುವ ಧೈರ್ಯ ಸಾಲದೆ ದಾಪುಗಾಲು ಹಾಕಿದ್ದರು.

ಅದೇ ದಿನ ರಾತ್ರಿ ಊಟದ ಬಳಿಕ ಸದಾನಂದನ ಜತೆ 'ಕಾಸಿಂ'ನ ಪ್ರಕರಣ ವಿವರಿಸಿ, ಇದಕ್ಕೊಂದು ದಾರಿ ಹುಡುಕಬೇಕಲ್ಲಾ? ಎಂದು ಪ್ರಶ್ನಿಸಿದ್ದಕ್ಕೆ ಸದಾನಂದ ಸಿಡಿಮಿಡಿಗೊಂಡಿದ್ದ. ಆದರೂ ತಮಾಷೆಯ ಧ್ವನಿಯಲ್ಲೇ.

'ಅಲ್ವೋ ಹೆಡ್‌ಮಾಸ್ಟರ, ನಿನ್ನಪ್ಪ ಆ ಗಾಂಧಿ ಮಾಸ್ಟರ್ ನಿನ್ನನ್ನು ಕಳಿಸಿಕೊಡುವಾಗ ಹೇಳಿದ ಮಾತನ್ನು ನೀನು ತಪ್ಪಾಗಿ ಅರ್ಥ ಮಾಡಿಕೊಂಡಂತಿದೆ. ಅವರು ಹೇಳಿದ್ದು–

ಅವರು ನಲುವತ್ತು ವರ್ಷಗಳಲ್ಲಿ ಸಂಪಾದಿಸಿದ ಹಣವನ್ನು ನೀನು ಹೋಟೇಲಿಟ್ಟರೆ ಎರಡೇ ವರ್ಷಗಳಲ್ಲಿ ಬಾಚಿಕೊಳ್ಳಬಹುದು ಎಂದು. ಆದರೆ ನೀನು ಹೋಟೇಲಿಡದೆ ಹೆಡ್‌ಮಾಸ್ಟರಾದೆ. ಹಣ ಬಾಚಲು ಯತ್ನಿಸಲಿಲ್ಲ, ಹೌದು; ಆದರೆ ಕೀರ್ತಿಯನ್ನು ಕೊಳ್ಳೆ ಹೊಡೆದುಕೊಳ್ಳಲು ದಾರಿ ಹುಡುಕುತ್ತಿರುವಂತಿದೆಯಲ್ಲಾ? ನಿನ್ನಪ್ಪನ ಗಾಂಧಿ ಮಾಸ್ಟರ್ ಎಂಬ ಗೌರವದ ಹಿಂದೆ ನಲವತ್ತು ವರ್ಷಗಳ ಶ್ರಮವಿದೆ. ನೀನು ಇಲ್ಲಿಗೆ ಬಂದು ಆರು ತಿಂಗಳೂ ಪೂರ್ತಿಯಾಗಿಲ್ಲ; ಸಮಸ್ಯೆಗಳನ್ನು ಹುಡುಕುತ್ತಿದ್ದೀಯಲ್ಲಾ?' ಎಂದು ಛೇಡಿಸಿದ್ದ.

ಸದಾನಂದ ಜತೆಗೆ ವಾದ ಮಾಡಿ ಗೆಲ್ಲುವುದು ಸುಲಭದ ಮಾತಲ್ಲ ಎಂಬುದು ಭಟ್ಟರಿಗೆ ಚೆನ್ನಾಗಿ ಗೊತ್ತಿತ್ತು. ತನ್ನೆದುರು ವಾದಿಸುವವರನ್ನು ರೊಚ್ಚಿಗೆಬ್ಬಿಸಿ ಅವರಿಂದ ತಪ್ಪು ವಾದ ಹೊರಡಿಸಿ–ಬಳಿಕ ಖಂಡಿಸುವ ಸದಾನಂದನ ತರ್ಕಶಕ್ತಿಯ ಬಗ್ಗೆ ಮಾಸ್ತರಿಗೆ ಮೆಚ್ಚುಗೆಯೇ ಇತ್ತು. ಆದ್ದರಿಂದ ತನ್ನ ಮಾತುಗಳಿಗೆ ಕಡಿವಾಣ ಹಾಕಿ ಮೌನವಹಿಸಿ ನಕ್ಕರು; ಅಷ್ಟೆ.

ಮಾಸ್ತರ ನಗುವನ್ನು ಅರ್ಥ ಮಾಡಿಕೊಂಡಿದ್ದ ಸದಾನಂದ, ಸಾವಧಾನದಿಂದ ಮಾತು ಜೋಡಿಸಲಾರಂಭಿಸಿದ; 'ನಿನ್ನ ಉದ್ದೇಶವೇನೋ ಸರಿಯಾದದ್ದೇ. ಆದರೆ ಈ ಸಮಸ್ಯೆ ಕಾಸಿಂನಿಗೆ ಹೋಂವರ್ಕ್ ಮಾಡಿಕೊಳ್ಳಲು ಸಮಯಾವಕಾಶ ಕಂಡುಕೊಳ್ಳುವುದಕ್ಕಷ್ಟೇ ಮುಗಿಯುವುದಿಲ್ಲ. ಇದು ನಿನ್ನ ಶಾಲೆಯ ಕನ್ನಡ ಹಾಗೂ ಅವನ ಮದ್ರಸದಲ್ಲಿ ಓದಿಸುವ ಅರೆಬಿಕ್ ಭಾಷೆಯ ನಡುವಿನ ಆಯ್ಕೆಯ ಪ್ರಶ್ನೆಯೂ ಅಲ್ಲ. ಒಂದು ಬಗೆಯಲ್ಲಿ ಇದೊಂದು ಧಾರ್ಮಿಕ ಆಯ್ಕೆ.

'ನೀನು ಅಥವಾ ನಾನು, ಕನ್ನಡವನ್ನೋ, ಅರೆಬಿಕ್ ಭಾಷೆಯನ್ನೋ, ಇಂಗ್ಲಿಷ್ ಅಥವಾ ಹಿಂದಿಯನ್ನೋ ಓದಿಯೂ ಅಥವಾ ಓದದೆಯೋ ಸಾಮಾಜಿಕವಾಗಿ ಸುಖವಾಗಿರಬಹುದು. ಒಂದು ವೇಳೆ ಒಂದನ್ನು ಮಾತ್ರ ಆಯ್ದುಕೊಳ್ಳುವ ಒತ್ತಡ ಬಂದಾಗ ನಮಗಿಷ್ಟವಾದುದನ್ನು ಆಯುವ ಸ್ವಾತಂತ್ರ್ಯ ನಮಗುಂಟು. ಉದಾಹರಣೆಗೆ ನಿನ್ನ ಸಂಸ್ಕೃತ. ಆ ನಿನ್ನ ದೇವಭಾಷೆಯ 'ಅ ಆ ಇ ಈ' ಗೊತ್ತಿಲ್ಲದವನೂ ಬಹು ಪ್ರಸಿದ್ಧ ದೇವಸ್ಥಾನದ ಆಡಳಿತ ಮೊಕ್ತೇಶ್ವರನಾಗಬಲ್ಲ. ಆದರೆ ಕಾಸಿಂ ನಂತಹ ಮಕ್ಕಳಿಗೆ ಆ ಸ್ವಾತಂತ್ರ್ಯವಿಲ್ಲ. ಆತನ ಮೇಲೆ ಆಯ್ಕೆಯ ಒತ್ತಡ ಹೇರಿದರೆ, ಅವನು ನಿನ್ನ ಕನ್ನಡ ಶಾಲೆಗೆ ಬರುವುದನ್ನು ನಿಲ್ಲಿಸಬೇಕಾಗುತ್ತದೆಯೇ ಹೊರತು, ಅವನಿಗೆ ಮದ್ರಸದಲ್ಲಿ ಓದಿಸಲಾಗುವ ಕುರಾನು ಪಾಠವನ್ನು ಬಿಟ್ಟು ಬರಲಾಗುವುದಿಲ್ಲ. ಆದ್ದರಿಂದ, ನಾನು ಮೊದಲೇ ಹೇಳಿದಂತೆ, ಇದು ಪರಿಹಾರವಿಲ್ಲದ ಸಮಸ್ಯೆಯಾಗಿರುವುದರಿಂದಾಗಿ ಇದನ್ನು ಸಮಸ್ಯೆಯೆಂದು ಭಾವಿಸದಿರುವುದೇ ಒಳ್ಳೆಯದು.'

ಮಾಸ್ಟರು ತನ್ನೊಳಗೇ ಕೂಡು–ಕಳಿ ಲೆಕ್ಕಾಚಾರ ಹಾಕಲಾರಂಭಿಸಿದರು. ಕಾಸಿಂ ಮತ್ತು ಅವನಂತೆಯೇ ಬೆಳಗ್ಗೆ ಮದ್ರಸಕ್ಕೆ ಹೋಗಿ ಆ ಬಳಿಕ ಶಾಲೆಗೆ ಬರುವ ಮಕ್ಕಳಿಗೆ, ಶಾಲೆಗೆ ತಲುಪುವ ಸಮಯದ ಬಗ್ಗೆ ಸ್ವಲ್ಪ ರಿಯಾಯಿತಿ ತೋರಿಸಿದರೆ ಸಮಸ್ಯೆಯ ಒಂದು ಮುಖ ಪರಿಹಾರವಾಗಬಹುದು. ಆದರೆ ಬೆಳಗ್ಗೆ ಮತ್ತು ಸಂಜೆ ದಿನಕ್ಕೆ ಮೂರು ನಾಲ್ಕು ತಾಸಿನ ಕಾಲ ಮದ್ರಸದಲ್ಲಿ ಪಾಠ ಓದಬೇಕಾದ ಮಕ್ಕಳು, ಶಾಲೆಯ ಪಾಠಗಳನ್ನು ಯಾವಾಗ ಓದಬೇಕು? ಕಾಸಿಂನಂತಹ ಮಕ್ಕಳು ಶಾಲೆಗೆ ಬಾರದಿರುವುದಕ್ಕೆ, ಬಂದರೂ ನಡುವೆಯೇ ಬಿಟ್ಟು ಬಿಡುವುದಕ್ಕೆ ಇದೇ ಕಾರಣವಿದ್ದಿರಬಹುದೆ?

'ಒಂದು ವೇಳೆ ಅವನ ಮನೆಯವರು ನಿನ್ನ ಮಾತನ್ನು ಅರ್ಥಮಾಡಿಕೊಂಡು, ಬೆಳಗ್ಗಿನ ಹೊತ್ತಲ್ಲಿ ಅವನನ್ನು ಮದ್ರಸಕ್ಕೆ ಕಳುಹಿಸದೆ ನೇರವಾಗಿ ನಿನ್ನ ಶಾಲೆಗೆ ಕಳುಹಿಸಲು ಒಪ್ಪಿಕೊಂಡರೆ ನಿನ್ನ ಸಮಸ್ಯೆ ಅರ್ಧ ಪರಿಹಾರವಾದಂತೆ, ಅಲ್ವಾ ನಾರಾಯಣ...?' ಎಂದು ಪ್ರಶ್ನಿಸಿದ ಸದಾನಂದ, ಹೊಸ ಆಸೆಯ ಎಳೆಯೊಂದನ್ನು ಭಟ್ಟರತ್ತ ಎಸೆದಿದ್ದ.

೪

ಶನಿವಾರ;

ಮಧ್ಯಾಹ್ನದ ಸುಡು ಬಿಸಿಲು ಸ್ವಲ್ಪ ಮಂದವಾಗುವವರೆಗೆ ಶಾಲೆಯ ಹಿತ್ತಲಲ್ಲೇ ಅಡ್ಡಾಡಿದ ಹೆಡ್‌ಮಾಸ್ಟರ್ ನಾರಾಯಣಭಟ್ಟರು, ಸುಮಾರು ನಾಲ್ಕು ಗಂಟೆ ದಾಟಿದ ಬಳಿಕ ಕಚೇರಿಗೆ ಬೀಗ ಹಾಕಿ, ಶಾಲೆಯೆದುರಿನ ಗುಡ್ಡದ ದಾರಿ ಹಿಡಿದು ಕಾಲು ಬದಲಿಸಲಾರಂಭಿಸಿದ್ದರು. ಗುಡ್ಡವನ್ನು ಬಳಸಿಕೊಂಡು ಜುಮ್ಮಾ ಮಸೀದಿಯ ದಿಕ್ಕಿಗೆ ಒಂದಷ್ಟು ದೂರ ನಡೆದ ಭಟ್ಟರು, ಇದ್ದಕ್ಕಿದ್ದಂತೆ ಅನುಮಾನಿಸುತ್ತಾ ಕಾಲು ಹಾದಿಯಲ್ಲಿ ಹಾಗೇ ನಿಂತುಬಿಟ್ಟರು. ತಾನು ಏನು ಮಾಡಬೇಕೆಂಬುದನ್ನು ನಿರ್ಧರಿಸಲು ಅಸಮರ್ಥರಾದವರಂತೆ ಅತ್ತಿತ್ತ ನೋಡತೊಡಗಿದರು. ಮಸೀದಿಗೆ ಹೋದರೆ ಅಲ್ಲಿ ಮದ್ರಸದ ಮಾಸ್ಟರು ಸಿಕ್ಕರೂ ಸಿಗಬಹುದು. ಅಲ್ಲಿ ಬೇರೆ ಜನಗಳೂ ಇರಬಹುದು. ತನ್ನ ಉದ್ದೇಶವನ್ನು ಅರ್ಥ ಮಾಡಿಕೊಂಡರೆ ಸರಿ; ಇಲ್ಲವಾದರೆ ಅನಾಹುತವಾಗಬಹುದು. ಮದ್ರಸದ ಮಾಸ್ಟರು ಒಂಟಿಯಾಗಿ ಸಿಕ್ಕರೆ ಒಳ್ಳೆಯದಿತ್ತು. ಅವರ ಮನೆಗೆ ಹೋದರೆ ಹೇಗೆ? ಅಥವಾ ಕಾಸಿಂ ಮನೆಗೇ ಹೋಗಿ ಬಿಡುವುದು. ಮಾಸ್ಟರಿಗೆ ಪಕ್ಕನೆ ನಗುಬಂತು; ತನ್ನ ಮನೆಗೆ ಬರಬಾರದೆಂದು ಕಾಸಿಂ ಕಟ್ಟಪ್ಪಣೆ ಮಾಡಿದ್ದಾನಲ್ಲಾ? ಅಷ್ಟರಲ್ಲಿ ಬೆನ್ನ ಹಿಂದುಗಡೆಯಿಂದ ಯಾರೋ ನಡೆದು ಬರುತ್ತಿರುವ

ಸದ್ದು ಕೇಳಿಸಿತು. ಮಾಸ್ಟರು ಹೆಜ್ಜೆಯೆತ್ತಿದ್ದರು. ಗುಡ್ಡದ ಇಳಿಜಾರಿನಲ್ಲಿ ಎದುರಾದ ಎರಡು ಕಾಲು ಹಾದಿಗಳಲ್ಲಿ ಎಡಗಡೆಯದ್ದನ್ನಾರಿಸಿಕೊಂಡು ಇಳಿಯತೊಡಗಿದರು.

ಗುಡ್ಡದ ಬುಡದಲ್ಲಿ ಎತ್ತರಕ್ಕೆ ಬೆಳೆದು ನಿಂತ ಹುಣಸೆ ಮರದ ಬಳಿಯೇ ಇದ್ದ ಮನೆಯಂಗಳಕ್ಕೆ ಕಾಲಿರಿಸಿದ ಮಾಸ್ಟರು, ಮನೆಯ ಜಗಲಿಯ ಮೇಲೆ ಕುಳಿತು ಪುಟ್ಟ ಹುಡುಗಿಯೊಬ್ಬಳ ತಲೆಯಲ್ಲಿ ಹೇನು ಹೆಕ್ಕುವುದರಲ್ಲೇ ತಲ್ಲೀನಳಾಗಿದ್ದ ನಡುವಯಸ್ಸಿನ ಹೆಂಗಸತ್ತ ನೋಡುತ್ತಾ 'ಇಲ್ಲಿಂದ ಕಾಸಿಂ ಅಂತ ಒಬ್ಬ ಹುಡುಗ ಶಾಲೆಗೆ ಬರ್ತಿದ್ದಾನಲ್ಲಾ..., ಅವನ ಮನೆ ಎಲ್ಲಿದೆ?' ಎಂದು ಪ್ರಶ್ನಿಸಿದರು.

ತನ್ನ ಕೈಚಳಕದ ಬಗ್ಗೆ ತಾನೇ ಅಭಿಮಾನಪಡುತ್ತಾ ಇದ್ದ ಹೆಂಗಸು ಮಾಸ್ಟರ ಪ್ರಶ್ನೆಯಿಂದ ಗಲಿಬಿಲಿಗೊಂಡವಳಂತೆ, 'ಏನು! ಯಾರ ಮನೆ!?' ಎಂದು ಬಡಬಡಿಸಿದಳು. ಮಾಸ್ಟರು ಎರಡು ಹೆಜ್ಜೆ ಮುಂದುವರಿದು ಮತ್ತೊಮ್ಮೆ ವಿವರಿಸಿದರು. 'ಕಾಸಿಂ ಅಂತ ಒಬ್ಬ ಹುಡುಗ..., ತೆಳ್ಳಗೆ ಬೆಳ್ಳಗೆ ಇದ್ದಾನೆ. ಶಾಲೆಗೆ ಬರುವ ಹುಡುಗ..., ಅವನ ಮನೆಗೆ ಹೋಗ್ಬೇಕಾಗಿತ್ತು.'

'ಓಹೋ...! ಸಾರಮ್ಮನ ಮಗನಾ!' ಎಂದು ರಾಗವಾಗಿಯೇ ಉದ್ಗಾರವೆತ್ತಿದ್ದ ಹೆಂಗಸು, ತನ್ನ ಮಡಿಲಿಗೊರಗಿದ್ದ ಹುಡುಗಿಯನ್ನು ಬದಿಗೆ ಸರಿಸಿ, ಅಂಗಳಕ್ಕಿಳಿದು ಹತ್ತಿರ ಬಂದವಳು, ಮಾಸ್ಟರನ್ನು ಇಡಿಯಾಗಿ ಪರೀಕ್ಷಿಸುವವಳಂತೆ ದಿಟ್ಟಿಸುತ್ತಾ, 'ನೀವು ಯಾವ ಊರು?' ಎಂದು ಪ್ರಶ್ನಿಸಿದ್ದಳು.

'ನಾನು ಗುಡ್ಡೆ ಶಾಲೆಯಲ್ಲಿ ಹೆಡ್ ಮಾಸ್ಟರ್ ಆಗಿರುವವನು.' ಮಾಸ್ಟರು ತನ್ನ ಪರಿಚಯ ಹೇಳಿಕೊಂಡರು.

'ಓಹೋ... ನೀವು ಮಾಸ್ತ್ರನಾ!' ಎಂದು ಅಸಡ್ಡೆಯಿಂದ ಉದ್ಗರಿಸಿದ ಹೆಂಗಸು, ಮತ್ತೊಂದು ಹೆಜ್ಜೆ ಮುಂದಕ್ಕೆ ಬಂದು 'ಯಾಕೆ ಅವನು? ಏನಾದರೂ ಅತ್ರಾಣ ಮಾಡಿ ಓಡಿ ಹೋಗಿದ್ದಾನಾ?' ಎಂದು ಪ್ರಶ್ನಿಸಿ, ಬಳಿಕ ತಾನೇ ತೀರ್ಮಾನ ಕೊಡುವವಳಂತೆ, 'ಅವನು ಅಂಥಾ ಹುಡುಗ ಅಲ್ವಲ್ಲಾ? ಅವನ ತಾಯಿಯ ಗುಣ ಹೇಗೂ ಇರಲಿ, ಆದ್ರೆ ಆ ಹುಡುಗ ಮಾತ್ರ ಬಂಗಾರದ ತುಂಡು. ಏನು ಮಾಡಿದ್ದಾನೆ ಅವನು?' ಪರಿತಾಪದ ಸ್ವರದಲ್ಲೇ ಪ್ರಶ್ನಿಸಿದ್ದಳು.

ಹೆಂಗಸಿನ ಮಾತಿನ ರೀತಿಗೆ ಹೇವರಿಕೆ ಅನುಭವಿಸಿದ ಭಟ್ಟರು, ಸ್ವಲ್ಪ ಅಸಹನೆ ಬೆರೆಸಿಯೇ ಪ್ರಶ್ನಿಸಿದ್ದರು, 'ಅವನು ಅಂಥವನಲ್ಲ ಅಂತ ನನಗೂ ಗೊತ್ತುಂಟು. ನನಗೆ ಅವನ ತಂದೆಯನ್ನು ಕಾಣಬೇಕಾಗಿದೆ; ಎಲ್ಲಿ ಅವನ ಮನೆ?'

'ತಂದೆ!' ಸೆರಗಿನಂಚನ್ನು ಬಾಯಿಗಡ್ಡವಿರಿಸಿಕೊಂಡು ಕಿಸಕ್ಕನೆ ನಕ್ಕ ಹೆಂಗಸು, ಇದ್ದಕಿದ್ದಂತೆ ಉದಾಸೀನ ವಹಿಸಿದವಳಂತೆ ಸ್ವರತಗ್ಗಿಸಿ, 'ಬೇರೆಯವರ ಸುದ್ದಿ ನನಗ್ಯಾಕೆ?

ನಿಮಗೆ ಸಾರಮ್ಮನ ಮನೆಗೆ ಹೋಗ್ಬೇಕಾಗಿದೆ, ಅಲ್ವಾ? ನೀವು ಹೀಗೆ ಮಾಡಿ, ಈ ಹುಣಸೆ ಮರ ದಾಟಿ ಹಾಗೆ ನಡೆದುಕೊಂಡು ಹೋದರೆ ಜತ್ತಪ್ಪ ಶೆಟ್ರ ತೋಟ ಸಿಗ್ತದೆ. ಅದರ ಬದಿಯಲ್ಲಿ ಬೇಲಿಗೆ ತಾಗಿಕೊಂಡು ಒಂದು ಓಣಿ ಉಂಟು. ಅದರಲ್ಲಿ ಸೀದಾ ಹೋದ್ರೆ ಒಂದು ತೋಡು ಸಿಕ್ತದೆ. ಅದಕ್ಕೆ ಮರದ ಪಾಲ ಉಂಟು. ಪಾಲ ಹತ್ತಿ ಇಳಿಯುವುದೇ ಅವಳ ಮನೆಯ ಜಾಲಿಗೆ. ಬೇಗ ಹೋಗಿ. ಈಗ ಮನೆಯಲ್ಲೇ ಇದ್ದಾಳು' ಎಂದ ಹೆಂಗಸಿನ ತುಟಿಗಳ ನಡುವೆ ಕಿರುವ್ಯಂಗ್ಯ ಇಣುಕುತ್ತಿರುವನ್ನು ಗಮನಿಸಿದ ಮಾಸ್ಟರು ಕಸಿವಿಸಿಗೊಳ್ಳುತ್ತಾ 'ಆಯ್ತು, ಬರ್ತೇನೆ' ಎಂದವರೇ ತಿರುಗಿಯೂ ನೋಡದೆ ತೋಟದ ದಿಕ್ಕಿಗೆ ನಡೆದರು.

ಹೆಂಗಸು ಸುಳ್ಳು ಹೇಳಿದ್ದಿರಲಿಲ್ಲ. ಅಂಗಳಕ್ಕೆ ಅಂಟಿಕೊಂಡೇ ಹರಿಯುತ್ತಿದ್ದ ತೋಡಿನಿಂದ ನೀರ ಕೊಡವನ್ನು ಸೊಂಟದಲ್ಲಿರಿಸಿಕೊಂಡು ಬರುತ್ತಿದ್ದ ಸಾರಮ್ಮ, ಮಾಸ್ಟರನ್ನು ಕಂಡವಳೇ, ಕೊಡವನ್ನು ಸೊಂಟದಿಂದ ಜಾರಿಸಿ ಜಗಲಿಯ ಮೇಲಿರಿಸಿ, ಸೆರಗಿನ ತುದಿಯಿಂದ ಕೈಒರೆಸಿಕೊಳ್ಳುತ್ತಾ, 'ಓಹ್! ತಂಬಿರಾನೇ...! ನೀವು ಕಾಸಿಂನ ಮಾಸ್ಟ್ರಲ್ವಾ! ನೀವೇಕೆ ಇಲ್ಲಿಗೆ ಬಂದದ್ದು?' ಎಂದು ಪ್ರಶ್ನಿಸಿದ್ದವಳು ಮಾಸ್ಟರ ಮುಖದ ಬಣ್ಣ ಬದಲಾಗುತ್ತಿರುವುದನ್ನು ತತ್‌ಕ್ಷಣವೇ ಗಮನಿಸಿ, ತನ್ನ ಮಾತನ್ನು ತಿದ್ದುಕೊಳ್ಳುವವಳಂತೆ, 'ಬನ್ನಿ, ಒಳಗೆ ಬನ್ನಿ, ಕಾಸಿಂ ಅಂಗಡಿಗೆ ಹೋಗಿದ್ದಾನೆ, ಈಗ ಬಂದಾನು, ಬನ್ನಿ' ಎನ್ನುತ್ತಲೇ ಕಣ್ಣು ತುಂಬಾ ಸಂಭ್ರಮ ತುಳುಕಿಸಿಕೊಂಡು ಕೊಡವನ್ನೆತ್ತಿಕೊಂಡು ಮನೆಯೊಳಗೆ ನುಗ್ಗಿದಳು.

ಹೆಡ್‌ಮಾಸ್ಟರ್ ನಾರಾಯಣ ಭಟ್ಟರು ಗರಬಡಿದವರಂತೆ ಅಂಗಳದಲ್ಲೇ ನಿಂತುಬಿಟ್ಟರು! ಅವರ ಕೂಡು-ಕಳಿ ಲೆಕ್ಕಾಚಾರವೆಲ್ಲಾ ಅಡಿಮೇಲಾಗಿತ್ತು. ಅವರು ಕಲ್ಪಿಸಿಕೊಂಡಿದ್ದಂತೆ, ಕಾಸಿಂನ ತಾಯಿ-ಒಬ್ಬಾಕೆ ಗುಳಿ ಬಿದ್ದ ಕಣ್ಣುಗಳ, ಪೇಲವ ಮುಖದ, ಬಡಕಲು ಶರೀರವನ್ನು ಹರಿದ-ತೇಪೆ ಹಾಕಿದ ಬಟ್ಟೆಯಿಂದ ಮುಚ್ಚಿ ಮುದುರಿಕೊಂಡಿರುವ ದೈನ್ಯದ ಮೂರ್ತಿಯಾಗಿದ್ದಿರಲಿಲ್ಲ. ಗೋದಿಬಣ್ಣದ ಮುಖದಲ್ಲಿ ಪಳಪಳನೆ ಮಿಂಚುತ್ತಿದ್ದ ಆ ದೊಡ್ಡ ಕಪ್ಪು ಕಣ್ಣಾಲಿಗಳು ಎಂಥವರನ್ನು ಹಿಡಿದು ನಿಲ್ಲಿಸುವಂತಿದ್ದವು. ಸುಮತಿಗಿಂತ ಒಂದೆರಡು ವರ್ಷ ದೊಡ್ಡವಳಿದ್ದಿರಬಹುದಾದ ಈಕೆ ಬಿರಿಯುವ ಯವ್ವನದಿಂದ ನಳನಳಿಸುತ್ತಿದ್ದು, ಸುಮತಿಗಿಂತಲೂ ಹತ್ತುಪಟ್ಟು ಹೆಚ್ಚು ಸುಂದರಿಯಾಗಿ ಕಾಣಿಸಿದ್ದಳು.

ಮನೆಯಂಗಳದಲ್ಲಿ ಅದೆಷ್ಟು ಹೊತ್ತು ಒಂಟಿಯಾಗಿ ನಿಲ್ಲಲು ಸಾಧ್ಯ? ಯಾರಾದರೂ ಕಂಡರೆ ಏನೆಂದುಕೊಂಡಾರು? ಮಾಸ್ಟರು ಹೊಸ್ತಿಲು ದಾಟಿ ಒಳಗೆ ಹೆಜ್ಜೆಯೂರಿದರು. ಹೊರ ಕೋಣೆಯಲ್ಲಿ ಒಂದು ಮಂಚವನ್ನು ಹೊರತುಪಡಿಸಿದರೆ ಕುಳಿತುಕೊಳ್ಳಲು ಬೇರೆ ಆಸನವಿಲ್ಲ. ಕಾಸಿಂನ ಪುಸ್ತಕಗಳು ಗೋಡೆಯಲ್ಲೇ ಕೊರೆದು

ಕೂರಿಸಿದ ಮರದ ಕಪಾಟಿನಲ್ಲಿ ಒಪ್ಪವಾಗಿರಿಸಲ್ಪಟ್ಟಿದ್ದವು. ಕೋಣೆಯ ಎಡಮೂಲೆಯಲ್ಲಿ ಸೂರಿನಿಂದ ಇಳಿದ ಕಬ್ಬಿಣದ ಸರಿಗೆಗೆ ತೂಗಾಡಿಸಿರುವ ಹಿತ್ತಾಳೆಯ ಲ್ಯಾಂಪ್. ಒಟ್ಟಿನಲ್ಲಿ ಚೊಕ್ಕವಾದ ಕೊಠಡಿ. ಮಾಸ್ಟರು ಮುಜುಗರಪಡುತ್ತಾ ಮಂಚದಲ್ಲಿ ಕುಳಿತರು. ಕಾಸಿಂ ಬಂದರೆ ಉಸಿರು ಹಗುರವಾಗಬಹುದಿತ್ತು.

'ಮನೆಯಲ್ಲಿ ಬೇರೆ ಯಾರು ಇಲ್ವಾ?' ಒಂಟಿ ಮೌನಕ್ಕೆ ಗಾಬರಿಗೊಂಡಿದ್ದ ಮಾಸ್ಟರು ಅಪ್ರಜ್ಞಾಪೂರ್ವಕವಾಗಿಯೇ ಪ್ರಶ್ನಿಸಿದರು.

'ಇಲ್ಲ, ಯಾಕೆ?' ಸಾರಮ್ಮ ಒಳಗಿನಿಂದಲೇ ಉತ್ತರದ ರೂಪದಲ್ಲೇ ಪ್ರಶ್ನೆ ಎಸೆದಿದ್ದಳು.

ಮಾಸ್ಟರು ಉತ್ತರಿಸಲಿಲ್ಲ; ಮತ್ತೆ ಪ್ರಶ್ನಿಸಲೂ ಇಲ್ಲ, ಸುಮ್ಮನೆ ಕುಳಿತು ಎದೆಬಡಿತ ಎಣಿಸತೊಡಗಿದರು.

ಸೀಯಾಳವೊಂದರ ಸಿಪ್ಪೆ ಸುಲಿದು, ಕಣ್ಣಿನ ಜಾಗದಲ್ಲಿ ಸಣ್ಣ ತೂತು ಕೊರೆದು ಎತ್ತಿಕೊಂಡು ಹೊರಬಂದ ಸಾರಮ್ಮ, ಅದನ್ನು ಮಾಸ್ಟರತ್ತ ಚಾಚಿದಾಗ, 'ಇದೆಲ್ಲ ನನಗೆ ಇಷ್ಟವಾಗುವುದಿಲ್ಲ' ಎಂದು ನಿರಾಕರಿಸಬೇಕೆಂದು ಬಯಸಿದರೂ, ಆಕೆಯ ದೇಹ ತುಂಬಾ ಚಿಮ್ಮುತ್ತಿದ್ದ ಒತ್ತಾಯಕ್ಕೆ ಶರಣಾಗಿ, ಸೀಯಾಳವನ್ನು ಎತ್ತಿಕೊಂಡು ಗಟಗಟನೆ ಕುಡಿದು ಪಕ್ಕದಲ್ಲಿರಿಸಿ ಎಡಗೈಯಿಂದ ತುಟಿ ಒರೆಸಿಕೊಂಡರು.

'ಕಾಸಿಂ ನಿಮ್ಮ ಬಗ್ಗೆ ಯಾವಾಗಲೂ ಹೇಳ್ತಿರ್ತಾನೆ. ನೀವು ತುಂಬಾ ಒಳ್ಳೆಯ ಮಾಸ್ಟರಂತೆ; ಹೊಡೆಯುವುದೇ ಇಲ್ಲವಂತೆ' ಸಾರಮ್ಮ ಮಾಸ್ಟರನ್ನು ಮಾತಿಗೆಳೆದರು. ಮಾಸ್ಟರೂ ತಾನು ಬಂದ ಉದ್ದೇಶವನ್ನು ಜ್ಞಾಪಿಸಿಕೊಂಡರು.

'ಅದೆಲ್ಲಾ ಸರಿ ಇವರೇ, ಅವನು ಶಾಲೆಗೆ ಸರಿಯಾದ ಸಮಯಕ್ಕೆ ಬರ್ತಾ ಇಲ್ಲವಲ್ಲಾ? ಅವನು ತಡಮಾಡಿ ಬರುವ ಕಾರಣವೂ ನನಗೆ ಗೊತ್ತಾಯಿತು' ಎಂದು ಹೇಳುತ್ತಾ, ಜೋರಾಗಿ ಉಸಿರೆಳೆದುಕೊಂಡು, 'ನೋಡಿ ಇವರೇ, ಇಷ್ಟು ಸಣ್ಣ ಪ್ರಾಯದಲ್ಲಿ ಒಂದಕ್ಕೊಂದು ಸಂಬಂಧವಿಲ್ಲದ ಎರಡು ಭಾಷೆಗಳನ್ನು ಕಲಿಯುವುದೇ ಮಕ್ಕಳಿಗೆ ಕಷ್ಟವಾಗುತ್ತದೆ. ಬೆಳಗ್ಗೆ ಎದ್ದು ಮದ್ರಸಕ್ಕೆ ಹೋಗಿ ಅಲ್ಲಿ ಎರಡು ತಾಸು ಅರೆಬಿಕ್‌ನಲ್ಲಿ ಕುರಾನು ಬಾಯಿಪಾಠ ಮಾಡಿಕೊಂಡು ಆ ನಂತ್ರ ಅಲ್ಲಿಂದ ಓಡಿಕೊಂಡೇ ಶಾಲೆಗೆ ಬಂದು ಕನ್ನಡ, ಇಂಗ್ಲಿಷ್, ಲೆಕ್ಕ ಅಂತ ಕಲಿಯುವುದು ಸಾಧ್ಯವಾದೀತಾ?' ಎನ್ನುತ್ತಿದ್ದಂತೆಯೇ ಮಾಸ್ಟರಿಗೆ ತನ್ನ ಮಾತುಗಳು ಆಕೆಯ ಯೋಚನೆಯ ಮಟ್ಟಕ್ಕಿಂತ ಮೇಲೆಯೇ ತೇಲಿಹೋಗುತ್ತಿವೆ ಎಂಬ ಅನುಮಾನ ಹುಟ್ಟಿ, "ನಾನು ಹೇಳುವುದು ಅರ್ಥವಾಗುತ್ತದಾ?' ಎಂದು ಪ್ರಶ್ನಿಸಿದರು.

'ಎಲ್ಲವೂ ಅರ್ಥವಾಗ್ತದೆ ಸಾರ್.' ಆಕೆಯ ಉತ್ತರದಲ್ಲಿದ್ದ ಭರವಸೆಯನ್ನು ಗಮನಿಸಿದ ಮಾಸ್ಟರು ಅವಾಕ್ಕಾಗಿ ಹೋದರು. 'ನಾನೂ ಆರನೇ ಕ್ಲಾಸಿನವರೆಗೆ ಶಾಲೆಗೆ ಹೋದವಳು. ನಮ್ಮೂರಲ್ಲಿ ನಾನು ಶಾಲೆಗೆ ಹೋಗುತ್ತಿದ್ದಾಗ ಸಂಜೆ ಮಾತ್ರ ಮದ್ರಸನ ನಡೀತಿತ್ತು. ಇಲ್ಲೂ ಮೊದಲು ಹಾಗೇ ಇತ್ತಂತೆ. ಈಗ ಮಾತ್ರ, ಬೆಳಿಗ್ಗೆ-ಸಂಜೆ ಮದ್ರಸಕ್ಕೆ ಹೋಗುವುದನ್ನು ಜಮಾತಿನವರು ಕಡ್ಡಾಯ ಮಾಡಿದ್ದಾರೆ. ಇನ್ನೊಂದು ವರ್ಷ ದಾಟಿದರೆ ಕಾಸಿಂನ ಕುರಾನು ಓದು ಮುಗೀತದೆ.' ಸಾರಮ್ಮ ಸ್ಪಷ್ಟ ಮಾತುಗಳಲ್ಲಿ ವಿವರಿಸಿದಾಗ ಮಾಸ್ಟರರಿಗೆ ಬೇರೇನು ಪ್ರಶ್ನಿಸುವುದೆಂದೇ ಹೊಳೆಯಲಿಲ್ಲ.

ಅಷ್ಟರಲ್ಲಿ ಚೀಲವೊಂದನ್ನು ಎತ್ತಿಕೊಂಡು ಒಳಗೆ ಕಾಲೂರಿದ್ದ ಕಾಸಿಂ, ಮಾಸ್ಟರನ್ನು ಕಂಡು ಗಲಿಬಿಲಿಗೊಂಡ. ಅವನನ್ನು ಗೆಲುವಾಗಿಸಲು ಮಾಸ್ಟರು, 'ಏನು ಮಾರಾಯ..., ನಿನ್ನನ್ನು ಹುಡುಕಿಕೊಂಡು ನಿನ್ನ ಮನೆಗೆ ಬಂದರೆ ನೀನೆ ಕಾಣೆಯಾಗಿ ಬಿಟ್ಟೀದ್ದೀಯಲ್ಲಾ?' ಎನ್ನುತ್ತಾ ಅವನನ್ನು ನಗಿಸಲು ಹಟತೊಟ್ಟವರಂತೆ ನಕ್ಕರು. ಆದರೆ ಕಾಸಿಂನ ಮುಖದ ಗಂಟು ಸಡಿಲವಾಗದಿದ್ದಾಗ ಮುಜುಗರವಾಯಿತು. 'ಸರಿ ಇವರೇ, ನಾನಿನ್ನು ಹೊರಟೆ' ಎಂದು ಎದ್ದು ನಿಂತ ಮಾಸ್ಟರು, ಕಾಸಿಂನತ್ತ ತಿರುಗಿ, 'ಓ ಮರಾಯಾ, ನೀನು ತಡವಾದರೂ ಪರವಾಗಿಲ್ಲ, ಶಾಲೆಗೆ ಬರುವುದನ್ನು ನಿಲ್ಲಿಸಬೇಡ, ಆಯ್ತಾ?' ಎಂದು ಹೇಳಿದರಾದರೂ, ತನ್ನ ಮಾತಿಗೆ ಯಾವುದೇ ತೂಕವಿಲ್ಲವೆಂಬುದನ್ನು ಗ್ರಹಿಸಿಕೊಂಡು ಮುಖ ಸಣ್ಣದು ಮಾಡಿ ಹೊಸ್ತಿಲು ದಾಟಿ ಅಂಗಳಕ್ಕೆ ಕಾಲಿರಿಸಿದರು.

ತೋಡು ದಾಟುತ್ತಿರುವಂತೆಯೇ ಬೆನ್ನ ಹಿಂದೆ ಓಡಿ ಬಂದ ಹುಡುಗ, ಹೆಡ್‌ಮಾಸ್ಟರ್ ನಾರಾಯಣ ಭಟ್ಟರತ್ತ ಯಾಚನೆಯ ನೋಟ ಬೀರುತ್ತಾ, ಆದರೆ ಖಚಿತ ಧ್ವನಿಯಲ್ಲೇ ಹೇಳಿದ್ದ, 'ಇನ್ನು ಮೇಲೆ ನೀವು ಇಲ್ಲಿಗೆ ಬರಬಾರ್ದು ಸಾರ್.' ಮಾಸ್ಟರು ನಿಂತಿದ್ದ ಸಂಕ ಕುಸಿದಂತಾಯಿತು.

ಅಗಾಂಧಿ ಮಾಸ್ಟರ ಮಗ, ಹೆಡ್‌ಮಾಸ್ಟರ ನಾರಾಯಣ ಭಟ್ಟರು ಸುಲಭದಲ್ಲಿ ಸೋಲೊಪ್ಪಲು ಸಿದ್ಧರಿದ್ದಿರಲಿಲ್ಲ; ಕಾಸಿಂನ ಅಸಹಜ ಒರಟು ವರ್ತನೆಗೆ ಕೋಪಗೊಳ್ಳಲೂ ಇಲ್ಲ. ಆದರೆ ಕಾಸಿಂ ಮನೆಗೆ ಹೋಗಿ ಬಂದ ವಿಷಯವನ್ನು ಮಾತ್ರ ಸದಾನಂದನಿಗೆ ತಿಳಿಸದೆ ತನ್ನೊಳಗೆ ಇಟ್ಟುಕೊಂಡರು.

ಮುಂದಿನ ಹೆಜ್ಜೆಯ ಬಗ್ಗೆ ತನ್ನೊಳಗೆ ಗುಣಾಕಾರ ಹಾಕಲಾರಂಭಿಸಿದ ಭಟ್ಟರು ವಾರವಿಡೀ ಕಾಸಿಂನ ನೇರ ನೋಟವನ್ನು ತಪ್ಪಿಸಿಕೊಂಡೇ ಓಡಾಡಿದರು. ಆತನ ಕ್ಲಾಸಿಗೆ ಹೋಗಿ ಪಾಠ ಮಾಡಬೇಕಾದ ಸಂದರ್ಭಗಳಲ್ಲೂ ಕಾಸಿಂನ ಅಸ್ತಿತ್ವವನ್ನೇ ನಿರ್ಲಕ್ಷಿಸಿದರು.

ಸರಕಾರಿ ಆಸ್ಪತ್ರೆಯ ಹಿಂಭಾಗದಲ್ಲಿ ಸೈಕಲು ರಿಪೇರಿ ಅಂಗಡಿ ನಡೆಸುತ್ತಿದ್ದ ಕರೀಂ ಖಾನರು ಮಾಸ್ಟರಿಗೆ ತೀರಾ ಅಪರಿಚಿತರೇನೂ ಅಲ್ಲ. ಪ್ರಾರಂಭದ ಮನೆ ಹುಡುಕಾಟದ ಸಂದರ್ಭದಲ್ಲಿ ಒಂದೆರಡು ಬಾರಿ ಕಂಡು ಮಾತನಾಡಿಸಿದ್ದೂ ಉಂಟು. ಮೂರು ತಿಂಗಳ ಕೆಳಗೆ ನಡೆದ ಶಾಲಾ ಕೈತೋಟ ಉದ್ಘಾಟನೆಯ ಸಮಾರಂಭಕ್ಕೂ ಬಂದಿದ್ದ ಖಾನರೂ ಮಾಸ್ಟರಿಗೆ ಮೆಚ್ಚುಗೆ ಮಾತು ಹೇಳಿ ಹೋದವರು. ಹೆಚ್ಚು ಕಮ್ಮಿ ತನ್ನ ತಂದೆಯದ್ದೇ ವಯಸ್ಸಿನ ಖಾನರ ಬೆಳ್ಳಿ ಕೂದಲುಗಳಿಗೆ ಒಪ್ಪುವ ನೀಳ ದಾಡಿ ಯಾರನ್ನೂ ಕರೆದು ಗೌರವ ಪಡೆಯಲು ಶಕ್ತವಾಗುವಂಥವು. ಕೋಲು ದೇಹದ, ನೀಳ ಮುಖದಲ್ಲಿ ಎದ್ದು ಕಾಣುವ ಚೂಪು ಕಣ್ಣುಗಳು ಎಂಥವರನ್ನೂ ಕರೆದು ಮಾತನಾಡಿಸಿಯಾವು. ನಾರಾಯಣ ಭಟ್ಟರಿಗೆ ಒಂದು ಆಸೆ; ಈ ಮುದುಕ ಮನಸ್ಸು ಮಾಡಿದರೆ ತನಗೆ ಸಹಾಯ ಮಾಡಬಹುದು. ಖಾನರ ಮಾತಿಗೆ ಮದ್ರಸದ ಮಾಸ್ಟರೂ ತಲೆಯಾಡಿಸಲು ಸಾಕು.

ಖಾನರ ಜತೆ ವಿವರವಾಗಿ ಮಾತನಾಡಬೇಕಾಗಿದ್ದುದರಿಂದ ಮುಂದಿನ ಆದಿತ್ಯವಾರ ಮುಂಜಾನೆಯೇ ಮಾಸ್ಟರು ಮುತ್ತುಪ್ಪಾಡಿಗೆ ಹೋಗುವ ಬಸ್ಸು ಹತ್ತಿದ್ದರು.

ಮಾಸ್ಟರ ನಡಿಗೆಯ ಕ್ರಮವನ್ನು ಗಮನಿಸಿಯೇ ಖಾನರು ಊಹಿಸಿದ್ದರು; ಈ ಮಾಸ್ಟರು ಈ ದಿನ ಎಂದಿನಂತಿಲ್ಲ ಎಂದು. ಮಾಸ್ಟರು ಸಾರಮ್ಮಳ ಮನೆಗೆ ಹೋಗಿ ಬರುತ್ತಿದ್ದಾರೆಂಬ ಸುದ್ದಿ ಖಾನರ ಕಿವಿಗೂ ಬಿದ್ದಿತ್ತು. ಇದೀಗ ತಮ್ಮ ಅಂಗಡಿಯ ದಿಕ್ಕಿಗೇ ತಲೆ ತಗ್ಗಿಸಿ ಕಾಲೆಳೆಯುತ್ತಾ ಬರುತ್ತಿರುವ ಮಾಸ್ಟರನ್ನು ಕಂಡಾಗ, ಏನಾದರೂ ತೊಂದರೆಗೆ ಸಿಕ್ಕಿ ಹಾಕಿಕೊಂಡನೋ ಏನೋ ಎಂಬ ಅನುಮಾನವೂ ಹುಟ್ಟಿಕೊಂಡಿತ್ತು.'

'ನಮಸ್ತೆ ಮಾಸ್ಟ್ರಿಗೆ. ಏನೀವತ್ತು ಆದಿತ್ಯವಾರವಾದರೂ ಬಂದಿದ್ದೀರಲ್ಲಾ.... ಬನ್ನಿ' ಎಂದು ಸಹಜ ಧ್ವನಿಯಲ್ಲೇ ಸ್ವಾಗತಿಸಿದ ಖಾನರು, ತನ್ನ ಕೈಗಳಲ್ಲಿದ್ದ ಸೈಕಲ್ ಚೈನನ್ನು ಅಲ್ಲೇ ನೆಲದ ಮೇಲಿರಿಸಿ, ಪಕ್ಕದಲ್ಲಿದ್ದ ಮರದ ಸ್ಟೂಲಿನ ಮೇಲೆ ದಿನಪತ್ರಿಕೆಯನ್ನು ಹರಡಿ, 'ಕುಳಿತುಕೊಳ್ಳಿ ಮಾಸ್ಟ್ರೇ' ಎಂದರು.

ಅಂಗಡಿಯ ಅಂಗಳದ ಬಲಕೊನೆಯಲ್ಲಿ ಯಾರ ಜತೆಗೂ ಮಾತನಾಡುತ್ತಾ ಸೈಕಲ್ ಚಕ್ರಕ್ಕೆ ಗಾಳಿ ಪಂಪು ಹೊಡೆಯುತ್ತಿದ್ದ ಕಿರುಮೀಸೆಯ ಯುವಕನೊಬ್ಬ ಮಾಸ್ಟರತ್ತ ಕೆಂಗಣ್ಣು ನೆಟ್ಟಿರುವುದನ್ನು ತಟ್ಟನೆ ಗಮನಿಸಿದ ಕರೀಂ ಕಾಣರು, ಗಾಬರಿಯಿಂದಲೇ ಎದ್ದು ನಿಂತು, 'ಇಕಾ ಪುತ್ತುಮೋಣು, ಆ ಪಂಪು ಇಲ್ಲಿ ತಾ' ಎನ್ನುತ್ತಾ ಅವನನ್ನು ಅಂಗಡಿಯ ಹಿಂಭಾಗಕ್ಕೆ, ಹೆಚ್ಚು ಕಮ್ಮಿ ಎಳೆದುಕೊಂಡೇ ಹೋಗಿದ್ದರು. ತಾವಿಬ್ಬರೂ ಮಾಸ್ಟರಿಗೆ ಕಾಣಿಸುತ್ತಿಲ್ಲ ಎಂಬುದನ್ನು ಖಾತ್ರಿಪಡಿಸಿಕೊಂಡ ಬಳಿಕ ಖಾನರು ಹೇಳಿದರು, 'ನೀನು ಏನೇ ಆದರು ಸುಮ್ಮನಿರಬೇಕು. ಮರಿಯಮ್ಮ

ಕಂಡಿದ್ದಾರಂತೆ, ಇಬ್ರಾಯಿ ನೋಡಿದ್ದಾನಂತೆ..., ಹೀಗೆ ಅಂತೆ ಕಂತೆ ಮಾತಿಗೆ ಕಿವಿ ಹಾಳು ಮಾಡಿಕೊಳ್ಳಬಾರದು ನೀನು. ಒಂದು ವೇಳೆ ನೀನೇ ಕಣ್ಣಾರೆ ಕಂಡಿದ್ದರೂ, ಈವತ್ತು ಮಾತ್ರ ನನ್ನ ಅಂಗಡಿಯಲ್ಲಿ ಆ ಮಾತು ತೆಗೆಯಬಾರದು. ನೋಡೋಣ ಈಗ ಅವ್ನೇ ಬಂದು ಕೂತಿದ್ದಾನಲ್ಲ. ಅವನೇ ಹೇಳ್ತಾನೋ ನೋಡುವ. ನೀನು ಮಾತ್ರ ನಿನ್ನ ತುಟಿ ಬಿಚ್ಚಿದ್ರೆ ನನ್ನ ಆಣೆ ಉಂಟು.' ಪುತ್ತುಮೋಣು ಒಪ್ಪಿಗೆ ಕೊಟ್ಟ ಬಳಿಕವಷ್ಟೇ ಖಾನರು ಮತ್ತೆ ಪ್ರತ್ಯಕ್ಷರಾದದ್ದು. ಪುತ್ತುಮೋಣು ಕೂಡಾ ಅಂಗಳಕ್ಕೆ ಬಂದು ತನ್ನ ಕೆಲಸದಲ್ಲಿ ನಿರತನಾದ.

ಖಾನರು ಪಕ್ಕದ ಜಗಲಿಯಲ್ಲಿ ಕುಂಡಿಯೂರುತ್ತಿದ್ದಂತೆಯೇ, ನಾರಾಯಣ ಭಟ್ಟರು, ಕಂಠಪಾಠ ಒಪ್ಪಿಸುವವರಂತೆ, ಕಾಸಿಂನ 'ತಡ ಪ್ರಕರಣ'ದಿಂದಾರಂಭಿಸಿ, ಅವನ ತಾಯಿಯನ್ನು ಕಂಡು ಮಾತನಾಡಿಸಿದವರೆಗಿನ ಎಲ್ಲ ಸಂಗತಿಗಳನ್ನು ವಿವರಿಸಿ, ಕೊನೆಗೆ, 'ನೀವು ಊರ ಹಿರಿಯರು. ನಿಮ್ಮ ಮಾತಿಗೆ ಬೆಲೆಯಿದೆ. ನಾನು ಹೇಳಿದ ವಿಷಯ ನಿಮಗೆ ಸರಿ ಅಂತ ಅನ್ನಿಸಿದರೆ, ನೀವು ಮದ್ರಸದ ಮಾಸ್ಟರಿಗೆ ಹೇಳಿ ಕಾಸಿಂನಂತಹ ಮಕ್ಕಳಿಗೆ ಬೆಳಗ್ಗಿನ ಹೊತ್ತಿನ ಕುರಾನು ಪಾಠದಿಂದ ವಿನಾಯಿತಿ ಕೊಡಿಸಬೇಕು' ಎಂದರು.

ಖಾನರು ದಂಗು ಬಡಿದವರಂತೆ ಬಾಯಿ ತೆರೆದು ಕುಳಿತುಬಿಟ್ಟದ್ದರು. ಬೇರೇನೋ ಸಮಸ್ಯೆಗಳನ್ನು ನಿರೀಕ್ಷಿಸಿ ಕಿವಿಯಾನಿಸಿದ್ದ ಖಾನರಿಗೆ, ಮಾಸ್ಟರ ಆರಂಭದ ಮಾತುಗಳ ತಲೆ ಬುಡ ಅರ್ಥವಾಗಿದ್ದಿರಲಿಲ್ಲ. ಮಾಸ್ಟರು ಸಾರಮ್ಮಳ ಮನೆಗೆ ಹೋದದ್ದು ಈ ಕಾರಣಕ್ಕೆ ಎಂಬುದು ಖಾತರಿಯಾಗಿ ಸಮಾಧಾನವೇನೋ ಆಗಿತ್ತು. ಆದರೆ ಮಾಸ್ಟರು ಇದೀಗ ಮುಂದಿಟ್ಟಿರುವ ಸಮಸ್ಯೆ ಅದಕ್ಕಿಂತಲೂ ಹೆಚ್ಚು ಕಗ್ಗಂಟಿನದೆಂದು ಅನಿಸಿತ್ತು.

ಮದ್ರಸದ ಓದು ಕನ್ನಡ ಶಾಲೆಯ ಓದಿಗೆ ಅಡ್ಡಿಯಾಗುತ್ತದೆಂಬ ಕನಸೂ ಅವರಿಗೆ ಬಿದ್ದದ್ದಿಲ್ಲ. ಮಾಸ್ಟರು ಮತ್ತೆ ಮತ್ತೆ ವಿವರಿಸುತ್ತಾ ಹೋದಂತೆ, ತಮ್ಮವರ ಮಕ್ಕಳು ಕನ್ನಡ ಶಾಲೆಯಲ್ಲಿ ಎಂದೂ ವಿಜಯಿಗಳಾಗದಿರುವುದಕ್ಕೆ ಇದೇ ಕಾರಣವಿರಬಹುದೆ? ಎಂಬ ಅನುಮಾನವೂ ತಲೆ ಹಾಕಿತು. ತಾವಂತೂ ಶಾಲೆಗೆ ಹೋದವರಲ್ಲ. ಖಾನರ ಏಳು ಜನ ಮಕ್ಕಳಲ್ಲಿ ಯಾರೂ ಶಾಲೆಯ ಕಡೆಗೆ ತಲೆ ಹಾಕಿದವರಲ್ಲ. ಹಿರಿ ಮಗನ ಮಗನೊಬ್ಬ ಎರಡು ವರ್ಷ ಹೋದವನು ಫೈಲಾಗಿ ಬಿಟ್ಟುಬಿಟ್ಟ. ಕಣ್ಣಾನೂರಿಗೆ ಕೊಟ್ಟ ಮಗಳ ಇಬ್ಬರು ಮಕ್ಕಳು ಮಾತ್ರ ಅಲ್ಲಿ ಶಾಲೆಗೆ ಹೋಗುತ್ತಿದ್ದದ್ದು ಗೊತ್ತಿತ್ತು.

ಹಾಗಂತ, ಕನ್ನಡಶಾಲೆಗೆ ಹೋಗಲಿಕ್ಕುಂಟು ಅಂತ ಕುರಾನು ಓದು ನಿಲ್ಲಿಸಿ ಬಿಡುವುದಾ? ಕುರಾನು ಓದು ನಿಲ್ಲಿಸಿಯೆಂದು ಮಾಸ್ಟರೂ ಹೇಳುತ್ತಿಲ್ಲ. ಬೆಳಗ್ಗೆ ಬೇಡ, ಸಂಜೆಗೆ ಮಾತ್ರ ಓದಿಸಿರಿ ಎನ್ನುತ್ತಿದ್ದಾರೆ. ಇದಕ್ಕೆ ಜಮಾತಿನವರು ಒಪ್ಪಿಯಾರೇ?

ಮದ್ರಸದಲ್ಲಿ ಓದಿಸುವ ಗುರುಗಳು ಖಂಡಿತವಾಗಿ ಒಪ್ಪಲಿಕ್ಕಿಲ್ಲ. ಕನ್ನಡ ಶಾಲೆಗೆ ಹೋಗುವವರಿಗೆ ಬೆಳಗ್ಗಿನ ಹೊತ್ತು ಮದ್ರಸದ ಓದಿನಿಂದ ರಿಯಾಯಿತಿ ಉಂಟು ಅಂತ ಹೇಳಿ ಬಿಟ್ಟರೆ, ಹೆಚ್ಚಿನ ಮಕ್ಕಳು ಶಾಲೆಗೇ ಓಡಿಯಾರು. ಬರೇ ಹೆಣ್ಣು ಮಕ್ಕಳಿಗಷ್ಟೇ ಮದ್ರಸದಲ್ಲಿ ಓದಿಸಬೇಕಾದೀತು. ಮಾಸ್ಟರ ಮಾತಿಗೆ ಏನೆದು ಉತ್ತರಿಸುವುದು?

'ನೋಡಿ ಮಾಸ್ಟ್ರೇ, ಕಾಸಿಂನಂತೆ ಶಾಲೆಗೆ ಬರುವವರು ವರ್ಷದಲ್ಲಿ ಒಂದೋ ಎರಡೋ ಇದ್ದಿರಬಹುದು. ಅಂಥ ಮಕ್ಳಿಗೆ ನೀವೇ ಸ್ವಲ್ಪ ರಿಯಾಯಿತಿ ಕೊಟ್ಟರೆ ಆಗುವುದಿಲ್ವಾ?' ಖಾನರು ಎಲ್ಲವನ್ನು ತೂಗಿ ನೋಡಿ ಪ್ರಶ್ನಿಸಿದರು. ಈ ಪ್ರಶ್ನೆಯನ್ನು ನಿರೀಕ್ಷಿಸಿಯೇ ಇದ್ದ ಮಾಸ್ಟರು, 'ಖಂಡಿತವಾಗಿ ರಿಯಾಯಿತಿ ಕೊಡಲು ಸಾಧ್ಯವಿದೆ. ಆದ್ರೆ ಹಾಗೆ ಮಾಡುವುದರಿಂದಾಗಿ ಮಕ್ಕಳಿಗೆ. ತಾವು ಪ್ರತ್ಯೇಕ ಎಂಬ ಭಾವನೆ ಮೂಡುತ್ತದೆ. ಈ ಭಾವನೆ ಅವರ ಬೆಳವಣಿಗೆಗೆ ಅಡ್ಡಿಯಾಗುತ್ತದೆ' ಎಂದು ಹೇಳಿ, 'ನೋಡಿ ಖಾನರೇ ನೀವೇ ಹೇಳುತ್ತಿರುವಂತೆ ನಿಮ್ಮವರ ಮಕ್ಕಳಲ್ಲಿ ಶಾಲೆಗೆ ಬರುವವರು ವರ್ಷದಲ್ಲಿ ಒಬ್ಬರು ಅಥವಾ ಇಬ್ಬರು. ನನ್ನಲೆಕ್ಕಾಚಾರದಂತೆ ನಮ್ಮ ಶಾಲೆಯಲ್ಲಿ ಇರಬೇಕಾದ ಮಕ್ಕಳ ಒಟ್ಟು ಸಂಖ್ಯೆಯಲ್ಲಿ ಕಾಲು ಭಾಗದಷ್ಟಾದರೂ, ಅಂದರೆ ಕನಿಷ್ಟ ಮೂವತ್ತು ಮಕ್ಕಳು ನಿಮ್ಮವರ ಮನೆಗಳಿಂದ ಬರಬೇಕಿತ್ತು. ಯಾಕೆ ಹೀಗೆ? ಸರಕಾರ ಇಷ್ಟೆಲ್ಲ ಖರ್ಚು ಮಾಡಿ ಧರ್ಮಾರ್ಥವಾಗಿ ಕಲಿಸಲು ತಯಾರಿರುವಾಗ, ನೀವೆಲ್ಲ ಯಾಕೆ ಲಾಭ ಪಡೆದುಕೊಳ್ಳುವುದಿಲ್ಲ?' ಎಂದು ಪ್ರಶ್ನಿಸಿದರು.

ಮಾತಿನ ನಡುವೆ ಪುತ್ತುಮೋಣು ಎದ್ದು ಹೋದುದನ್ನು ಖಾನರು ಗಮನಿಸಿದ್ದಿರಲಿಲ್ಲ. ಆದರೆ ಪುತ್ತುಮೋಣು ತಟ್ಟೆಯೊಂದ ಮೇಲೆ ಎರಡು ಗ್ಲಾಸು ಚಹ ಹಿಡಿದುಕೊಂಡು ಬಂದವನು, 'ತೆಗೆದುಕೊಳ್ಳಿ ಸಾರ್. ಕಾಮತರ ಹೊಟೇಲಿನ ಖಡಕ್ ಚಾ' ಎಂದು ತಟ್ಟೆಯನ್ನು ಮಾಸ್ಟರತ್ತ ಚಾಚಿದಾಗ ಖಾನರ ತುಟಿಗಳ ನಡುವೆ ಅಭಿಮಾನದ ನಗು ಇಣುಕಿತು!

ಖಾನರು ಉತ್ತರಿಸಲು ತಡವರಿಸುತ್ತಿದ್ದಾರೆ ಎಂಬುದನ್ನು ಗ್ರಹಿಸಿದ ಮಾಸ್ಟರು, 'ನನಗೆ ಈವತ್ತೇ ನಿಮ್ಮ ಉತ್ತರ ಬೇಕಾಗಿಲ್ಲ ಖಾನರೇ. ನೀವೂ ಯೋಚಿಸಿ ಬೇರೆಯವರ ಜತೆ ಚರ್ಚೆ ಮಾಡಿ ನೋಡಿ. ಆ ನಂತ್ರ ಯಾವುದು ನಿಮಗೆ ಸರಿ ಅಂತ ಕಾಣ್ತದೋ ಹಾಗೆ ಮಾಡಿ. ನಾನು ಒಂದು ವಾರದ ಬಳಿಕ ಮತ್ತೆ ನಿಮ್ಮ ಹತ್ರ ಬರ್ತೇನೆ' ಎಂದು ಹೇಳಿ ಪುತ್ತುಮೋಣುವಿನಿಂದ ಚಹ ಸ್ವೀಕರಿಸಿ, 'ಮುಂದಿನ ವಾರ ಮತ್ತೊಮ್ಮೆ ಚಹ ಕೊಡಬೇಕಾಗುತ್ತದೆ' ಎಂದು ನಕ್ಕರು. 'ನೀವು ನೂರು ಸರ್ತಿ ಬಂದರೂ ಚಾ ತಂದು ಕೊಡ್ತೇನೆ ನಾನು' ಪುತ್ತುಮೋಣು ಪ್ರಮಾಣ ಮಾಡುವವನಂತೆ ಹೇಳಿದ್ದ.

೭

'ಯಾವುದೇ ಗಂಡಸನ್ನೂ, ಅವನು ಗಂಡಸು ಅಂತ ಆಗಿದ್ರೆ, ಹೆಣ್ಣುಗಳ ವಿಷಯದಲ್ಲಿ ಪೂರ್ತಿಯಾಗಿ ನಂಬಬೇಡ.' ಇಪ್ಪತ್ತೈದು ವರ್ಷಗಳಿಗೂ ಹಿಂದೆ ಸುನಂದಾ ಬಾಯಿ ಟೀಚರನ್ನು, ಮುತ್ತುಪ್ಪಾಡಿ ಸೀತಾರಾಮ ನಿಡುವಣ್ಣಾಯರಿಗೆ ಮದುವೆ ಮಾಡಿಸಿ ಕಳುಹಿಸಿಕೊಡುವಾಗ ತಾಯಿ ಹೇಳಿದ್ದ ಮಾತು, ನಾರಾಯಣ ಭಟ್ಟರಂತಹ ಹೆಡ್‌ಮಾಸ್ಟರ ವಿಷಯದಲ್ಲೂ ನಿಜವಾಗಿ ಹೋಯಿತಲ್ಲಾ! ಎಂದು ಪರಿತಪಿಸುವಂತಾಗಿತ್ತು. ಯಾರ ಬಗ್ಗೆಯೂ ವಿನಾಕಾರಣ ಕೆಟ್ಟ ಮಾತು ಹೇಳದಿರುವ ಗಂಡ, ಹೆಡ್‌ಮಾಸ್ಟರ್ ಬಗ್ಗೆ ಅಷ್ಟೊಂದು ಕ್ರೂರವಾಗಿ ಆಪಾದಿಸಿದಾಗ ಸುನಂದಾಬಾಯಿ ಟೀಚರಿಗೆ ನಂಬಲೂ ಅಲ್ಲ; ಬಿಡಲೂ ಸಲ್ಲ ಎನ್ನುವಂತಾಗಿತ್ತು. ಮಾಸ್ಟರ ಇದುವರೆಗಿನ ವರ್ತನೆಗಳೆಲ್ಲವೂ ಹೊಸ ಅರ್ಥ ಪಡೆದುಕೊಂಡು ಟೀಚರನ್ನು ಹಿಂಸಿಸುತ್ತಿದ್ದವು.

ನಾರಾಯಣ ಭಟ್ಟರು ಊರಿಗೆ ಬಂದ ಆರಂಭ ದಿನಗಳಲ್ಲಿ, ಊರೊಳಗೆ ಮನೆ ಮಾಡಿ ಹೆಂಡತಿಯನ್ನು ಕರೆತರುವ ಬಗ್ಗೆ ದಿನವೂ ಸುನಂದಾಬಾಯಿ ಟೀಚರಲ್ಲಿ ಪ್ರಸ್ತಾಪಿಸುತ್ತಿದ್ದುದುಂಟು. ಆದರೆ ಇತ್ತೀಚೆಗೆಲ್ಲ ಒಮ್ಮೆಯೂ ಆ ಬಗ್ಗೆ ಚಕಾರವೆತ್ತಿದ್ದಿಲ್ಲ. ದಸರಾ ರಜ ಕಳೆದು ಮರಳಿ ಬರುವಾಗ ಹೆಂಡತಿಯ ಜತೆ ಮಾಸ್ಟರು ಬರುವುದೆಂದು ನಿಶ್ಚಯವೇನೋ ಆಗಿದ್ದು ನಿಜ. ಹಾಗಂತ ಆ ಬಗ್ಗೆ ಆಸಕ್ತಿಯಾದರೂ ಯಾಕೆ ತೋರ್ಪಡಿಸಿಲ್ಲ? ಪಂಚಾಯಿತಿನ ಅಧೀನದಲ್ಲಿರುವ ಮನೆಯನ್ನು ರಿಪೇರಿ ಮಾಡಿಸಿ ಭಟ್ಟರಿಗೆ ಕೊಡಿಸುವ ಜವಾಬ್ದಾರಿ ಹೊತ್ತಿದ್ದ ತನ್ನ ಗಂಡ ಇನ್ನು ಖಂಡಿತಾ ಆ ಬಗ್ಗೆ ತಲೆ ಹಾಕುವುದಿಲ್ಲ. ಸಾರಮ್ಮಳ ಮನೆಗೆ ಮಾಸ್ಟರು ಹೋಗುತ್ತಿರುವುದೇ ನಿಜವಾದಲ್ಲಿ, ಅದರ ಪರಿಣಾಮವನ್ನು ಊಹಿಸುವಾಗಲೇ ಟೀಚರ ಎದೆ ನೂರು ದಾಟುತ್ತದೆ. ಬಹಳ ದಿನಗಳಿಂದಲೇ ಈ ಸಂಬಂಧ ನಡೆದುಕೊಂಡು ಬಂದಿದ್ದರೆ, ಇದುವರೆಗೆ ಊರವರು ಸುಮ್ಮನಿರಲು ಕಾರಣವೇನು? ಹಾಗಾದರೆ ಈ ಆರೋಪವೇ ಸುಳ್ಳಾಗಿರಬಹುದೆ?

ಸೂಕ್ಷ್ಮವಾಗಿ ಗಮನಿಸಿದರೆ ಮಾಸ್ಟರು ಈಗೀಗ ಕಾಸಿಂ ಬಗ್ಗೆ ವಿಶೇಷ ರಿಯಾಯಿತಿ ತೋರುತ್ತಿರುವಂತಿದೆ. ಅವನು ತಡಮಾಡಿ ಬಂದರೂ, ಯಾವುದೇ ಪ್ರಶ್ನೆ ಕೇಳದೆ ಕ್ಲಾಸಿಗೆ ಬಿಡಬೇಕೆಂದು ವಾರಿಜ ಟೀಚರಿಗೆ ಹೇಳಿದ್ದಾರಂತೆ. ಯಾಕೆ ಈ ಪ್ರೀತಿ? ಟೀಚರಿಗೆ ಹೇಸಿಗೆಯೆನ್ನಿಸಿತು. ಬಂಗಾರದಂತಹ ಮನುಷ್ಯನನ್ನು ಬಲಿ ತೆಗೆದುಕೊಡ ಕಾಸಿಂನ ತಾಯಿ ಬಗ್ಗೆ ಜಿಗುಪ್ಸೆಯಾಯಿತು.

ತಾನು ಹೇಗೂ ವಯಸ್ಸಿನಲ್ಲಿ ಹೆಡ್‌ಮಾಸ್ಟರ್‌ಗಿಂತ ದೊಡ್ಡವಳು. ನಾಲ್ಕು ಬುದ್ಧಿವಾದದ ಮಾತು ಹೇಳಿದರೆ ಹೇಗೆ? ಯಾವ ಬಗೆಯಲ್ಲಿ ಪ್ರತಿಕ್ರಿಯೆ ತೋರಿಯಾರು? 'ನಿನ್ನ ಕೆಲಸ ನೋಡಿಕೊಂಡು ಸುಮ್ಮನಿರು' ಎಂದು ಒರಟಾಗಿ ಮಾತನಾಡಿದರೆ ಏನು ಮಾಡುವುದು?

ಕಳೆದ ಶನಿವಾರ ಮಧ್ಯಾಹ್ನವೇ ವಿಚಾರಿಸಿಬಿಡಬೇಕೆಂದುಕೊಂಡಿದ್ದ ಸುನಂದಾಬಾಯಿ ಟೀಚರಿಗೆ ಸಾಧ್ಯವಾಗಿದ್ದಿರಲಿಲ್ಲ. ಒಂದು ಬಗೆಯ ಅಳುಕು; ಭಯ ಕೂಡಾ. ಒಂದು ವಾರವಿಡೀ ತನ್ನೊಳಗೇ ಚಡಪಡಿಸಿ ಸಂಕಟಪಟ್ಟು, ಏನೇ ಆದರೂ ಈ ದಿನ ಮಧ್ಯಾಹ್ನ ಶಾಲೆ ಬಿಟ್ಟ ಬಳಿಕ ವಿಚಾರಿಸಿಯೇ ಬಿಡುವುದೆಬ ನಿರ್ಧಾರದಲ್ಲೇ ಬಂದ ಟೀಚರು, ವಾರಿಜ ಟೀಚರು ಹೊರಟು ಹೋಗುವ ತನಕ, ಅದು-ಇದು ಅಂತ ಶಾಲೆಯ ಹಿತ್ತಲಲ್ಲಿ ಕೆಲಸ ಮಾಡುವವರಂತೆ ಅಡ್ಡಾಡಿದರು. ಮುಂದಿನ ಗುರುವಾರದಿಂದ ಅರ್ಧವಾರ್ಷಿಕ ಪರೀಕ್ಷೆ ನಡೆಯಲಿತ್ತು. ಎಲ್ಲ ಕ್ಲಾಸುಗಳ ಪರೀಕ್ಷೆಯ ಹೊಣೆಯನ್ನು ತಾನೊಬ್ಬನೇ ಹೊತ್ತುಕೊಂಡಿರುವ ಮಾಸ್ಟರು, ಏನೇ ಆದರೂ ಸಂಜೆ ಐದರ ಮುನ್ನ ಹೊರಡಲಾರರೆಂಬುದು ಟೀಚರಿಗೆ ಗೊತ್ತಿತ್ತು. ಸ್ವಲ್ಪ ಹೊತ್ತು ಹಾಗೆಯೇ ಅಡ್ಡಾಡಿದ ಟೀಚರು, ಆಫೀಸು ಕೋಣೆಯಲ್ಲಿ ಹೆಡ್‌ಮಾಸ್ಟರನ್ನು ಹೊರತುಪಡಿಸಿ ಬೇರಿನ್ನಾರೂ ಇಲ್ಲ ಎಂಬುದನ್ನು ದೂರದಿಂದಲೇ ಖಾತರಿಪಡಿಸಿಕೊಂಡು, ಬಳಿಕ ನಿಧಾನವಾಗಿ ಶಾಲೆಯ ಕಟ್ಟಡವನ್ನು ಸುತ್ತು ಹಾಕಿ ಧ್ವಜ ಕಟ್ಟೆಯ ಬಳಿಗೆ ಬಂದವರು, ಹಾವು ಕಂಡವರಂತೆ ಬೆಚ್ಚಿ ಬಿದ್ದರು.

ಗುಡ್ಡದ ಕೆಳಗಿನ ಇಳಿಜಾರಿನ ಹಾದಿಯಲ್ಲಿ ಐದಾರು ಮಂದಿ ಗಂಡಸರು ಕೈಕಾಲು ಆಡಿಸುತ್ತಾ, ಗಟ್ಟಿಯಾಗಿ ಮಾತನಾಡುತ್ತಾ ಶಾಲೆಯ ದಿಕ್ಕಿಗೆ ಏರಿ ಬರುತ್ತಿದ್ದರು! ಗಾಬರಿಗೊಂಡ ಟೀಚರು ಆದಷ್ಟು ದೂರದಿಂದಲೇ ಬರುತ್ತಿರುವವರನ್ನು ಗುರುತಿಸಲು ಯತ್ನಿಸಿದರು. ಕಳೆದ ಕಾಲ ಶತಮಾನದಿದ ಊರಿನ ಭಾಗವೇ ಆಗಿ ಬಿಟ್ಟಿರುವ ಟೀಚರಿಗೆ, ಇಬ್ಬರ ಗುರುತು ಕ್ಷಣ ಮಾತ್ರದಲ್ಲಿ ಆಯಿತು.

ಪಂಚಾಯತಿನ ಉಪಾಧ್ಯಕ್ಷ ಉಸ್ಮಾನ್ ಸಾಹೇಬರು ಎಲ್ಲರನ್ನೂ ಹಿಂದಿಟ್ಟುಕೊಂಡು ಗುಂಪಿನ ನಾಯಕರಂತೆ ಆಗಾಗ ಕತ್ತು ತಿರುವಿ ಕೈಯ್ಯಾಡಿಸುತ್ತಾ ಏನನ್ನೋ ಸೂಚಿಸುತ್ತಾ ಬರುತ್ತಿದ್ದರೆ, ಕೋಲೂರುತ್ತಾ ನಿಧಾನವಾಗಿ ಕಾಲು ಎಳೆಯುತ್ತಿರುವವರು ಸೈಕಲಂಗಡಿಯ ಖಾನರು. ಉಳಿದ ಮೂವರಲ್ಲಿ ಒಬ್ಬನನ್ನು ಎಲ್ಲೋ ಕಂಡಂತಿದೆ. ಹೌದು! ಖಾನರ ಅಂಗಡಿಯಲ್ಲಿ ಇರುವ ಯುವಕ. ಉಳಿದಿಬ್ಬರಲ್ಲಿ ಒಬ್ಬಾತ ಪ್ಯಾಂಟು ಧರಿಸಿದವನು; ಪರ ಊರಿನವನಿದ್ದಿರಬೇಕು. ಮತ್ತೊಬ್ಬರು ನಡುವಯಸ್ಸಿನ ಗಡ್ಡಧಾರಿ; ಪರಿಚಯವಾಗಲಿಲ್ಲ. ಟೀಚರಿಗೆ ತಾನೇನು ಮಾಡಬೇಕೆಂದೇ ಹೊಳೆಯಲಿಲ್ಲ.

ಆಫೀಸು ಕೋಣೆಗೆ ಧಾವಿಸಿ, ತಪ್ಪಿಸಿಕೊಂಡು ಓಡಿ ಹೋಗುವಂತೆ ಮಾಸ್ತರಿಗೆ ಸೂಚಿಸುವುದಾ? ಯಾಕೆಂದು ಪ್ರಶ್ನಿಸಿದರೆ ಏನೆಂದು ಉತ್ತರಿಸುವುದು? 'ಸಾರಮ್ಮ ಮನೆಗೆ ಹೋಗುತ್ತಿರುವುದಕ್ಕೆ ವಿಚಾರಿಸಿಕೊಳ್ಳಲು ಬರುತ್ತಿದ್ದಾರೆ' ಎನ್ನುವುದಾ? ಛೆ!

ಕರೀಂ ಖಾನರೂ ಜತೆಯಲ್ಲಿರುವ ಕಾರಣ ಮಾಸ್ಟರಿಗೆ ದೈಹಿಕವಾಗಿ ಅಪಾಯವೇನೂ ಆಗದು. ಒಂದು ನಾಲ್ಕು ಮಾತು ಹೇಳಿ ಎಚ್ಚರಿಕೆ ಕೊಟ್ಟು ಹೋಗಲೂ

ಸಾಕು. ಓಡಿ ಹೋಗಿ ಗಂಡನಿಗೆ ಸುದ್ದಿ ಮುಟ್ಟಿಸಿ ಅವರನ್ನು ಕರೆದುಕೊಂಡು ಬಂದರೆ ಹೇಗೆ? ಎಂಬ ಯೋಚನೆ ಮೊಳಕೆಯೊಡೆದದ್ದೇ ತಡ, ಸುನಂದಾಬಾಯಿ ಟೀಚರು ಶಾಲೆಯ ಹಿತ್ತಲಿನ, ಬಳಸುದಾರಿ ಹಿಡಿದು ಹೆಚ್ಚು ಕಮ್ಮಿ ಓಡಿಕೊಂಡೇ ಬೀಸುಗಾಲು ಹಾಕಿದರು.

ಟೀಚರ್ ಅದೃಷ್ಟ ಚೆನ್ನಾಗಿದ್ದಿರಬೇಕು. ಶ್ಯಾನುಭೋಗರು ಛಾವಡಿಯಲ್ಲೇ ಕುಳಿತು ಅದೇನನ್ನೋ ಬರೆಯುತ್ತಿದ್ದರು. ಏದುಸಿರುಬಿಡುತ್ತಾ, ಓಡಿ ಬರುತ್ತಿರುವ ಹೆಂಡತಿಯನ್ನು ಕಂಡು ಆತಂಕದಿಂದ ಎದ್ದು ಜಗಲಿಗೆ ಬಂದ ಶ್ಯಾನುಭೋಗರು, 'ಏನೇ! ಏನಾಯಿತೇ!?' ಎಂದು ಪ್ರಶ್ನಿಸಿದ್ದರು.

ಟೀಚರು ಆಯಾಸದಿದ ಸ್ವರಹೊರಡಿಸಲು ಕಷ್ಟಪಡುತ್ತಾ, ತಾನು ಕಂಡ ದೃಶ್ಯವನ್ನು ಬಣ್ಣಿಸಿ, 'ನೀವೀಗ ಶಾಲೆಗೆ ಹೋಗದಿದ್ದರೆ, ಅವರೆಲ್ಲ ಸೇರಿ ಮಾಸ್ಟರ ಕೈಕಾಲು ಮುರಿದು ಹಾಕಲೂ ಸಾಕು' ಎಂದು, ಅಲ್ಲೇ ಜಗಲಿಯ ಹಗ್ಗದಲ್ಲಿ ತೂಗುಹಾಕಿದ್ದ ಅಂಗಿಯನ್ನು ಎಳೆದುಕೊಂಡು ಶ್ಯಾನುಭೋಗರತ್ತ ಚಾಚಿದ್ದರು. ಶ್ಯಾನುಭೋಗರಿಗೆ ಯೋಚನೆಗೂ ಅವಕಾಶವಿದ್ದಿರಲಿಲ್ಲ. ಅಂಗಿ ತೊಟ್ಟು, ತನ್ನ ಶಕ್ತಿಯನ್ನೆಲ್ಲ ಕಾಲಿಗೆ ದಾಟಿಸಿದ ಶ್ಯಾನುಭೋಗರು ಶಾಲೆಯತ್ತ ಧಾವಿಸಿದ್ದರು. ತಲೆಯ ಮೇಲೆ ಕೈಹೊತ್ತ ಟೀಚರು ಜಗಲಿಯಲ್ಲೇ ಕುಳಿತುಬಿಟ್ಟರು.

ಶಾಲೆಯ ಗೇಟಿನ ಬಳಿಗೆ ತಲುಪುವಷ್ಟರಲ್ಲಿ ಆಯಾಸದಿಂದ ಶ್ಯಾನುಭೋಗರ ಉಸಿರು ಬಾಯಿಗೆ ಬಂದುಬಿಟ್ಟಿತ್ತು. ನಡು ಮಧ್ಯಾಹ್ನದ ಬಿಸಿಲಿಗೆ ಗುಡ್ಡವೇರಿ ಬರುವುದು, ಐವತ್ತರ ಹೊಸಿಲಿಗೇರಿ ನಿಂತಿರುವ ಅವರಿಗೆ ಸುಲಭದ ಸಂಗತಿಯಾಗಿದ್ದಿರಲಿಲ್ಲ.

ಆಫೀಸು ಕೋಣೆಯೊಳಗಿನಿಂದ ಜಿಗಿದು ಬರುವ ಗಟ್ಟಿ ಮಾತುಗಳು ಗೇಟಿನ ಬಳಿಯೇ ಕೇಳಿಸುತ್ತಿದ್ದವು. ತಮ್ಮ ಎದೆ ಹಿಡಿದುಕೊಂಡು ಉಸಿರು ಸುಧಾರಿಸಿಕೊಳ್ಳಲು ಯತ್ನಿಸಿದ ಶ್ಯಾನುಭೋಗರಿಗೆ ಮಾತುಗಳು ಕೇಳಿಸುತ್ತಿದ್ದವೇ ಹೊರತು ಅರ್ಥವಾಗುತ್ತಿರಲಿಲ್ಲ. ಅಳುಕುವ ಹೆಜ್ಜೆಗಳನ್ನು ಪ್ರಯಾಸದಿಂದ ಬದಲಿಸುತ್ತಾ ಆಫೀಸು ಕೋಣೆಯ ಬಾಗಿಲ ಬಳಿಗೆ ತಲುಪುವಷ್ಟರಲ್ಲಿ, ಕೋಣೆಯೊಳಗಿನ ಗಟ್ಟಿ ಮಾತುಗಳು ಇದ್ದಕ್ಕಿದ್ದಂತೆ ಮೌನವಾದವು. ಶ್ಯಾನುಭೋಗರು ಮತ್ತಷ್ಟು ಇಳಿದುಹೋದರು. ಮುಂದಕ್ಕೆ ಹೋಗುವುದೇ ಬೇಡವೇ ಎಂಬ ಗೊಂದಲಕ್ಕೊಳಗಾದರು.

ಅಷ್ಟರಲ್ಲಿ ಬಾಗಿಲು ದಾಟಿ ಹೊರ ಬಂದ ಹೆಡ್‌ಮಾಸ್ಟರ್ ನಾರಾಯಣ ಭಟ್ಟರು, ಸಂಭ್ರಮದಿಂದ ಕಣ್ಣರಳಿಸಿ ನಗುತ್ತಾ, 'ಬನ್ನಿ ಶ್ಯಾನುಭೋಗರೆ, ನೀವು ಬಂದದ್ದು ಬಹಳ ಒಳ್ಳೆಯದಾಯಿತು; ಬನ್ನಿ' ಎದು ಸ್ವಾಗತಿಸಿದಾಗ ಶ್ಯಾನುಭೋಗರಿಗೆ ಅಚ್ಚರಿಗೆಯಿಂದ ಮಾತೇ ಹೊರಡಲಿಲ್ಲ; ನಿಧಾನವಾಗಿ ಒಳಗೆ ಸರಿದರು.

'ಬರಬೇಕು ನಿಡ್ವಣ್ಣಾರ್ರು. ನಾನು ಆಗದಿಂದ್ಲೇ ನಿಮ್ಮನ್ನು ನೆನಪಿಸಿಕೊಳ್ತಾ ಇದ್ದೆ; ನೀವು ಈಗ ಬಾರದಿರ್ತಿದ್ರೆ ನಾನೇ ನಿಮ್ಮ ಮನೆಗೆ ಬಂದು ಹೋಗುವವನಿದ್ದೆ' ಎನ್ನುತ್ತಾ ಪಂಚಾಯತು ಉಪಾಧ್ಯಕ್ಷರೂ, ಜಮಾತಿನ ಅಧ್ಯಕ್ಷರೂ ಆಗಿರುವ ಸುಲೇಮಾನ್ ಸಾಹೇಬರು, ಕುರ್ಚಿಯಿಂದೆದ್ದು ಪಕ್ಕದ ಮರದ ಬೆಂಚಿನ ಮೇಲೆ ಕುಳಿತಿದ್ದ, ಪುತ್ತುಮೋಣುವನ್ನು ಎಬ್ಬಿಸಿ, ತಾನಲ್ಲಿ ಕುಳಿತುಕೊಂಡು ಶ್ಯಾನುಭೋಗರಿಗೆ ಕುರ್ಚಿಯನ್ನು ಒದಗಿಸಿದಾಗ ಕರೀಂ ಖಾನರ ತುಟಿಗಳ ಸಂದಿಯಲ್ಲಿ ತುಂಟ ನಗು ಮತ್ತೊಮ್ಮೆ ಇಣುಕಿತು. ಗಲಿಬಿಲಿಗೊಂಡ ಶ್ಯಾನುಭೋಗರು ಕುರ್ಚಿಯಲ್ಲಿ ಕುಳಿತು ತನ್ನ ಸುತ್ತ ಕುಳಿತವರನ್ನು ಪರಿಚಯಿಸಿಕೊಳ್ಳಲೆತ್ನಿಸಿದರು. ಒಬ್ಬರು ಮದ್ರಸದ ಉಸ್ತಾದರು; ಮತ್ತೊಬ್ಬ ಹೊಸಬ, ಪ್ಯಾಂಟು ಧರಿಸಿದವನು.

'ಇವನು ತನ್ನ ತಂಗಿಯ ಮಗ.' ಕರೀಂ ಖಾನರು ಪರಿಚಯಿಸಿದರು. 'ಈವತ್ತು ನಾವೆಲ್ಲ ಇಲ್ಲಿಗೆ ಬರಲೂ ಇವನೇ ಕಾರಣ. ಮೊನ್ನೆ ನಮ್ಮ ಮಾಸ್ಟ್ರು ನಮ್ಮ ಅಂಗಡಿಗೆ ಬಂದು ಹೋದ ಮರುದಿನ ಇವ್ನು ಬಂದಿದ್ದ. ಎರಡೇ ದಿನಕ್ಕಂತ ಬಂದಿದ್ದವನು ನಮ್ಮ ಮಾಸ್ಟ್ರ ಕತೆ ಕೇಳಿ ಈವತ್ತಿನ ತನಕ ನಿಂತುಬಿಟ್ಟ. ಇವನು ಕಣ್ಣಾನೂರಿನಲ್ಲಿ ಡಾಕ್ಟ್ರಾಗಿದ್ದಾನೆ' ಎಂದಾಗ ಶ್ಯಾನುಭೋಗರು ಖಾನರ ಮಾತಿಗೆ ಏನರ್ಥವೆಂಬುದನ್ನು ಊಹಿಸುತ್ತಾ ಮಿಕಿಮಿಕಿ ನೋಡಿದರು.

ಶ್ಯಾನುಭೋಗರ ಒದ್ದಾಟ ಸುಲೇಮಾನ್ ಸಾಹೇಬರಿಗೆ ಗೊತ್ತಾಗಿ ಹೋಯಿತು. 'ನೀವೆಂಥ ಜನ ಖಾನ್ರೇ?' ಎಂದು ನಡುವೆ ಬಾಯಿ ಹಾಕಿದ ಸಾಹೇಬರು, 'ನೀವು ನಿಮ್ಮ ಒಗಟಿನ ಭಾಷೆಯಲ್ಲಿ ಹೇಳಿದ್ರೆ ನಮ್ಮ ನಿಡ್ವಣ್ಣಾರ್ರಿಗೆ ಅರ್ಥವಾಗ್ಲಿಕ್ಕೆ ಅದೇನು ದರ್ಕಾಸು ಅರ್ಜಿಯಾ? ಹ್ಹ....ಹ್ಹಾ....' ಎಂದು ನಗುತ್ತಾ, 'ನೋಡಿ ನಿಡ್ವಣ್ಣಾರ್ರೇ, ನಮ್ಮ ಸಾರಮ್ಮನ ಮಗ ಕಾಸಿಂ ಇದ್ದಾನಲ್ಲ; ಅವನು ಇನ್ನು ಮೇಲೆ ಶಾಲೆ ಇರುವ ದಿವ್ಸ ಕುರಾನು ಓದಲು ಬೆಳಗ್ಗಿನ ಹೊತ್ತು ಮದ್ರಸಕ್ಕೆ ಬರುವ ಅಗತ್ಯವಿಲ್ಲ. ಅದರ ಬದ್ಲು ಶಾಲೆಯ ಪರೀಕ್ಷೆ ರಜೆಯಲ್ಲಿ ಎರಡೆರಡು ಗಂಟೆ ಹೆಚ್ಚು ಓದಿಸಲು ನಮ್ಮ ಉಸ್ತಾದ್ ಒಪ್ಪಿಕೊಂಡಿದ್ದಾರೆ' ಎಂದರು.

ಸುಲೇಮಾನ್ ಸಾಹೇಬರ ವಿವರಣೆಯ ತಲೆ ಬುಡವೂ ಶ್ಯಾನುಭೋಗರಿಗೆ ಗೊತ್ತಾಗಲಿಲ್ಲ. 'ಅದರಲ್ಲಿ ಅಂಥದ್ದೇನುಂಟು ವಿಶೇಷ?' ಎಂದು ಪ್ರಶ್ನಿಸಬೇಕೆಂದು ಯೋಚಿಸುತ್ತಿರುವಂತೆಯೇ, ಕಿಟಕಿಯ ಬಳಿಯ ಕುರ್ಚಿಯಲ್ಲಿ ಕುಳಿತಿದ್ದ ಮದ್ರಸದ ಉಸ್ತಾದರು ತಮ್ಮ ಗಡ್ಡದಲ್ಲಿ ಬೆರಳಾಡಿಸುತ್ತಾ, 'ಅಷ್ಟು ಮಾತ್ರವಲ್ಲ; ಅಲ್ಲಾಹು ಇಷ್ಟಪಟ್ರೆ, ಇನ್ನು ಮುಂದೆ ಯಾರೆಲ್ಲ ಮಕ್ಕಳು ಈ ಶಾಲೆಗೆ ಬರಲು ತಯಾರಿದ್ದಾರೋ, ಅವರಿಗೆಲ್ಲ ಈ ರಿಯಾಯಿತಿ ಕೊಡಲು ಜಮಾತು ತೀರ್ಮಾನ ಮಾಡಿದೆ' ಎಂದು ಶ್ಯಾನುಭೋಗರಿಗೆ ಮತ್ತಷ್ಟು ಮಾಹಿತಿ ನೀಡಿದಾಗ, ಶ್ಯಾನುಭೋಗರ ತಲೆ ಹನ್ನೆರಡಾಣೆಯಾಗಿ ಹೋಯಿತು.

ಒಟ್ಟಿನಲ್ಲಿ ಮಾಸ್ತರಿಗೆ ಅಪಾಯವಿಲ್ಲ ಎಂಬುದಂತೂ ಖಾತ್ರಿಯಾಗಿತ್ತು. ಏನಾದರೂ ಪ್ರತಿಕ್ರಿಯೆ ಹೇಳಲೇಬೇಕು ಎಂಬ ಹಟದಲ್ಲಿ ಶ್ಯಾನುಭೋಗರು, 'ಏನು ಬೇಕಾದ್ರೂ ಮಾಡಿಕೊಳ್ಳಿರಿ. ಒಬ್ರಿಂದ ಇನ್ನೊಬ್ರಿಗೆ ತೊಂದರೆಯಾಗದಿದ್ರೆ ಸಾಕು' ಎನ್ನುತ್ತಾ ಸುಲೇಮಾನ್ ಸಾಹೇಬರತ್ತ ಮಾರ್ಮಿಕ ನೋಟ ಬೀರಿದ್ದರು. ಶ್ಯಾನುಭೋಗರ ಮಾತಿನಲ್ಲಡಗಿದ ಗುಟ್ಟನ್ನು ತಕ್ಷಣ ಗ್ರಹಿಸಿದ ಸಾಹೇಬರು, 'ಎಲ್ಲಕ್ಕೂ ಕಾರಣ ಈ ಪುತ್ತುಮೋಣು' ಎಂದೆನ್ನಬೇಕೆಂದು ಆತ ಕುಳಿತಿದ್ದ ಜಾಗದತ್ತ ಕತ್ತು ತಿರುವಿದಾಗ ಪುತ್ತುಮೋಣು ಮಾಯವಾಗಿದ್ದ! ಅಚ್ಚರಿಯ ಜತೆ ಸಿಟ್ಟು ನೆತ್ತಿಗೇರಿತ್ತು. 'ಎಲ್ಲಿ ಹೋದ ಆ ಪುತ್ತುಮೋಣು?!' ಎಂದು ಸಾಹೇಬರು ಗಟ್ಟಿಯಾಗಿಯೇ ಪ್ರಶ್ನಿಸಿದಾಗ, ಕರೀಂ ಖಾನರು ನಸುನಗುತ್ತಾ ಹೇಳಿದ್ದರು, 'ನಿನ್ನ ಲೆಕ್ಕದಲ್ಲಿ ಒಂದು ಆರು ಚಾ ತರಲು ನಾನೇ ಕಳಿಸಿದೆ.' ಖಾನರ ಮಾತು ಸುಲೇಮಾನ್ ಸಾಹೇಬರಿಗೂ ನಗು ತರಿಸಿತ್ತು; 'ಹೊಹ್ಹೊಹ್ಹೋ....' ಎಂದು ಬಾಯಿ ತುಂಬಾ ನಕ್ಕರು.

○

ಸ್ವಾತಂತ್ರ್ಯದ ಓಟ

ಸ್ವಾತಂತ್ರ್ಯದ ಸ್ವರ್ಣಮಹೋತ್ಸವದಂದು ಮುತ್ತುಪ್ಪಾಡಿ ಜ್ಯೂನಿಯರ್ ಕಾಲೇಜಿನ ಹಳೆ ವಿದ್ಯಾರ್ಥಿ ಸಂಘದವರು ಏರ್ಪಡಿಸಿದ್ದ 'ಸ್ವಾತಂತ್ರ್ಯದ ಓಟ' ಕಾರ್ಯಕ್ರಮದ ಸಮಾರೋಪ ಭಾಷಣ ಮಾಡಿ, ಉಡುಪಿಗೆ ಮರಳುವ ಸಲುವಾಗಿ ಬಸ್‌ಸ್ಟ್ಯಾಂಡಿನತ್ತ ಹೊರಟಿದ್ದ ನನ್ನನ್ನು, ಬಹಳಷ್ಟು ಒತ್ತಾಯಿಸಿ ತಮ್ಮ ಮನೆಗೆ ಕರೆದುಕೊಂಡು ಹೋಗಿದ್ದ 'ಚಾಂದಜ್ಜ' ನನಗೆ ಈ ಕತೆ ಹೇಳಿದ್ದರು. ತಾವು ಬದುಕಿರುವವರೆಗೂ ಈ ಸಂಗತಿಗಳನ್ನು ಯಾರಿಗೂ ಹೇಳಬಾರದು ಎಂಬುದಾಗಿ ನನ್ನಿಂದ ಆಣೆ-ಭಾಷೆ ತೆಗೆದುಕೊಂಡಿದ್ದ ಅವರು ಕಳೆದವಾರ ತೀರಿಕೊಂಡರು.

* * *

'ವಂದೇ ಮಾತರಂ'

'ನೀವೆಲ್ಲರೂ ನಿಮ್ಮ ಮಾತೃಭೂಮಿಯಲ್ಲಿ ಸರ್ವತಂತ್ರ ಸ್ವತಂತ್ರರಿದ್ದೀರಿ. ಇನ್ನು ಮುಂದೆ ನೀವು ಯಾರಿಗೂ ಭಯಪಡುವ ಅಗತ್ಯವಿಲ್ಲ. ನಿಮ್ಮೆಲ್ಲರ ಕಷ್ಟದ ದಿನಗಳು ಪ್ರಾತಃಕಾಲದ ಮಂಜಿನಂತೆ ಕರಗಿಹೋಗಲಿವೆ. ಬೋಲೋ ಭಾರತ್ ಮಾತಾಕೀ....'

ಬೆಳಗ್ಗಿನ ರೊಟ್ಟಿ ಹಂಚುವ ಕ್ರಿಯೆಗೆ ಮುನ್ನುಡಿಯೆಂಬಂತೆ, ಕಳೆದ ಹದಿನೇಳು ದಿನಗಳಲ್ಲೂ ಎತ್ತರದ ಮಣ್ಣಿನ ದಿಣ್ಣೆಯೇರಿ ನಿಂತು ಕೀರಲು ಧ್ವನಿಯಲ್ಲಿ 'ಉದ್ಘೋಷಿಸು'ತ್ತಿದ್ದ ಕನ್ನಡಕಧಾರಿ ಮುದುಕ, ಇಂದು ಕೂಡಾ ತನಗೆ ವಹಿಸಲಾಗಿದ್ದ ಕೆಲಸವನ್ನು ಅತ್ಯಂತ ನಿಷ್ಠೆಯಿಂದ ಪೂರೈಸುತ್ತಿದ್ದ.

ದೆಹಲಿಯ ನಿಜಾಮುದ್ದೀನ್ ದರ್ಗಾದಿಂದ ನಾಲ್ಕು ಮೈಲು ಪೂರ್ವಕ್ಕಿದ್ದ ಬಟ್ಟೆ ಗಿರಣಿಯ ಆವರಣದಲ್ಲಿ ಸಿರಿವಂತ ದೇಶಪ್ರೇಮಿಯೊಬ್ಬರು ತೆರೆದಿದ್ದ 'ನಿರಾಶ್ರಿತ ಶಿಬಿರ'ದಲ್ಲಿ ಬೆಳಗ್ಗಿನ 'ದಾಲ್ ರೋಟಿ'ಗಾಗಿ ಆರು ಸಾಲುಗಳಲ್ಲಿ ನಿಂತಿದ್ದ ಎಲ್ಲರೂ ಒಕ್ಕೊರಲಿನಿಂದ ದನಿಗೂಡಿಸಿದವು.

'ಜೈ...'

'ವಂದೇ....'

'ಮಾತರಂ....'

ಬಳಿಕ ರೊಟ್ಟಿಗಳನ್ನು ಹಂಚತೊಡಗಿದರು.

ನಾಲ್ಕನೆಯ ಸಾಲಿನಲ್ಲಿ ಮೊಹಿಂದರ್ ಕೌರಳ ಬೆನ್ನಿಗಂಟಿಕೊಂಡು ನಿಂತಿದ್ದ 'ಚಾಂದ್ ಆಲಿಯ' ಕಣ್ಣುಗಳಲ್ಲಿ ನಿನ್ನೆಯವರೆಗೂ ಗೂಡುಕಟ್ಟಿದ್ದ ಸಾವಿನ ಹಕ್ಕಿ ಹಾರಿ ಹೋಗಿರುವುದನ್ನು ಪಕ್ಕದಲ್ಲೇ ನಿಂತಿದ್ದ ತನ್ವೀರ್ ಕೌರ್ ಗುರುತಿಸಿಬಿಟ್ಟಿದ್ದಳು.

ಅವಳಿಗೂ ಅಷ್ಟೆ;

ಇನ್ನೊಂದೆರಡು ತಾಸುಗಳಲ್ಲಿ ಸಾವಿನ ಮನೆಯಿಂದ ಪಾರಾಗಿ, ಅಪರಿಚಿತ ಊರೊಂದರಲ್ಲಿ ಸ್ವತಂತ್ರವಾಗಿ ಬದುಕು ಮುಂದುವರೆಸುವ ಕಲ್ಪನೆಯೇ ಅವಳೆದೆಯೊಳಗೆ ಕಚಗುಳಿಯಿಡುತ್ತಿತ್ತು.

ಯಾವ ಊರು?

ಎಷ್ಟು ದೂರ?

ಎಷ್ಟು ದಿನಗಳು?

ಬಾಡಿಗೆಯ ಮನೆಯಲ್ಲಿರುವುದೆ?

ಎಲ್ಲವೂ ಬರಿಯ ಪ್ರಶ್ನೆಗಳು ಮಾತ್ರ.

ಚಾಂದ್ ಆಲಿಗೆ ಉತ್ತರ ಗೊತ್ತಿರಬಹುದೆ?

ಗೊತ್ತಿಲ್ಲ.

ಕಳೆದ ಹದಿನೇಳು ದಿನಗಳಲ್ಲೂ ಚಾಂದ್ ಆಲಿ ತಲೆಯೆತ್ತಿ, ಆಕಾಶ ನೋಡಿದ್ದಿರಲಾರ. ಗಟ್ಟಿಯಾಗಿ ಮಾತನಾಡಿದ್ದಿರಲಾರ.

ಶಿಬಿರವಾಸಿಗಳ ಕಣ್ಣಿಗೆ ಕ್ಷಣ ಮಾತ್ರವೂ ಬಿಂಬವಾಗದಂತೆ ತಲೆ ತಗ್ಗಿಸಿಯೇ ನೇರಳೆ ಮರದ ಮರೆಯಲ್ಲಿ ಕುಳಿತಿರುತ್ತಿದ್ದ; ಅಥವಾ ಮೊಹಿಂದರಳ ಬೆನ್ನಹಿಂದೆ ಬಚ್ಚಿಟ್ಟುಕೊಳ್ಳುತ್ತಿದ್ದ.

ಚಾಂದ್ ಆಲಿಯ ಆತಂಕದ ಬೀಜ ತಾನು ಎಂಬ ಕೊರಗು ತನ್ವೀರಳನ್ನು ಕ್ಯಾಂಪಿಗೆ ಕಾಲಿರಿಸಿದ ಕ್ಷಣದಿಂದಲೇ ಹಿಂಸಿಸುತ್ತಿತ್ತು.

ಆದರೆ,

ಮೊಹಿಂದರ್ ಅಷ್ಟೆಲ್ಲ ಒತ್ತಾಯಿಸಿದಾಗಲೂ, ಲಾರಿಯೇರಿ ಶಿಬಿರದವರೆಗೆ ಜತೆಯಾಗಲು ನಿರಾಕರಿಸಿದ ಚಾಂದ್ ಆಲಿ, ತನ್ನ ಮಾತಿಗೇಕೆ ಒಪ್ಪಿಕೊಂಡ?

ಛೆ! ಅವನು ಒಪ್ಪಿಕೊಂಡಿರದೇ ಇದ್ದರೆ ಚೆನ್ನಾಗಿತ್ತು. ಅವನಾದರೂ ಸುಖವಾಗಿರುತ್ತಿದ್ದ.

ತಾವು ಏರಿದ್ದ ಲಾರಿ ಪಾಕಿಸ್ತಾನದ ಗಡಿ ದಾಟಿ ನೇರವಾಗಿ ಹಿಂದುಸ್ತಾನದ ಎದೆಯೊಳಗೇ ನುಗ್ಗಲಿದೆಯೆಂಬುದು ಚಾಂದ್ ಆಲಿಗೂ ಗೊತ್ತಿದ್ದಿರಲಿಲ್ಲ. ಮೊಹಿಂದರ್ ಭಾಬಿಯ ಜತೆ ತನ್ವೀರಳನ್ನೂ 'ಬಹವಾಲಪುರ' ಸಬ್‌ಡಿವಿಜನ್ ಕಚೇರಿ ಪಕ್ಕದ ಕ್ಯಾಂಪಿಗೆ ತಲುಪಿಸಿ ಮರಳುವುದಷ್ಟೆ ಅವನ ಯೋಚನೆಯಾಗಿ ಇದ್ದದ್ದು. ಅಲ್ಲಿಂದ ಅವರನ್ನೆಲ್ಲ ಪಾಕಿಸ್ತಾನದ ಸರಕಾರವೇ ರೈಲುಗಳ ಮೂಲಕ ಹಿಂದುಸ್ತಾನಕ್ಕೆ ಕಳುಹಿಸಲಿರುವುದು ಅವನಿಗೆ ತಿಳಿದಿತ್ತು. ಅಕ್ಕ ತಂಗಿಯರಿಬ್ಬರೂ ಚಾಂದ್ ಆಲಿಯಿಂದ ನಿರೀಕ್ಷಿಸಿದ್ದ ಸಹಾಯವೂ ಅಷ್ಟು ಮಾತ್ರ.

ಹಳದಿ ಬೆಳಕಿನ ಕೋಲುಗಳೆರಡನ್ನು ಕಪ್ಪು ರಾತ್ರಿಯೊಳಕ್ಕೆ ಸಮಾನಾಂತರವಾಗಿ ತೂರಿಸುತ್ತಾ ಧಾವಿಸುತ್ತಿದ್ದ ಲಾರಿ, ಅರ್ಧ ತಾಸು ಕಳೆದರೂ ಉಸಿರು ನಿಲ್ಲಿಸುವ ಸೂಚನೆ ತೋರಿಸದಿದ್ದಾಗ, ಗಾಬರಿಗೊಂಡ ಚಾಂದ್ ಆಲಿ, ಪಕ್ಕದಲ್ಲಿ ನಿಂತು ತನ್ನೊಳಗೇ ಮಾತನಾಡಿಕೊಳ್ಳುತ್ತಿದ್ದ ತನ್ನದೇ ವಯಸ್ಸಿನ ತರುಣನನ್ನು ಪ್ರಶ್ನಿಸಿದ್ದ.

'ನಾವು ಕ್ಯಾಂಪಿಗೆ ಹೋಗುತ್ತಿದ್ದೇವೆಯಲ್ಲವೇ?'

'ನಿನಗೇಕೆ ಅನುಮಾನ?' ಅವನೂ ಪ್ರಶ್ನೆಯಿಂದಲೇ ಉತ್ತರಿಸಿದ್ದ.

'ಕ್ಯಾಂಪು ಇರುವುದು ಸಬ್‌ಡಿವಿಜನ್ ಕಚೇರಿ ಬಳಿಯಲ್ಲವೆ? ಈ ಲಾರಿ...?'

'ಅರೆ ಭಾಯಿ, ನೀನು ಬಹಳ ಅದೃಷ್ಟವಂತನಿರುವಿ. ನೀನು ಮಾತ್ರವಲ್ಲ. ಈ ಲಾರಿಯಲ್ಲಿರುವ ನಾವೆಲ್ಲರೂ ಅದೃಷ್ಟವಂತರೇ ಆಗಿದ್ದೇವೆ. ನಾವು ಯಾರೂ ಲೋಕಲ್ ಕ್ಯಾಂಪ್ ಸೇರಿ, ಆ ಬಳಿಕ ಹಿಂದೂಸ್ತಾನಕ್ಕೆ ಹೋಗಲೆಂದು ಈ ಪಾಕಿಸ್ತಾನ ಸರಕಾರದ ಕೃಪೆಗೆ ಋಣಿಯಾಗುವ ಅಗತ್ಯವಿಲ್ಲ. ನಾವು ನೇರವಾಗಿ ದೆಹಲಿಗೇ ಹೋಗುತ್ತಿದ್ದೇವೆ. ದೇವರು ನಮ್ಮನ್ನು ಪೂರ್ತಿಯಾಗಿ ಮರೆತಿಲ್ಲ ಎಂಬುದಕ್ಕೆ ಈ ಲಾರಿಯೇ ಸಾಕ್ಷಿ. 'ಟ್ರಿಬ್ಯೂನ್' ಪತ್ರಿಕೆಯ ಕುಟುಂಬದವರಿಗಾಗಿ ಹೊರಡಿಸಲಾದ ವಿಶೇಷ ವಾಹನ ಇದು. ನಮ್ಮ ಅದೃಷ್ಟದಿಂದ ನಮಗೂ ಇದರಲ್ಲಿ ಪ್ರಯಾಣಿಸುವ ಅವಕಾಶ ಸಿಕ್ಕಿದೆ. ನಾಳೆ ಸಂಜೆಯ ಹೊತ್ತಿಗೆ ನಾವೆಲ್ಲ ದೆಹಲಿಯಲ್ಲಿರುತ್ತೇವೆ. ಗೊತ್ತಾಯಿತಾ ಸೋದರಾ?'

ಚಾಂದ್ ಆಲಿಗೆ ಸಿಡಿಲೆರಗಿದಂತಾಯಿತು.

ತಾನೀನು ಏನು ಮಾಡುವುದು?

ಲಾರಿಯಿಂದ ಹೊರ ಜಿಗಿಯಲೆ?

ಗಟ್ಟಿಯಾಗಿ ಚೀರಿ ಹೇಳಲೆ?

'ನಾನು ಚಾಂದ್ ಆಲಿ. ನಾನು ನಿಮ್ಮ ಹಾಗೆ ಭಾರತಕ್ಕೆ ಹೋಗಬೇಕಾಗಿಲ್ಲ. ನಾನು ಹುಟ್ಟಿ ಬೆಳೆದ 'ಮಂಡಾವಾಳಿ' ಮೊಹಲ್ಲಾದಲ್ಲಿಯೇ ಬದುಕುವ ಅರ್ಹತೆ ಪಡೆದಿದ್ದೇನೆ.'

ಮಾತಿಗೆ ತೊಡಗಿದ್ದ ಯುವಕ ವಿರಮಿಸಲು ತಿಳಿಯದವನಂತೆ, ಚಾಂದ್‌ಆಲಿಯ ಭುಜ ತಟ್ಟುತ್ತಾ ಮಾತನಾಡುತ್ತಲೇ ಇದ್ದ.

'ನಿನ್ನ ಹಾಗೆ ಗಟ್ಟಿ ಇರುವ ಒಂದು ಹತ್ತು ಯುವಕರು ನನ್ನ ಜತೆ ಇರಬೇಕಾಗಿತ್ತು. ಊರಿನ ಗಟಾರಗಳಿಗೆಲ್ಲ ಅವರ ಹೆಣಗಳನ್ನು ತುಂಬಿಸಿಬಿಡುತ್ತಿದ್ದೆ. ನನ್ನ ಮಾತನ್ನು ಯಾರೂ ಇಷ್ಟಪಡಲಿಲ್ಲ. ನನಗೆ ಮೂರು ತಿಂಗಳ ಹಿಂದೆಯೇ ಅನುಮಾನವಾಗಿತ್ತು. ನಾವೆಲ್ಲ ಸರಿಯಾದ ತಯಾರಿ ಮಾಡಿಕೊಳ್ಳದೆ ಮೋಸ ಹೋದೆವು. ಓಡಿ ಬರುವುದೇ ಆಗಿದ್ದರೂ ಒಂದಷ್ಟು ತಲೆಗಳನ್ನು ಉರುಳಿಸಿಯೇ ಬರಬಹುದಾಗಿತ್ತು. ಈಗ ನೋಡು. ಎಲ್ಲವನ್ನೂ...., ನಾವು ಊಟ ಮಾಡುತ್ತಿದ್ದ ತಟ್ಟೆಯನ್ನೂ ಅವರಿಗೊಪ್ಪಿಸಿ ಹೇಡಿಗಳಂತೆ ಓಡಿಹೋಗುತ್ತಿರುವ ನಮಗೆ, ನಾವು ಎಲ್ಲಿಗೆ ಹೋಗಿ ಏನು ಮಾಡಲಿದ್ದೇವೆ ಎಂಬುದಾದರೂ ಗೊತ್ತಿದೆಯಾ?

'ನಾನು ಸುಮ್ಮನಿರುವವನಲ್ಲ. ನಾವು ಹೋಗುವ ಊರುಗಳಲ್ಲಿ ಅವರ ಒಬ್ಬರಾದರೂ ಇರುವುದಿಲ್ಲವೆ? ನಾನು ಪ್ರತಿಜ್ಞೆ ಮಾಡಿದ್ದೇನೆ, ನಾನು ಸಾಯುವವರೆಗೂ ಅವರ ರಕ್ತ ಕುಡಿಯುತ್ತಲೇ ಇರುವೆ. ನೀನು ನನ್ನ ಜತೆ ಇರಬೇಕಾಗಿತ್ತು....ಛೆ!'

ಚಾಂದ್ ಆಲಿಯ ಗಂಟಲ ಪಸೆ ಆರಿಹೋಗಿತ್ತು.

ದೇಹದ ರಕ್ತ ತಣ್ಣಗಾಗಲಾರಂಭಿಸಿತು.

ಲಾರಿಯ ಕುಲುಕಾಟಕ್ಕೆ ಉತ್ತರವೆಂಬಂತೆ ಬಲಗಾಲಿನ ಮೀನಖಂಡಕ್ಕೆ ಒತ್ತುತ್ತಿರುವ ಭುಜ ಯಾರದಿದ್ದಿರಬಹುದು? ಮೊಹಿಂದರ್ ಭಾಬಿಯದ್ದೇ ಅಥವಾ ತನ್ವೀರಳದ್ದೇ?

ನಕ್ಷತ್ರಗಳೂ ಇಲ್ಲದ ರಾತ್ರಿಯಲ್ಲಿ ಲಾರಿಯ ಬೆನ್ನ ಮೇಲೆ ಮರದ ಹಲಗೆಯನ್ನು ಬಲವಾಗಿ ಹಿಡಿದುಕೊಂಡು, ಹಿಂದಕ್ಕೋಡುತ್ತಿರುವ ಕಪ್ಪು ಹೊಲಗಳನ್ನು ಗುರುತಿಸಲೂ ಆಗದೆ ಗಲಿಬಿಲಿಗೊಳ್ಳುತ್ತಿದ್ದ ಚಾಂದ್ ಆಲಿ, ಒಂದರೆ ಕ್ಷಣ ಹಿಂತಿರುಗಿ ಕಾಲಬುಡದತ್ತ ಕಣ್ಣು ಇಳಿಸಬೇಕೆಂದು ಯೋಚಿಸಿದ್ದವನು ಭಯಪಟ್ಟು ಹಾಗೆಯೇ ನಿಂತುಬಿಟ್ಟ.

ಪಕ್ಕದಲ್ಲಿ ಮೈಮೇಲೆ ಬೀಳುವಂತೆಯೇ ನಿಂತಿದ್ದ ಯುವಕ ಚಾಂದ್ ಆಲಿಯನ್ನು ಮಾತಿಗೆಳೆಯುತ್ತಲೇ ಇದ. 'ಹೌದು... ನಿಮ್ಮ ಮಾತು ನಿಜ' ಎಂದಷ್ಟೇ ಸ್ವರ ಹುಟ್ಟಿಸುತ್ತಿದ್ದ ಚಾಂದ್‌ಆಲಿ, ಯುವಕನ ಜತೆ ಮಾತು ಬೆಳೆಯದಂತೆ ಜಾಗ್ರತೆ ವಹಿಸುತ್ತಿದ್ದ. ಮಾತಿನ ನಡುವೆ ಹೆಸರು ವಿಚಾರಿಸಿದರೆ? ಹೆಸರೇನೋ ಒಂದು ಹೇಳಬಹುದು. ಕಾಲ ಬಳಿ ಕುಳಿತವರು ಯಾರು ಎಂದು ಪ್ರಶ್ನಿಸಿದರೆ? ಅದಕ್ಕೂ ಏನಾದರೊಂದು ಸುಳ್ಳು ಉತ್ತರ ಹೊಸೆಯಬಹುದು. ಆದರೆ ಎಷ್ಟು ಹೊತ್ತು ಸುಳ್ಳಿನ ಬಲೆ ನೇಯಲು ಸಾಧ್ಯ? ತಾನು ಮುಸಲ್ಮಾನ ಎಂಬುದು ತಿಳಿದ ಕೂಡಲೇ ಲಾರಿಯಲ್ಲಿರುವ ಎಲ್ಲರೂ, ಮೊಹಿಂದರ್ ಭಾಬಿ ಮತ್ತು ತನ್ವೀರಳನ್ನು ಹೊರತುಪಡಿಸಿ, ತನ್ನನ್ನು ಉಗುರುಗಳಿಂದ ಪರಚಿಯೇ ಕೊಂದು ಹಾಕುವುದರಲ್ಲಿ ಯಾವ ಅನುಮಾನವೂ ಇಲ್ಲ.

ತಿಂಗಳೊಂದರ ಹಿಂದೆ ಗಲಭೆ ಸ್ಫೋಟಿಸಿರುವ ಸುದ್ದಿ ಮೊಹಲ್ಲಾ ಪ್ರವೇಶಿಸಿದಾಗ ಚಾಂದ್ ಆಲಿಗೆ ಅರ್ಥವಾಗಿದ್ದದ್ದು ಇಷ್ಟು;

ಒಂದಾಗಿದ್ದ ದೇಶ ಈಗ ಎರಡಾಗಿದೆ.

ದೇಶವನ್ನು ಬ್ರಿಟಿಷರು ಎರಡು ತುಂಡು ಮಾಡಿ ಸಣ್ಣ ತುಂಡನ್ನು ಜಿನ್ನಾರಿಗೂ, ದೊಡ್ಡ ತುಂಡನ್ನು ನೆಹರೂರವರಿಗೂ ಹಂಚಿಕೊಟ್ಟಿದ್ದಾರೆ.

ಯಾವ ದೇಶದಲ್ಲಿ ಯಾರು ಇರಬೇಕು ಎಂಬುದನ್ನು ಅವರು ತೀರ್ಮಾನಿಸಿದ್ದಾರೆ. ಜನರನ್ನು 'ಅದಲು ಬದಲು' ಮಾಡಲು ಆರಂಭಿಸಿದ್ದಾರೆ.

ಈ ಅದಲು ಬದಲು ಕ್ರಮವನ್ನು ವಿರೋಧಿಸುವವರು ದಂಗೆ ಎದ್ದಿದ್ದಾರೆ. ಜನರನ್ನು ಸುರಕ್ಷಿತ ಪ್ರದೇಶಗಳಿಗೆ ತಲುಪಿಸಲು ಎರಡೂ ಸರಕಾರಗಳೂ ಹಗಲೂ ರಾತ್ರಿ ಪ್ರಯತ್ನಿಸುತ್ತಿವೆ. ಗಡಿ ಪ್ರದೇಶಗಳಲ್ಲಿ ಸರಕಾರಗಳು ನಿರಾಶ್ರಿತರಿಗಾಗಿ 'ಕ್ಯಾಂಪ್'ಗಳನ್ನು ತೆರೆದು 'ಅದಲು ಬದಲು' ಕ್ರಮವನ್ನು ಸುಗಮಗೊಳಿಸುತ್ತಲಿವೆ.

ಅಲ್ಲಾಹುವಿನ ದಯೆಯಿಂದ ತಾನು ಇದ್ದಲ್ಲಿಯೇ ಇರುವ ಅರ್ಹತೆ ಪಡೆದವನಾಗಿರುತ್ತೇನೆ.

ರೋಷನ್ ಚಿಕ್ಕಪ್ಪ ಇದ್ದಕ್ಕಿದ್ದ ಹಾಗೆಯೇ ಮೊಹಲ್ಲಾದ ನಾಯಕ ಆಗಿಬಿಟ್ಟಿದ್ದರು. ಭಾರತದಿಂದ ನಿರಾಶ್ರಿತರಾಗಿ ಬರುತ್ತಿರುವ ಮುಸಲ್ಮಾನ ಬಂಧುಗಳಿಗೆ ವಾಸಕ್ಕಾಗಿ ಮನೆ ತೆರವು ಮಾಡಿಸುವ ಹೊಣೆ ಅವರದಾಗಿತ್ತು. ತಮ್ಮ ಸ್ವಂತ ಮನೆಯನ್ನು ಅತಿಥಿಗಳಿಗಾಗಿ ತೆರವು ಮಾಡಿದ್ದ ರೋಷನ್ ಚಿಕ್ಕಪ್ಪ, ವಾರದ ಹಿಂದೆಯಷ್ಟೇ ಸುಖದೇವ ಸಿಂಗರದಾಗಿದ್ದ 'ಲಾಲ್ ಹವೇಲಿ'ಗೆ ತಮ್ಮ ಸಂಸಾರಸಹಿತ ವಲಸೆ ಹೋಗಿದ್ದರು.

ಈ ಅದಲು ಬದಲಿನ ಕ್ರಮದಿಂದಾಗಿ ಚಾಂದ್ ಆಲಿಗೂ ಲಾಭ ಆಗುವುದಿತ್ತು. ಅಪ್ಪ ಅಮ್ಮನನ್ನು ಕಂಡ ನೆನಪೇ ಇಲ್ಲದಿರುವ ಚಾಂದ್ ಆಲಿಗೆ ಕಳೆದ ಇಪ್ಪತ್ತು

ವರ್ಷಗಳಿಂದಲೂ ಚಿಕ್ಕಪ್ಪನದೇ ಆಶ್ರಯ. ಸಣ್ಣ ಮನೆಯ ಚಾವಡಿಯ ಎಡಮೂಲೆಯಲ್ಲೇ ಬೆಳೆದು ಯುವಕನಾಗಿದ್ದ ಚಾಂದ್ ಆಲಿ, ಇದೀಗ 'ಲಾಲ್ ಹವೇಲಿ'ಯ ಮಹಡಿಯಲ್ಲಿದ್ದ ಬಲಭಾಗದ ಎರಡೂ ಕೋಣೆಗಳನ್ನು ಬಳಸಿಕೊಳ್ಳುವುದನ್ನು ರೋಷನ್ ಚಿಕ್ಕಪ್ಪ ವಿರೋಧಿಸಿದ್ದಿರಲಿಲ್ಲ.

ತಿಂಗಳಿಗೆ ಇಪ್ಪತ್ತು ರೂಪಾಯಿ ಸಂಬಳಕ್ಕಾಗಿ ಚಾಂದ್‌ಆಲಿ ಇನ್ನು ಮುಂದೆ ಹರೀಂದರ್ ಸಿಂಗರ 'ಕಬ್ಬಿಣದ ಕುಲುಮೆ'ಗೆ ಕೆಲಸಕ್ಕಾಗಿ ಹೋಗುವ ಅಗತ್ಯವೂ ಇದ್ದಿರಲಿಲ್ಲ.

ಹವೇಲಿಯ ಉಗ್ರಾಣದಲ್ಲಿ ಇನ್ನೆರಡು ವರ್ಷಗಳ ಕಾಲ ಕೂತು ತಿಂದರೂ ಕರಗದಷ್ಟು ಧಾನ್ಯ ದಾಸ್ತಾನು ಇದೆಯೆಂಬುದಾಗಿ ಚಿಕ್ಕಮ್ಮ ಮೊದಲ ದಿನವೇ ಘೋಷಿಸಿದ್ದಳು.

ರೋಷನ್ ಚಿಕ್ಕಪ್ಪ ಹತ್ತಿಪ್ಪತ್ತು ಮಂದಿಯ ಜತೆ ಮುಂಜಾನೆ ಮನೆ ಬಿಟ್ಟರೆ, ಮತ್ತೆ ಮನೆ ಸೇರುತ್ತಿದ್ದದ್ದು ಮಧ್ಯರಾತ್ರಿಯ ಬಳಿಕವೇ. ಗಲಭೆ ಸ್ಫೋಟಿಸಿರುವುದರಿಂದಾಗಿ ಚಾಂದ್ ಆಲಿ ಮನೆ ಕಾವಲು ಕಾಯಬೇಕೆಂದು ಚಿಕ್ಕಪ್ಪ ಕಟ್ಟಪ್ಪಣೆ ಮಾಡಿದ್ದರು. ಶುಕ್ರವಾರದ ಸಾಮೂಹಿಕ ನಮಾಜಿಗಷ್ಟೇ ಮನೆಯಿಂದ ಹೊರಗೆ ಹೆಜ್ಜೆಯೂರುವ ಅನುಮತಿಯಿತ್ತು.

ಎಲ್ಲ ಗೊಂದಲಗಳೂ ಮೊಳಕೆಯೊಡದದ್ದು ಜುಮಾ ನಮಾಜಿನ ಬಳಿಕವೇ. ಮಸೀದಿಯಿಂದ ನಮಾಜು ಮುಗಿಸಿ ನೇರವಾಗಿ ಮನೆಗೆ ಮರಳಿದ್ದರೆ, ಚಾಂದ್ ಆಲಿ, ಇಂದು ಕೂಡ 'ಲಾಲ್ ಹವೇಲಿ'ಯ ಮಹಡಿಯಲ್ಲಿದ್ದ ಬಲಭಾಗದ ಎರಡೂ ಕೋಣೆಗಳ ಅಧಿಪತಿಯಾಗಿ ಸುಖವಾಗಿರಬಹುದಾಗಿತ್ತು. ವಾರವೊಂದರ ಬಳಿಕ ಸಿಕ್ಕ ಸ್ವಾತಂತ್ರ್ಯವನ್ನು ಒಂದರ್ಧ ತಾಸು ಹೆಚ್ಚು ಸವಿಯುವ ಆಸೆಯಿಂದ, ರಸ್ತೆಯಂಚಿನಲ್ಲಿದ್ದ ಉದ್ಯಾನವನದ ದಕ್ಷಿಣ ಗೇಟನ್ನು ಹಾದು ಹುಲ್ಲು ಹಾಸಿಗೆ ಕಾಲಿಟ್ಟದ್ದೇ ಎಲ್ಲ ಎಡವಟ್ಟುಗಳಿಗೆ ಕಾರಣವಾಯಿತು. 'ಹರೀಭಾಗ್'ನ ಹಸುರು ನೆಲದಲ್ಲಿ ನಿಧಾನವಾಗಿ ಹೆಜ್ಜೆ ಬದಲಿಸುತ್ತಾ ಉತ್ತರ ದಿಕ್ಕಿನ ಗೇಟಿನ ಬಳಿ ತಲುಪಿದ ಚಾಂದ್‌ಆಲಿಗೆ ಯಾರೋ ತನ್ನ ಹೆಸರು ಕೂಗಿ ಕರೆಯುತ್ತಿದ್ದಾರೆ ಎಂದು ಭಾಸವಾಯಿತು.

ಯಾರಿರಬಹುದು?

ಯಾವ ದಿಕ್ಕಿನಿಂದ?

ನಡುಮಧ್ಯಾಹ್ನವಾದ್ದರಿಂದಲೋ ಅಥವಾ ಗಲಭೆಯ ಕಾರಣದಿಂದಲೋ ಇರಬಹುದು. 'ಹರೀಭಾಗ್' ನಿರ್ಜನವಾಗಿತ್ತು. ಏಳೆಂಟು ಎಕರೆ ವಿಸ್ತಾರದ ಉದ್ಯಾನವನದಲ್ಲಿ ಚಾಂದ್ ಆಲಿಯ ಜತೆ ಇನ್ನಾರೂ ಇಲ್ಲ.

'ಆಲೀ... ಚಾಂದ್ ಅಲೀ....'

ಚಾಂದ್ ಆಲಿ ತಟ್ಟನೆ ತಿರುಗಿದ. 'ಹರೀಭಾಗ್'ನ ಉತ್ತರ ದಿಕ್ಕಿನ ಗೇಟಿನ ಬಳಿಯ ಸೇತುವೆಗೆ ಒತ್ತಿಕೊಂಡೇ ಇರುವ ಮನ್ಸೂರು ಖಾನರ ಇದ್ದಲು ಗೋಡೌನಿನ ದಿಕ್ಕಿನಿಂದ ಧ್ವನಿ ಕೇಳಿಸುತ್ತಿದೆ.

ನಾಲ್ಕು ಹೆಜ್ಜೆ ನಡೆದ ಚಾಂದ್ ಆಲೀ ಹಾವು ತುಳಿದವನಂತೆ ತತ್ತರಿಸಿದ್ದ! ಗೋಡೌನಿನ ಎಡಭಾಗದಲ್ಲಿದ್ದ ಅರೆತೆರೆದ ಕಿಟಕಿಯ ಮೂಲಕ ಹೊರಚಾಚಿರುವ ಹೆಣ್ಣು ಕೈಯೊಂದು ತನ್ನನ್ನು 'ಬಾ' ಎನ್ನುತ್ತಿದೆ!

ಯಾರು ಈ ಹೆಣ್ಣು?

ಇದ್ದಲು ಗೋಡೌನಿನೊಳಗೇನು ಮಾಡುತ್ತಿದ್ದಾಳೆ?

ಕುತೂಹಲದಿದ ಚಾಂದ್ ಆಲಿ, ಗೇಟು ದಾಟಿ ಗೋಡೌನಿನತ್ತ ಅನುಮಾನಿಸುತ್ತಾ ಕಾಲೆಳೆದವನು. 'ಭಾಬೀಜೀ... ನೀವು?' ಎಂದು ಉದ್ಗರಿಸಿದ್ದ.

ಕ್ಷಣ ಮಾತ್ರದಲ್ಲಿ ಚಾಂದ್ ಅಲಿ ಸಾವರಿಸಿಕೊಳ್ಳುವವನಂತೆ ಜೋರಾಗಿ ಉಸಿರೆಳೆದುಕೊಂಡ. ನಾಲ್ಕೂ ದಿಕ್ಕುಗಳಲ್ಲಿ ಕಣ್ಣಾಡಿಸುತ್ತಾ ತನ್ನನ್ನು ಯಾರೂ ಗಮನಿಸುತ್ತಿಲ್ಲವೆಂಬುದನ್ನು ಪದೇ ಪದೇ ಖಾತರಿಪಡಿಸಿಕೊಳ್ಳುತ್ತಾ, ಗೋಡೌನಿನ ಕಿಟಕಿಯ ಬಳಿಗೆ ಸರಿದ.

'ಭಾಬೀಜೀ.... ಅಲ್ಲಾಹುವೇ ಮಸೀದಿಯಿಂದ ನನ್ನನ್ನು ಇಲ್ಲಿಗೆ ಕಳುಹಿಸಿದ್ದಿರಬೇಕು. ನೀವು ಈಗ ಹೊರಗೆ ಕಾಣಿಸಿಕೊಳ್ಳಬಾರದು. ನೀವು ಕಿಟಕಿಯಿಂದ ಬದಿಗೆ ಸರಿದು ಗೋಡೆಯ ಮರೆಯಲ್ಲಿ ನಿಂತುಬಿಡಿ. ನಾನಿಲ್ಲಿ ಹೊರಗೆ ಗೋಡೆಗೊರಗಿ ನಿಂತು ನಿಮ್ಮ ಮಾತುಗಳನ್ನೆಲ್ಲ ಕೇಳಿಸಿಕೊಳ್ಳುವೆ. ಹೇಳಿ. ನೀವು ಇದರೊಳಗೆ ಹೇಗೆ ಸಿಕ್ಕಿ ಹಾಕಿಕೊಂಡಿರಿ?' ಮಸಿ ಹಿಡಿದು ಕಪ್ಪಗಾದ ಇದ್ದಲು ಗೋಡೌನಿನ ಹೊರಭಾಗದ ಕೊಳೆಯೆಲ್ಲವೂ ತನ್ನ ನಮಾಜಿನ ಧಿರಸಿಗೆ ಅಂಟಿಕೊಳ್ಳುತ್ತದೆ ಎಂಬುದರ ಪರಿವೆಯೂ ಇಲ್ಲದೆ. ಅತ್ತಿತ್ತ ಕಣ್ಣು ಹಾಯಿಸುತ್ತಲೇ ಮೊಹಿಂದರ್ ಭಾಬಿಯ ಮಾತಿಗಾಗಿ ಕಾತರಿಸಿದ.

'ನಾವಿಲ್ಲಿ ಇಬ್ಬರಿದ್ದೇವೆ. ತನ್ವೀರ್ ಕೂಡಾ'

'ಇಬ್ಬರು! ಹಾಗಾದರೆ ಉಳಿದವರು!'

ನಡುಗುತ್ತಿರುವ ಕಾಲುಗಳಿಗೆ ಶಕ್ತಿ ತುಂಬಲು ಯತ್ನಿಸುವವನಂತೆ ದೇಹದ ಭಾರವನ್ನು ಎಡಬಲ ಕಾಲುಗಳಿಗೆ ವರ್ಗಾಯಿಸುತ್ತಿದ್ದವನ ದೇಹವೆಲ್ಲವೂ ಕಿವಿಯಾಯಿತು.

* * * *

ತಮ್ಮ ಅದೃಷ್ಟ ಪೂರ್ತಿಯಾಗಿ ಕೆಟ್ಟಿಲ್ಲವೆಂಬುದಾಗಿ ಹರೀಂದರ್ ಸಿಂಗ್ ಭಾವಿಸಲು ಕಾರಣವೂ ಇತ್ತು.

ಮುಸ್ಸಂಜೆಯ ತೆಳುಬೆಳಕಿನಲ್ಲಿ ಹವೇಲಿಯ ಹೆಬ್ಬಾಗಿಲು ತೆರೆದು ಒಳಗೆ ಬಂದಿದ್ದ ಐದಾರು ಮಂದಿ ತಂಡದ ಮುಂಚೂಣಿಯಲ್ಲಿ ಪರಿಚಿತ ರೋಷನ್ ಆಲಿಯವರೇ ನಿಂತಿದ್ದರು. ತಲವಾರು, ಬಡಿಗೆಗಳನ್ನು ಹಿಡಿದುಕೊಂಡು ಜಗಲಿಯೇರಲು ಹವಣಿಸುತ್ತಿದ್ದ ಗುಂಪನ್ನು ಅಂಗಳದಲ್ಲೇ ನಿಯಂತ್ರಿಸಲು ಪ್ರಯತ್ನಿಸುವವರಂತೆ ಎರಡೂ ಕೈಗಳನ್ನು ಗಾಳಿಯಲ್ಲಿ ಆಡಿಸುತ್ತಾ ರೋಷನ್ ಆಲಿಯವರು ಘರ್ಜಿಸಿದ್ದರು.

'ಪವಿತ್ರ ಗ್ರಂಥದ ಮೇಲೆ ಆಣೆಯಿದೆ. ಈ ಸರದಾರಜಿ ನನ್ನ ದೋಸ್ತ್. ಈ ಮನೆಯಲ್ಲಿ ಒಂದು ತೊಟ್ಟು ರಕ್ತವೂ ಚೆಲ್ಲಬಾರದು.'

ಬಳಿಕ, ಬಾಗಿಲ ಕಂಭಕ್ಕೆ ಒರಗಿ ಶವದಂತೆ ನಿಂತುಬಿಟ್ಟಿದ್ದ ಹರೀಂದರ್ ಸಿಂಗರತ್ತ ತಿರುಗಿದರೂ, ಬೇರೆಲ್ಲಿಗೋ ಕಣ್ಣು ನೆಟ್ಟ ರೋಷನ್ ಆಲಿಯವರು ಸಾಕಷ್ಟು ತಣ್ಣಗಿನ ಸ್ವರದಲ್ಲಿಯೇ ಹೇಳತೊಡಗಿದರು.

'ಸರ್‌ದಾರಜಿಯವರು ನನ್ನನ್ನು ಕ್ಷಮಿಸಲೇಬೇಕು. ನಾನು ನನ್ನ ಕರ್ತವ್ಯ ಮಾಡಲೇಬೇಕಾಗಿದೆ. ನಿಮಗೆ ಗೊತ್ತಿಲ್ಲದಿರುವುದು ಏನೂ ಇಲ್ಲ. 'ಅಲ್ಲಿ ಉತ್ತರ ಭಾರತದಲ್ಲಿ ನಮ್ಮವರನ್ನು ದನಗಳಂತೆ ಕತ್ತರಿಸಿ ಎಸೆಯುತ್ತಿದ್ದಾರೆ. ಜೀವಂತ ಸುಟ್ಟು ಬೇಯಿಸುತ್ತಿದ್ದಾರೆ. ಅಲ್ಲಾನ ಕೃಪೆಯಿಂದ ಜೀವ ಉಳಿಸಿಕೊಂಡು ಇಲ್ಲಿಗೆ ಬರುವ ಬಂಧುಗಳಿಗೆ ಆಶ್ರಯ ಮಾಡಿಕೊಡಬೇಕಾಗಿರುವುದು ನಮ್ಮ ಧರ್ಮ. ನಿಮ್ಮವರೆಲ್ಲ ಇಲ್ಲಿಂದ ಹೊರಟು ಹೋಗುತ್ತಿದ್ದಾರೆ. ಗಲಭೆಯ ಸಂದರ್ಭದಲ್ಲಿ ಯಾರದು ಸರಿ, ಯಾರದು ತಪ್ಪು ಎಂಬುದರ ಚರ್ಚೆ ನಡೆಯುವುದಿಲ್ಲ. ನಮ್ಮಂಥ ಹಿರಿಯರ ಮಾತುಗಳಿಗೆ ಈಗ ಯಾವ ಬೆಲೆಯೂ ಇಲ್ಲ.

'ನಿಮ್ಮ ಮನೆಯವರೆಲ್ಲ ಯಾವುದೇ ಅಪಾಯವಿಲ್ಲದೆ ಇಲ್ಲಿಂದ ಹೊರಟು ಹೋಗಬೇಕೆಂಬುದು ನನ್ನ ಆಸೆ. ಸಬ್‌ಡಿವಿಜನ್ ಕಚೇರಿಯ ಮೈದಾನದಲ್ಲಿ ನಮ್ಮ ಸರಕಾರವು ನಿಮಗಾಗಿ ಕ್ಯಾಂಪ್ ತೆರೆದಿದೆ. ನೀವು ಕ್ಯಾಂಪ್ ತಲುಪಿದ ಬಳಿಕ ನಿಮಗೆ ಯಾವ ತೊಂದರೆಯೂ ಆಗದಂತೆ ನಮ್ಮ ಸರಕಾರವು ಏರ್ಪಾಡು ಮಾಡಿದೆ. ಅಲ್ಲಿಂದ ನಿಮ್ಮನ್ನೆಲ್ಲ ನಿಮ್ಮ ದೇಶಕ್ಕೆ ಕಳುಹಿಸಲಾಗುತ್ತದೆ.'

'ನಾನು ನಿಮಗೆ ವಚನ ನೀಡುತ್ತಿದ್ದೇನೆ ಸರ್‌ದಾರ್‌ಜಿಯವರೇ. ನಿಮಗೆ ನಾನು ಇಪ್ಪತ್ತನಾಲ್ಕು ತಾಸುಗಳ ಅವಧಿ ಕೊಡುತ್ತಿದ್ದೇನೆ. ಅಷ್ಟರೊಳಗೆ ನೀವು ನಿಮ್ಮ ಕುಟುಂಬದವರ ಜತೆಯಲ್ಲಿ ಕ್ಯಾಂಪಿಗೆ ಸೇರಿಕೊಳ್ಳಬೇಕು. ನಿಮ್ಮ ಮನೆಯಿಂದ ನೀವು ಯಾವುದೇ ವಸ್ತುಗಳನ್ನು ನಿಮ್ಮ ಜತೆ ಕೊಂಡು ಹೋಗಲು ನೀವು ಸ್ವತಂತ್ರರಿದ್ದೀರಿ.

ನೆನಪಿರಲಿ. ಇಪ್ಪತ್ತನಾಲ್ಕು ತಾಸುಗಳು ಮಾತ್ರ. ಅಲ್ಲಿಯವರೆಗೂ ನಾನು ಈ ಹುಡುಗರನ್ನು ತಡೆದಿರಿಸಿಕೊಳ್ಳಬಲ್ಲೆ. ಆ ನಂತರದ ಯಾವುದೇ ಅನಾಹುತಗಳಿಗೆ ನೀವು ನನ್ನನ್ನು ದೂರಬಾರದು.'

ಗುಂಪಿನ ಜತೆ ರೋಷನ್ ಆಲಿಯವರು ಅಂಗಳ ದಾಟಿ, ಹೆಬ್ಬಾಗಿಲು ಹಾದು ಮರೆಯಾಗಿ ಅದೆಷ್ಟೋ ಹೊತ್ತಾದರೂ, ಹರೀಂದರ್ ಸಿಂಗ್ ಬಾಗಿಲ ಕಂಬಕ್ಕಂಟಿದ ಶವದಂತೆಯೇ ನಿಂತುಬಿಟ್ಟಿದ್ದರು.

ಗುರುವಾರ ರಾತ್ರಿ ಹವೇಲಿ ನಿದ್ದೆ ಮಾಡಲಿಲ್ಲ.

ಎಲ್ಲ ಬಗೆಯ ಮಾತು-ಚರ್ಚೆಗಳು ಮನೆಯನ್ನು ತೆರವು ಮಾಡಿ ಶಿಬಿರಕ್ಕೆ ದಾಖಲಾಗುವುದರಲ್ಲಿಯೇ ಸತ್ತು ಹೋಗುತ್ತಿದ್ದವು.

ಬಹವಾಲಪುರ ಸಬ್‌ಡಿವಿಜನ್ನಿನ ಪೂರ್ವ ಗಡಿಯ ಮಂಡೋವಾಳಿ ಮೊಹಲ್ಲಾದಲ್ಲಿ ಹರೀಂದರ್ ಸಿಂಗರದ್ದೇ ದೊಡ್ಡ ಮನೆ. ಇಪ್ಪತ್ತು ಎಕರೆಯಷ್ಟು ವಿಶಾಲವಾದ ಕಬ್ಬಿನ ತೋಟದ ಪ್ರತಿಯೊಂದು ಜಲ್ಲೆಯನ್ನೂ ಹವೇಲಿಯ ಮಹಡಿಯಲ್ಲಿದ್ದ ಕರಿಮರದ ಜೋಕಾಲಿಯಲ್ಲಿ ಕುಳಿತು ಉಯ್ಯಾಲೆಯಾಡುತ್ತಲೇ ಎಣಿಸಬಹುದು. ಏಳು ಮಂದಿಗಳ ಕೂಡು ಕುಟುಂಬ. ಜತೆಗೆ ಕಿರಿಯ ಸೋದರ ರಾಜೇಂದ್ರ್ ಸಿಂಗ್‌ರ ನಾದಿನಿ ತನ್ವೀರ್ ಕೌರ್. ಲಾಹೋರಿನಲ್ಲಿ ಇಂಟರ್ ಓದುತ್ತಿದ್ದವಳು, ಅಕ್ಕನ ಜತೆಗೆ ತಿಂಗಳೊಂದರ ಹಿಂದೆ ಬಂದಿದ್ದವಳು, ಗಲಭೆಯ ಕಾರಣದಿಂದಾಗಿ ತವರಿಗೆ ಮರಳಲಾಗದೆ ಉಳಿದುಕೊಂಡಿದ್ದಳು.

ಮನೆಯಲ್ಲಿದ್ದ ವಸ್ತುಗಳೆಲ್ಲವೂ ಬಹಳ ಬೆಲೆ ಬಾಳುವಂಥವುಗಳೇ. ಆ ಕಾಲದಲ್ಲೇ ಲಕ್ಷ ರೂಪಾಯಿಯಷ್ಟು ಬೆಲೆಬಾಳುವ ಬಂಗಾರದ ಒಡವೆಗಳು ಕಬ್ಬಿಣದ ತಿಜೋರಿಯಲ್ಲಿ ಬಿದ್ದುಕೊಂಡಿದ್ದವು.

ಹರೀಂದರ್ ಸಿಂಗರ ಹಿರಿಮಗ ಹದಿನೇಳರ ರಕ್ತವನ್ನು ಕುದಿಸುತ್ತಾ ಹುಚ್ಚು ಹಿಡಿದವನಂತೆ ಹಾರಾಡುತ್ತಿದ್ದ.

'ಯಾರು ಎಲ್ಲಿಗೆ ಬೇಕಾದರೂ ಹೋಗಿ, ನಾನಂತೂ ಇಲ್ಲಿಯೇ ಇರುವವನು. ಅವರು ಬರಲಿ-ಸಾಯುವ ಮೊದಲು ನಾಲ್ಕು ತಲೆಗಳನ್ನಾದರೂ ಹಾರಿಸದಿದ್ದರೆ ನನ್ನ ಹೆಸರು ಬಲವೀರಸಿಂಗ್ ಅಲ್ಲವೆಂದೇ ತಿಳಿಯಿರಿ.' ಅವನ ಮಾತನ್ನು ಯಾರೂ ಬೆಂಬಲಿಸದಾಗ, ರೋಷದಿಂದ ಕೈಗೆ ಸಿಕ್ಕ ಸಾಮಾನುಗಳನ್ನೆಲ್ಲ ಅತ್ತಿತ್ತ ಎಸೆದು ಗೋಡೆಗೆ ಮುಷ್ಠಿಯಿಂದ ಬಲವಾಗಿ ಗುದ್ದುತ್ತಿದ್ದ. ಯಾರು ಎಷ್ಟೇ ಅತ್ತರೂ, ಎಷ್ಟೇ ಕೂಗಾಡಿರೂ ಪರಸ್ಪರ ಸಮಾಧಾನ ಹೇಳುವ ಆಸಕ್ತಿಯನ್ನೇ ಕಳೆದುಕೊಂಡವರಂತೆ ಪ್ರತಿಯೊಬ್ಬರೂ ಮಂಕಾಗಿಬಿಟ್ಟಿದ್ದರು.

'ಒಡವೆಗಳನ್ನೆಲ್ಲ ಒಂದೇ ಗಂಟು ಕಟ್ಟಿದರೆ ತಾನು ಬಚ್ಚಿಟ್ಟುಕೊಂಡು ಕಾಪಾಡಬಲ್ಲೆ' ಎಂಬುದು ರಾಜೇಂದರ್ ಸಿಂಗನ ವಾದವಾಗಿದ್ದರೆ, ಬೇರೆ ಬೇರೆ ಸಣ್ಣ ಸಣ್ಣ ಗಂಟುಗಳಲ್ಲಿ ಒಡವೆಗಳನ್ನು ಇರಿಸಿ, ಮನೆಯ ಸದಸ್ಯರೆಲ್ಲರೂ ತಮ್ಮ ದೇಹಕ್ಕೆ ಕಟ್ಟಿಕೊಂಡು, ಧರಿಸುವ ಬಟ್ಟೆಗಳಲ್ಲಿ ಮರೆಮಾಡುವುದು ಒಳ್ಳೆಯದು ಎಂಬುದು ಹಿರಿಯಣ್ಣನ ಸಲಹೆಯಾಗಿತ್ತು. ಒಂದರ ಮೇಲೊಂದರಂತೆ ಮೂರು ನಾಲ್ಕರಷ್ಟು ಕುರ್ತಾ ಪೈಜಾಮಗಳನ್ನು ಎಲ್ಲರೂ ಹಾಕಿಕೊಂಡರೆ ಹೇಗೆ? ಎಂಬ ತನ್ವೀರಳ ಪ್ರಶ್ನೆ ಎಲ್ಲರಿಂದಲೂ ಸಮ್ಮತಿಗಳಿಸಿತ್ತು.

ಗಂಟು ಕಟ್ಟಿ, ಕಟ್ಟಿದ ಗಂಟನ್ನು ಬಿಚ್ಚಿ ಮತ್ತೆ ಕಟ್ಟುವ, ಸವರಿ ನೋಡಿ ಬಳಿಕ ದುಃಖದಿಂದ ಅಲ್ಲೇ ಇರಿಸುವ ಯಾತನೆಯ ಜತೆ ಅಳು, ಕೋಪ, ನಿಟ್ಟುಸಿರುಗಳೂ ಕಗ್ಗಂಟಾಗಿ ಇಡಿಯ ವಾತಾವರಣವನ್ನೇ ಹಿಂಡುತ್ತಿತ್ತು. ಇನ್ನೊಂದು ತಾಸು ಕಳೆದರೆ ಭಾರತದ ದಿಕ್ಕಿನಿಂದ ಸೂರ್ಯ ಮೇಲೇರಿ ಬರುವವನಿದ್ದ.

ಮುಂಬಾಗಿಲು ಧಡಲ್ಲನೆ ಒಡೆದು ಬಿದ್ದಿತು.

ಹತ್ತು ಹದಿನೈದರಷ್ಟಿರಬಹುದಾದ ಹೊಸ ತಂಡವೊಂದು ಕತ್ತಲೆಯನ್ನು ಕತ್ತರಿಸುತ್ತಲೇ ಚಾವಡಿಗೆ ನುಗ್ಗಿತು.

ಬಲವೀರ್ ಸಿಂಗ್ ಅದು ಯಾವ ಘಳಿಗೆಯಲ್ಲಿ ಸಿದ್ಧವಾಗಿದ್ದನೋ. ಬಂದೂಕು ಎತ್ತಿದವನೇ 'ಢಮಾರ್' ಎಂದು ಹೊಡೆದೇಬಿಟ್ಟ. 'ಯಾ ಅಲ್ಲಾ' ಎಂಬ ಚೀತ್ಕಾರ. ದೀಪದ ಬುರುಡೆ ಉರುಳಿ ಬಿತ್ತು. ಕತ್ತಲು. 'ಮಾ...' ಎಂದು ನರಳಿದ್ದು ಬಲವೀರನೆ? ಹರೀಂದರ್ ಸಿಂಗ್ ಅತ್ತ ಸರಿದರೆ! ರಾಜೇಂದರ್ ಸಿಂಗ್ ಎಲ್ಲಿ? ಯಾರು ಹೊಡೆದರು, ಯಾರು ಬಿದ್ದರು ಎಂಬುದೊಂದೂ ತಿಳಿಯುತ್ತಿರಲಿಲ್ಲ. ತನ್ನನ್ನು ಅಪ್ಪಿಕೊಂಡೇ ನಡುಗುತ್ತಿರುವ ಅಕ್ಕನನ್ನು ಅದ್ಯಾರು ಎಳೆಯುತ್ತಿರುವುದು? ತನ್ವೀರ್ ಕಿಟಾರನೆ ಕಿರುಚಿಕೊಂಡಳು. ಅಯ್ಯೋ ಅದ್ಯಾರು ತನ್ನನ್ನು ಹೊತ್ತು ಒಯ್ಯುತ್ತಿರುವುದು? 'ಅಕ್ಕಾ... ಎಲ್ಲಿದ್ದೀಯೆ...? ಅಯ್ಯೋ...! ಮಾರೋ...!'

ಮೊಹಿಂದರಳಿಗೆ ಎಚ್ಚರವಾದಾಗ ಪಕ್ಕದಲ್ಲಿ ಕುಳಿತಿರುವ ತನ್ವೀರ್ ಚೀರಾಡುತ್ತಿದ್ದಾಳೆ. ತಾವು ಈಗ ಎಲ್ಲಿದ್ದೇವೆ ಎಂಬುದನ್ನು ನಿರ್ಧರಿಸುವಷ್ಟರಲ್ಲಿ, ಅವರಿಬ್ಬರನ್ನು ಒಯ್ಯುತ್ತಿದ್ದ ಮೋಟಾರು ಕಾರಿನ ಮುಂಭಾಗದ ಗಾಜು ಠಳಲ್ಲನೆ ಒಡೆದು ಹೋಯಿತು. ಅಡ್ಡಾದಿಡ್ಡಿ ಓಲಾಡಿದ ಕಾರು ಗಕ್ಕನೆ ನಿಂತುಬಿಟ್ಟಿತು. ಕಾರಿನ ಮೇಲೆ ನಾಲ್ಕು ದಿಕ್ಕುಗಳಿಂದಲೂ 'ಢಬಢಬ' ಏಟುಗಳು ಬೀಳುತ್ತಿದ್ದವು.

ಆವೇಶ ಬಂದವಳಂತೆ ಮೈ ಕೊಡವಿದ ತನ್ವೀರ್ ಕೌರ್ ಅಕ್ಕನನ್ನು ದಬ್ಬಿಕೊಂಡು ಕಾರೊಳಗಿನಿಂದ ಹೊರಗಿಳಿದಳು. ರಸ್ತೆ ರಣರಂಗವಾಗಿತ್ತು. ಮಬ್ಬು ಬೆಳಕಿನಲ್ಲಿ

ಸುತ್ತಲೂ ಕಣ್ಣಾಡಿಸಿದ ತನ್ವೀರ್, 'ಅಕ್ಕಾ.....ಬಾ' ಎಂದವಳೇ ಪಕ್ಕದಲ್ಲಿದ್ದ ಅರೆ ಆಳೆತ್ತರದ ಚರಂಡಿಗೆ ಅಕ್ಕನನ್ನು ಎಳೆದುಕೊಂಡು ಹಾರಿದ್ದಳು. ಮುಗ್ಗರಿಸಿ ಬಿದ್ದ ಮೊಹಿಂದರಳನ್ನು ರಟ್ಟೆ ಹಿಡಿದು ಎಬ್ಬಿಸಿದ ತನ್ವೀರ್ 'ಅಕ್ಕಾ, ಬೇರೆ ದಾರಿಯಿಲ್ಲ. ಓಡು' ಎಂದಳು.

ನಾಲ್ಕಾರು ನಿಮಿಷಗಳಷ್ಟು ಹೊತ್ತು ಇಬ್ಬರೂ ಚಿರತೆಯಂತೆ ಚಿಮ್ಮಿದ್ದರು. ಹರೀಭಾಗ್‌ನ ಉತ್ತರದ ಸೇತುವೆಯ ಬಳಿ ತಲುಪಿದಾಗ ಮೊಹಿಂದರ್ ಬಳ್ಳಿಯೊಂದನ್ನು ಎಡವಿ, 'ತನ್ವೀರ್...' ಎನ್ನುತ್ತಲೇ ಬಿದ್ದುಬಿಟ್ಟಳು. ಗಾಬರಿಗೊಂಡ ತನ್ವೀರಳ ಕಣ್ಣಿಗೆ ಸೇತುವೆಯ ಬಳಿಯಿದ್ದ ಕಟ್ಟಡದ ಮುರಿದ ಕಿಟಕಿ ಕಾಣಿಸಿತು. ಅಕ್ಕನನ್ನು ಪ್ರಯಾಸದಿಂದ ಚರಂಡಿಯಿಂದ ಮೇಲಕ್ಕೆತ್ತಿ, ಬಳಿಕ ಕಿಟಕಿಯೇರಿಸಿ ತಾನೂ ಅವಳ ಹಿಂದೆ ಒಳಕ್ಕೆ ಧುಮುಕಿದ್ದಳು.

ಇದ್ದಲು ಗೋಡೌನಿನ ಗೋಡೆಗೊರಗಿ ಮೊಹಿಂದರ್ ಭಾಬಿಯ ಮಾತುಗಳನ್ನೆಲ್ಲ ಎದೆಯೊಳಗೆ ತುಂಬಿಕೊಳ್ಳುತ್ತಿದ್ದ ಚಾಂದ್ ಆಲಿ, ಮುಂದೇನು ಮಾಡಬೇಕು ಎಂಬುದನ್ನು ಅದಾಗಲೇ ನಿರ್ಧರಿಸಿಬಿಟ್ಟಿದ್ದ.

'ಹೆದರಬೇಡಿ ಭಾಬೀಜಿ. ಈ ದಿನ ರಾತ್ರಿಯವರೆಗೂ ಹೇಗಾದರೂ ಈ ಕಟ್ಟಡದಲ್ಲಿಯೇ ಅಡಗಿಕೊಂಡಿರಿ. ರಾತ್ರಿ ನಮಾಜಿನ ಬಾಂಗ್ ನಿಮಗೆ ಇಲ್ಲಿಂದ ಕೇಳಿಸುತ್ತದೆ. ಅಷ್ಟು ಹೊತ್ತಿಗೆ ಹೊರಡಲು ಸಿದ್ಧವಾಗಿರಿ. ನಿಮ್ಮನ್ನು ಈ ರಾತ್ರಿಯೇ ಕ್ಯಾಂಪ್ ತಲುಪಿಸುವ ಜವಾಬ್ದಾರಿ ನನ್ನದು. ಅಲ್ಲಿಯವರೆಗೂ ನೀವು ಹೊರಗೆ ಕಾಣಿಸಲೇಬಾರದು. ಇಂದು ಶುಕ್ರವಾರ ಆಗಿರುವುದರಿಂದ ಈ ಗೋಡೌನಿನ ಬಾಗಿಲು ತೆರೆಯುವುದಿಲ್ಲ. ಯಾವುದೇ ಭಯ ಬೇಡ ರಾತ್ರಿ ಎಂಟಕ್ಕೇ ಬಂದುಬಿಡುವೆ.'

ಮೊಹಿಂದರ್ ಭಾಬಿಗೆ ಧೈರ್ಯ ಹೇಳಿದ್ದನಾದರೂ, ತನ್ನ ಯೋಚನೆಯನ್ನು ಕ್ರಿಯೆಗಿಳಿಸಲು 'ಖಾನ್ ಚಾಚಾ' ಸಹಕರಿಸದೇ ಹೋದರೆ ಮತ್ತೇನು ಮಾಡಬೇಕು ಎಂಬ ಪ್ರಶ್ನೆಗೆ ಚಾಂದ್ ಆಲಿಯ ಬಳಿ ಉತ್ತರವಿದ್ದಿರಲಿಲ್ಲ. ಕಳೆದ ಇಪ್ಪತ್ತು ವರ್ಷಗಳಿಂದಲೂ 'ಬಹವಾಲಪುರ'ದಲ್ಲಿ ಬಾಡಿಗೆಯ ಟ್ಯಾಕ್ಸಿ ಓಡಿಸುತ್ತಿದ್ದ 'ಖಾನ್ ಚಾಚಾ' ಕಡ್ಡಿ ಮುರಿದಂತೆ ನಿರಾಕರಿಸಲಾರು ಎಂಬ ಭರವಸೆಯೇನೋ ಇತ್ತು.

ಶುಕ್ರವಾರವಾಗಿದ್ದುದರಿಂದ ಖಾನ್‌ಚಾಚಾ ಮನೆಯಲ್ಲೇ ಇದ್ದರು. ಆತಂಕಗಳ ಹೊರೆಯೊಂದಿಗೇ ಹೊಸ್ತಿಲೊಳಗೆ ಬಂದಿದ್ದ ಚಾಂದ್ ಆಲಿಯನ್ನು ಖಾನ್‌ಚಾಚಾ ಅಚ್ಚರಿಯಿಂದಲೇ ಸ್ವಾಗತಿಸಿದರು.

ಅವಸರವಸರವಾಗಿ ಎಲ್ಲವನ್ನು ವಿವರಿಸಿದ ಚಾಂದ್ ಆಲಿ, ರಾತ್ರಿ ನಮಾಜಿನ ಬಾಂಗ್ ಕೇಳಿಸುವ ಹೊತ್ತಿಗೆ ಸರಿಯಾಗಿ, ಹರೀಬಾಗ್‌ನ ಉತ್ತರದಲ್ಲಿರುವ ಸೇತುವೆ

ಬಳಿಗೆ ಕಾರು ತರುವಂತೆ ವಿನಂತಿಸಿದ್ದರಾದರೂ, ಖಾನ್‌ಚಾಚಾ ನಿರಾಕರಿಸಿದರೆ ಬೇರೆ ಯಾರನ್ನೂ ವಿಚಾರಿಸುವುದು ಎಂಬುದನ್ನೇ ಚಿಂತಿಸುತ್ತಿದ್ದ.

ಸ್ವಲ್ಪ ಹೊತ್ತು ಹಾಗೆಯೇ ಕುಳಿತು ತನ್ನೊಳಗೆಯೇ ಮಾತನಾಡಿಕೊಂಡ 'ಖಾನ್‌ಚಾಚಾ' ಕೊನೆಗೆ ದೀರ್ಘವಾದ ನಿಟ್ಟುಸಿರುಬಿಟ್ಟು–

'ಆಯಿತು ಆಲಿ. ನಿನ್ನ ಇಷ್ಟದಂತೆಯೇ ಆಗಲಿ. ಆದರೆ ಹುಷಾರು. ಒಂದಿಷ್ಟು ಲೆಕ್ಕ ತಪ್ಪಿದರೂ ನಿಮ್ಮ ಜತೆ ನಾನೂ ಸಾಯಬೇಕಾದೀತು. ಆದರೂ ನಾನು ನಿನ್ನ ಜತೆಗೆ ಸೇರುತ್ತೇನೆ. ಅಂತಿಮ ದಿನದಂದು ಅಲ್ಲಾಹು ನನ್ನನ್ನು ಗೋರಿಯಿಂದ ಎಬ್ಬಿಸಿ ವಿಚಾರಣೆ ನಡೆಸುವಾಗ, ನಾನು ಮಾಡಿರುವ ಒಳ್ಳೆಯ ಕೆಲಸಗಳ ಪಟ್ಟಿಯಲ್ಲಿ ಈ ಘಟನೆಯನ್ನೇ ಮೊತ್ತಮೊದಲಿಗೆ ಇರಿಸುತ್ತೇನೆ' ಎಂದರು. ಚಾಂದ್ ಆಲಿ ಕಣ್ಣೊರಸಿಕೊಂಡು ಮರಳಿದ್ದ.

ರಾತ್ರಿ ನಮಾಜಿನ ಕರೆ ಕೇಳಿಸಿತು.

ಕತ್ತಲನ್ನು ಸೀಳಿಕೊಂಡು ಬಂದ ಕಾರು ಸೇತುವೆಯ ಬಳಿ ದೀಪ ಆರಿಸಿ ನಿಂತಿತು. ಸೇತುವೆಯ ಅಡಿಯಿಂದ ಮೂವರು ಮೇಲೆ ಬಂದರು.

ಕಾರಿನ ಹಿಂಭಾಗ ಬಾಗಿಲು ತೆರೆದುಕೊಂಡಿತು.

ಇಬ್ಬರು ಹತ್ತಿದ ಕೂಡಲೇ ಚಾಂದ್ ಆಲಿ ಬಾಗಿಲು ಮುಚ್ಚಿದ; ಕಾರನ್ನು ಬಳಸಿ ಎದುರಿನ ಬಾಗಿಲು ತೆರೆದು ಒಳಗೆ ನುಸುಳಿದ.

ಕಾರು ಶಿಬಿರದ ದಾರಿಯಲ್ಲಿ ಚಲಿಸಿತು.

ಇನ್ನೆರಡು ಮೈಲು ಸಾಗಿದರೆ 'ಸಬ್‌ಜಿ ಮಂಡಿ' ಸಿಗುತ್ತದೆ. ಅಲ್ಲಿಂದ ಬಲಭಾಗದ ರಸ್ತೆಯಲ್ಲಿ ನಾಲ್ಕು ಮೈಲು ಹೋದರೆ 'ಸಬ್‌ಡಿವಿಜನ್' ಕಚೇರಿಯ ಕಟ್ಟಡ ಕಾಣಿಸುತ್ತದೆ. ಅದರ ಪಕ್ಕದ ಮೈದಾನದಲ್ಲೇ ಇದ್ದದ್ದು ಶಿಬಿರ. ಚಾಂದ್ ಆಲಿ ಶಿಬಿರವನ್ನಿನ್ನೂ ನೋಡಿರಲಿಲ್ಲ. ಆದರೂ ಶಿಬಿರದ ಹೊರಗೆ ಕೂಡಾ ನಿರಾಶ್ರಿತರು ಗುಂಪು ಗುಂಪಾಗಿ ನಿಂತು, ಮಾತನಾಡಿಕೊಳ್ಳುತ್ತಿರುವ ಚಿತ್ರವನ್ನು ಕಲ್ಪಿಸಿಕೊಂಡಿದ್ದ. ಆ ಗುಂಪುಗಳ ನಡುವೆ ಇವರಿಬ್ಬರನ್ನೂ ಸೇರಿಸಿಬಿಟ್ಟರೆ ತನ್ನ ಕರ್ತವ್ಯ ಮುಗಿದಂತೆ. ಆ ಬಳಿಕ ಅವರೇನು ಬೇಕಾದರೂ ಮಾಡಿಕೊಳ್ಳಲಿ. ಅದಕ್ಕಿಂತ ಹೆಚ್ಚು ತಾನೇನು ಮಾಡಬಲ್ಲೆ? ನಾಳೆ ರೋಷನ್ ಚಿಕ್ಕಪ್ಪನವರಿಗೆ ಗೊತ್ತಾಗದಿದ್ದರೆ ಸಾಕು. ಚಾಂದ್ ಆಲಿ ತನ್ನೊಳಗೇ ಧೈರ್ಯ ತುಂಬಿಕೊಳ್ಳುತ್ತಲಿದ್ದ.

'ಯಾ ಅಲ್ಲಾ... ಕೆಲಸ ಕೆಟ್ಟಿತು!' ಖಾನ್ ಚಾಚಾರ ಉದ್ಗಾರದೊಡನೆ ಕಾರು ಕಿರ್ರನೆ ಸ್ವರವೆಬ್ಬಿಸಿ ನಿಧಾನಿಸಿದಾಗ, ಚಾಂದ್ ಆಲಿ ಅಪಾಯದ ಮುನ್ಸೂಚನೆಯನ್ನು ಸ್ಪಷ್ಟವಾಗಿ ಗುರುತಿಸಿದ್ದ.

ಸಬ್‌ಜಿ ಮಂಡಿಯ ಎದುರು ಗಲಭೆ ಸ್ಫೋಟಿಸಿದಂತಿತ್ತು. ಕಟ್ಟಡವೊಂದರಿಂದ ಬೆಂಕಿಯ ನಾಲಗೆಗಳು ಭಯಾನಕವಾಗಿ ಕುಣಿಯುತ್ತಿದ್ದವು.

'ಚಾಚಾ...., ಕಾರನ್ನು ಎಡಕ್ಕೆ ತಿರುಗಿಸಿ' ಚಾಂದ್ ಆಲಿ ಮಾತು ಮುಗಿಸುವ ಮುನ್ನವೇ ಖಾನ್‌ಚಾಚಾನ ಪಳಗಿದ ಕೈಕಾಲುಗಳು ಕಾರನ್ನು ಎಡಭಾಗದ ಗಲ್ಲಿಯೊಳಗೆ ತೂರಿಸಿತ್ತು.

'ಬೇರೆ ರಸ್ತೆಯಿಲ್ಲ ಚಾಚಾ. ನಾವು ಸಿಕ್ಕಿಹಾಕಿಕೊಳ್ಳಬಾರದು. ನಾವು ನೇರವಾಗಿ ರೈಲ್ವೆ ಸ್ಟೇಶನ್ನಿಗೆ ಹೋಗುವ, ಅಲ್ಲಿ ಪೊಲೀಸಿನವರಾದರೂ ಇವರಿಗೆ ಸಹಾಯ ಮಾಡಿಯಾರು. ಅಥವಾ ರೈಲು ನಿಲ್ದಾಣದಿದಲೂ ಕ್ಯಾಂಪಿಗೆ ಜನರನ್ನು ತಲುಪಿಸುವ ಏರ್ಪಾಡು ಇರಲೂ ಸಾಕು' ಚಾಂದ್ ಆಲಿ ಬಡಬಡಿಸುತ್ತಿದ್ದ.

ಕಾರು ಬಾಣದಂತೆ ಚಿಮ್ಮಿತು.

ನಿಲ್ದಾಣ ದೂರದಲ್ಲಿ ಕಾಣಿಸುತ್ತಿರುವಂತೆಯೇ ಚಾಂದ್ ಆಲಿ ಹೇಳಿದ್ದ, "ಕಾರು ಇಲ್ಲಿಯೇ ನಿಲ್ಲಿಸಿಬಿಡಿ ಚಾಚಾ. ನಾವು ಇಳಿದುಬಿಡುತ್ತೇವೆ. ನಿಮ್ಮ ಕಾರಲ್ಲಿ ಇವರು ಬಂದಿದ್ದಾರೆ ಎಂಬುದು ಯಾರಿಗೂ ಗೊತ್ತಾಗುವುದು ಬೇಡ. ನಾನು ಇವರಿಬ್ಬರನ್ನೂ ಅಲ್ಲಿಯವರೆಗೆ ತಲುಪಿಸಿ ಹೇಗಾದರೂ ಮನೆಗೆ ಹೋಗಿಬಿಡುವೆ. ನಾಳೆ ರಾತ್ರಿ ನಿಮಗೆ ಇಲ್ಲಿ ಏನಾಯಿತು ಎಂಬುದನ್ನು ಹೇಳುವೆ.'

ಕಾರು ರಸ್ತೆಯ ಬದಿಗೆ ಸರಿದು ನಿಂತಿತು.

ಮೂವರೂ ಕಾರಿನಿಂದ ಇಳಿದರು.

'ಅಲೀ' ಎಂದು ಕರೆದ ಖಾನ್‌ಚಾಚಾ ನೋಟುಗಳ ಕಂತೆಯೊಂದನ್ನು ಅವನತ್ತ ಚಾಚುತ್ತ, 'ನನ್ನಲ್ಲಿ ಇರುವುದೇ ಇಷ್ಟು. ನೂರ ಅರುವತ್ತು ಇರಬೇಕು. ಅವರಿಗೆ ಕೊಟ್ಟುಬಿಡು. ಅಲ್ಲಾಹು ಕಾಪಾಡುತ್ತಾನೆ' ಎಂದು ಹೇಳಿ, ನೋಟುಗಳನ್ನು ಚಾಂದ್ ಆಲಿಯ ಕೈಯೊಳಗೆ ತುರುಕಿಸಿ, ಕಾರು ಚಲಾಯಿಸಿ ಹಿಂತಿರುಗಿ ಹೊರಟುಬಿಟ್ಟರು. ರಸ್ತೆಯ ಕೊನೆಯ ತಿರುವಿನಲ್ಲಿ ಕಾರಿನ ದೀಪಗಳು ಮರೆಯಾಗುವವರೆಗೂ ಗರಬಡಿದವನಂತೆ ನಿಂತು ಬಿಟ್ಟ ಚಾಂದ್ ಆಲಿ. ಬಳಿಕ ಎಚ್ಚೆತ್ತವನಂತೆ, 'ಬನ್ನಿ ಭಾಬೀಜಿ' ಎಂದು ನಿಲ್ದಾಣದತ್ತ ಭಯದ ಹೆಜ್ಜೆಗಳನ್ನೂರತೊಡಗಿದ.

ರೈಲು ನಿಲ್ದಾಣದ ಹೊರಗೆ ಜನ ಜಾತ್ರೆಯಾಗಿತ್ತು. ನಾಲ್ಕಾರು ಪೊಲೀಸ್ ವಾಹನಗಳೂ ನಿಂತಿದ್ದವು. ಇಲ್ಲಿಯೂ ಕ್ಯಾಂಪ್ ತೆರೆದಿರಬಹುದೆ? ಎಂಬ ಹೊಸ ಆಸೆಯೊಂದಿಗೆ ಚಾಂದ್ ಆಲಿ ಹೆಜ್ಜೆ ಬದಲಿಸಿದ.

ನಿಲ್ದಾಣದ ಹೆಬ್ಬಾಗಿಲಿಗೆ ನೂರೈವತ್ತು ಗಜ ದೂರದಲ್ಲಿ ನಿಂತಿದ್ದ ಲಾರಿಯೊಂದಕ್ಕೆ ಜನರು ಹತ್ತುತ್ತಿದ್ದರು. ಈ ಲಾರಿ ಎಲ್ಲಿಗೆ ಹೋಗುತ್ತದೆ? ಕುತೂಹಲಗೊಂಡ ಚಾಂದ್ ಆಲಿ, ಲಾರಿಯಬಳಿ ನಿಂತಿದ್ದ ನಡು ವಯಸ್ಕರೊಬ್ಬರನ್ನು ಪ್ರಶ್ನಿಸಿದ್ದ.

'ಈ ಲಾರಿ ಕ್ಯಾಂಪಿಗೆ ಹೋಗುತ್ತದಾ?'

ಲಾರಿಯ ಬೆನ್ನ ಮೇಲೆ ನಿಂತುಕೊಂಡಿದ್ದ ಯುವಕನೊಬ್ಬ ಅಲ್ಲಿಂದಲೇ ಬೆನ್ನು ಬಗ್ಗಿಸಿ ಉತ್ತರಿಸಿದ್ದ. 'ಹೌದು, ಬೇಗ ಹತ್ತಿಕೊಳ್ಳಿರಿ.'

ಚಾಂದ್ ಆಲಿಯ ದೇಹದ ಭಾರವೆಲ್ಲ ಇಳಿದು ಹೋದಂತಾಯಿತು.

'ಭಾಬೀಜಿ, ಈ ಲಾರಿ ಕ್ಯಾಂಪಿಗೆ ಹೋಗುತ್ತದೆ. ನೀವಿಬ್ಬರೂ ಹತ್ತಿಕೊಳ್ಳಿರಿ.'

ಮೊಹಿಂದರ್ ಅನುಮಾನಿಸುತ್ತಾ ಒಮ್ಮೆ ಲಾರಿಯನ್ನು, ಮತ್ತೊಮ್ಮೆ ಚಾಂದ್ ಆಲಿಯನ್ನು ನೋಡತೊಡಗಿದಳು.

'ಯಾಕೆ! ಹೋಗುವುದಿಲ್ಲವೆ?' ಚಾಂದ್ ಆಲಿಯ ಪ್ರಶ್ನೆಯಲ್ಲಿ ಅನುಮಾನದ ಜತೆ ಸ್ವಲ್ಪ ಅಸಹನೆಯೂ ಬೆರೆತಿರುವುದನ್ನು ಗುರುತಿಸಿದ ಮೊಹಿಂದರ್ ಭಾಬಿ 'ನಮಗೆ ಯಾಕೋ ಭಯವಾಗುತ್ತದೆ ಆಲಿ. ಕ್ಯಾಂಪಿನವರೆಗೆ ನೀನೂ ಬಂದರೆ ಬದುಕಿರುವವರೆಗೂ ನಿನ್ನ ಸಲುವಾಗಿ ದೇವರನ್ನು ಪ್ರಾರ್ಥಿಸುವೆ' ಎನ್ನುತ್ತಾ ಅಳಲಾರಭಿಸಿದ್ದಳು.

'ಇದೇನು ಭಾಬೀಜೀ... ನೀವು ಹೀಗೆ ಹಠ ಹಿಡಿದರೆ ನಾನೇನು ಮಾಡುವುದು?'

ಚಾಂದ್ ಆಲಿ ತಬ್ಬಿಬ್ಬಾದವನಂತೆ ಹೇಳಿದ್ದ. 'ಈ ಲಾರಿ ಕ್ಯಾಂಪಿಗೆ ಹೋಗುತ್ತದೆ. ಲಾರಿಯಲ್ಲಿರುವವರೆಲ್ಲರೂ ನಿಮ್ಮವರೇ. ಕ್ಯಾಂಪಿನಲ್ಲಿ ನಿಮಗೆ ನಿಮ್ಮ ಮನೆಯವರು ಸಿಗುತ್ತಾರೆ. ನಾನು ಅಲ್ಲಿಯ ತನಕ ಬಂದೇನು ಮಾಡುವುದಿದೆ?'

ಮೊಹಿಂದರ್ ಕೌರ್ ಕಲ್ಲಿನಂತೆ ನಿಂತಿದ್ದಳು.

ಅಕ್ಕನ ಬೆನ್ನ ಹಿಂದೆ ಮುದುಡಿ ನಿಂತಿದ್ದ ತನ್ವೀರಳ ಅಭಿಪ್ರಾಯ ಏನೆಂಬುದು ಚಾಂದ್ ಆಲಿಗೆ ಗೊತ್ತಿರಲಿಲ್ಲ.

ಅದುವರೆಗೂ ಅಂಗೈಯಲ್ಲಿಯೇ ಹಿಡಿದುಕೊಂಡಿದ್ದ ರೂಪಾಯಿ ನೋಟುಗಳನ್ನು ಮೊಹಿಂಮದರ್ ಭಾಬಿಯತ್ತ ಚಾಚಿದ ಚಾಂದ್ ಆಲಿ, ತೀರ್ಪು ಹೇಳುವವನತೆ ಮಾತು ಉದುರಿಸಿದ್ದ. 'ಇದು ನಿಮ್ಮಲ್ಲಿರಲಿ. ಖಾನ್ ಚಾಚಾ ನಿಮಗಾಗಿ ಕೊಟ್ಟ ಹಣ. ನೀವಿನ್ನು ತಡಮಾಡಬಾರದು, ದಯವಿಟ್ಟು ಲಾರಿ ಹತ್ತಿಬಿಡಿ.'

ಮೊಹಿಂದರಳ ಕಣ್ಣುಗಳಲ್ಲಿ ನೀರು ಧಾರೆಯಾಗಿ ಇಳಿಯುತ್ತಿತ್ತು. ಚಾಂದ್ ಆಲಿಗೆ ತಾನು ಏನು ಹೇಳಬೇಕೆಂಬುದೂ ಹೊಳೆಯುತ್ತಿರಲಿಲ್ಲ. ಮೊಹಿಂದರ್ ಭಾಬಿಯ ವರ್ತನೆ ಅವನಿಗೆ ಅನಿರೀಕ್ಷಿತವಾಗಿತ್ತು.

ಅದುವರೆಗೂ ಚಾದ್ ಆಲಿಯ ಜೊತೆ ಒಂದು ಮಾತೂ ಆಡಿರದಿದ್ದ ತನ್ವೀರ್ ಕೌರ್, ಚಾಂದ್ ಅಲಿಯ ಎದುರು ಬಂದು ನಿಂತಳು. ಅವನ ಎರಡೂ ಕೈಗಳನ್ನು ತನ್ನ ಬೊಗಸೆಯಲ್ಲಿ ಎತ್ತಿಕೊಡ ಅವಳು, ಚಾಂದ್ ಆಲಿಯ ಕಣ್ಣೊಳಗೆ ಕಣ್ಣು ತೂರಿಸಿ ಹೇಳಿದ್ದಳು 'ದಯವಿಟ್ಟು ಬಾ.'

* * * *

'ಕ್ಯಾಂಪಿ'ನೊಳಗೆ ಕಾಲಿರಿಸಿದ ಮರುಕ್ಷಣದಲ್ಲೇ ಅಕ್ಕತಂಗಿಯರಿಬ್ಬರ ಕಣ್ಣುಗಳೂ ಒಂದೇ ಮಾತನ್ನು ವಿನಿಮಯ ಮಾಡಿಕೊಂಡಿದ್ದವು; 'ಚಾಂದ್ ಆಲಿಯನ್ನು ಒತ್ತಾಯಿಸಿ ಕರೆತಂದದ್ದು ಬಹು ದೊಡ್ಡ ತಪ್ಪಾಗಿಬಿಟ್ಟಿದೆ.'

ರಾತ್ರಿಯಿಡೀ ಒಂದೇ ಸಮನೆ ಧಾವಿಸಿದ್ದ ಲಾರಿ, ನಡುವೆಯೊಮ್ಮೆ ಯಾಂತ್ರಿಕ ತೊಂದರೆಯಿಂದಾಗಿ ಒಂದಷ್ಟು ಹೊತ್ತು ವಿರಮಿಸಿದ್ದನ್ನು ಬಿಟ್ಟರೆ ಬೇರೆಲ್ಲಿಯೂ ನಿಂತದ್ದಿಲ್ಲ. ಯಾವುದೇ ಸಮಯದಲ್ಲಿ, ಯಾವುದೇ ಜಾಗದಲ್ಲಿ ಆದರೂ ಶತ್ರುಗಳ ದಾಳಿಯಾಗುವ ಸಾಧ್ಯತೆಗಳು ಇವೆಯೆಂಬುದಾಗಿ ಮಾತನಾಡಿಕೊಳ್ಳುತ್ತಿದ್ದು, ಜೀವರಕ್ಷಣೆಗಾಗಿ ತಾವು ಏನೆಲ್ಲ ಮಾಡಿಕೊಳ್ಳಬಹುದು ಎಂಬುದನ್ನೇ ಚರ್ಚಿಸುತ್ತಿದ್ದರು.

'ನಮ್ಮ ಜತೆ ಎರಡಾದರೂ ಮೆಷಿನ್‌ಗನ್ ಇರಬೇಕಾಗಿತ್ತು' ಚಾಂದ್ ಆಲಿಯ ಪಕ್ಕದಲ್ಲಿ ನಿಂತಿದ್ದ ಯುವಕ ತನ್ನ ಮುಂದಿನ ಯೋಜನೆಗಳನ್ನೆಲ್ಲ ವಿವರಿಸುತ್ತಿರುವಾಗ ಚಾಂದ್ ಆಲಿ ಅರೆಜೀವವಾಗುತ್ತಿದ್ದ. 'ಒಬ್ಬರನ್ನೂ ಉಳಿಸಬಾರದು. ಕಂಡಲ್ಲಿ ಕೊಚ್ಚಿ ಹಾಕಬೇಕು. ಹಿಂದೂಸ್ತಾನದಲ್ಲಿ ಅವರ ನೆರಳು ಕೂಡಾ ಕಾಣಿಸಬಾರದು. ನಿನ್ನಂತ ಹತ್ತು ಜನ ಗಟ್ಟಿ ಯುವಕರು ನನ್ನ ಬೆನ್ನಿಗೆ ಇದ್ದರೆ ಸಾಕು; ಅವರಾರೂ ಹುಟ್ಟಲೇ ಇಲ್ಲ ಎನ್ನುವಂಥ ಸ್ಥಿತಿ ತಂದಿಡುತ್ತೇನೆ.'

ಬಾವುಟಗಳು ತೂಕಡಿಸುತ್ತಿದ್ದ ಹಳೆಯ ಕಟ್ಟಡವೊಂದರ ಎದುರು ಲಾರಿ ನಿಂತು ಉಸಿರುಬಿಟ್ಟಾಗ ಸೂರ್ಯ ದೂರದ ಪೂರ್ವದಲ್ಲೆಲ್ಲೋ ಕಣ್ಣುಜ್ಜಿಕೊಳ್ಳುತ್ತಿರಬಹುದಷ್ಟೆ. ಲಾರಿಯ ಕ್ಯಾಬಿನ್‌ನಿಂದ ಕೆಳಗಿಳಿದು ಕಟ್ಟಡದೊಳಗೆ ಹೋಗಿದ್ದ ಇಬ್ಬರು ಮತ್ತೆ ಮರಳುವಷ್ಟರಲ್ಲಿ ಬಾವುಟಗಳು ಕೇಸರಿ, ಬಿಳಿ, ಹಸುರಾಗಿ ಕಾಣಿಸುವಷ್ಟು ಬೆಳಕು ಮೂಡಿತ್ತು.

'ಮಾತೃಭೂಮಿಗೆ ಸ್ವಾಗತ' ಎಂಬ ಬಟ್ಟೆಯ ಬ್ಯಾನರೊಂದು ಕಟ್ಟಡದ ಗೋಡೆಗೆ ಅಂಟಿಕೊಂಡಿತ್ತು. ಲಾರಿಯಿಂದ ಜನರು ಒಬ್ಬೊಬ್ಬರಾಗಿ ಇಳಿಯಲಾರಂಭಿಸಿದ್ದರು.

ಮೊಹಿಂದರ್ ಭಾಬಿಯ ಜತೆ ತನ್ವೀರಳೂ ಎದ್ದು ನಿಂತು, 'ವಾಗಾ ಗಡಿ ಇದೇ ಇರಬೇಕು' ಎಂದಿದ್ದು ಆ ಯುವಕನಿಗೂ ಕೇಳಿಸಿದ್ದಿರಬೇಕು.

'ಇನ್ನಿದು ನಮ್ಮ ದೇಶ. ನೀವು ಹೆದರಬೇಕಾಗಿಲ್ಲ. ಇಳಿಯಿರಿ ಬೆಹನ್.' ಯುವಕ ಮೊಹಿಂದರಳನ್ನು ದಿಟ್ಟಿಸಿ ಹೇಳಿದ್ದ. ಸಹೋದರಿಯರಿಬ್ಬರೂ ಚಾಂದ್ ಆಲಿಯ ಅಸಹನೆಯ ನೋಟದಿದ ತಪ್ಪಿಸಿಕೊಳ್ಳುವವರಂತೆ ಲಾರಿಯಿಂದ ಇಳಿಯಲು ಪ್ರಯತ್ನ ನಡೆಸಿದ್ದರು.

'ನನ್ನ ಹೆಸರು ರಾಹುಲ್, ರಾಹುಲ್ ಸಿಂಗ್' ಎಂದ ಯುವಕ ತನ್ವೀರಳನ್ನು ಅನಾಮತ್ತಾಗಿ ಎತ್ತಿ ಲಾರಿಯಿಂದ ಕೆಳಗಿಳಿಸಿ, ಮೊಹಿದರಳತ್ತ ಕೈ ಚಾಚಿ 'ಬನ್ನಿ ಬೆಹನ್' ಎಂದ.

ಚಾಂದ್ ಆಲಿ ಬಟ್ಟೆಯ ಬ್ಯಾನರಿನ ಅಕ್ಷರಗಳಲ್ಲೇ ಕಣ್ಣು ನೆಟ್ಟು ತಾನು ಬೇರೇನನ್ನೂ ನೋಡಬಯಸುವುದಿಲ್ಲ ಎನ್ನುವಂತೆ ನಿಂತುಬಿಟ್ಟಿದ್ದ.

'ಓಹ್ ಸೋದರಾ, ಲಾರಿಯಲ್ಲೇ ನಿಂತು ಏನು ಮಾಡುತ್ತೀಯ? ಇಳಿದು ಬಾ. ಇಲ್ಲಿ ನಮಗೆ ಹೊಟ್ಟೆ ತುಂಬಿಸಲು ರೊಟ್ಟಿ ಕೊಡುತ್ತಾರಂತೆ. ಆ ಬಳಿಕ ಇದ್ದೇ ಇದೆಯಲ್ಲ ಹಗಲಿಡೀ ಓಟ?' ಯುವಕ ಚಾಂದ್ ಆಲಿಯನ್ನೂ ಆಹ್ವಾನಿಸಿದ್ದ.

ಲಾರಿಯಿಂದಿಳಿದ ಹೆಜ್ಜೆಯಲ್ಲೇ ನಿಂತಿದ್ದ ಮೊಹಿಂದರ್, 'ಬಾ' ಎನ್ನುವಂತೆ ಕೈ ಬೀಸುತ್ತಿದ್ದಳು. ತನ್ವೀರ್ ಅಪರಾಧಿಯಂಂತೆ ನೆಲ ಓದುತ್ತಿದ್ದಳು. ಚಾಂದ್ ಆಲಿ ನಿದ್ರೆಯಲ್ಲಿ ನಡೆಯುತ್ತಿರುವವನಂತೆ ತೂರಾಡುತ್ತಾ ಲಾರಿಯಿಂದಿಳಿದು ಅವರ ಜತೆ ಕಾಲೆಳೆದ.

ಎಲ್ಲರಿಗೂ ದಾಲ್ ರೋಟಿ ಹಂಚಿದ್ದರು.

ಚಾಂದ್ ಆಲಿಗೆ ರೋಟಿ ಸೇರಲಿಲ್ಲ.

ರಾಹುಲ್ ಸಿಂಗ್ ಅದಾಗಲೇ ಅಲ್ಲಿಯ ಸ್ವಯಂಸೇವಕರ ತಂಡ ಅನುಭವೀ ಸದಸ್ಯನಂತೆ ಎಲ್ಲರನ್ನೂ ಉಪಚರಿಸಲಾರಂಭಿಸಿದ್ದ.

ಇನ್ನೊಂದು ಸ್ವಲ್ಪ ಹೊತ್ತಿನಲ್ಲಿ ಲಾರಿ ದೆಹಲಿಗೆ ಹೊರಡುವುದಿತ್ತು. ಲಾರಿಯ ಬಾನೆಟ್ ತೆರೆದು ರೇಡಿಯೇಟರ್‌ಗೆ ನೀರು ತುಂಬಿಸುತ್ತಿದ್ದವನ ಬಳಿಗೆ ಸರಿದ ಚಾಂದ್ ಆಲಿ, ಅನುಮಾನಿಸುತ್ತಲೇ ಪ್ರಶ್ನಿಸಿದ್ದ, 'ನಾವು ನಮ್ಮೂರಿನಿಂದ ಎಷ್ಟು ಮೈಲು ದೂರ ಬಂದಿದ್ದೇವೆ?'

'ಯಾಕೆ? ಮತ್ತೆ ಅಲ್ಲಿಗೆ ಹೋಗಿ ಸಾಯಬಯಸುವಿಯೇನು?' ನಲವತ್ತರ ಸರ್‌ದಾರ್‌ಜಿ ಕಣ್ಣು ಕೆಂಪಗೆ ಮಾಡಿದಾಗ ಚಾಂದ್ ಆಲಿಯ ಎದೆ ಬಡಿತ ನಿಂತಂತಾಗಿತ್ತು.

'ಹೆ...ಹೆ...ಹೀಗೇ... ಸುಮ್ಮನೆ ಕೇಳಿದೆ. ನಾನೇಕೆ ಹೋಗಲಿ. ಹೆ...ಹೆ...' ಪೆಚ್ಚು ಪೆಚ್ಚಾಗಿ ಹೇಳಿದ್ದ.

ಕಣ್ಣು ಹಾಯಿಸುವಷ್ಟು ದೂರಕ್ಕೂ ಎರಡೂ ದಿಕ್ಕುಗಳಲ್ಲಿ ಟಾರು ರಸ್ತೆ ಹಾವಿನಂತೆ ಮಲಗಿತ್ತು. ತಾವು ಬಂದ ದಿಕ್ಕು ಯಾವುದು, ಹೋಗಬೇಕಾದರೆ ದಿಕ್ಕು ಯಾವುದು ಎಂಬುದೂ ಅರ್ಥವಾಗುತ್ತಿರಲಿಲ್ಲ.

ತನ್ನ ದೇಶ ಯಾವ ದಿಕ್ಕಿಗಿದೆ?

ಯಾರೋ ಹೆಗಲು ಮುಟ್ಟಿದಂತಾಗಿ ಬೆಚ್ಚಿಬಿದ್ದ.

'ನನ್ನನ್ನು ಕ್ಷಮಿಸಿಬಿಡು' ತನ್ವೀರ್ ಕಣ್ಣಲ್ಲಿ ನೀರು!

'ಎಲ್ಲರೂ ಲಾರಿ ಹತ್ತಿರಿ' ರಾಹುಲ್ ಸಿಂಗ್ ಅದಾಗಲೇ ಲೀಡರಾಗಿದ್ದ.

ವಾಗಾದ ಗಡಿಯನ್ನು ಹಾದು ಅಮೃತಸರದಲ್ಲಿ ಇಂಧನ ತುಂಬಿಕೊಂಡ ಲಾರಿ ಮತ್ತೆ ಸಂಜೆಯವರೆಗೂ ಎಲ್ಲಿಯೂ ನಿಲ್ಲಲಿಲ್ಲ. ದೆಹಲಿಯ ನಿಜಾಮುದ್ದೀನ್ ರೈಲ್ವೆ ನಿಲ್ದಾಣದಿಂದ ಸುಮಾರು ನಾಲ್ಕೈದು ಮೈಲು ಉತ್ತರ ದಿಕ್ಕಿನಲ್ಲಿದ್ದ ಬಟ್ಟೆ ಗಿರಣಿಯ ಬಳಿ ಲಾರಿ ತಲುಪಿ ನಿಂತಾಗ ಸಂಜೆ ಐದು ದಾಟಿದ್ದಿರಬಹುದು. ಇವರನ್ನೇ ಶತಮಾನಗಳಿಂದ ನಿರೀಕ್ಷಿಸುತ್ತಿರುವಂತೆ ವರ್ತಿಸುತ್ತಿದ್ದ ಸ್ವಯಂಸೇವಕರು, ಅತಿಯಾದ ಉತ್ಸಾಹದಿಂದಲೇ ಸ್ವಾಗತಿಸುತ್ತಿದ್ದರು.

'ಸತ್‌ಶ್ರೀ ಅಕಾಲ್.'

'ಬನ್ನಿ. ನಾವೆಲ್ಲ ನಿಮ್ಮವರೇ.'

'ಸುಖದ ದಿನಗಳು ಬಲು ಬೇಗನೆ ಬರಲಿವೆ.'

'ಭಾರತ್ ಮಾತಾಕೀ ಜೈ.'

ಶಿಬಿರದಲ್ಲಿ ಅದಾಗಲೇ ನೂರಕ್ಕೂ ಮಿಕ್ಕಿ ನಿರಾಶ್ರಿತರಿದ್ದರು.

ಗಿರಣಿಯ ಆವರಣದೊಳಕ್ಕೆ ಎಲ್ಲರನ್ನೂ ಕರೆದುಕೊಂಡು ಹೋದ ಸ್ವಯಂ ಸೇವಕರು, ವಿಶಾಲವಾದ ಕಟ್ಟಡದ ಪಶ್ಚಿಮ ದಿಕ್ಕಿನಲ್ಲಿದ್ದ ಜಂಬುನೇರಳೆಯ ಮರದ ನೆರಳಿನಲ್ಲಿ ಎಲ್ಲರನ್ನೂ ಕುಳ್ಳಿರಿಸಿದ್ದರು. ಮರದ ಬುಡದಲ್ಲಿ ಎರಡು ಬೆಂಚುಗಳನ್ನಿರಿಸಲಾಗಿತ್ತು. ಶಿಬಿರಕ್ಕೆ ಹೊಸದಾಗಿ ದಾಖಲಾದವರಿಗೆ ಪರಿಚಯ ಪತ್ರಗಳನ್ನು ಬರೆದು ಕೊಡಲಾರಂಭಿಸಿದರು. ತಲೆ ಕಡಿಸಿಕೊಳ್ಳಲು ಸಿದ್ಧವಾದ ಕುರಿಯಂತೆ ಚಾಂದ್ ಅಲಿ ಮೊಹಿಂದರರ ಬಳಿ ಕುಳಿತು ಕಣ್ಣು ಪಿಳಿ ಪಿಳಿ ಮಾಡುತ್ತಿದ್ದ. ಎದೆ ಬಡಿತದ ಸದ್ದು ಪಕ್ಕದಲ್ಲೇ ಕುಳಿತಿದ್ದ ತನ್ವೀರರಿಗೂ ಕೇಳಿಸಿದ್ದಿರಬಹುದು.

'ಮೊಹಿಂದರ್ ಕೌರ್, ಪ್ರಾಯ ಇಪ್ಪತ್ತೈದು, ಗಂಡನ ಹೆಸರು ರಾಜೀಂದರ್, ಮಂಡೋವಾಳಿ ಅಂಚೆ, ಬಹವಾಲಪುರ ಸಬ್‌ಡಿವಿಜನ್. ನಾನು ತನ್ವೀರ್ ಪ್ರಾಯ ಹತ್ತೊಂಬತ್ತು, ಮೊಹಿಂದರಳ ತಂಗಿ. ಇವನು ಚಂದರ್, ಪ್ರಾಯ ಇಪ್ಪತ್ತೆರಡು, ರಾಜಿಂದರ್ ಅಕ್ಕನ ಮಗ.'

ಪಟ ಪಟನೆ ಮೂವರ ಪರಿಚಯವನ್ನೂ ಸ್ವಯಂ ಸೇವಕರಿಗಿತ್ತು ಪರಿಚಯ ಪತ್ರಗಳಿಗಾಗಿ ಕೈಚಾಚಿ ನಿಂತ ತನ್ವೀರಳನ್ನು ಮೊಹಿಂದರ್ ಅವಾಕ್ಕಾಗಿ ನೋಡಿದ್ದಳು. ಪತ್ರಗಳೊಂದಿಗೆ ಹಿಂದಡಿಯಿಟ್ಟ ತನ್ವೀರ್ ಚಾಂದ್ ಅಲಿಯತ್ತ ಕಣ್ಣು ನೆಟ್ಟು ಮೆಚ್ಚುಗೆ ಯಾಚಿಸುವಂತೆ ತುಟಿ ಕಚ್ಚಿದ್ದಳು. ಚಾಂದ್ ಆಲಿ ತನ್ನ ವ್ಯಕ್ತಿತ್ವವನ್ನೇ ಕಳಚಿಕೊಂಡು ಬೆತ್ತಲೆಯಾದವನಂತೆ ನಿಂತಿದ್ದ.

ಬಾವಿಯ ಪಕ್ಕದಲ್ಲಿದ್ದ ಜಗಲಿಯ ಮೂಲೆಯಲ್ಲಿ ಮೂವರ ಕುಟುಂಬಕ್ಕೆ ಜಾಗ ನೀಡಿದ್ದರು. ಬಾವಿಯ ದಂಡೆಗಂಟಿಕೊಂಡೇ ಆಕಾಶದೆತ್ತರ ಬೆಳೆದು ನಿಂತಿದ್ದ ಬೇವಿನ ಮರಗಳೆರಡು ನಡುಮಧ್ಯಾಹ್ನದಲ್ಲೂ ಜಗಲಿಯನ್ನು ತಣ್ಣಗಿರಿಸಿದ್ದವು.

ಶಿಬಿರದಲ್ಲಿ ಒಂದೇ ಬಗೆಯ ದಿನಚರಿ.

ಮುಂಜಾನೆ ಎಂಟು ಗಂಟೆಗೆ ಸರಿಯಾಗಿ ಎಲ್ಲರಿಗೂ ತಲಾ ಎರಡರಂತೆ ದಾಲ್ ರೋಟಿ ಹಂಚುತ್ತಿದ್ದರು.

ರೊಟ್ಟಿ ಹಂಚುವ ಮೊದಲು ಎಲ್ಲರೂ 'ವಂದೇ ಮಾತರಂ' ಹಾಡುತ್ತಿದ್ದರು; ಕನ್ನಡಕ ಧರಿಸಿದ ಮುದುಕನೊಬ್ಬ ಹೆಬ್ಬಾಗಿಲ ಬಳಿಯಿದ್ದ ಮಣ್ಣಿನ ದಿನ್ನೆಯೇರಿ ಎಲ್ಲರನ್ನುದ್ದೇಶಿಸಿ ಮೂರು ನಿಮಿಷಗಳ ಕಾಲ ಭಾಷಣ ಮಾಡುತ್ತಿದ್ದ. ಹೊಸದಾಗಿ ಶಿಬಿರಕ್ಕೆ ದಾಖಲಾದವರು, ಆಸೆಯಿಂದಲೇ ಅವನ ಮಾತುಗಳನ್ನು ಆಲಿಸುತ್ತಿದ್ದರು. ತಮಗೇನಾದರೂ ಸುಖದ ಸಮಾಚಾರ ಇರಬಹುದೆ? ಎಂಬುದಾಗಿ ಕಾತರಿಸಿ ಆತನ ಬಾಯಿಯಿಂದ ಹೊರಬರುವ ಪ್ರತಿಯೊಂದು ಪದಗಳನ್ನೂ ಪರಿಶೀಲಿಸುತ್ತಿದ್ದರು.

ಎರಡನೆಯ ಬಾರಿಯೂ ಆ ಮುದುಕ ಕಂಠ ಪಾಠವನ್ನು ಒಪ್ಪಿಸುತ್ತಿರುವವನಂತೆ ಅದೇ ಮಾತುಗಳನ್ನು ಹೇಳುತ್ತಿದ್ದಾಗ ನಿರಾಸೆಪಡುತ್ತಿದ್ದರು. ನಾಲ್ಕನೆಯ ದಿನ ಆತ ಮಣ್ಣಿನ ದಿನ್ನೆಯೇರಿದ ಕೂಡಲೇ ಮುಖ ಸಿಂಡರಿಸಿ, ಆತನ ಮಾತು ಮುಗಿದ ಬಳಿಕವಷ್ಟೇ ಹಂಚಲೆಂದು ತಂದಿರಿಸಿದ್ದ ರೊಟ್ಟಿಗಳ ರಾಶಿಯತ್ತ ಕಣ್ಣು ಹರಿಸುತ್ತಿದ್ದರು.

ಮುದುಕ ತನ್ನ ಮಾತು ಮುಗಿಸಿದ ಬಳಿಕ 'ಬೋಲೋ ಭಾರತ್ ಮಾತಾಕೀ...' ಎಂದಾಗ ಮಾತ್ರ ಪ್ರತಿಯೊಬ್ಬರೂ ಆವೇಶದಿದ 'ಜೈ' ಎಂದು ಕೂಗುತ್ತಿದ್ದರು. ಚಾಂದ್ ಆಲಿಯೂ ಗಟ್ಟಿಯಾಗಿ ಉದ್ಘೋಷಿಸುತ್ತಿದ್ದ 'ಜೈ' ಬಳಿಕ ತನ್ನೊಳಗೇ ಗುಟ್ಟಾಗಿ

ಪ್ರಾರ್ಥಿಸುತ್ತಿದ್ದ, 'ಅಲ್ಲಾಹುವೇ ನನ್ನನ್ನು ಈ ನರಕದಿಂದ ಪಾರುಮಾಡು.' ಬಳಿಕ ರೊಟ್ಟಿ ಹಂಚುತ್ತಿದ್ದರು.

ದಿನಕ್ಕೆ ಒಂದಾದರೂ ಹೊಸ ತಂಡದ ಪ್ರವೇಶವಾಗುತ್ತಿತ್ತು. ಹೆಬ್ಬಾಗಲ ಬಳಿ ನೆರಳು ಆಡಿದರೂ ಸಾಕು ಚಾಂದ್ ಆಲಿ ಬೆಚ್ಚಿಬಿದ್ದು ಕುಳಿತಲ್ಲಿಂದಲೇ ಕತ್ತು ಕೊಂಕಿಸಿ, ಬಂದವರಲ್ಲಿ ಪರಿಚಿತರು ಇಲ್ಲವೆನ್ನುವುದನ್ನು ಖಾತರಿಪಡಿಸಿಕೊಂಡ ಬಳಿಕವೇ ಉಸಿರಾಡುತ್ತಿದ್ದ. ಅವನ ಅಪರಿಚಿತತೆಯೇ ಅವನಿಗೆ ಜೀವ ರಕ್ಷಕವಾಗಿತ್ತು.

ಮೊಹಿಂದರ್ ಮತ್ತು ತನ್ವೀರ್ ಕೂಡಾ ಹೆಬ್ಬಾಗಿಲ ಬಳಿ ಕಣ್ಣುನೆಟ್ಟೇ ದುಃಖಿಸುತ್ತಿದ್ದರು. ಯಾರಾದರೂ ಪರಿಚಿತರು ಬಂದಾರೇನೋ ಎಂದು ಆಸೆಪಡುತ್ತಿದ್ದರು.

ಭಾರತ ಪಾಕಿಸ್ತಾನಿಗಳ ಗಡಿಯುದ್ದಕ್ಕೂ ಹತ್ತಾರು ಶಿಬಿರಗಳು ನಡೆಸಲ್ಪಡುತ್ತಿವೆ ಎಂಬ ಸಂಗತಿ ಶಿಬಿರಕ್ಕೆ ತಲುಪಿದ್ದ ಮೊದಲ ರಾತ್ರಿಯೇ ಗೊತ್ತಾಗಿತ್ತು. ಸರಕಾರದವರು ನಡೆಸುತ್ತಿರುವ ಅಧಿಕೃತ ಶಿಬಿರಗಳ ಜತೆ, ಹಲವಾರು ಸಿರಿವಂತರೂ ಉದಾರವಾಗಿ ಖಾಸಗಿ ಶಿಬಿರಗಳನ್ನು ತೆರೆದಿದ್ದರು. ಯಾರು ಯಾವ ಶಿಬಿರಕ್ಕೆ ತಲುಪಿದ್ದಾರೆ ಎಂಬುದರ ಬಗ್ಗೆ ಯಾರಿಗೂ ಭರವಸೆ ಇದ್ದಿರಲಿಲ್ಲ. ಗಲಭೆಯ ಕಾವು ಅರಿ ತಣ್ಣಗಾದ ಬಳಿಕವಷ್ಟೇ ಯಾರು ಎಲ್ಲಿದ್ದಾರೆ ಎಂಬುದನ್ನು ಹುಡುಕಲು ಸಾಧ್ಯ.

'ದೇವರು ಬಯಸಿದರೆ ನಮ್ಮ ಮನೆಯವರು ಇದೇ ಶಿಬಿರಕ್ಕೆ ಬರಬಾರದೆಂದೇನೂ ಇಲ್ಲವಲ್ಲಾ?' ಮೊಹಿಂದರ್ ಪ್ರತಿದಿನವೂ ತನ್ವೀರಳಿಗೆ ಹೇಳುತ್ತಿದ್ದ ಮಾತು.

'ಹೌದಕ್ಕಾ, ಎಲ್ಲರೂ ಖಂಡಿತವಾಗಿ ಇಲ್ಲಿಗೇ ಬರುತ್ತಾರೆ' ತನ್ವೀರ್, ಅಕ್ಕನಿಗೆ ಧೈರ್ಯ ಹೇಳುತ್ತಿದ್ದಳು. 'ಭಾಬೀಜಿ ನಿಮ್ಮ ಮನೆಯವರು ಇಂದಲ್ಲ, ನಾಳೆ ನಿಮಗೆ ಸಿಗಬಹುದು. ನಾನು ಇಲ್ಲಿರುವುದರಿಂದ ಯಾರಿಗೂ ಪ್ರಯೋಜನವಿಲ್ಲ. ನಾನಿಲ್ಲಿಂದ ಹೇಗಾದರೂ ತಪ್ಪಿಸಿಕೊಂಡು ಊರಿಗೆ ಮರಳಿ ಹೋಗುವೆ.' ಚಾಂದ್ ಆಲಿ ನೂರು ಬಾರಿ ಈ ಮಾತು ಹೇಳಿದ್ದನಾದರೂ, ಅವನಿಗೆ ತನ್ನ ಮಾತಿನ ಬಗ್ಗೆಯೇ ನಂಬಿಕೆಯಾಗುತ್ತಿರಲಿಲ್ಲ.

ಶಿಬಿರದಿಂದ ಹೊರಗೆ ಹೋಗಲು ಯಾರಿಗೂ ಅನುಮತಿಯಿರಲಿಲ್ಲ. ಚಾಂದ್ ಆಲಿಯನ್ನು ಹೊರತುಪಡಿಸಿದರೆ ಉಳಿದವರಾರಿಗೂ ಆ ಬಗ್ಗೆ ಆಸಕ್ತಿಯೂ ಇದ್ದಂತಿರಲಿಲ್ಲ. ಮೊಹಿಂದರ್ ಭಾಬಿ ಮಾತನಾಡುವುದನ್ನೇ ನಿಲ್ಲಿಸಿಬಿಟ್ಟಿದ್ದಳು. ಚಾಂದ್ ಆಲಿ 'ಭಾಬೀಜಿ' ಎಂದು ಕರೆದರೆ ಸಾಕು; ಗಳಗಳನೆ ಅತ್ತುಬಿಡುತ್ತಿದ್ದಳು. ಅವನ ಮುಂಗೈ ಸವರುತ್ತಾ ದುಃಖಿಸುತ್ತಿದ್ದಳು.

ತನ್ವೀರ್ ಎರಡು ದಿನಗಳಲ್ಲೇ ಹಲವಾರು ಕುಟುಂಬಗಳ ಪರಿಚಯ ಮಾಡಿಕೊಂಡುಬಿಟ್ಟಿದ್ದಳು. ತನ್ನ ಕತೆ ಹೇಳುತ್ತಾ, ಅವರ ಕತೆ ಕೇಳುತ್ತಾ ಸಮಾಧಾನಗಳನ್ನು ವಿನಿಮಯ ಮಾಡಿಕೊಳ್ಳುತ್ತಿದ್ದಳು. ರಾಹುಲ್ ಸಿಂಗ್ ದಿನಕ್ಕೊಂದು ಬಾರಿಯಾದರೂ ಬಂದು ಮಾತನಾಡಿಸಿಕೊಂಡು ಹೋಗುತ್ತಿದ್ದ. ಆರಡಿಗೂ ಹೆಚ್ಚು ಎತ್ತರಕ್ಕೆ ಬಿದಿರಿನ ಕೋಲಿನಂತೆ ಬೆಳೆದು ನಿಂತಿದ್ದ ರಾಹುಲ್ ಸಿಂಗ್ ಮಾತನಾಡಲು ತೊಡಗಿದನೆಂದರೆ ಬೆಂಕಿಯಂತೆ ಭಗಭಗ ಉರಿಯುತ್ತಿದ್ದ. 'ಅಕ್ಕಾ, ಸ್ವಲ್ಪ ದಿನ ಹೋಗಲಿ. ನಿಮ್ಮ ಮನೆಯವರನ್ನು ನಾನು ಹುಡುಕಿ ತಂದು ನಿಲ್ಲಿಸುವೆ. ನನ್ನ ಅಕ್ಕ ನಿಮ್ಮ ಹಾಗೆಯೇ ಇದ್ದಳು. ಆದರೆ ಈಗೆಲ್ಲಿದ್ದಾಳೆ ಅವಳು?'

'ಎಲ್ಲಿದ್ದಾಳೆ' ಎಂಬುದಾಗಿ ಮೊಹಿಂದರಳೂ ಪ್ರಶ್ನಿಸುತ್ತಿರಲಿಲ್ಲ. ಅವನಿಗೂ ಆ ಸಂಗತಿಯನ್ನು ವಿವರಿಸಲು ಆಸಕ್ತಿಯಿರುತ್ತಿರಲಿಲ್ಲ. 'ಬಿಡಲಾರೆ, ಯಾರನ್ನೂ ಬಿಡಲಾರೆ. ಒಬ್ಬೊಬ್ಬರನ್ನಾಗಿ ವಿಚಾರಿಸಿಕೊಳ್ಳುವೆ' ಬುಸುಗುಟ್ಟಲಾರಂಭಿಸುತ್ತಿದ್ದ. ಶಿಬಿರದಲ್ಲಿದ್ದ ಗಂಡಸರೆಲ್ಲರೂ ಭುಸುಗುಡುತ್ತಿರುವವರೇ.

ಹೆಂಗಸರೆಲ್ಲರೂ ಶಪಿಸುತ್ತಿರುವವರೇ.

ಅಕ್ಕನ ಮೌನ ತನ್ವೀರಳಿಗೂ ಹಿಂಸೆ ಮಾಡುತ್ತಿತ್ತು.

ತನ್ನ ಮನೆಯವರು ಪುನಃ ಸಿಗುವವರೆಗೂ ಚಾಂದ್ ಆಲಿ ಜತೆಗಿರಬೇಕು ಎಂದು ಬಯಸುವ ಅಕ್ಕನ ಆಸೆ ಸರಿಯೇ ತಪ್ಪೇ ಎಂಬುದನ್ನು ಖಚಿತವಾಗಿ ನಿರ್ಧರಿಸಲು ತನ್ವೀರಳಿಗೂ ಸಾಧ್ಯವಾಗುತ್ತಿರಲಿಲ್ಲ. ಹಾಗೆಂದು, ಹೊರಟು ಹೋಗು ಎಂದರೆ, ಚಾಂದ್ ಆಲಿ ಹೋಗುವುದಾದರೂ ಹೇಗೆ? ಹೋಗುವುದಾದರೂ ಎಲ್ಲಿಗೆ?

ಚಾಂದ್ ಆಲಿ ತಾನು ಮುಸಲ್ಮಾನ ಎಂಬುದನ್ನು ಬಹಿರಂಗಗೊಳಿಸಿದರೆ ಮಾತ್ರ ಭಾರತ ಸರಕಾರವು ಅವನನ್ನು ಬಹವಾಲಪುರಕ್ಕೆ ಕಳುಹಿಸಬಹುದೇನೋ? ಆದರೆ ಹಾಗೆಂದು ಯಾರಿಗೆ ತಿಳಿಸುವುದು?

ಗುಟ್ಟು ರಟ್ಟಾದ ಕೂಡಲೇ ಶಿಬಿರದಲ್ಲಿರುವ ಎಲ್ಲರೂ ಚಾಂದ್ ಆಲಿಯನ್ನು ಸಿಗಿದು ಹಾಕುವುದಿಲ್ಲವೆಂದು ನಂಬುವುದು ಹೇಗೆ? ನಿಜಾಮುದ್ದೀನ್ ದರ್ಗಾದ ಪಕ್ಕದಲ್ಲಿ ಮತ್ತೊಂದು ಶಿಬಿರವನ್ನು ಭಾರತ ಸರಕಾರವು ಬಿಗಿಯಾದ ಕಾವಲಿನಲ್ಲಿ ಏರ್ಪಡಿಸಿದ್ದು, ಭಾರತದಿಂದ ನಿರಾಶ್ರಿತರಾದ ಮುಸಲ್ಮಾನರನ್ನು ಅಲ್ಲಿ ಕೂಡಿ ಹಾಕಿದ್ದು, ಪ್ರತಿದಿನವೂ ರೈಲುಗಳ ಮೂಲಕ ಪಾಕಿಸ್ತಾನಕ್ಕೆ ರವಾನಿಸುತ್ತಿರುವ ಸುದ್ದಿ ಶಿಬಿರದಲ್ಲೆಡೆ ಪ್ರಚಾರ ಪಡೆದಿತ್ತು. ಚಾಂದ್ ಆಲಿಗೆ ಈ ಸುದ್ದಿ ತಿಳಿಸಿದವನು ರಾಹುಲ್‌ಸಿಂಗ್, 'ಈ ಹಿಂದೂಸ್ತಾನದ ಸರಕಾರಕ್ಕೆ ಬುದ್ಧಿ ಇದೆಯಾ? ನನಗೆ ಈ ಕ್ಯಾಂಪಿನಿಂದ ಹೊರಗೆ ಹೋಗಲು ಸಾಧ್ಯವಾಗಿದ್ದಿದ್ದರೆ, ಅಲ್ಲಿಯ ಪೊಲೀಸರ ಕಣ್ಣು ತಪ್ಪಿಸಿ ಇಡಿಯ ಕ್ಯಾಂಪನ್ನೇ

ಸುಟ್ಟು ಬೂದಿ ಮಾಡಿಬಿಡುತ್ತಿದೆ. ಅಂಥ ಸಂದರ್ಭ ಸಿಗುವುದಾದಲ್ಲಿ ನೀನು ನನ್ನ ಜತೆ ಬರುವುದಿಲ್ಲ ಎನ್ನಲಾರೆ ಎಂಬುದು ನನಗೆ ಚೆನ್ನಾಗಿ ಗೊತ್ತು. ಈ ಕ್ಯಾಂಪಿನಿಂದ ತಪ್ಪಿಸಿಕೊಂಡ ಬಳಿಕ ನಮಗೆ ಸಿಗಬೇಕಾಗಿರುವುದು ಒಂದಷ್ಟು ಹಳೆ ವಸ್ತ್ರಗಳು. ಮತ್ತೊಂದು ಬೆಂಕಿ ಪೆಟ್ಟಿಗೆ. ಏನಂತೀಯಾ?' ಚಾಂದ್ ಆಲಿಯ ಭುಜ ತಟ್ಟುತ್ತಾ ಪ್ರಶ್ನಿಸಿದ್ದ.

'ಇಲ್ಲಿಂದ ತಪ್ಪಿಸಿಕೊಳ್ಳುವ ದಾರಿ ಹುಡುಕಿ ನನಗೂ ಹೇಳು. ಖಂಡಿತವಾಗಿ ನಾನು ನಿನ್ನ ಜತೆ ಬರುವೆ' ತನ್ವೀರಳಿಗೆ ಕೇಳಿಸುವಂತೆಯೇ ಉತ್ತರಿಸಿದ್ದ ಚಾಂದ್ ಆಲಿ.

ಶಿಬಿರದಲ್ಲಿ ಒಬ್ಬೊಬ್ಬರದೂ ಒಂದೊಂದು ಬಗೆಯ ಕತೆ.

ಸುಮಾರು ನಾಲ್ಕು ಎಕರೆಯಷ್ಟು ವಿಶಾಲವಾಗಿದ್ದ ಆವರಣದಲ್ಲಿ ಗುಂಪು ಗುಂಪಾಗಿ ಕುಳಿತು, ತಾವು ಪಾರಾಗಿ ಬಂದ ಬಗೆಯನ್ನು ವಿವರಿಸುವವರ ನಡುವೆಯೇ ಒಂದು ಬಗೆಯ ಪೈಪೋಟಿಯಿದ್ದಂತಿತ್ತು. ಅಲ್ಲಿ ಗಂಡನ ದೇಹ ಹಸಿಯಾಗಿಯೆ ಬೆಂದುದನ್ನು ಕಂಡ ವಿಧವೆಯಿದ್ದಳು. ತನ್ನ ಅರುವತ್ತು ವರ್ಷಗಳ ಸಂಗಾತಿಯಾಗಿದ್ದ ಹೆಂಡತಿ ಮಹಡಿಯಿಂದ ಹಾರಿ ತಲೆಯೊಡೆದುಕೊಂಡು ಸತ್ತು ಹೋದುದನ್ನು ಕಂಡಿದ್ದ ಗಂಡ ಇದ್ದನು. ಸೀಮಂತಕ್ಕೆಂದು ತವರಿಗೆ ಬಂದಿದ್ದ ಮಗಳ ಮೇಲೆ ಅತ್ಯಾಚಾರವಾಗುತ್ತಿರುವುದನ್ನು ಕಂಡ ತಾಯಿ ಇದ್ದಳು. ಮದುವೆಗೆ ಬೆಳೆದು ನಿಂತ ಮಗಳನ್ನು ಹೊತ್ತುಕೊಂಡು ಹೋಗುತ್ತಿರುವುದನ್ನು ನೋಡಿದ ತಂದೆ ಇದ್ದನು. ನಾಲ್ಕು ವರ್ಷದ ತಂಗಿಯನ್ನು ಬಾವಿಗೆಸೆಯುತ್ತಿರುವುದನ್ನು ಕಂಡಿರುವ ಅಣ್ಣ ಇದ್ದನು. ಕಿಟಕಿ ಹಾರಿ ತಪ್ಪಿಸಿಕೊಂಡಿದ್ದ ಅಣ್ಣ ಬದುಕಿದ್ದಾನೋ ಇಲ್ಲವೋ ಎಂಬುದು ತಿಳಿಯದ ತಂಗಿಯಿದ್ದಳು.

ಎಲ್ಲರ ನೋವೂ ಒಂದೇ ಬಗೆಯದು.

ಎಲ್ಲರ ದ್ವೇಷ ಒಂದೇ ಬಗೆಯದು.

ತಮ್ಮ ದುರವಸ್ಥೆಗೆ ಕಾರಣರಾದವರ ವಿರುದ್ಧ ಸೇಡು ತೀರಿಸಿಕೊಳ್ಳುವ ಬಗ್ಗೆ ಅವರಲ್ಲಾರಿಗೂ ಭಿನ್ನಾಭಿಪ್ರಾಯವಿದ್ದಿರಲಿಲ್ಲ.

'ಸಾಯುವ ಮುನ್ನ ಒಬ್ಬನ ತಲೆಯನ್ನಾದರೂ...' ಎಂಬ ಒಬ್ಬನ ಮಾತು. ಪ್ರತಿಯೊಬ್ಬನ ಮಾತೂ ಹೌದು.

ತನ್ವೀರಳಿಗೆ ಖಾತರಿಯಾಗಿತ್ತು. ತಮ್ಮ ಕುಟುಂಬದವರೇ ಇಲ್ಲಿಗೆ ಬಂದರೂ ಚಾಂದ್ ಆಲಿಗೆ ಸಾವು ತಪ್ಪಿದ್ದಲ್ಲವೆಂಬುದು. 'ತಮ್ಮಿಬ್ಬರ ಸಲುವಾಗಿ ತನ್ನ ಪ್ರಾಣವನ್ನೇ

ಒತ್ತೆ ಇಟ್ಟು ಬಂದವನು ಇವನು' ಎಂಬುದನ್ನು ವಿವರಿಸುವ ಮೊದಲೇ ಚಾಂದ್ ಆಲಿಯ ರುಂಡ ನೆಲಕ್ಕುರುಳುವುದು ಖಂಡಿತ ಎಂದೆನ್ನಿಸಿತ್ತು.

ಹಗಲಾಗುತ್ತಿತ್ತು.

ರಾತ್ರಿಯಾಗುತ್ತಿತ್ತು.

ಶಿಬಿರದ ದಿನಚರಿಯಲ್ಲಿ ಬಹಳ ಬದಲಾವಣೆಗಳೇನೂ ಆಗಲಿಲ್ಲ. ಗಾಂಧಿ ಟೋಪಿ ಧರಿಸಿದ ಕೆಲವು ಹಿರಿಯರು ಅಪರೂಪದಲ್ಲೊಂದು ಬಾರಿ ಬಂದು ಯೋಗಕ್ಷೇಮ ವಿಚಾರಿಸಿಕೊಡು ಮರಳುತ್ತಿದ್ದರು. ಆಗೊಮ್ಮೆ ಈಗೊಮ್ಮೆ ಒಂದಿಬ್ಬರು ಮಣ್ಣಿನ ದಿಣ್ಣೆಯೇರಿ ನಿಂತು ಭಾಷಣವನ್ನೂ ಮಾಡಿದ್ದರು.

ಹಿಂದೂಸ್ತಾನದ ಸರಕಾರವು ನಿರಾಶ್ರಿತರಿಗಾಗಿ ಪುನರ್ವಸತಿಯ ಏರ್ಪಾಡು ಮಾಡಬಯಸಿದೆ. ಇದಕ್ಕಾಗಿ ಹಿರಿಯ ಸ್ವಾತಂತ್ರ್ಯ ಹೋರಾಟಗಾರರ ಒಂದು ಸಮಿತಿ ನೇಮಕವಾಗಿದೆ. ನಿರಾಶ್ರಿತರಿಗೆಲ್ಲರೂ ವಾಸಕ್ಕೆ ಮನೆ, ಉದ್ಯೋಗ, ವ್ಯಾಪಾರ ಮಾಡುವವರಿಗೆ ಧನಸಹಾಯ–ಎಲ್ಲವನ್ನೂ ನೀಡಲಿದೆ. ಯಾರೂ ಭಯಪಡುವ ಅಗತ್ಯ ಇಲ್ಲ. 'ಭಾರತ್ ಮಾತಾಕೀ ಜೈ.'

ಎಲ್ಲ ಭಾಷಣ–ಭರವಸೆಗಳ ಒಟ್ಟು ಸಾರಾಂಶ ಇಷ್ಟು ಮಾತ್ರ. ಈ ಬಗೆಯ ಮಾತುಗಳು ಕೆಲವರಿಗಷ್ಟೇ ಸಮಾಧಾನ ತರುತ್ತಿದ್ದವು. ಹಾಗಾದರೆ ತಾವು ಪುನಃ ತಮ್ಮ ಹೊಲ ಮನೆಗಳನ್ನು ಮತ್ತೊಮ್ಮೆ ಪಡೆಯುವುದಿಲ್ಲವೆ? ಕಣ್ಣಿನಿಂದಲಾರದೂ ಒಮ್ಮೆ ಕಾಣಲಾರೆವೆ? ಬೆಲೆ ಬಾಳುವ ಆಸ್ತಿ ಕಳೆದುಕೊಂಡು ಬಂದವರು ಸಿಟ್ಟಿನಿಂದಲೇ ಮಾತಾನಾಡುತ್ತಿದ್ದರು. ಈ ಸರಕಾರ ಪರಿಹಾರವಾದರೂ ಎಷ್ಟು ಕೊಟ್ಟೀತು? ಹಟ್ಟಿಯಲ್ಲಿರುವ ಎಮ್ಮೆಗಳ ಬೆಲೆಯಾದರೂ ಬಂದೀತಾ?

ಬಂಧುಗಳ ಕೊಲೆಯಿಂದ ನೊಂದವರ ಅಳಲು ಬೇರೆಯೇ ಬಗೆಯದು. ಅವರಿಗೆ ಯಾವ ನಾಯಕರ ಭಾಷಣದಲ್ಲೂ ಆಸಕ್ತಿಯಿದ್ದಿರಲಿಲ್ಲ. ತಮ್ಮವರು ಬದುಕಿದ್ದಾರೋ ಸತ್ತಿದ್ದಾರೋ ಎಂಬುದನ್ನು ತಿಳಿಯಬಯಸುವ ಜನರಿಗೆ ಹೊಲ–ಮನೆ, ಸಹಾಯ ಧನಗಳ ಆಸೆಯೇ ಇಲ್ಲವಾಗಿತ್ತು. ಮೊಹಿಂದರಳಿಗೆ ತನ್ನ ಗಂಡ ರಾಜೀಂದರ್ ಸಿಂಗ್ ಮರಳಿ ಬಂದರಷ್ಟೇ ಸಾಕು.

ತನ್ನ ತಂದೆ ತಾಯಿಗಳಿನ್ನೂ ಲಾಹೋರಿನಲ್ಲೇ ಇದ್ದಾರೆಯೇ?

ಅಥವಾ ಅಲ್ಲೂ ಗಲಭೆಯಾಗಿದ್ದಿರಬಹುದೆ?

ಹಾಗಾದರೆ ಅವರೂ ಭಾರತಕ್ಕೆ ಬರುತ್ತಾರೆಯೆ?

ತನ್ವೀರ್ ಒಂಟಿಯಾಗಿಯೇ ದುಃಖಿಸುತ್ತಿದ್ದಳು.

ಶಿಬಿರಕ್ಕೆ ತಲುಪಿದ ಬಳಿಕ ಹದಿನೇಳನೆಯ ದಿನದ ಸೂರ್ಯನ ಜತೆಗೇ ಗಿರಣಿಯ ಹೆಬ್ಬಾಗಿಲ ಬಳಿ ಸುಮಾರು ಐವತ್ತರಷ್ಟು ಮಂದಿ ಸೇರಿಕೊಂಡು ಘೋಷಣೆ ಕೂಗಲಾರಂಭಿಸಿದ್ದರು.

'ನಮ್ಮ ನೆಲ ನಮಗೆ ಕೊಡಿರಿ.'

'ನಮ್ಮ ಹೊಲ ನಮಗೆ ಕೊಡಿರಿ.'

'ನಮ್ಮ ಮನೆ ನಮಗೆ ಕೊಡಿರಿ.'

'ನಮ್ಮ ಮನೆ ನಮಗೆ ಬೇಕು.'

'ನಮಗೆ ನ್ಯಾಯ ಬೇಕು'

'ಪಾಕಿಸ್ತಾನ್ ಮುರ್ದಾಬಾದ್.'

'ವಂದೇ ಮಾತರಂ.'

'ಭಾರತ್ ಮಾತಾಕೀ...'

'ಜೈ.'

ತನ್ವೀರ್ ಹೇಳುತ್ತಿದ್ದಳು. 'ಈ ದಿನ ನಮಗೆ ರೊಟ್ಟಿ ಇಲ್ಲ.'

ನೋಡು ನೋಡುತ್ತಿರುವಂತೆಯೇ ಗುಂಪು ಬೆಳೆಯತೊಡಗಿತ್ತು. ಇಡೀ ಶಿಬಿರವೇ ಘೋಷಣೆ ಕೂಗುತ್ತಿದೆಯೆನಿಸಿತು.

'ಡಂ!'

ಗಿರಣಿಯ ಆವರಣದ ಪೂರ್ವದಿಕ್ಕಿನಲ್ಲಿದ್ದ ಮಹಡಿಯ ಕಡೆಯಿಂದ ಸದ್ದು. ಘೋಷಣೆ ಇದ್ದಕ್ಕಿದ್ದಂತೆಯೇ ಮೂಕವಾಯಿತು.

ಐದಾರು ಸ್ವಯಂ ಸೇವಕರ ಜತೆ ಮಹಡಿಯ ಜಗಲಿಯಲ್ಲಿ ಕಾಣಿಸಿಕೊಂಡ ಹಿರಿಯರೊಬ್ಬರು ಗಟ್ಟಿಯಾಗಿ ಹೇಳುತ್ತಿದ್ದರು.

'ದಯವಿಟ್ಟು ಎಲ್ಲರೂ ಶಾಂತರಾಗಬೇಕು. ನಿಮಗೆಲ್ಲರಿಗೂ ಒಳ್ಳೆಯ ದಿನಗಳು ಬರಬೇಕೆಂಬುದೇ ನಮ್ಮ ಆಸೆ. ನಿಮಗೆಲ್ಲರಿಗೂ ನ್ಯಾಯ ದೊರಕುವಂತೆ ನಾವು ಸರಕಾರವನ್ನು ಒತ್ತಾಯಿಸುತ್ತಲೇ ಇದ್ದೇವೆ. ಶಿಬಿರದಲ್ಲಿ ಅಶಾಂತಿಗೆ ತೊಡಗುವವರನ್ನು ನಾವು ಅನಿವಾರ್ಯವಾಗಿ ವಿರೋಧಿಸಬೇಕಾಗಿದೆ. ದಯವಿಟ್ಟು ಎಲ್ಲರೂ ಶಾಂತರಾಗಬೇಕು... ಎಲ್ಲರೂ ನನ್ನ ಜತೆ ಉದ್ಘೋಷಿಸಿರಿ... ಭಾರತ್ ಮಾತಾಕೀ...'

'ಜೈ'

ತನ್ವೀರ್ ತುಂಟತನದಿಂದ ಹೇಳಿದ್ದಳು. 'ಹಾಗಾದರೆ ಈವತ್ತು ಕನ್ನಡಕಧಾರಿಗೆ ಕೆಲಸವಿಲ್ಲ!'

ಗದ್ದಲವೇನೋ ನಿಂತುಹೋಗಿತ್ತು. ಆದರೆ ಜನರ ಅಸಹನೆ ಅರಿದಂತೆ ಇರಲಿಲ್ಲ. ಮಧ್ಯಾಹ್ನದ ಬಿಸಿಲಲ್ಲೂ ಜನರು ಗುಂಪು ಗುಂಪಾಗಿ ನಿಂತು ಎತ್ತರದ ಧ್ವನಿಯಲ್ಲಿ ತಮ್ಮ ಸಿಟ್ಟು ವ್ಯಕ್ತಪಡಿಸುತ್ತಿದ್ದರು.

ಮುಂಜಾನೆಯ ಗದ್ದಲದ ಪರಿಣಾಮವೇ ಇದ್ದಿರಬಹುದು. ಸಂಜೆಯ ರೊಟ್ಟಿ ಹಂಚುವ ಮುನ್ನ ದಿಣ್ಣೆಯೇರಿ ನಿಂತ ಕನ್ನಡಕಧಾರಿ, ಮೊತ್ತ ಮೊದಲ ಬಾರಿಗೆ ಬೇರೆಯೇ ಧಾಟಿಯಲ್ಲಿ ಪ್ರಕಟಿಸಿದ್ದ.

'ಎಲ್ಲರೂ ನನ್ನ ಮಾತನ್ನು ಸರಿಯಾಗಿ ಕೇಳಿಸಿಕೊಳ್ಳಬೇಕು. ನಿಮ್ಮಲ್ಲಿ ಯಾರಾದರೂ ಶಿಬಿರದಿಂದ ಹೊರಗೆ ಹೋಗಲು ಬಯಸುವುದಾದರೆ, ಅವರಿಗೆ ನಮ್ಮ ಸಂಘದ ವತಿಯಿಂದ ಪರಿಚಯ ಪತ್ರ ನೀಡಿ ಕಳುಹಿಸಿ ಕೊಡಲಾಗುತ್ತದೆ. ಅವರು ಇಷ್ಟಪಟ್ಟರೆ ಅವರನ್ನು ಸರಕಾರವು ನಡೆಸುತ್ತಿರುವ ಶಿಬಿರಗಳಿಗೆ ತಲುಪಿಸುವ ಏರ್ಪಾಡು ಮಾಡಲಾಗುವುದು. ಅಥವಾ ಅವರು ಸ್ವತಂತ್ರ ಹಿಂದೂಸ್ತಾನದ ಯಾವುದೇ ಪ್ರದೇಶಕ್ಕೂ ಹೋಗಬಯಸುವುದಾದರೆ, ಅವರಿಗೆ ಪರಿಚಯ ಪತ್ರದ ಜತೆಯಲ್ಲಿ ತಲಾ ಮೂವತ್ತು ರೂಪಾಯಿಯಂತೆ ಪ್ರಯಾಣ ವೆಚ್ಚವನ್ನು ಕೊಡಲಾಗುವುದು. ಹಿಂದೂಸ್ತಾನದ ಯಾವುದೇ ಭಾಗದಲ್ಲೂ ಸ್ವತಂತ್ರವಾಗಿ ಬದುಕಲು ಎಲ್ಲರಿಗೂ ಸಮಾನವಾದ ಹಕ್ಕು ಇರುತ್ತದೆ... ಬೋಲೋ ಭಾರತ್ ಮಾತಾಕೀ...'

'ಜೈ!'

ಚಾಂದ್ ಆಲಿ ಗಟ್ಟಿಯಾಗಿಯೇ ಜಯಕಾರ ಹಾಕಿದ್ದ!

ಕಳೆದ ಹದಿನಾರು ದಿನಗಳಿಂದಲೂ ಸಾವಿನ ಹೊದಿಕೆಯೊಳಗೆ ಗುಟ್ಟಾಗಿ ನಡುಗುತ್ತಿದ್ದ ಚಾಂದ್ ಆಲಿಯ ಕಣ್ಣುಗಳಲ್ಲಿ ಚಿಮುತ್ತಿದ್ದ ಬೆಳಕು ಅಕ್ಕ ತಂಗಿಯರನ್ನು ಬೆಚ್ಚಿಬೀಳಿಸಿತ್ತು.

ಮೊಹಿಂದರ್ ಭಾಬಿ ಮತ್ತು ತನ್ವೀರಳಿಗೆ ತಿಳಿಸದೆಯೇ ಶಿಬಿರದಿದ ಹೊರಟುಹೋಗಲು ಮಾರ್ಗಗಳನ್ನು ಹುಡುಕುತ್ತಿದ್ದ ಚಾಂದ್ ಆಲಿಗೆ ಶಿಬಿರದವರೇ ದಾರಿ ತೋರಿಸಿದ್ದರು.

ಖಾನ್ ಚಾಚಾ ಕೊಟ್ಟಿದ್ದ ಹಣ ಒಳಜೇಬಿನಲ್ಲಿ ಭದ್ರವಾಗಿದ್ದವು. ಇದೀಗ ಶಿಬಿರದವರೂ ಮೂವತ್ತು ರೂಪಾಯಿ ಕೊಡಲಿದ್ದಾರೆ. ಎರಡು ಮೂರು ತಿಂಗಳ ಖರ್ಚಿಗೆ ಯಾವ ತೊಂದರೆಯೂ ಇಲ್ಲ.

ದಕ್ಷಿಣದ ರಾಜ್ಯಗಳಲ್ಲಿ ಗಲಭೆಯ ಸುದ್ದಿ ಕೂಡಾ ಸರಿಯಾಗಿ ತಲುಪಿಲ್ಲ ಎಂಬುದಾಗಿ ಸ್ವಯಂ ಸೇವಕರು ಮಾತನಾಡಿಕೊಳ್ಳುತ್ತಿರುವುದನ್ನು ಕೇಳಿಸಿಕೊಂಡಿದ್ದ. ಬೊಂಬಾಯಿ ಅಥವಾ ಮದರಾಸು; ಯಾವುದಾದರೂ ಒಂದೇ. ಗಲಭೆ ತಣ್ಣಗಾಗುವ ತನಕ ಎಲ್ಲಾದರೂ ಇದ್ದುಬಿಡುಬುದು. ಆ ಬಳಿಕ ಅಲ್ಲಾಹು ಇಷ್ಟಪಟ್ಟರೆ ಹೇಗಾದರೂ ಮಾಡಿ ಊರು ಸೇರುವುದು.

ರೋಷನ್ ಚಿಕ್ಕಪ್ಪ ತನ್ನನ್ನು ಹುಡುಕುತ್ತಿರಬಹುದೆ? ಊರಿಗೆ ಮರಳಿದಾಗ ತನ್ನನ್ನು ಮನೆಯೊಳಗೆ ಸೇರಿಸಿಕೊಂಡಾರೆಯೆ? ರೋಷನ್ ಚಿಕ್ಕಪ್ಪ ಒಬ್ಬನಾದರೆ ಪರವಾಗಿಲ್ಲ; ಒಂದಷ್ಟು ಬೊಬ್ಬೆ ಹೊಡೆದು ಸುಮ್ಮನಾದಾರು. ಆದರೆ ಉಳಿದವರು ಏನೆಂದಾರು? ಶತ್ರುಗಳಿಗೆ ಸಹಾಯ ಮಾಡಿದವನೂ ಶತ್ರುವಾಗುತ್ತಾನೆಯೆ?

ಎಲ್ಲಿ ಹೋದರೂ ದುಡಿದರೆ ಮಾತ್ರ ಅನ್ನ ಸಿಕ್ಕೀತು.

ಹೋಗುವ ಹೊಸ ಊರಲ್ಲೇ ದುಡಿದು ಬದುಕಲು ಸಾಧ್ಯವಿಲ್ಲವೆ?

ರೈಲು ನಿಲ್ದಾಣ ಶಿಬಿರದಿಂದ ಬಹಳ ದೂರದಲ್ಲೇನು ಇಲ್ಲವೆಂಬುದನ್ನು ಗಾಡಿಗಳ ಓಡಾಟದ ಸದ್ದುಗಳಿಂದಲೇ ಊಹಿಸಿದ್ದ. ಹೇಗಾದರೂ ಮಾಡಿ ರೈಲು ನಿಲ್ದಾಣ ತಲುಪಿದರೆ ಸಾಕು. ಅಲ್ಲಿ ಹೊರಟು ನಿಂತಿರುವ ಮೊದಲ ರೈಲಿಗೆ, ಅದು ಯಾವ ದಿಕ್ಕಿಗೂ ಹೋಗುತ್ತಿರಲಿ, ಹತ್ತಿಬಿಡುವುದು. ಅದು ಹೊತ್ತುಕೊಂಡು ಹೋದಷ್ಟು ದೂರ ಹೋಗಿಬಿಡುವುದು. ಆ ಬಳಿಕ ದಕ್ಷಿಣಕ್ಕೆ ಹೋಗಿಬಿಡಬೇಕು. ಇನ್ನೊಂದು ರಾತ್ರಿ ಕಳೆದರೆ ಸಾಕು.

ಸೂರ್ಯ ತಂಪಾಗುತ್ತಲಿದ್ದ ಹೊತ್ತಿನಲ್ಲಿ ಹುಡುಕಿಕೊಂಡು ಬಂದಿದ್ದ ರಾಹುಲ್ ಸಿಂಗ್‌ನನ್ನು ಚಾಂದ್ ಆಲಿ ಕರೆದು ಮಾತಾಡಿಸಿದ್ದ.

'ನಿಜಾಮುದ್ದೀನ್ ದರ್ಗಾದ ಬಳಿಯಿರುವ ಕ್ಯಾಂಪಿಗೆ, ನೀನು ನಾಳೆ ಬೆಳಗ್ಗೆಯೇ ದಾಳಿಯಿಡುವವನೋ?'

ಚಾಂದ್ ಆಲಿಯ ಅನಿರೀಕ್ಷಿತ ಪ್ರಶ್ನೆಗೆ ಗಲಿಬಲಿಗೊಂಡು ಮಾತಿಗಾಗಿ ತಡಕಾಡುತ್ತಿರುವ ರಾಹುಲ್ ಸಿಂಗ್‌ನನ್ನು ತನ್ವೀರ್ ಅನುಕಂಪದಿಂದೆಂಬಂತೆ ನೋಡಿದಳು. ರಾಹುಲ್ ಸಿಂಗ್ ಇನ್ನೂ ಚೇತರಿಸಿಕೊಂಡಿರಲಿಲ್ಲ.

'ಇವನಂಥ ಹತ್ತು ಮಂದಿ ತರುಣರು ನಿನ್ನ ಜತೆ ಬಂದರೆ ಸಾಕಲ್ಲವೆ?' ತನ್ವೀರಳ ಪ್ರಶ್ನೆಗೆ ಚಾಂದ್ ಆಲಿಯೂ ಗಲಿಬಿಲಿಯಾದ.

'ಒಂದಷ್ಟು ಹಳೆಯ ವಸ್ತ್ರಗಳು ಮತ್ತು ಒಂದು ಬೆಂಕಿಪೆಟ್ಟಿಗೆ ಇದ್ದರೆ ಸಾಕು ಅಲ್ಲವೆ?' ತನ್ವೀರ್ ಪುನಃ ಪ್ರಶ್ನಿಸಿದ್ದಳು.

'ನನ್ನ ಮಾತನ್ನು ಎಲ್ಲರೂ ತಮಾಷೆಯೆಂದೇ ಭಾವಿಸಿದ್ದಾರೆ.' ನಿರುತ್ಸಾಹದ ಸ್ವರದಲ್ಲಿ ರಾಹುಲ್‌ಸಿಂಗ್ ಹೇಳಿದ್ದು. 'ಯಾರಿಗೂ ಬೇಡವಾದದ್ದು ನನಗೊಬ್ಬನಿಗೆ ಮಾತ್ರ ಯಾಕೆ ಬೇಕು? ಹೇಡಿಗಳು. ಎಲ್ಲರೂ ಹೆದರಪುಕ್ಕರು. ನನಗೇನು? ನಾನು ಸುಮ್ಮನಿರುವೆ.'

'ಶಿಬಿರದಿಂದ ಹೊರ ಹೋಗುವವರಿಗೆ ಹಣವನ್ನೂ ಕೊಡುತ್ತಾರಂತಲ್ಲಾ?' ಚಾಂದ್ ಆಲಿ ಕೆಣಕಿದ್ದ.

'ಮೋಸ! ಎಲ್ಲವೂ ಮೋಸ!! ಸಾವಿರಾರು ರೂಪಾಯಿಯ ಆಸ್ತಿ ಕಳೆದುಕೊಂಡು ಬಂದವರಿಗೆ ಮೂವತ್ತು ರೂಪಾಯಿ ಕೊಟ್ಟು ಕೈ ತೊಳೆದುಕೊಳ್ಳಬಯಸುವ ಇವರ ಮೋಸ ನನಗೊತ್ತಿಲ್ವಾ?' ಸಿಟ್ಟಿನಿಂದಲೇ ಮಾತನಾಡುತ್ತಿದ್ದ ರಾಹುಲ್ ಸಿಂಗ್, ತೀರ್ಮಾನ ನೀಡುವವನಂತೆ ಹೇಳಿದ್ದ. 'ನನಗೆ ಪೂರ್ತಿಯಾಗಿ ನ್ಯಾಯ ಸಿಗುವವರೆಗೂ ಈ ಕ್ಯಾಂಪಿನಿಂದ ಹೊರಗೆ ಕಾಲಿಡುವವನಲ್ಲ.' ಸಿಡುಕುತ್ತಲೇ ಹೋಗಿದ್ದ.

ರಾತ್ರಿ ಹನ್ನೊಂದಾದರೂ ಚಾಂದ್ ಆಲಿಯ ಬಳಿ ನಿದ್ರೆ ಸುಳಿಯುತ್ತಿರಲಿಲ್ಲ.

ತನ್ನ ತಲೆ ಭಾಗದಲ್ಲಿ ಕೈಗೆಟುಕವಷ್ಟು ಹತ್ತಿರದಲ್ಲಿ ಮಲಗಿದ್ದ ಚಾಂದ್ ಆಲಿಯ ಬಲತೋಳಿನ ಮೇಲೆ ತನ್ನ ಅಂಗೈಯಿರಿಸಿದ ಮೊಹಿಂದರ್ ಭಾಜಿ ಪ್ರಶ್ನಿಸಿದ್ದಳು.

'ನಿದ್ದೆ ಬಂತೆ?'

'ಹೂಂ..'

ತನ್ನ ಅಂಗೈಯನ್ನು ಹಾಗೆಯೇ ಇರಗೊಟ್ಟ ಮೊಹಿಂದರ್ ಭಾಬಿ. 'ತನ್ವೀರಳಿಗೆ ನಿನ್ನ ಹತ್ತಿರ ಏನೋ ಮಾತನಾಡುವುದಿದೆಯಂತೆ' ಎಂದಳು.

ಚಾಂದ್ ಆಲಿಯ ತೋಳಿನ ಭಾಗ ಕೆಂಡದಂತೆ ಸುಡತೊಡಗಿತು.

'ಹೊಸದಾಗಿ ಮಾತನಾಡುವುದೇನಿದೆ ಭಾಬೀಜೀ...?' ಚಾಂದ್ ಆಲಿ ನಿರುತ್ಸಾಹ ನಟಿಸಿದ್ದ. ಶಿಬಿರಕ್ಕೆ ಕಾಲಿಡುವವರೆಗೂ, ಹರೀಂದರ್ ಸಿಂಗ್‌ರ ಮನೆಗೆ ಅವಳು ಬಂದು ತಿಂಗಳು ದಾಟಿದ್ದರೂ, ತನ್ವೀರ್ ಚಾಂದ್ ಆಲಿಯನ್ನು ಮಾತನಾಡಿಸಿದವಳಲ್ಲ. ಲಾಹೋರಿನಲ್ಲಿ ಇಂಟರ್ ಓದುತ್ತಿದ್ದವಳಿಗೆ ಧಿಮಾಕು ಸಹಜವೇನೋ ಎಂದು ಚಾಂದ್ ಆಲಿಯೂ ಅವಳ ಬಗ್ಗೆ ನಿರ್ಲಕ್ಷ್ಯ ತಾಳಿದ್ದ.

ಮೊಹಿಂದರ್ ಭಾಬಿಗಾದರೆ ಅಹಂಕಾರವೆಂದೇನೆಂಬುದೂ ಗೊತ್ತಿರಲಾರದು.

ನಾಲ್ಕು ವರ್ಷಗಳ ಹಿಂದೆ ರಾಜೇಂದರ್ ಸಿಂಗ್‌ನನ್ನು ಮದುವೆಯಾಗಿ ಬಂದಿದ್ದ ತನ್ನದೇ ವಯಸ್ಸಿನ ಹುಡುಗಿ, ತಿಂಗಳು ತುಂಬುವ ಮೊದಲೇ ಚಾಂದ್ ಆಲಿಗೆ ಅಕ್ಕರೆಯ 'ಭಾಬೀಜಿ'ಯಾಗಿಬಿಟ್ಟಿದ್ದಳು.

ಮೈ ಕೈ ತುಂಬಿಕೊಂಡು ಐದುವರೆ ಅಡಿಗೂ ಹೆಚ್ಚು ಎತ್ತರಕ್ಕೆ ಬೆಳೆದು ನಿಂತಿದ್ದ ಅವಳ ಮೈತುಂಬ ದೇವರು ಬಂಗಾರದ ಒಪ್ಪ ಕೊಟ್ಟಿದ್ದ. ಆಕೆ ನಕ್ಕಾಗ ಬೆಳಕು; ಕೋಪಗೊಂಡಾಗ ಮಿಂಚು. ಮಾತನಾಡಿದರೆ ಜೋಗುಳ.

ಹೊಲದ ನಡುವೆಯೇ ಇದ್ದ ಕಬ್ಬಿಣದ ಕುಲುಮೆಯಲ್ಲಿ ತಿದಿಯೊತ್ತುತ್ತಾ, ಕಬ್ಬಿಣದ ಸಲಾಕೆಗಳಿಗೆ ವಿಧವಿಧದ ಆಕಾರ ಕೊಡುತ್ತಿದ್ದ ಚಾಂದ್ ಆಲಿ ಬೆವರಿಳಿಸುತ್ತಿದ್ದರೆ, ಮೊಹಿಂದರ್ ಭಾಬಿ ಅಲ್ಲಿಗೆ ತಂಗಾಳಿಯಂತೆ ಬರುತ್ತಿದ್ದಳು. 'ನಿನ್ನ ಕೈ ಕಾಲುಗಳು ಕಬ್ಬಿಣದ ತುಂಡಿನಂತಿವೆಯಲ್ಲಾ ಆಲಿ? ನೀನು ಯಾವ ಹೊಲದ ಗೋಧಿ ರೊಟ್ಟಿ ತಿನ್ನುವುದು?' ಎಂದು ಅವಳು ಕಿಲಕಿಲನೆ ನಕ್ಕರೆ ಸಾಕು; ಚಾಂದ್ ಆಲಿ ಮತ್ತಷ್ಟು ಹುರುಪಿನಿಂದ ಕೆಲಸ ಮಾಡುತ್ತಿದ್ದ.

ಕಾದು ಕೆಂಪಾದ ಕಬ್ಬಿಣದ ತುಂಡುಗಳು ಆಪಸ ಕೈಬಳಸಪೆದುರು ಬೆಣ್ಣೆಯಂತೆ ಮೃದುವಾಗುತ್ತಿದ್ದವು; ಸಲಾಕೆಗಳು ಬಳ್ಳಿಯಂತೆ ಬಾಗುತ್ತಿದ್ದವು. ಸುತ್ತಮುತ್ತಲಿನ ಏಳೆಂಟು ಗ್ರಾಮಗಳಲ್ಲಿ ಹರೀಂದರ್ ಸಿಂಗರ ಕಬ್ಬಿಣದ ಕುಲುಮೆಯಲ್ಲಿ ತಯಾರಾಗುತ್ತಿದ್ದ ಹಾರೆ, ಗುದ್ದಲಿ, ನೇಗಿಲು, ಎತ್ತಿನ ಗಾಡಿಯ ಚಕ್ರಗಳಿಗೆ ಹೆಚ್ಚಿನ ಬೇಡಿಕೆಯಿದ್ದರೆ, ಆ ಗೌರವವೆಲ್ಲ ಚಾಂದ್ ಆಲಿಗೆ ಸಲ್ಲಬೇಕು.

ಚಾಂದ್ ಆಲಿ ಕೂಲಿಯವನಾಗಿರಲಿಲ್ಲ.

ಹರೀಂದರ್ ಸಿಂಗರ ಕುಟುಂಬದ ಸದಸ್ಯನೇ ಆಗಿದ್ದ.

ಮೊಹಿಂದರ್ ಭಾಬಿ ಹವೇಲಿಯ ಹಿತ್ತಲಲ್ಲಿ ಕಾಣಿಸಿದರೆ ಸಾಕು; ಚಾಂದ್ ಆಲಿ ಕೂಗಿ ಹೇಳುತ್ತಿದ್ದ. 'ಭಾಬೀಜೀ.... ನೀರು ಬೇಕು.'

ಚಾಂದ್ ಆಲಿಯ ಆಹ್ವಾನವನ್ನೇ ನಿರೀಕ್ಷಿಸುತ್ತಿರುವವಳಂತೆ, ಹಿತ್ತಾಳೆಯ ದೊಡ್ಡ ಲೋಟ ತುಂಬಾ ತಂಪಾದ 'ಲಸ್ಸೀ' ತರುವ ಮೊಹಿಂದರ್ ಭಾಬಿ. 'ಹೇ ಯಜಮಾನಾ... ನನಗೊತ್ತಿದೆ. ನಿನಗೆ ಬೇಕಾಗಿರುವುದು ನೀರಲ್ಲ ಎಂದು. ನೀನು ಕೂಗಿದಾಗಲೆಲ್ಲ ನಿನಗೆ ನೀರು ತಂದುಕೊಡಲು ಇಲ್ಲೇನು ನಿನ್ನ ಹೆಂಡತಿ ಇದ್ದಾಳಾ?' ಎಂದು ತಮಾಷೆ ಮಾಡುತ್ತಿದ್ದಳು. ಬಳಿಕ ಅದೂ ಇದೂ ಮಾತನಾಡುತ್ತಾ, ಪಕ್ಕನೆ ನೆನಪಿಸಿಕೊಂಡವಳಂತೆ.

'ಯೇ... ಆಲಿ, ನಾನು ನಿನಗೊಂದು ಚಂದದ ಹುಡುಗಿ ನೋಡಿ ಇಟ್ಟಿರುವೆ. ತೆಳ್ಳಗೆ ಮಲ್ಲಿಗೆಯ ಬಳ್ಳಿಯ ಹಾಗಿದ್ದಾಳೆ. ರುಚಿಯಾದ ಲಸ್ಸೀ ಮಾಡುತ್ತಾಳೆ. ನಿನಗೆ ನಮ್ಮ ಜಾತಿಯ ಹುಡುಗಿಯರಷ್ಟೇ ಒಳ್ಳೆಯ ಲಸ್ಸೀ ಕುಡಿಸಿಯಾರು. ನಮ್ಮ ಜಾತಿಯ ಹುಡುಗಿಯಾದರೆ ನಿನಗೆ ಅಡ್ಡಿಯಿಲ್ಲವಷ್ಟೇ?' ಎಂದು ಗಂಭಿರವಾಗಿಯೇ ಪ್ರಶ್ನಿಸುತ್ತಿದ್ದಳು.

'ಒಳ್ಳೆಯ ಲಸ್ಸೀ ಕುಡಿಸುವ ಹುಡುಗಿ ಯಾವ ಜಾತಿಯವಳಾದರೆ ಏನು ಭಾಬೀಜೀ. ಆದರೆ ಅವಳು ನಿಮ್ಮಷ್ಟು ಮಾತನಾಡುವ ಹುಡುಗಿಯಾಗದಿದ್ದರೆ ಸಾಕು' ಚಾಂದ್ ಆಲಿ ಅಷ್ಟೇ ಗಂಭೀರವಾಗಿ ಉತ್ತರಿಸುತ್ತಿದ್ದ.

ಭಾಬೀಜಿ ಕೋಪ ಪ್ರದರ್ಶಿಸುತ್ತಿದ್ದಳು, 'ನಾನು ಯಾಕೆ ನಿನಗಾಗಿ ಹುಡುಗಿ ಹುಡುಕಿ ತಂದು ಮದುವೆ ಮಾಡಿಸಬೇಕು? ಚಂದದ ಹುಡುಗಿ ಸಿಕ್ಕ ಬಳಿಕ ನೀನು ನನ್ನನ್ನೆಲ್ಲಿ ಕ್ಯಾರು ಮಾಡುತ್ತೀಯ?'

ಚಾಂದ್ ಆಲಿ ಮುಖ ತುಂಬಾ ನಗುತ್ತಾ ಮೊಹಿಂದರ್ ಭಾಬಿಯ ಕಣ್ಣುಗಳಿಂದ ಧುಮ್ಮಿಕ್ಕುತ್ತಿರುವ ಪ್ರೀತಿಯ ಹೊಳೆಯಲ್ಲಿ ತಾನೆಂದೂ ಕಂಡಿರದಿದ್ದ ಅಮ್ಮನ ಮುಖವನ್ನು ಹುಡುಕುತ್ತಿದ್ದ.

ಗಲಭೆ ಸ್ಫೋಟಿಸಿದ ಕಾರಣದಿಂದಲೇ ಇರಬಹುದು. ತನ್ವೀರ್ ಬಂದವಳು ಒಂದೇ ಒಂದು ದಿನವಾದರೂ ಕಬ್ಬಿಣದ ಕುಲುಮೆಯತ್ತ ಕಾಲು ಹಾಕಿದವಳಲ್ಲ. ಹೆಚ್ಚೂ ಕಮ್ಮಿ ಅಕ್ಕನಷ್ಟೇ ಎತ್ತರಕ್ಕೆ ಎತ್ತರಕ್ಕೆ ಬೆಳೆದು ನಿಂತ ಹುಡುಗಿಗೆ ಅಕ್ಕನದೇ ಬಣ್ಣ, ದೇಹ ಮಾತ್ರ ಬಳ್ಳಿಯಂತೆ.

ತಾನು ಧಿಮಾಕು ಎಂದೇ ನಿರ್ಲಕ್ಷಿಸಿದ್ದ ತನ್ವೀರಳ ಧೈರ್ಯದ ಬಗ್ಗೆ ಚಾಂದ್ ಆಲಿಗೂ ಎರಡು ಮಾತಿಲ್ಲ. ತನ್ವೀರಳಿಲ್ಲದಿರುತ್ತಿದ್ದರೆ ಇದಿಷ್ಟು ಹೊತ್ತಿಗೆ ಮೊಹಿಂದರ್ ಭಾಬಿಯ ಸ್ಥಿತಿ ಏನಾಗಬಹುದಿತ್ತು ಎಂಬುದನ್ನು ಊಹಿಸುವುದೂ ಸಾಧ್ಯವಿಲ್ಲ.

ಶಿಬಿರಕ್ಕೆ ಬಂದ ಬಳಿಕವೂ ಅಷ್ಟೆ.

ಚಾಂದ್ ಆಲಿಗಾಗಿ ತನ್ವೀರ್ ಪರಿಚಯ ಪತ್ರ ಪಡೆದ ರೀತಿ ಅನಿರೀಕ್ಷಿತವಾಗಿತ್ತು. ಶಿಬಿರದಲ್ಲಿ ರಾಹುಲ್ ಸಿಂಗನ ಜತೆ ಹರಟೆ ಹೊಡೆಯುತ್ತಿರುವಾಗಲೂ ಬಹಳ ಜಾಣತನದಿಂದ ವರ್ತಿಸುತ್ತಿದ್ದಳು. ಚಾಂದ್ ಆಲಿಯ ರಕ್ಷಕ ಭಂಟಳಂತೆ ಸದಾ ಎಚ್ಚರವಹಿಸುತ್ತಿದ್ದಳು. ಆಕೆ ಜಾಣೆ ಎಂಬುದರಲ್ಲಿ ಚಾಂದ್ ಆಲಿಗೆ ಸಂಶಯ ಉಳಿದಿರಲಿಲ್ಲ.

ಜಾಣೆಯಾಗಿರದೆ ಇರುತ್ತಿದ್ದರೆ, ತಮ್ಮ ಜತೆ ಚಾಂದ್ ಆಲಿಯನ್ನು ಮಂಡೋವಾಳಿಯಿಂದ ದೆಹಲಿಗೆ ಕರೆತರುತ್ತಿರಲಿಲ್ಲ.

ಮೊಹಿಂದರ್ ಭಾಬಿಗಾಗಿ ಜೀವ ಪಣವಿಡುವುದರಲ್ಲಿ ಚಾಂದ್ ಆಲಿಗೆ ಹೆಮ್ಮೆಯಿತ್ತು. ಅಂದರೆ ಅಂದಿನ ಭಯಾನಕ ರಾತ್ರಿಯಲ್ಲಿ, ಮೊಹಿಂದರ್ ಭಾಬಿ ಕಣ್ಣೀರಿಟ್ಟು ಒತ್ತಾಯಿಸಿದಾಗಲೂ ಲಾರಿಯೇರಲು ನಿರಾಕರಿಸಿದ್ದ ತಾನು, ತನ್ವೀರಳ ವಿನಂತಿಯನ್ನೇಕೆ ನಿರಾಕರಿಸದಾದೆ? ಚಾಂದ್ ಆಲಿಗೆ ತನ್ನ ಬಗ್ಗೆಯೇ ಜಿಗುಪ್ಸೆಯೆನ್ನಿಸಿತ್ತು.

ತನ್ವೀರ್ ತನ್ನ ಬಳಿ ಏನನ್ನೋ ಮಾತನಾಡಲಿರುವಳಂತೆ. ಅದ್ಯಾವ ಹೊಸ ಮಾತು?

ಶಿಬಿರದ ಹೆಬ್ಬಾಗಿಲ ಬಳಿ ಓಡಾಡುತ್ತಿದ್ದ ಒಂದಿಬ್ಬರು ಸ್ವಯಂ ಸೇವಕರನ್ನು ಹೊರತುಪಡಿಸಿದರೆ ಇಡೀ ಶಿಬಿರವೇ ತಣ್ಣಗೆ ಮಲಗಿದೆ.

ಮೊಹಿಂದರಳ ಪಕ್ಕದಲ್ಲಿ ಮಲಗಿದ್ದ ತನ್ವೀರ್ ಎದ್ದು ಚಾಂದ್ ಆಲಿಯತ್ತ ತಿರುಗಿ ಕುಳಿತಳು. ಚಾಂದ್ ಆಲಿ ಪ್ರಯಾಸಪಟ್ಟು ಹಾಗೆಯೇ ಮಲಗಿಕೊಂಡಿದ್ದ. ಮೊಹಿಂದರ್ ಭಾಬಿ ತನ್ನ ಅಂಗೈಯನ್ನು ಚಾಂದ್ ಆಲಿಯ ತೋಳಿನ ಮೇಲೆ ಹಾಗೆಯೇ ಇರಿಸಿದ್ದಳು.

'ನಮ್ಮಿಂದಾಗಿ ನಿನಗೆ ಬಹಳ ತೊಂದರೆಂಯಾಗಿದೆ' ತನ್ವೀರ್ ಮಾತನಾಡಲಾರಂಭಿಸಿದ್ದಳು. 'ಆದರೆ ಆಲಿ. ನೀನು ಒಬ್ಬ ಗಂಡಸು. ಕಷ್ಟ ಸಹಿಸಿಕೊಳ್ಳಬಲ್ಲೆ. ನೀನು ಆ ದಿನ ಹರೀಭಾಗ್‌ಗೆ ಬಾರದೆ ಹೋಗಿದ್ದರೆ ನಾವಿಬ್ಬರೂ ಬದುಕಿ ಉಳಿಯುತ್ತಿರಲಿಲ್ಲ. ನಿನ್ನಿಂದಾಗಿ ನಾವು ಬದುಕಿದೆವು. ಇನ್ನು ಮುಂದೆ ಕೂಡಾ ನಾವು ಜತೆಯಲ್ಲಿ ಬದುಕಲಾರೆವಾ?'

ಚಾಂದ್ ಆಲಿ ತಟ್ಟನೆ ಎದ್ದು ಕುಳಿತಿದ್ದ.

ಅವನಿಗೆ ತನ್ವೀರಳ ಮಾತಿನಲ್ಲಿ ಹೊಸ ಸಂಚು ಕಾಣಿಸಿತ್ತು.

ಶಿಬಿರದಿಂದ ಹೊರಗೆ ಹೋಗಲು ನಾಳೆಯ ದಿನ ಪರವಾನಿಗೆ ಸಿಗಲಿರುವುದರಿಂದಾಗಿ, ತಾನು ಹೊರಟು ಹೋಗಬಯಸಿರುವುದು ಇವರಿಬ್ಬರಿಗೂ ತಿಳಿದುಬಿಟ್ಟಿದೆ. ತನ್ನನ್ನು ಇಲ್ಲಿಯೇ ಉಳಿಸಿಕೊಳ್ಳಲು ಅಕ್ಕ ತಂಗಿಯರಿಬ್ಬರೂ ಬಲೆ ಬೀಸುತ್ತಿದ್ದಾರೆ. ತಾನಿನ್ನು ಮೆತ್ತಗಾಗಬಾರದು. ಇವರ ಕುಟುಂಬದವರಲ್ಲಿ ಯಾರಾದರೊಬ್ಬರು ಇಲ್ಲಿಗೆ ಬರುವವರೆಗೂ ಇವರಿಗೆ ತನ್ನ ಅಗತ್ಯವಿದೆ. ಆ ಬಳಿಕ ಇವರು ತನ್ನನ್ನು ದೂರ ಮಾಡುವುದು ಖಂಡಿತ. ಮೊಹಿಂದರ್ ಭಾಬಿಯೇನೋ 'ಜೊತೆಯಿರು' ಎನ್ನಬಹುದು. ಆದರೆ ಉಳಿದವರು ತನ್ನನ್ನು ಶತ್ರುವೆಂದೇ ತಿಳಿದುಕೊಂಡು ಕೊಂದು ಹಾಕುವುದಿಲ್ಲವೆ?

ಮೊಹಿಂದರ್ ಭಾಬಿಗೆ ನೋವಾದರೂ ಪರವಾಗಿಲ್ಲ ಎನ್ನುವ ಯೋಚನೆಯಿಂದ, ಚಾಂದ್ ಆಲಿ ಖಾರವಾಗಿಯೇ ಹೇಳಿದ್ದ, 'ಇನ್ನು ನನ್ನಿಂದ ಸಾಧ್ಯವಿಲ್ಲ. ಸಾಧ್ಯವಿಲ್ಲ ಎಂದರೆ ಸಾಧ್ಯವಿಲ್ಲ. ನಾನು ನಾಳೆ ಬೆಳಿಗ್ಗೆ ಇಲ್ಲಿಂದ ಹೊರಟು ಹೋಗುವವನು. ನಿಮಗಾದರೆ ನಿಮ್ಮನ್ನು ಕಾಪಾಡುವ ಸರಕಾರವಿದೆ. ನಿಮ್ಮನ್ನು ರಕ್ಷಿಸುವ ಸ್ವಯಂಸೇವಕರಿದ್ದಾರೆ. ಇಂದಲ್ಲ, ನಾಳೆಯಾದರೂ ನಿಮ್ಮ ಮನೆಯವರು ಬಂದು

ನಿಮ್ಮನ್ನು ಕರೆದುಕೊಂಡು ಹೋಗಲಿದ್ದಾರೆ. ಇಲ್ಲಿ ನನಗೆ ಯಾರು ಇದ್ದಾರೆ? ಇಲ್ಲಿ ನನಗೆ ನನ್ನ ಹೆಸರನ್ನು ಹೇಳುವ ಅವಕಾಶವೂ ಇಲ್ಲ.'

'ನಿನ್ನ ಮಾತೆಲ್ಲವೂ ನಿಜ ಅರಿ' ತನ್ವೀರ್ ಚಾಂದ್ ಆಲಿಯ ಮಾತುಗಳನ್ನೆಲ್ಲ ಮೊದಲೇ ನಿರೀಕ್ಷಿಸಿದ್ದವಳಂತೆ ಹೇಳಿದ್ದಳು, 'ಆದರೂ ನಿನ್ನನ್ನು ನಾವಿಬ್ಬರೂ ಪ್ರಾರ್ಥಿಸುತ್ತಿದ್ದೇವೆ. ನಾವು ಮೂವರೂ ಒಂದಷ್ಟು ದಿನಗಳ ಕಾಲ ಜೊತೆಯಲ್ಲೇಕೆ ಬದುಕಬಾರದು?'

'ಅಂದರೆ! ನಿಮ್ಮ ಮನೆಯವರು ನಿಮಗೆ ಸಿಗುವವರೆಗೆ, ಅಲ್ಲವೆ?' ಚಾಂದ್ ಆಲಿಯ ಪ್ರಶ್ನೆಯಲ್ಲಿ ಕುಹಕವಿತ್ತು. ತನ್ವೀರ್ ಇದನ್ನು ನಿರೀಕ್ಷಿಸಿದ್ದಿರಬಹುದು.

"ಅಲ್ಲ. ಬಳಿಕ ಕೂಡಾ.'

'ಅದು ಇಲ್ಲಿ ಹೇಗೆ ಸಾಧ್ಯ?'

'ಇಲ್ಲಿಯೇ ಸಾಧ್ಯವಾಗುವುದೆಂದು ನಾನೆಲ್ಲಿ ಹೇಳಿದೆ?'

'ಅಂದರೆ!' ಚಾಂದ್ ಆಲಿ ಅಚ್ಚರಿಗೊಂಡಿದ್ದ.

ಚರ್ಚಾಗೋಷ್ಠಿಯಲ್ಲಿ ವಿಜಯಿಯಾದವಳಂತೆ, ತನ್ವೀರ್ ನಿಧಾನವಾಗಿಯೇ ವಿವರಿಸತೊಡಗಿದಳು.

'ಈ ಶಿಬಿರ ನಿನಗೆ ಮಾತ್ರವಲ್ಲ, ನಮಗೂ ಸಾವಿನ ಮನೆಯೇ. ನಿನ್ನ ಪರಿಚಯ ಯಾರಿಗೂ ತಿಳಿಯಬಾರದೆಂಬ ಕಾರಣದಿಂದ ನಾವು ಕೂಡಾ ಇಲ್ಲಿ ಯಾರಲ್ಲೂ ನಮ್ಮ ಪರಿಚಯವನ್ನು ಹೇಳಿಕೊಳ್ಳುತ್ತಿಲ್ಲ. ಬಹಳ ದಿನ ಹೀಗೇಯೇ ಇರುವುದು ಕಷ್ಟ. ನಮ್ಮ ಮನೆಯವರು ಈ ಶಿಬಿರಕ್ಕೆ ಬರುತ್ತಾರೆ ಎಂಬ ನಂಬಿಕೆಯೂ ಇಲ್ಲ. ನಾವು ಮೂವರೂ ನಾಳೆಯ ದಿನವೇ ಇಲ್ಲಿಂದ ಹೊರಟು ಹೋಗೋಣ. ಇಲ್ಲಿಂದ ಎಲ್ಲಿಗೆ ಹೋಗಬೇಕು ಎಂಬುದನ್ನು ನೀನು ನಿರ್ಧರಿಸು. ನೀನು ಕರೆದುಕೊಂಡು ಹೋಗುವಲ್ಲಿಗೆ ನಾವು ಬರುತ್ತೇವೆ.

'ಇನ್ನೂ ಒಂದು ವಿಷಯವನ್ನು ಈಗಲೇ ಹೇಳಿಬಿಡುವೆ. ನಮ್ಮಿಬ್ಬರ ಬಳಿಯೂ ಬಂಗಾರದ ಒಡವೆಗಳು ಬೇಕಾದಷ್ಟಿವೆ. ನಾನು ಮತ್ತು ಅಕ್ಕ ಆ ರಾತ್ರಿಯೇ ಕೈಗೆ ಸಿಕ್ಕ ಬಂಗಾರವನ್ನೆಲ್ಲ ಕುರ್ತಾ ಪೈಜಾಮದೊಳಗೆ ತುಂಬಿಸಿಕೊಂಡಿದ್ದೆವು. ಒಂದರ ಮೇಲೊಂದು ಕುರ್ತಾ ಪೈಜಾಮ ಹಾಕಿಕೊಂಡಿದ್ದರಿಂದ ನಮ್ಮನ್ನು ಹೊತ್ತುಕೊಂಡು ಹೋದವರಿಗೂ ಗೊತ್ತಾಗಲಿಲ್ಲ. ನೆಕ್ಲೇಸುಗಳು, ಬಳೆಗಳು, ತೋಳು ಬಂದಿ, ಸೊಂಟಪಟ್ಟಿ ಹೀಗೆ ಎಲ್ಲ ಮಾರಿದರೆ ಹದಿನೈದು ಇಪ್ಪತ್ತು ಸಾವಿರ ರೂಪಾಯಿ ಸಿಗಬಹುದು.

‘ಎಲ್ಲಾದರೂ ದೂರ ಹೋಗಿ ಒಂದೆರಡು ತಿಂಗಳು ಇದ್ದುಬಿಡುವ. ಆ ಬಳಿಕ, ಗಲಾಟೆಯೆಲ್ಲ ಮುಗಿದ ಬಳಿಕ ಪುನಃ ಈ ಊರಿಗೆ ಬಂದು ವಿಚಾರಿಸಿದರಾಯಿತು. ಅಷ್ಟು ಹೊತ್ತಿಗೆ ಸರಕಾರದವರೂ ಏನಾದರೊಂದು ದಾರಿ ತೋರಿಸಬಹುದು. ಅಥವಾ ಸಾಯುವವರೆಗೂ ನಾವು ಜೊತೆಯಲ್ಲೇ ಬದುಕಬೇಕೆಂದು ದೇವರು ಬರೆದಿಟ್ಟಿದ್ದರೆ ಯಾರೂ ತಪ್ಪಿಸಲಾರರು.’

ಎಲ್ಲ ಮಾತುಗಳನ್ನು ಅದಾಗಲೇ ಹಲವು ಬಾರಿ ಕಂಠಪಾಠ ಮಾಡಿಕೊಂಡಿದ್ದವಳಂತೆ ತನ್ವೀರ್, ತನ್ನ ವಯಸ್ಸಿಗೆ ಮೀರಿದ ಗಾಂಭೀರ್ಯದಿಂದ ಹೇಳಿದ್ದಳು. ಮೊಹಿಂದರ್ ಭಾಬಿ ಉಸಿರಾಡುವುದನ್ನೂ ಮರೆತು ತನ್ವೀರಳ ಮಾತು ಕೇಳಿಸಿಕೊಳ್ಳುತ್ತಿದ್ದಳು. ತನ್ವೀರಳು ಮಾತು ಮುಗಿಸಿ ಚಾಂದ್ ಆಲಿಯ ಪ್ರತಿಕ್ರಿಯೆಗಾಗಿ ಕಿವಿಯಾನಿಸಿದ್ದಳು.

ತನ್ವೀರಳ ಯಾವುದೇ ಸಲಹೆಯನ್ನೂ ಸ್ವೀಕರಿಸಬಾರದು ಎಂದೇ ನಿರ್ಧರಿಸಿದ್ದ ಚಾಂದ್ ಆಲಿ, ಇದೀಗ ಅವಳ ಮಾತುಗಳನ್ನು ವಿರೋಧಿಸಲು ಸಾಧ್ಯವಾಗದೆ ಚಡಪಡಿಸಿದ. ಶಿಬಿರದಿಂದ ಹೊರಹೋಗುವ ತನ್ನ ನಿರ್ಧಾರವನ್ನು ತನ್ವೀರಳೂ ಬೆಂಬಲಿಸುತ್ತಿದ್ದಾಳೆ. ಅವರಿಬ್ಬರಲ್ಲಿ ಸಾಕಷ್ಟು ಸಂಪತ್ತೂ ಇದೆ. ಎಲ್ಲಾದರೂ ಹೋಗಿ ಸುಖವಾಗಿ ಬದುಕಲು ಯಾವ ತೊಂದರೆಯೂ ಇಲ್ಲ. ಹದಿನೈದು ಇಪ್ಪತ್ತು ಸಾವಿರ ರೂಪಾಯಿಗಳೆಂದರೆ ಸಣ್ಣ ಮೊತ್ತವೇನೂ ಅಲ್ಲ. ಹೊಲ, ಮನೆ ಎಲ್ಲ ಖರೀದಿಸಬಹುದು.

‘ಯಾಕೆ ಆಲಿ ಮಾತಾಡುವುದಿಲ್ಲ? ನಮ್ಮಿಬ್ಬರನ್ನು ಇಲ್ಲೇ ಬಿಟ್ಟು ಹೋಗುತ್ತೀಯಾ?’ ಈ ಬಾರಿ ಪ್ರಶ್ನಿಸಿದವಳು ತನ್ವೀರಳಲ್ಲ; ಮೊಹಿಂದರ್ ಭಾಬಿ. ಚಾಂದ್ ಆಲಿ ತುಟಿ ಬಿಚ್ಚಲಿಲ್ಲ. ಸ್ವಲ್ಪ ಹೊತ್ತು ಯಾರೂ ಮಾತು ಮುಂದುವರಿಸಲಿಲ್ಲ.

ಚಾಂದ್ ಆಲಿಯೆದುರು ತನ್ವೀರ್ ಅದೇ ಭಂಗಿಯಲ್ಲಿ ಕುಳಿತಿದ್ದಳು.

ಮೊಹಿಂದರ್ ಭಾಬಿ ಶವದಂತೆ ಮಲಗಿಯೇ ಇದ್ದಳು.

ಚಾಂದ್ ಆಲಿ ಕುಳಿತಲ್ಲಿಯೇ ಚಡಪಡಿಸುತ್ತಿದ್ದ.

‘ಸಬ್ ಠೀಕ್ ಹೇ...’

ಬಟ್ಟೆ ಗಿರಣಿಯ ಆವರಣದ ಗೋಡೆಯ ಹೊರಭಾಗದಲ್ಲಿ ಬಡಿಗೆಯಿಂದ ಸದ್ದು ಎಬ್ಬಿಸುತ್ತಾ ಕಾವಲುಗಾರನೊಬ್ಬ ಉದ್ಗರಿಸಿದ್ದ.

ತನ್ವೀರ್ ಅದುವರೆಗೂ ತನ್ನ ಬೆನ್ನ ಹಿಂದೆ ಬಚ್ಚಿಟ್ಟುಕೊಂಡಿದ್ದ ದೊಡ್ಡ ತೆಂಗಿನಕಾಯಿ ಗಾತ್ರದ ಬಟ್ಟೆಯ ಗಂಟೊಂದನ್ನು ಎತ್ತಿ, ಚಾಂದ್ ಆಲಿಯ ಮಡಿಲಲ್ಲಿ ಇರಿಸಿ ಹೇಳಿದ್ದಳು–

‘ನೀನು ಒಬ್ಬನೇ ಹೋಗಬಯಸುವೆಯಾದರೂ, ಇದು ನಿನಗೆ.’

* * *

ಹನ್ನೊಂದು ಗಂಟೆಯ ಬಳಿಕ ಶಿಬಿರದ ಗೇಟು ತೆರೆಯುವುದಾಗಿ ಪ್ರಕಟಿಸಿದ್ದರು. ಮೂವರೂ ಬಾವಿ ಕಟ್ಟೆಯ ಬಳಿ ಹೊರಡಲು ಸಿದ್ಧವಾಗಿ ಕುಳಿತು ಹೆಬ್ಬಾಗಿಲತ್ತ ಕಣ್ಣು ನೆಟ್ಟಿದ್ದರು.

'ರಾಹುಲ್ ಯಾಕೆ ಕಾಣಿಸುತ್ತಿಲ್ಲ?' ಎತ್ತಲೋ ನೋಡುತ್ತಿದ್ದ ತನ್ವೀರ್ ಪ್ರಶ್ನಿಸಿದ್ದಳು. ಚಾಂದ್ ಆಲಿಯನ್ನು ಕೂಡಾ ಈ ಯೋಚನೆ ಕಾಡುತ್ತಿದ್ದರೂ, ತನ್ವೀರಳ ಪ್ರಶ್ನೆ ಸಹ್ಯವಾಗಲಿಲ್ಲ. 'ಯಾಕೆ? ಅವನನ್ನೂ ಕರೆದುಕೊಂಡು ಹೋಗುವ ಆಲೋಚನೆಯೆ?' ಅಸಹನೆಯಿಂದಲೇ ಪ್ರಶ್ನಿಸಿದ್ದ. ತನ್ವೀರಳ ಮುಖ ಇದ್ದಕ್ಕಿದ್ದಂತೆ ಕಪ್ಪಿಟ್ಟಿತು.

'ಹಾಗೆಂದೇನೂ ನಾನು ಹೇಳಿಲಿಲ್ಲವಲ್ಲಾ?' ತನ್ವೀರ್ ತನ್ನೊಳಗೇ ಗೊಣಗುಟ್ಟುವವಳಂತೆ ಹೇಳಿದ್ದಳು.

'ನೀವಿಬ್ಬರು ಒಮ್ಮೆ ಸುಮ್ಮನಿರುತ್ತೀರಾ?' ಮೊಹಿಂದರ್ ಭಾಬಿ ಗದರಿಸುವವಳಂತೆ ಪ್ರಶ್ನಿಸಿದ್ದಳು.

ಮೊಹಿಂದರ್ ಕೌರ್ ರಾತ್ರಿಯಿಡೀ ನಿದ್ರಿಸಿದ್ದಿರಲಿಲ್ಲ.

ಶಿಬಿರದಿಂದ ಹೊರಹೋಗುವ ನಿರ್ಧಾರ ಸರಿಯೇ? ತಪ್ಪೇ? ಎಂಬುದನ್ನು ತೀರ್ಮಾನಿಸಲಾಗದೆ ಹೊರಳಾಡಿದ್ದಳು. ತನ್ವೀರಳ ಒತ್ತಾಯವಿಲ್ಲದೇ ಹೋಗಿದ್ದರೆ ಮೊಹಿಂದರ್ ಶಿಬಿರದಲ್ಲೇ ಉಳಿಯಬಯಸಿದ್ದಳು. ಹಾಗೆಂದು ಅವಳಿಗೆ ಚಾಂದ್ ಆಲಿಯ ಬಗ್ಗೆ ಅಪನಂಬಿಕೆಯೇನೂ ಇದ್ದಿರಲಿಲ್ಲ. ಚಾಂದ್ ಆಲಿಯನ್ನು ಶಿಬಿರದಲ್ಲೇ ಉಳಿಯುವಂತೆ ಒತ್ತಾಯಿಸಲೂ ಮನಸ್ಸು ಬರುತ್ತಿರಲಿಲ್ಲ. ಆದರೆ ಅವನು ಹೋಗಿಬಿಟ್ಟ ಬಳಿಕ ತಾವಿಬ್ಬರೂ ಇನ್ನಷ್ಟು ಅಸಹಾಯಕರಾಗಿಬಿಡುತ್ತೇವೆ. ತಾವು ಜೋಪಾನವಾಗಿ ಬಚ್ಚಿಟ್ಟಿದ್ದ ಬಂಗಾರದ ಒಡವೆಗಳನ್ನೆಲ್ಲ ಚಾಂದ್ ಆಲಿಯ ವಶಕ್ಕೊಪ್ಪಿಸುವ ನಿರ್ಧಾರವೂ ತನ್ವೀರಳದ್ದೇ. ಏನಿದ್ದಿರಬಹುದು ತನ್ವೀರಳ ಮನಸ್ಸಿನಲ್ಲಿ? ಕಳೆದ ಎರಡು ವಾರಗಳಲ್ಲೂ ಮೊಹಿಂದರ್ ಕೌರ್ ಸೂಕ್ಷ್ಮವಾಗಿಯೇ ಅವರಿಬ್ಬರ ಮಾತುಕತೆಗಳನ್ನು ಗಮನಿಸುತ್ತಿದ್ದಳು. ಭಯಪಡುವಂತಹ ಯಾವುದೂ ಅವರ ವರ್ತನೆಗಳಲ್ಲಿ ಕಾಣಿಸಿದ್ದಿಲ್ಲ. ಆದರೂ ರಾತ್ರಿ ನಿದ್ರೆ ಹತ್ತಿರ ಬರಲಿಲ್ಲ.

ಶಿಬಿರದಿಂದ ಹೊರಗೆ ಹೋಗುವವರ ಸಂಖ್ಯೆ ಹೆಚ್ಚಿರಲಿಲ್ಲ. ಲೂಧಿಯಾನ ಸಂಬಂಧಿಕರ ಮನೆಗೆ ಹೋಗುವವರಿದ್ದೇವೆ ಎಂಬುದಾಗಿ ಎಲ್ಲರಲ್ಲೂ ತಿಳಿಸಿ ವಿದಾಯ ಹೇಳುತ್ತಿದ್ದ ಗುಂಪಿನಲ್ಲಿ ಎಂಟು ಮಂದಿ ಇದ್ದರು. ಅಮೃತಸರದ ಬಳಿಯ ಒಂದು ಹಳ್ಳಿಯಯಲ್ಲಿದ್ದ ಸೋದರಮಾವನ ಹೆಸರನ್ನು ನೆನಪಿಸಲು ಯತ್ನಿಸುತ್ತಿದ್ದ ಅಕ್ಕ ಮತ್ತವಳ ತಮ್ಮನ ಒಂದು ಜೋಡಿ. ದೆಹಲಿಯ ರೈಲು ನಿಲ್ದಾಣದ ಬಳಿಯಿರುವ 'ಸರಕಾರಿ ಕ್ಯಾಂಪ್' ಸೇರಿ, ತಮ್ಮ ಕುಟುಂಬದ ಪತ್ತೇದಾರಿಯ ಬಗ್ಗೆ ಆಸೆ ಹೊತ್ತಿದ್ದ

ಇಬ್ಬರು ಮುದುಕರು. 'ಬೊಂಬಾಯಿಯಲ್ಲಿ ನಮ್ಮ ಬಂಧುವೊಬ್ಬರು ಬಟ್ಟೆ ವ್ಯಾಪಾರ ಮಾಡುತ್ತಿದ್ದಾರೆ. ನಾವು ಅಲ್ಲಿಗೆ ಹೋಗಲಿದ್ದೇವೆ' ಎಂಬುದಾಗಿ ಸ್ವಯಂಸೇವಕರಿಗೆ ತಿಳಿಸಿದ್ದ ಚಾಂದ್ ಆಲಿಯ ಕುಟುಂಬ.

ಯಾರು ಎಲ್ಲಿಗೆ ಹೋಗಲಿದ್ದಾರೆ ಎಂಬುದರ ಬಗ್ಗೆ ಸ್ವಯಂಸೇವಕರಿಗೆ ಅಂತಹ ಆಸಕ್ತಿಯೇನೂ ಇದ್ದಂತಿರಲಿಲ್ಲ. ಮೂರು ಪರಿಚಯ ಪತ್ರಗಳ ಜತೆ ಹತ್ತು ರೂಪಾಯಿಗಳ ಒಂಬತ್ತು ನೋಟುಗಳನ್ನು ಚಾಂದ್ ಆಲಿಯತ್ತ ಚಾಚಿ, 'ನಿಮಗೆ ಶುಭವಾಗಲಿ' ಎಂದಷ್ಟೇ ಹೇಳಿದ್ದರು.

ಹನ್ನೊಂದು ಗಂಟೆಗೆ ಸರಿಯಾಗಿ ಬಟ್ಟೆ ಗಿರಣಿಯ ಹೆಬ್ಬಾಗಿಲ ನಡುವಿದ್ದ ಸಣ್ಣ ಬಾಗಿಲು ತೆರೆದರು.

'ಹೋಗೋಣ' ಚಾಂದ್ ಆಲಿ ಎದ್ದು ನಿಂತ. ಇಬ್ಬರೂ ಅವನ ಹಿಂದೆ ಹೆಜ್ಜೆ ಹಾಕಿದರು. ಬಾಗಿಲು ಹಾದು ಗಿರಣಿಯ ಎದುರಿನ ಅಂಗಳ ದಾಟಿ ರಸ್ತೆಗೆ ಕೂಡಿಸಲಾಗಿದ್ದ ಸಣ್ಣ ಸೇತುವೆಯ ಬಳಿಗೆ ತಲುಪುವವರೆಗೂ ಚಾಂದ್ ಆಲಿಯ ಎದೆ ಬಡಿತ ಲಯ ತಪ್ಪಿಸಿಕೊಳ್ಳುತ್ತಿತ್ತು. ಸೇತುವೆಯ ಪಕ್ಕದಲ್ಲಿ ಮರದ ಪೆಟ್ಟಿಗೆಯಿರಿಸಿ ಅಂಗಡಿ ತೆರೆದಿದ್ದ ನಡುವಯಸ್ಕನೊಬ್ಬ ಶರಬತ್ತು ಮಾರುತ್ತಿದ್ದ. ಅಂಗಡಿಯ ಎದುರಿನ ಬೆಂಚಿನ ಮೇಲೆ ಕುಳಿತಿದ್ದ ಯುವಜೋಡಿಯೊಂದು ಶರಬತ್ತು ಕುಡಿಯುತ್ತಿತ್ತು.

ನೆತ್ತಿಯೇರಿದ್ದ ಸೂರ್ಯ ನೆಲ ಸುಡುತ್ತಿದ್ದ. ಬಹಳ ದೂರದಿಂದ ನಿಜಾಮುದ್ದೀನ್ ದರ್ಗಾದ ಮಿನಾರುಗಳು ಬಿಸಿಲಿನ ಕೋಲುಗಳಂತೆ ಹೊಳೆಯುತ್ತಿದ್ದವು. ಮೊಹಿಂದರ್ ದಿಕ್ಕು ತಪ್ಪಿದವಳಂತೆ ತನ್ವೀರಳ ಕೈ ಹಿಡಿದುಕೊಂಡು ಎತ್ತಲೋ ಕಣ್ಣು ತೂರಿದ್ದಳು. ಬಣ್ಣಗೆಟ್ಟ ಮುಖದಲ್ಲಿ ಕಣ್ಣುಗಳು ಪಿಳಿ ಪಿಳಿ ಮಾಡುತ್ತಿದ್ದವು. ತನ್ವೀರ್ ಅಂಗಡಿಯತ್ತ ದಿಟ್ಟಿಸುತ್ತಿದ್ದಳು.

'ಶರಬತ್ತು ಕುಡಿಯುತ್ತೀಯಾ ತನ್ವೀರ್?' ಚಾಂದ್ ಆಲಿ ಅದಾಗಲೇ ಯಜಮಾನನ ಪಟ್ಟವಹಿಸಿಕೊಂಡಾಗಿತ್ತು.

'ಮೊದಲು ಇಲ್ಲಿಂದ ಹೊರಟು ಸ್ಟೇಶನ್ ಸೇರುವ, ತಿನ್ನುವುದು, ಕುಡಿಯುವುದು ಎಲ್ಲ ಆ ಬಳಿಕ' ಮೊಹಿಂದರ್ ಭಾಬಿ ತಾನೇ ಯಜಮಾನಿ ಎಂಬುದನ್ನು ಸ್ಪಷ್ಟಪಡಿಸಿದ್ದಳು.

ಚಾಂದ್ ಆಲಿ ಪೆಟ್ಟಿಗೆ ಅಂಗಡಿಯತ್ತ ಸರಿದ. ಬೆಂಚಿನ ಮೇಲೆ ಕುಳಿತವರ ಜೊತೆ ಒಂದೆರಡು ಮಾತು ಬದಲಿಸಿ ಮರಳಿದ.

'ನಿಜಾಮುದ್ದೀನ್ ಸ್ಟೇಶನ್‌ಗೆ ಹೋಗಿ ಪ್ರಯೋಜನವಿಲ್ಲ. ನಾವೀಗ ನೇರವಾಗಿ ದಿಲ್ಲಿ ಸ್ಟೇಶನ್‌ಗೇ ಹೋಗಬೇಕು. ಇಲ್ಲಿಂದ ಆರು ಮೈಲು ಇದೆಯಂತೆ. ಇಲ್ಲೇ ಸ್ವಲ್ಪ

ದೂರ ನಡೆದುಕೊಂಡು ಹೋದರೆ ಶಕರ್‌ಪುರ್ ಪೇಟೆ ಸಿಗುತ್ತದಂತೆ. ಅಲ್ಲಿಗೆ ಹೋಗಿ ಯಾವುದಾದರೂ 'ಟಾಂಗಾ' ಹತ್ತಿ ಪಾವಲಿ ಕೊಟ್ಟರೆ ದಿಲ್ಲಿ ಸ್ಟೇಶನ್‌ಗೆ ಕರೆದುಕೊಂಡು ಹೋಗುತ್ತಾರಂತೆ.' ಚಾಂದ್ ಆಲಿ ತನ್ನ ವಿಚಾರಣೆಯ ಫಲಿತಾಂಶವನ್ನು ಮೊಹಿಂದರ್ ಭಾಬಿಗೆ ವಿವರಿಸಿದ್ದ.

'ಹಾಗೇ ಮಾಡಿದರಾಯಿತು' ಮೊಹಿಂದರ್ ಭಾಬಿ ತನ್ವೀರಳ ಕೈ ಹಿಡಿದುಕೊಂಡು ಹೊರಟೇಬಿಟ್ಟಿದ್ದಳು. ಚಾಂದ್ ಆಲಿ ಅವರಿಬ್ಬರ ಬೆನ್ನ ಹಿಂದೆ ಕಾಲೆಳೆದ. ಹಳೆಯ ಪೈಜಾಮವೊಂದರಲ್ಲಿ ಬಂಗಾರದ ಒಡವೆಗಳನ್ನೆಲ್ಲ ಸೇರಿಸಿ, ಕೊಳವೆಯಂತೆ ಸೊಂಟಕ್ಕೆ ಕಟ್ಟಿಕೊಂಡಿದ್ದ ಚಾಂದ್ ಆಲಿಯ ನಡಿಗೆಯಲ್ಲಿ ನಿಧಾನವಾಗಿ ಆತ್ಮವಿಶ್ವಾಸ ಬೆರೆಯಲಾರಂಭಿಸಿತ್ತು.

ದಕ್ಷಿಣದ ಯಾವುದಾದರೊಂದು ಪಟ್ಟಣದ ಹೋಟೆಲಲ್ಲಿ ಬಾಡಿಗೆಗೆ ಕೋಣೆ ಪಡೆದು ಸ್ವಲ್ಪ ದಿನ ಹಾಯಗಿದ್ದು ಬಿಡಬೇಕು. ಒಂದೆರಡು ಸಣ್ಣ ಒಡವೆಗಳನ್ನು ಮಾರಿದರೆ ಸಾಕು. ಮೂವರಿಗೂ ಒಂದಷ್ಟು ಹೊಸ ವಸ್ತ್ರಕೊಳ್ಳಬೇಕು. ಎರಡು ಕಬ್ಬಿಣದ ಪೆಟ್ಟಿಗೆ ಬೇಕಾಗಬಹುದು. ಒಂದನ್ನು ಅವರಿಬ್ಬರು ಬಳಸಲಿ. ತನಗೊಂದು ಪ್ರತ್ಯೇಕ ಬೇಕು. ಊರಿನ ಸರಿಯಾದ ಪರಿಚಯವಾದ ಬಳಿಕ ಹತ್ತಿರದ ಹಳ್ಳಿಗೆ ಹೋದರಾಯಿತು. ನಗದು ಬಿಸಾಡಿದರೆ ಜಮೀನು ಮಾರುವವರು ಸಾಲುಗಟ್ಟಿ ನಿಂತಿರುತ್ತಾರೆ. ಹೊಸ ಮನೆ ಕಟ್ಟಿಸುವುದೆಂದರೆ ವರ್ಷ ಬೇಕಾದೀತು. ಸರಿಯಾಗಿರುವ ಹಳೆ ಮನೆಯನ್ನೇ ಖರೀದಿಸಿದರಾಯಿತು.

ಮನೆಯ ಬಳಿಯೇ ಹಟ್ಟಿ ಕಟ್ಟಿಸಬೇಕು. ಪ್ರಾರಂಭದಲ್ಲಿ ನಾಲ್ಕು ಎಮ್ಮೆ ಸಾಕು. ಹಾಲು ಮಾರಾಟ ಮಾಡಿ ದುಡ್ಡು ಸಂಪಾದಿಸುವ ಅಗತ್ಯವಿಲ್ಲ. ರುಚಿಯಾದ ಲಸ್ಸೀ ತಯಾರಿಸಲು ತನ್ವೀರಳಿಗೂ ಗೊತ್ತಿರಬಹುದು; ಗೊತ್ತಿರದಿದ್ದರೆ ಮೊಹಿಂದರ್ ಭಾಬಿ ಕಲಿಸಿಕೊಟ್ಟಾರು.

ಮಿಲಿಟರಿ ವಾಹನವೊಂದು ಬಿರುಗಾಳಿಯಂತೆ ಇವರನ್ನು ಸವರಿಕೊಂಡು ಹಾರಿಹೋಯಿತು; ಚಾಂದ್ ಆಲಿ ರಸ್ತೆಯ ಬದಿಗೆ ಹಾರಿದ್ದ.

ಪೆಟ್ಟಿಗೆ ಅಂಗಡಿಯಲ್ಲಿ ದೊರೆತ ಮಾಹಿತಿ ಸುಳ್ಳಾಗಲಿಲ್ಲ. ಶಕರ್‌ಪುರದಲ್ಲಿ ಇವರನ್ನೇ ನಿರೀಕ್ಷಿಸಿ ನಿಂತಂತಿದ್ದ ಟಾಂಗಾ, ಅರ್ಧ ತಾಸಿನ ಸುದೀರ್ಘ ಪ್ರಯಾಣ ನಡೆಸಿ ಮೂವರನ್ನು ರೈಲು ನಿಲ್ದಾಣದ ಬಳಿ ಇಳಿಸಿತ್ತು.

ನಿಲ್ದಾಣದ ಒಳಗೆ ಕಾಲೂರಲೂ ಜಾಗವಿಲ್ಲ. ಸಾಮಾನು ಸರಂಜಾಮುಗಳನ್ನು ನಡುವೆ ಪೇರಿಸಿಟ್ಟು ಸುತ್ತಲೂ ಕಾವಲುಕುಳಿತ ಜನರ ಮಧ್ಯದಿಂದಲೇ ನಡೆದಾಡಬೇಕು. ಮೊಹಿಂದರ್ ಭಾಬಿ ಬಟ್ಟೆಯ ಪುಟ್ಟ ಗಂಟೊಂದನ್ನು ಎದೆಗವಚಿಕೊಂಡು ಅತ್ತಿತ್ತ

ನೋಡುತ್ತಾ ಹೆಜ್ಜೆ ಬದಲಿಸುತ್ತಿದ್ದಳು. ಅಕ್ಕನ ಹೆಜ್ಜೆಯ ಮೇಲೆ ಹೆಜ್ಜೆ ಊರುತ್ತಾ ತನ್ವೀರ್ ನಡೆಯುತ್ತಿದ್ದಳು. ಅವಳ ಹಿಂದೆ ಚಾಂದ್ ಆಲಿ.

'ಪ್ಲಾಟ್‌ಫಾರಂಗೆ ಹೋಗುವ ಮೊದಲೇ ಟಿಕೇಟು ಖರೀದಿಸಬೇಕು' ತನ್ವೀರ್ ಎಚ್ಚರಿಸುವವಳಂತೆ ಹೇಳಿದ್ದಳು. ತನ್ವೀರಳನ್ನು ದುರುಗುಟ್ಟಿ ನೋಡಿದ ಮೊಹಿಂದರ್ ಭಾಬಿ, 'ಇಲ್ಲೇ ಎಲ್ಲಾದರೂ ಸ್ವಲ್ಪ ಹೊತ್ತು ಕುಳಿತುಕೊಳ್ಳುವ. ಟಿಕೇಟು ಎಲ್ಲಿಗೂ ಓಡಿ ಹೋಗುವುದಿಲ್ಲ' ಎಂದಳು. ಅಕ್ಕನ ಮನಸ್ಸನ್ನು ತತ್‌ಕ್ಷಣ ಅರ್ಥಮಾಡಿಕೊಂಡ ತನ್ವೀರ್, 'ಹೌದಕ್ಕ. ಅದೇ ಒಳ್ಳೆಯದು. ಇಲ್ಲಿರುವ ಎಲ್ಲರೂ ನಮ್ಮ ಹಾಗೆ ಓಡಿ ಬಂದಿರುವವರ ಹಾಗೆಯೇ ಕಾಣಿಸುತ್ತಾರಲ್ಲವೇ?' ಎಂದು ಸುತ್ತಲೂ ನೋಟ ಹರಿಸಿದಳು. ಮೌನವಾಗಿಯೇ ಕಾಲೆಳೆಯುತ್ತಿದ್ದ ಮೊಹಿಂದರ್ ಭಾಬಿ, ಪ್ಲಾಟ್‌ಫಾರಂನ ಹೆಬ್ಬಾಗಿಲ ಬಲಭಾಗದಲ್ಲಿ ಮಹಡಿಯೇರುತ್ತಿದ್ದ ಮೆಟ್ಟಿಲುಗಳ ಬಳಿ ನೆಲದಲ್ಲಿ ಕುಳಿತಳು. ತನ್ವೀರಳೂ ಅಕ್ಕನ ಪಕ್ಕದಲ್ಲಿ ಜಾಗ ಮಾಡಿಕೊಂಡು ಕುಳಿತುಬಿಟ್ಟಾಗ, ಬೇರೇನೂ ತೋಚದ ಚಾಂದ್ ಆಲಿ ಮೆಟ್ಟಲುಗಳನ್ನು ಆಧರಿಸಿದ್ದ ಕಬ್ಬಿಣದ ಕಂಬಕ್ಕೆ ಒರಗಿ ನಿಂತ. ಅವನಿಗೂ ಅಲ್ಲಿರುವವರೆಲ್ಲರೂ ನಿರಾಶ್ರಿತರಂತೆಯೇ ಕಾಣಿಸಲಾರಂಭಿಸಿದರು. ಎಲ್ಲರೂ ಅವಸರದಲ್ಲಿರುವವರೇ. ಒಬ್ಬರು ಮತ್ತೊಬ್ಬರಿಂದ ತಪ್ಪಿಸಿಕೊಳ್ಳುತ್ತಿರುವವರಂತೆ ನಾಲ್ಕೂ ದಿಕ್ಕಿಗೆ ಓಡುತ್ತಿದ್ದರು. ಹತ್ತು ನಿಮಿಷ ಮೂವರೂ ತುಟಿ ಎರಡು ಮಾಡಲಿಲ್ಲ.

ಮೊಹಿಂದರ್ ಭಾಬಿಯ ಮೌನ ಚಾಂದ್ ಆಲಿಗೆ ಇಷ್ಟವಾಗಲಿಲ್ಲ. 'ಈವತ್ತು ರಾತ್ರಿಯಿಡೀ ರೈಲಿನಲ್ಲೇ ಇರುವಂಥ ದೂರದ ಊರಿಗೇ ಟಿಕೇಟು ಖರೀದಿಸಿದರೆ ಒಳ್ಳೆಯದಲ್ಲವೆ ಭಾಬೀಜಿ?' ಚಾಂದ್ ಆಲಿ ಪ್ರಶ್ನಿಸಿದಾಗ, ತಲೆಯೆತ್ತಿದ್ದ ಮೊಹಿಂದರ್ ಭಾಬಿ ಅವನತ್ತ ತೀಕ್ಷ್ಣವಾದ ದೃಷ್ಟಿ ಬೀರಿದಳು. ಅಷ್ಟೇ; ಏನೂ ಹೇಳಲಿಲ್ಲ. ಮತ್ತೆರಡು ನಿಮಿಷ ಕಳೆಯಿತು.

'ನೀವು ಇಲ್ಲೇ ಕುಳಿತಿರಿ. ನಾನು ಟಿಕೇಟಿನ ಬಗ್ಗೆ ವಿಚಾರಿಸಿಕೊಂಡು ಬರುತ್ತೇನೆ' ಎಂದು ಚಾಂದ್ ಆಲಿ, ಅವರಿಬ್ಬರ ಪ್ರತಿಕ್ರಿಯೆಯನ್ನು ನಿರೀಕ್ಷಿಸದೆ, ಓಡುತ್ತಿರುವ ಜನರ ನಡುವೆ ನುಸುಳಿದ.

ನಿರ್ಧಿಷ್ಟವಾಗಿ ಇಂತಹ ಊರಿಗೇ ಟಿಕೇಟು ಖರೀದಿಸಬೇಕೆಂಬ ಹಟವಿರುತ್ತಿದ್ದರೆ, ಚಾಂದ್ ಆಲಿಗೆ ಸ್ವಲ್ಪವಾದರೂ ಮಾಹಿತಿ ಸಿಗಬಹುದಿತ್ತೇನೋ. ಒಬ್ಬೊಬ್ಬರ ಜತೆಯಲ್ಲಿ ಒಂದೊಂದು ಬಗೆಯಲ್ಲಿ ವಿಚಾರಿಸಿದ್ದರಿಂದ ಸಿಕ್ಕ ಉತ್ತರಗಳೂ ನಿರ್ಧಿಷ್ಟವಾಗಿರಲಿಲ್ಲ. ಬೊಂಬಾಯಿಗೆ ಈ ದಿನ ರೈಲು ಇಲ್ಲ. ಕಲ್ಕತ್ತಕ್ಕೆ ರಾತ್ರಿ ಇರಬಹುದು. ಕಾನ್ಪುರ ಗಾಡಿ ಎಂಟು ತಾಸು ಲೇಟು. ಮದರಾಸಿಗೆ ಇನ್ನೊಂದು ತಾಸಿನಲ್ಲಿ ಹೊರಡುತ್ತದೆ. ಒಬ್ಬಾತನಂತೂ ಅಸಹನೆಯಿಂದಲೇ ಛೇಡಿಸಿದ್ದ. 'ನಿನಗೆ ನಿಜವಾಗಿ ಬೇಕಾದದ್ದು ಏನು?'

ಟಿಕೇಟು ಕೊಡುವ ಕಿಟಕಿಯ ಎದುರು ಜನರು ಹದ್ದುಗಳಂತೆ ಆಕ್ರಮಿಸಿದ್ದರು. ಪಕ್ಕದ ಗೋಡೆಯಲ್ಲಿ ದೊಡ್ಡ ಫಲಕವೊಂದು ತೂಗುತ್ತಿತ್ತು. ಕೆಂಪು ಮತ್ತು ನೀಲಿ ಬಣ್ಣಗಳಲ್ಲಿ ಬರೆಯಲಾಗಿದ್ದ ಅಕ್ಷರಗಳು ಒಗಟಿನಂತೆ ಕಾಣಿಸಿದ್ದವು. ತನ್ವೀರಳಿಗಾದರೆ ಈ ಒಗಟು ಅರ್ಥವಾಗಬಹುದು. ಅವಳನ್ನೇ ಕರೆದುಕೊಂಡು ಬರಬೇಕು. ಮೊಹಿಂದರ ಭಾಬಿ ತಾನೂ ಬರುವೆ ಎನ್ನಬಹುದು. ಬರಲಿ. ಮೊಹಿಂದರ್ ಭಾಬಿ ಹೇಳಿದ ಊರಿಗೇ ಟಿಗೇಟು ಕೊಂಡರಾಯಿತು. ಯಾವ ಊರಾದರೂ ತನಗೇನು?

ಚಾಂದ್ ಆಲಿ ಜನರ ನಡುವೆ ನುಸುಳುತ್ತಾ ಮರಳಿದ. ಚಹದಂಗಡಿಯ ಬಳಿ ಬಲಕ್ಕೆ ತಿರುಗಬೇಕೆಂಬುದನ್ನು ಬರುವಾಗಲೇ ಗುರುತಿಟ್ಟುಕೊಂಡಿದ್ದ. ಕುಳಿತಿದ್ದ ಗುಂಪೊಂದನ್ನು ಬಳಸಿ ನಡೆದ, ನಿಂತಿದ್ದ ಗುಂಪಿನ ನಡುವೆ ತೂರಿದ. ಒಬ್ಬನನ್ನು ಎಡಕ್ಕೆ ತಳ್ಳಿದ. ಚಹದಂಗಡಿಯ ಹಿಂಭಾಗದಿಂದ ಸುತ್ತು ಹಾಕಿ ಎದುರು ಬಂದ. ಮೆಟ್ಟಲುಗಳ ಬುಡಕ್ಕೆ ಕಣ್ಣು ಕೀಲಿಸಿದ.

ಅವರಿಬ್ಬರು ಕುಳಿತಿದ್ದ ಜಾಗದಲ್ಲಿ ಹತ್ತು ಹದಿನೈದು ಜನರು! ಗಂಡಸರು, ಹೆಂಗಸರು, ಮಕ್ಕಳು. ಹೆಂಗಸರು ಪರಸ್ಪರ ತಬ್ಬಿಕೊಂಡು ಬೆನ್ನು ತಡವಿತ್ತಿದ್ದಾರೆ. ಕಣ್ಣೊರೆಸಿಕೊಳ್ಳುತ್ತಿದ್ದಾರೆ! ಮೊಹಿಂದರ್ ಭಾಬಿಯ ಭುಜದ ಮೇಲೆ ಕೈಯಿರಿಸಿದ ಹಿರಿಯರೊಬ್ಬರು ಏನನ್ನೋ ಹೇಳುತ್ತಿದ್ದಾರೆ. ತನ್ವೀರಳನ್ನು ಮುದುಕಿಯೊಬ್ಬಳು ತಬ್ಬಿ ಹಿಡಿದು ಮುದ್ದಾಡುತ್ತಿದ್ದಾಳೆ. ಯಾರವರು? ಚಾಂದ್ ಆಲಿಗೆ ಗುರುತಿನವರಲ್ಲ.

ಚಾಂದ್ ಆಲಿಗೆ ಸಿಡಿಲೆರಗಿದಂತಾಯಿತು. ಆರಡಿ ಎತ್ತರದಲ್ಲಿ ತೇಲುತ್ತಿದ್ದ ಏಳೆಂಟು ಬಣ್ಣ ಬಣ್ಣದ 'ಪೇಟಾ'ಗಳು ನೇಣುಗಂಬಗಳ ತಲೆಗೆ ತೊಡಿಸಿದ ಮುಂಡಾಸುಗಳಂತೆ ಕಾಣಿಸಿದ್ದವು. ಚಾಂದ್ ಆಲಿ ಗಲಿಬಿಲಿಗೊಂಡು ಹಿಂದಕ್ಕೆ ಸರಿದ. ಚಹದಂಗಡಿಯ ಹಿಂಭಾಗಕ್ಕೆ ಸರಿದು ನಿಂತ. ಕಾಲುಗಳು ನಡುಗಲಾರಂಭಿಸಿದ್ದವು. ಎದೆಬಡಿತ ಜೋರಾಯಿತು. ಹಣೆಯಲ್ಲಿ ಬೆವರು ಸಾಲುಗಟ್ಟಿತು.

ಬೆನ್ನ ಹಿಂದೆ ಯಾರೋ ನಿಂತಿದ್ದಾರೆ ಅನ್ನಿಸಿದಾಗ ರಕ್ತ ಹೆಪ್ಪಾಯಿತು. ಮೆಟ್ಟಲುಗಳ ದಿಕ್ಕಿನಿಂದ ಯಾರೋ ಓಡಿಬರುತ್ತಿದ್ದಾರೆ ಎಂದು ಭಾಸವಾಯಿತು; ಬೆದರುತ್ತಲೇ ಕತ್ತು ತಿರುಗಿಸಿದ. ನಾಲ್ಕೂ ದಿಕ್ಕಿಗೆ ಧಾವಿಸುತ್ತಿರುವವರೇ ಕಾಣಿಸಿದರು. ಚಾಂದ್ ಆಲಿ ಅರೆ ಕ್ಷಣ ಹಾಗೆಯೇ ನಿಂತ. ಸೋಂಟಕ್ಕೆ ಕಟ್ಟಿಕೊಂಡಿದ್ದ ಒಡವೆಗಳನ್ನು ಮೆತ್ತಗೆ ತಡವಿದ. ಮೆಟ್ಟಲುಗಳ ವಿರುದ್ಧ ದಿಕ್ಕಿಗೆ ಭಾರವಾದ ಹೆಜ್ಜೆಯಿರಿಸಿದ; ಎರಡು ಹೆಜ್ಜೆ ನಿಧಾನವಾಗಿ ಬದಲಿಸಿದ. ಕ್ಷಣಕಾಲ ನಿಂತು ಕಡೆಗಣ್ಣಿನಿಂದ ಬೆನ್ನ ಹಿಂದೆ ದೃಷ್ಟಿ ಹಾಯಿಸಿದ. ಯಾರೂ ಹಿಂಬಾಲಿಸುತ್ತಿಲ್ಲ ಎಂಬುದನ್ನು ಖಾತರಿಪಡಿಸಿಕೊಂಡು ಫ್ಲಾಟ್ ಫಾರಂ ದಿಕ್ಕಿಗೆ ಓಡಲಾರಂಭಿಸಿದ.

೦೦

ನಮ್ಮ ಪ್ರಕಟಣೆಗಳು

28.	ಮಳೆಗಾಲದ ಕಾಡು *	ಸ್ವಾಮಿನಾಥ	ರೂ. 30.00
29.	ವಾಲ್ಮೀಕಿ *	ಡಾ. ಸರಜೂ ಕಾಟ್ಕರ್	ರೂ. 100.00
30.	ಕರ್ನಾಟಕ ಬುಡಕಟ್ಟು ಭಾಷೆ *	ಡಾ. ಎಸ್.ಎಸ್. ಅಂಗಡಿ	ರೂ.225.00
31.	ಕತ್ತಲ ಬೆಳಗು *	ಜ.ನಾ. ತೇಜಶ್ರೀ	ರೂ. 40.00
32.	ನವವಿಸರ್ಗ *	ಡಾ. ಕವಿತಾ ರೈ	ರೂ. 130.00
33.	ಕಡಲ ತಡಿಯ ತಲ್ಲಣ	ಉಷಾ ಕಟ್ಟೆಮನೆ	ರೂ. 150.00
		ಡಾ. ಪುರುಷೋತ್ತಮ ಬಿಳಿಮಲೆ	
34.	ಬಂಟರು ಬದುಕು ಮತ್ತು ಬದಲಾವಣೆ	ಡಾ. ಶೇಖರ	ರೂ.300.00
35.	ಸೆಕ್ಸ್ ವರ್ಕರ್ ಒಬ್ಬಳ ಆತ್ಮಕಥನ	ಕೆ. ನಾರಾಯಣಸ್ವಾಮಿ	ರೂ. 150.00
36.	ಈ ಕ್ಷಣ *	ಜ್ಯೋತಿ ಗುರುಪ್ರಸಾದ್	ರೂ. 65.00
37.	ಗಣೇಶನ ಬೆಂಗ್ಳೂರು ಯಾತ್ರೆ*	ಪ್ರಕಾಶ್ ಕೆ. ನಾಡಿಗ್	ರೂ. 65.00
38.	ಕೃಷ್ಣ ಕಷಾಯ *	ಪಿ.ವಿ. ರಾಮಚಂದ್ರ	ರೂ. 100.00
39.	ರಾವಣನ ಡೈರಿ	ಹಾ.ಮ್ಯೆ. ಸೂರಿ	ರೂ. 150.00
40.	ಮೊಪಾಸಾನ ಕಥೆಗಳು	ಪಿ.ವಿ. ರಾಮಚಂದ್ರ	ರೂ.350.00
41.	ತಂತಿ ಪಕ್ಷಿ *	ಜ್ಯೋತಿ ಗುರುಪ್ರಸಾದ್	ರೂ. 60.00
42.	ವಕ್ರರೇಖೆ *	ಡಾ. ಜಿ.ಬಿ. ಹರೀಶ್	ರೂ.300.00
43.	ತುಮಕೂರು ಜಿಲ್ಲೆಯಲ್ಲಿ ಸ್ವಾತಂತ್ರ್ಯ ಚಳುವಳಿ *	ಡಾ. ಎಸ್. ನಾಗರತ್ನಮ್ಮ	ರೂ. 125.00
44.	ಕರ್ನಾಟಕದಲ್ಲಿ ಅಸಹಕಾರ ಮತ್ತು ನಾಗರೀಕ – ಕಾನೂನು ಭಂಗ ಚಳುವಳಿ *	ಡಾ. ಎಸ್. ನಾಗರತ್ನಮ್ಮ	ರೂ. 175.00
45.	ಪ್ರಾಚೀನ ಕನ್ನಡ ಸಾಹಿತ್ಯ ಸಂಘರ್ಷ	ಡಾ. ರವಿ ಛಲವಾದಿ	ರೂ.225.00
46.	ಶಿವರಾಮ ಕಾರಂತರ ಕೃತಿಗಳಲ್ಲಿ ಸ್ತ್ರೀ ಸಂಕಥನದ ಸ್ವರೂಪ *	ಡಾ. ರಾಜೇಂದ್ರ ತಗಡ್ಲಿ	ರೂ. 175.00
47.	ಮಾಧ್ಯಮ ಮಾರ್ಗದರ್ಶಿ	ಪಿ. ರಾಜೇಂದ್ರ	ರೂ. 125.00
48.	ಊರು ಮನೆ (ಸಣ್ಣ ಕಥೆಗಳ ಸಂಕಲನ)	ಲಕ್ಷ್ಮಣ ಕೊಡಸೆ	ರೂ. 160.00
49.	ಮುಖಾ – ಮುಖಿ *	ಬಿ.ಪಿ. ಶಿವಾನಂದ ರಾವ್	ರೂ. 85.00
50.	ಜೋಲಿ ಲಾಲಿ *	ಜ್ಯೋತಿ ಗುರುಪ್ರಸಾದ್	ರೂ. 160.00
51.	ಅನಸೂಯ ಕಥೆಗಳು *	ಡಾ. ಅನಸೂಯಾ ದೇವಿ	ರೂ. 100.00
52.	ರಾಜಕೀಯ ಕಥೆಗಳು *	ಡಾ. ಜಿ. ವೀರಭದ್ರಗೌಡ	ರೂ. 100.00
53.	ಜನಪದ ಕತೆಗಳು:ಆಶಯಗಳು	ಡಾ. ವಾಮದೇವ	ರೂ. 160.00
54.	ಅಮೂರ್ತ ಕನ್ನಡಿ *	ಡಾ. ಟಿ.ಡಿ. ರಾಜಣ್ಣ ತಗ್ಗಿ	ರೂ. 100.00
55.	ವ್ಯಾಸಕೂಟ ಮತ್ತು ದಾಸಕೂಟ *	ಡಾ. ಅನಸೂಯಾ ದೇವಿ	ರೂ.250.00
56.	ಹೃದಯವಂತ ವಿಷ್ಣು *	ವಿನೋದ್ ಕುಮಾರ್ ಬಿ.	ರೂ. 95.00
57.	ಮಿಣ ಮಿಣ ಚೀಣಾ *	ತ್ರಿವೇಣಿ ಶಿವಕುಮಾರ್	ರೂ. 175.00

121.	ಸುಗಂಧ ಪುಷ್ಪ *	ಹಾ.ಮ. ನಾಗಾರ್ಜುನ	ರೂ. 175.00
122.	ಸೆಕ್ಯೂಲರ್‌ವಾದ : ಬುಡ-ಬೇರು	ರಾಹು	ರೂ.300.00
123.	ಕವಿತೆಯ ಓದು	ಪ್ರಭಾಕರ ಆಚಾರ್ಯ	ರೂ. 150.00
124.	ಆರನೆಯ ಹೆಂಡತಿಯ ಆತ್ಮಕಥೆ	ರಾಹು	ರೂ.400.00
125.	ಮೈ ಫಾದರ್ ಬಾಲಯ್ಯ	ಡಾ. ರಾಜಣ್ಣ ತಗ್ಗಿ	ರೂ. 180.00
126.	ಪೀಠಾಧಿಯಪತಿಯ ಪತ್ನಿ	ರಾಹು	ರೂ.350.00
127.	ಹಾಡುವ ಹಕ್ಕಿಯ ಶೋಕಗೀತೆ	ಡಾ. ಅಪ್ಪಗೆರೆ ಸೋಮಶೇಖರ್	ರೂ. 130.00
128.	ವಿಮರ್ಶೆಯ ಪರಿಕಲ್ಪನೆಗಳು	ಕೇಶವಶರ್ಮ ಕೆ.	ರೂ.500.00
129.	ಯಾತ್ರಿಕನ ಕನಸು	ರಾಜಣ್ಣ ತಗ್ಗಿ	ರೂ. 125.00
130.	ದಾಂಪತ್ಯ ನಿಷ್ಠೆ ಪರಿಕಲ್ಪನೆ ಬದಲಾಗುತ್ತಿದೆಯೇ?	ಸುನಂದ ಕಡಮೆ	ರೂ. 160.00
131.	ಕುಮಾರವ್ಯಾಸ ಭಾರತ ಭಾಷಾ ವೈಜ್ಞಾನಿಕ ವಿಶ್ಲೇಷಣೆ	ಓಂಕಾರಪ್ಪ	ರೂ.200.00
132.	ನೋಯುವ ಹಲ್ಲಿಗೆ ಹೊರಳುವ ನಾಲಿಗೆ	ಡಾ. ಹೆಚ್.ಎಸ್. ಅನುಪಮಾ	ರೂ.200.00
133.	ತತ್ವಜ್ಞಾನದ ಪರಿಕಲ್ಪನೆಗಳು	ಕೇಶವಶರ್ಮ ಕೆ.	ರೂ.500.00
134.	ಬಹುರೂಪಿ ಭಾರತ	ತ್ರಿವೇಣಿ ಶಿವಕುಮಾರ್	ರೂ.250.00
135.	ಮಾರ್ಕ್ಸ್‌ವಾದಿ ಪರಿಕಲ್ಪನೆಗಳು	ಕೇಶವಶರ್ಮ ಕೆ.	ರೂ.400.00
133.	ಹೊಸಪಕ್ಷಿ ರಾಗ	ಜ್ಯೋತಿ ಗುರುಪ್ರಸಾದ್	ರೂ.200.00
134.	ತೇಲ್ನೋಟ	ಕು.ಗೋ	ರೂ. 150.00
135.	ಆಟಗಳು	ಪ್ರಕಾಶ್ ಕೆ. ನಾಡಿಗ್	ರೂ. 80.00
136.	ಕನಸಿನೂರಿನ ಕಿಟ್ಟಣ್ಣ	ಕೆ. ಪ್ರಭಾಕರನ್	ರೂ. 80.00
137.	ನನ್ನ ದೃಷ್ಟಿಯಲ್ಲಿ ಉತ್ತಮ ಹಾಸ್ಯ	ಕು.ಗೋ	ರೂ. 80.00
138.	ಒಂದು ನೂರು ವರ್ಷಗಳ ಏಕಾಂತ	ಡಾ. ವಿಜಯಾ ಸುಬ್ಬರಾಜ್	ರೂ.400.00
139.	ಜೀವಸಿರಿ	ವಸುಂಧರಾ ಭೂಪತಿ	ರೂ. 150.00
140.	ಅಲೆಮಾರಿ ಒಬ್ಬನ ಆತ್ಮಕತೆ..!	ಡಾ॥ ಟಿ.ಡಿ. ರಾಜಣ್ಣ ತಗ್ಗಿ	ರೂ.200.00
141.	ಶಾಲ್ಮಲಿ (ಹಿಂದಿ ಅನುವಾದ)	ಡಾ॥ ವಿಜಯಾ ಸುಬ್ಬರಾಜ್	ರೂ. 160.00
142.	ತೆರವು (ಮರಾಠಿ ಅನುವಾದ)	ಚಂದ್ರಕಾಂತ ಪೋಕಳೆ	ರೂ. 80.00
143.	ಅನನ್ಯ (ಕನ್ನಡ ತಮಿಳು ಸಾಹಿತ್ಯ ಅವಲೋಕನ)	ಡಾ॥ ತಮಿಳ್ ಸೆಲ್ವಿ	ರೂ. 160.00
144.	ಧರೆಹೊತ್ತಿ ಉರಿದಾಗ (ಸಂಪುಟ-1) (ಭಾರತ ವಿಭಜನೆಯ ದುರಂತ ಕಥೆಗಳು)	ರಾಹು	ರೂ.400.00
145.	ಧರೆಹೊತ್ತಿ ಉರಿದಾಗ (ಸಂಪುಟ-2) (ಭಾರತ ವಿಭಜನೆಯ ದುರಂತ ಕಥೆಗಳು)	ರಾಹು	ರೂ.400.00
146.	ಧರೆಹೊತ್ತಿ ಉರಿದಾಗ (ಸಂಪುಟ-3) (ಭಾರತ ವಿಭಜನೆಯ ದುರಂತ ಕಥೆಗಳು)	ರಾಹು	ರೂ.400.00
147	ದಯವಿಟ್ಟು ಮುಚ್ಚಬೇಡಿ ರಸ್ತೆಗುಂಡಿಗಳನ್ನು	ಶಾಂತರಾಜ್ ಐತಾಳ್	ರೂ. 150.00

ಒಂದು ತುಂಡು ಗೋಡೆ / ೧೪೧

181	ಭಾಮಾ ದಲಿತ ಪ್ರಜ್ಞೆ	ಡಾ. ಎಸ್.ಎಸ್. ನಾಗಭೂಷಣ್	ರೂ. 180.00
182	ಅಷ್ಟವಕ್ರನೂ ಅಪೂರ್ವ ಸುಂದರಿಯೂ ಡಾ. ರಾಜಣ್ಣ ತಗ್ಗಿ	ರೂ. 225.00
	(THE HUNCH BACK OF NOTRE DAME)	
183	ರಾತ್ರಿ ಕಪ್ಪು.... ಕೊಡ ಕಪ್ಪು	ಚಂದ್ರಕಾಂತ ಪೋಕಳೆ	ರೂ. 200.00
184	ಲಾಸ್ಟ್ ಲೋಕಲ್ ಲೋಸ್ಟ ಲವ್	ರಾಜೀವ್ ನಾಯಕ್	ರೂ. 120.00
185	ವಿವಾಹ ಬೋಜನವಿದು	ಶಾಂತರಾಜ್ ಐತಾಳ್	ರೂ. 120.00
186	ನೆನಪಿನಂಗಳದಲ್ಲಿ ವೈಯನ್ನೆ, ವಡ್ಡರ್ಸೆ, ಪೂಜಾರಿ ಚಿದಂಬರ ಬೈಕಂಪಾಡಿ	ರೂ. 140.00
187	ನನ್ನವರು (MAVALLU)	ಸುಲೋಚನ	ರೂ. 190.00
188	ವಯನಾಡಿನ ಕನಸು	ಪಾರ್ವತಿ ಜಿ. ಐತಾಳ್	ರೂ. 100.00
189	ಪ್ರಾತಿನಿಧಿಕತೆ ಮತ್ತು ಸ್ವಯಂಬಲ	ಕೇಶವಶರ್ಮ ಕೆ.	ರೂ. 260.00
190	ಮಾರ್ಕ್ಸ್‌ವಾದ ಮತ್ತು ಅನುವಾದಗಳು	ಕೇಶವಶರ್ಮ ಕೆ.	ರೂ. 350.00
191	ದಡವ ಹಡೆದ ನದಿ (ಕವಿತೆಗಳು)	ಎಚ್.ಎಸ್. ಈಶಕುಮಾರ್	ರೂ. 100.00
192	ಭಾರತದ ಜ್ವಲಂತ ಸಮಸ್ಯೆಗಳು ಮತ್ತು ಮಾದ್ಯಮ ಅಭಿಲಾಷಾ ಆರ್.	ರೂ. 100.00
193	ಕೃಷ್ಣವೇಣಿ (ಕಾದಂಬರಿ)	ವೆಂಕಟಗಿರಿ ಕಡೇಕಾರ್	ರೂ. 170.00
194	ಆಕಾಶದ ಕರೆ (ಸಣ್ಣ ಕಥೆಗಳು)	ಡಾ. ಅನಸೂಯಾದೇವಿ	ರೂ. 350.00
195	ಬುಡಕಟ್ಟು ಜ್ಞಾನಪರಂಪರೆ	ಡಾ. ಎಸ್.ಎಂ. ಮುತ್ತಯ್ಯ	ರೂ. 170.00
196	ಮರಳ ದಿಬ್ಬಗಳಲ್ಲಿ ಮಹಿಳೆ	ಡಾ. ವಿಜಯಾ ಸುಬ್ಬರಾಜ್	ರೂ. 160.00
	(The women in the dunes)	
197	ಉಪೇಂದ್ರನಾಥ ಅಶ್ಕರರ ಐದು ನೀಳ್ಗಥೆಗಳು ಪಾರ್ವತಿ ಜಿ. ಐತಾಳ್	ರೂ. 100.00
198	ಮಾಫಿಯಾ	ಕೆ.ಕೆ. ಗಂಗಾಧರನ್	ರೂ. 540.00
199	ಲುಷುನ್‌ರ ಆಯ್ದ ಹತ್ತು ಕಥೆಗಳು	ಡಾ. ವಿಜಯಾ ಸುಬ್ಬರಾಜ್	ರೂ. 150.00
200	ಆಲಂಪನಾ	ಶ್ಯಾಮಲಾ ಮಾದವ	ರೂ. 250.00
201	ಬ್ಲ್ಯಾಕ್ ಕಾಫಿ	ಅನು ಬೆಳ್ಳೆ	ರೂ. 180.00
202	ಮಲಾಣ್	ಶಾಂತನಾಯ್ಕ ಶೀರಗಾನಹಳ್ಳಿ	ರೂ. 310.00
203	ಮಲೆಯಾಳದ ಮಹಿಳಾ ಕಥನ	ಪಾರ್ವತಿ ಜಿ. ಐತಾಳ್	ರೂ. 270.00
204	ಮಾರಾಟಗಾರನ ಸಾವು	ಎಂ.ಎಸ್. ರಘುನಾಥ್	ರೂ. 140.00
205	ಜೆನ್ ಅನುಭವ	ವಿಜಯ್‌ನಾಗ್	ರೂ. 360.00
206	ದೇಸಿ ದಿಬ್ಬಣ	ಪ್ರೊ. ಶಿವರಾಮಯ್ಯ	ರೂ. 220.00
205	ಗೋಡೆ	ಡಾ. ಸಿ.ಎಸ್. ದ್ವಾರಕನಾಥ್	ರೂ. 400.00
206	ಕಥೆಗಳ ಕಟ್ಟು	ಅಮರೇಶ್ ನುಗಡೋಣಿ	ರೂ. 350.00
207	ಒಲವು ತುಂಬಿದ ದಾರಿ (ಪ್ರೇಮ ಕಥನಗಳು) ಕೇಶವ ಮಳಗಿ	ರೂ. 280.00
208	ಅರೇಬಿಯನ್ ನೈಟ್ಸ್ ಭಾಗ–1	ಶರಣಪ್ಪ ಜಿ	ರೂ. 600.00
209	ಅರೇಬಿಯನ್ ನೈಟ್ಸ್ ಭಾಗ–2	ಶರಣಪ್ಪ ಜಿ	ರೂ. 425.00

210	ಭೂಮಿಗೆ ಬಂದ ಗಂಧರ್ವ	ಡಾ. ಹೆಚ್.ಎಲ್. ನಾಗೇಗೌಡ	ರೂ.350.00
211	ಒಂಟಿದನಿ (ಬೋರಿಷ್ ಪಾಸ್ತಾರ್‌ನಕ್)	ಕೇಶವಮಳಗಿ	ರೂ.260.00
212	ಪರ್ಯಾಯ ನೋಟಗಳು (Paralex veiw. Salvoj zizek)	ಕೇಶವಶರ್ಮ	ರೂ.530.00
213	ಗಾನ್ ವಿತ್ ದ ವಿಂಡ್	ಶ್ಯಾಮಲ ಮಾಧವ	ರೂ.750.00
214	ಕಥಾ ಸಮಾಹಾರಂ	ಪ್ರಭಾಕರನ್ ಕೆ.	ರೂ. 150.00
215	ವದರಿಂಗ್ ಹೈಟ್ಸ್	ಶ್ಯಾಮಲ ಮಾಧವ	ರೂ.400.00
216	ನನ್ನ ಬದುಕು(My Life) **ANTON CHEKHOV**	ಕನ್ನಡಕ್ಕೆ : ಮಡಿವಾಳಪ್ಪ ತಟ್ಟಿಮನಿ	ರೂ. 125.00
217	ಆರ್ತ	ಕನ್ನಡಕ್ಕೆ : ಗೀತಾ ಶೆಣೈ	ರೂ. 150.00
218	ಮೂರನೆ ದಡ	ಕನ್ನಡಕ್ಕೆ : ಎ.ಎನ್. ಪ್ರಸನ್ನ	ರೂ.220.00
219	ದೇವರುಗಳ ರಾಜ್ಯದಲ್ಲಿ	ಬೋಳುವಾರು ಮಹಮದ್‌ಕುಂಞ್	ರೂ. 160.00
220	ಸಫಾ	ಪ್ರಸಾದ್ ನಾಯ್ಕ್	ರೂ.350.00
221	ಹಲವು ಜೀವನ ಹಲವು ಮಾರ್ಗದರ್ಶಕರು	ಎನ್. ಶ್ರೀಧರ್	ರೂ. 200.00
222	ಜಪಾನೀನ ಕಾಲ್ಪನೀಕ ಕಥೆಗಳು	ಕನ್ನಡಕ್ಕೆ ; ವಿಜಯ್ ನಾಗ್	ರೂ. 200.00
223	ನವಿಲು ಪುರಾಣ	ಕನ್ನಡಕ್ಕೆ ; ಕೆ.ಈ ರಾಧಕೃಷ್ಣ	ರೂ. 450.00
224	ಶಬರಿಗಾದನು ಅತಿಥಿ ದಾಶರಥಿ	ಶ್ರೀನಿವಾಸ ಕೃ ದೇಸಾಯಿ	ರೂ. 125.00
225	ಪಡೆಯದ ಭಾಗ್ಯ	ಶ್ರೀನಿವಾಸ ಕೃ ದೇಸಾಯಿ	ರೂ. 125.00
226	ಗೂಳಿ	ಕನ್ನಡಕ್ಕೆ: ನಲ್ಲತಂಬಿ	ರೂ. 225.00
227	ನೀರದೀವಿಗೆ	ಕೆ.ವೈ. ನಾರಾಯಣಸ್ವಾಮಿ	ರೂ. 260.00
228	ವೈದ್ಯಕೀಯ ವೃತ್ತಿ ಉದ್ಯೋಗ ಉದ್ಯಮ	ಕನ್ನಡಕ್ಕೆ: ರಾಹು	ರೂ. 325.00
229	ಬದುಕಿರುವುದೇ ಕಥೆ ಹೇಳಲಿಕ್ಕೆ	ಟಿ.ಎಸ್. ರಘುನಾಥ್	ರೂ. 725.00
230	ಒಡೆದ ಕನ್ನಡಿ	ಕನ್ನಡಕ್ಕೆ: ವಿಜಯಾ ಸುಬ್ಬರಾಜ್	ರೂ. 220.00
231	ತಣ್ಣನೆಯ ಮಾಂಸ ಮತ್ತು ಇತರ ಕಥೆಗಳು	ಡಾ. ಕೆ.ಎಲ್. ದಿವ್ಯ	ರೂ. 170.00
232	ಹೆರೊಡೊಟಸನ ಸಮರ ಕತೆಗಳು	ಕನ್ನಡಕ್ಕೆ: ಡಾ. ಎಚ್.ವಿ. ರಂಗಾಚಾರ್	ರೂ. 275.00
233	ಒಂದು+ ಮತ್ತು ನೂರುಕಥೆಗಳು	ಪ್ರೊ. ಕೆ.ಈ. ರಾಧಾಕೃಷ್ಣ	ರೂ. 350.00

* ಪ್ರತಿಗಳು ಮುಗಿದಿವೆ

ಗಳಿ / ಒಂದು ತುಂಡು ಗೋಡೆ